அகரநதி

பாகம் - 1

ஆலோன் மகரி

ISBN 979-888521707-1

இந்த பூமியில் நானும் வாழ்ந்த அடையாளத்தை
பதிக்க தெரிந்தும் தெரியாமலும் உதவி வரும்
அத்தனை உயிர்களுக்கும், பேரண்டத்திற்கும்
சமர்பிக்கிறேன் ..

பொருளடக்கம்

பொருளடக்கம்

முன்னுரை

"அகரநதி "

இது எனது இரண்டாவது கதை. சிறு வயதில் ஏற்படும் ஆழமான அன்பு, காதலாக மாறும் ஒரு இனிமையான பயணம். அழகான குடும்பம், தோள் கொடுக்கும் தோழர்கள், கனவினை தொட உதவும் வாழ்க்கை துணை என மனதிற்கு இதம் கொடுக்கும் கதை.

நன்றி

நன்றி.

எனை முழுதாக பெற்று எடுத்து பல இன்னல்களை சந்தித்தும், இந்த ஜீவனை கைவிடாமல் ஆளாக்கிய என் பெற்றோருக்கு முதல் நன்றி.

என் முயற்சிகளில் முக்கிய பங்கும், எனை தொடர்ந்து ஊக்குவிக்கும் என் உடன் பிறந்த தம்பிக்கு மனம் நிறைந்த நன்றிகள்.

எனக்கு கல்வி போதித்த அத்தனை ஆசிரியர்களுக்கும் என் சிரம் தாழ்ந்த வணக்கங்கள் மற்றும் நன்றிகள்.

எனது அடுத்த குருவாக இருக்கும் நண்பர்கள்.. இவர்கள் இல்லாமல் நம் வாழ்வில் எந்த ஒரு அத்தியாயமும் நிறைவு பெறுவதில்லை. எனது நேற்றைய, இந்நாள், மற்றும் நாளைய நண்பர்களுக்கு மனம் நிறைந்த நன்றிகள்.

கதை எழுத வந்தா பின், எனை வழிநடத்திய ராணிதென்றல் சகோதரி அவர்கள், லதா கணேஷ் அவர்கள், எனை என்றும் இடைவிடாமல் ஊக்க படுத்தும் செல்வராணி அவர்கள், செல்ல சண்டையிட்டு எழுத சொல்லும் ராஜலக்ஷ்மி நாராயணசாமி, சிரித்த முகத்துடன் எப்போதும் வழிகாட்டும் மீனாக்ஷி அடைக்கப்பன் அவர்கள், மேலும் பல எழுத்தாளர் பெருமக்களுக்கு என் பணிவான நன்றியை உரைக்கிறேன்.

எந்த அடையாளமும் இல்லாத பொழுதில் இருந்து, இன்று ஒரு அடையாளத்தை உருவாக்கும் முயற்சியில் எனை பெரிதும் ஊக்கப்படுத்தி, எழுத தூண்டிய என் தோழிகள் குணா, அபி, சுகன்யாவிற்கு மனம் நிறைந்த அன்பை சமர்பிக்கிறேன்.

மேலும் என் மழலை எழுத்தை ஏற்று, எனக்கு ஒரு அடையாளமும், அங்கீகாரமும் கொடுத்து, தொடர்ந்து ஆதரிக்கும் என் வாசகர்களுக்கு நெஞ்சம் நிறைந்த நன்றிகள் ...

முகவுரை

வணக்கம்,

இவள், நந்தினி வெங்கடேசன்.

"ஆலோன் மகரி" என்னும் பெயரில் 2019 ஆம் ஆண்டில் இருந்து கதை எழுதி வருகிறேன். முதுகலை வணிக மேலாண்மை படித்த போதும், எழுத்தின் மீது கொண்ட காதலால் கிறுக்க தொடங்கினேன். இப்போது அந்த கிறுக்கல் கவிதையாக, கதையாக உருமாற்றம் பெற்று வருகிறது. "தமிழ்" மொழியின் மேல் ஏற்பட்ட பற்றும் காதலாக மாறி இப்போது எழுத்து வழியே அனைத்தும் பகிர்ந்து கொள்கிறேன்.

"வாசிப்பு" தான் எத்தனை சிறந்த போதை. மிகவும் நன்மை பயக்கும் போதையும் கூட. அதன் காரணமாக மனதில் தோன்றும் அனைத்தும் எழுத்தின் வழி பார்க்கும்பொழுது பரவசம் ஏற்படுவது இயற்கையின் மிக சிறந்த ஒரு உணர்வு.

மழலை நடையில் இருக்கும் எனக்கு வழிகாட்டி, வெகு தூரம் இவளும் நடக்க அன்புடன் ஆசீர்வதியுங்கள்...

அன்புடன்,

ஆலோன் மகரி.

உங்கள் கருத்துகளை தெரிவிக்க,

aalonmagari@gmail.com

1

பச்சைக் கம்பளி விரித்து வரவேற்கும் வயல்கள், ஊரின் எல்லையில் இருந்து வயல் வரப்புகளிலேயே நடந்து அந்த ஊரைச் சுற்றி வந்துவிடலாம்.......... அப்படி ஒரு அமைப்பு.

ஊரைச் சுற்றி ஓடும் வாய்க்கால், ஊரின் ஈசான பக்கம் ஓடும் ஆறு என அந்த இடத்தை ஒரு தீவாகவே எண்ண வைக்கும்.

உழைக்க தயாராக இருந்தால் போதும் நிச்சயமாக வருமானம் வரும் அப்படி ஒரு நில அமைப்புடன், நீர் வளமும் சேர்ந்து ஆண்டு முழுக்க நதியின் கலகலப்பும், வாய்காலின் சலசலப்புமாக பூமித்தாயை குளிர்ந்த மேனியாக வைத்திருக்கும் ஊர்வாசிகள்.

ஊர்கட்டுப்பாடு என்ற ஏதும் தேவையின்றி சுயக்கட்டுப்பாட்டுடன் வாழும் மக்கள், சகமனித்தத்துவம் உணர்ந்து அனைத்து வகையினரும் ஒன்றாய் ஒற்றுமையாக வாழ்கின்றனர்.

ஓர் ஊரில் விவசாய நிலங்கள் விவசாயத்திற்காக மட்டுமே பயன்படுத்தபட்டு, விவசாயத்தை மதிக்கும் இடத்தில் பூமித்தாய் அகமும் புறமும் குளிர்ந்து அம்மக்களை தன் உள்ளங்கையில் தாங்குகிறாள்.. பூமித்தாயை நேசிக்க நேசிக்க, அங்கே விவசாயம் செழிக்க வழி வகுக்கும்.

வீடுகளை ஒட்டி இருந்த வரப்புகளின் வழியாக, அவ்வூரில் இருக்கும் பள்ளியை நோக்கி ஒரு வாண்டு எதிரில் வந்தவர்களை சிறிதும் கண்டுகொள்ளாமல் ஓடிக் கொண்டு இருந்தது.

"மணி 8 தான் ஆகுது அதுக்குள்ள ஏன் தான் இப்படி ஓடுறாளோ தெரியல... படிக்கற வழிய காணோம் ஊர் வம்பு இழுக்கறதே வேலையா வச்சி இருக்கா உங்க பொண்ணு", என மகளின் மேல் குற்றப்பத்திரிகை வாசித்தார் தாயார் ராதா.

"ஏன்டி ...என் புள்ள பள்ளி கூடத்துக்கு தானு போறா? குஸ்திக்கு போற மாதிரி பேசிட்டு இருக்க? நேரமா வாத்தியார் வர சொல்லி இருப்பாங்க ஓடுறா", மகளை விட்டுக் கொடுக்காமல் பேசினார் தந்தை கண்ணன்.

"4வது தான் படிக்கறா. அதுக்குள்ள எதுக்கு வாத்தியார் சீக்கிரம் வர சொல்ல போறாங்க?

அப்படி என்ன இவ படிக்கறான்னு அங்கன போய் பாருங்க அப்பதான் தெரியும். எத்தனை சண்டை, எத்தனை வம்பு இழுக்கறா உங்க பொண்ணுன்னு. வெளியே போனாலே வந்து நிக்கறாங்க அத்தனை அம்மாக்களும் புகார் சொல்ல", ராதா.

"அவங்க எதாவது தப்பு செஞ்சி இருப்பாங்க அதான் நம்ம பொண்ணு சண்டை போட்டு இருப்பா. நீ ஏன் நம்ம பொண்ணவே குறை சொல்ற?", கண்ணன்.

மீண்டும் ராதா வாய் திறக்க,"இப்ப நான் போய் அங்க நடக்கறத பாக்கணும் அவ்வளவு தானே. பாத்துட்டு வரேன்", எனக் கூறி சட்டையை மாட்டிக் கொண்டு பள்ளியை நோக்கிக் கிளம்பினார் கண்ணன்.

நாம வரப்ப ஒரு வாண்டு ஓடிச்சே வாங்க அத போய் நாம பாப்போம் ...

"ஏய் மீரா நில்லு ஒழுங்கா என்கிட்ட வந்துரு", அந்த வாண்டு.

"நான் வரமாட்டேன். இன்னிக்கு நான் தான் முதல்ல வந்து இந்த பேட் எடுத்தேன்... நான் தான் முதல்ல விளையாடுவேன்", எனக் கூறிக்கொண்டு ஓடினாள் மீரா.

"ஏய் நில்லு அத என்கிட்ட குடு", எனக் கூறித் துரத்தியபடி ஓடியவள் எதிரே வந்தவர்களைக் கவனியாமல் இடித்தாள்.

அவள் இடித்த வேகத்தில் எதிரே வந்தவன் கீழே விழப் போக, அதற்குள் இன்னொரு மாணவன் அவனை விழாதுப் பிடித்தான்.

"கண்ணு தெரியல உனக்கு நான் தான் துரத்திட்டு ஓடி வரேன்ல நகரமாட்ட", என வசைபாடியபடி விழுந்தவள் எழுந்து நின்றாள்.

"ஹே பாப்பா... நீ பாத்து ஓடிவரணும் அத விட்டுட்டு நீ கண்ணு தெரியாம ஓடி வந்து இடிச்சிட்டு விழுந்தா அவன் என்ன பண்ணுவான்?", இன்னொரு மாணவன்.

"நான் அப்படி தான் வருவேன் நீங்க நகந்து போங்க. உன்னால என் பேட் அவ தூக்கிட்டு ஓடிட்டா. வா வந்து அந்த பேட் வாங்கி குடு", என இடித்தவன் கைப் பிடித்து இழுத்தாள்.

நேர் வகிடு எடுத்து, இரட்டை ஜடைப் போட்டு ரிப்பன் வைத்து பின்னியிருந்தாள்.

அதிகாலை வெயிலின் மஞ்சள் நிறம். துரு துரு கண்கள், ஓயாது பேசும் வாய், கொலு கொலு கன்னம், பதிலுக்கு பதில் கொடுக்கும் துடுக்குத்தனம் என 8 வயது சிறுமிக்கே உரிய பாவனையுடன் இருந்தாள் அந்தச் சிறுபெண்.

அவள் உயரத்திற்கு கால் மடித்து அமர்ந்து "உங்க பேர் என்ன குட்டிமா?", எனக் கேட்டான்.

"நதியாள்"

"அழகான பேர். என்ன கிளாஸ் படிக்கறீங்க?"

"4த் படிக்கறேன். நீ யாரு புதுசா இருக்க? உங்க பேர் என்ன?", நதியாள்.

"என் பேர் அகரன். இங்க 11த் படிக்க வந்து இருக்கேன்"

"அகன் நியூ ஸ்டுடண்ட்ஆ?", நதியாள்.

"ஆமா", சிரித்துக் கொண்டே கூறினான் அகரன்.

"ஹே பாப்பா அகன் இல்ல அகரன் சொல்லு", மற்றொரு மாணவன்.

"பாப்பா கூப்பிடாத நான் இப்ப 4த் படிக்கறேன். ஆமா உன் பேர் என்ன மறந்துட்டேன்?", நதியாள் யோசனைச் செய்யும் பாவனையோடுக் கேட்டாள்.

"என் பேரு சரண்.. உன் பரமசிவம் பெரியப்பாவோட பையன்".

"அது தெரியும். நீயும் அகன் கிளாஸா?", நதியாள்.

"ஆமா", சரண்.

அங்கே மீரா பேட்டை வைத்து விளையாட ஆரம்பித்ததைப் பார்த்ததும், "சரி அப்பறம் மீட் பண்ணலாம் நான் விளையாட போறேன்", எனக் கூறிப் பறந்துவிட்டாள் நம் நதியாள்.

"சரியான வாலு", சரண்.

"ஆமா.. ஆனா நல்லா பேசறா", அகரன் புன்னகையுடன் கூறிவிட்டு பிரின்சிபால் அறை நோக்கிச் சென்றனர் இருவரும்.

அங்கே பிரின்சிபால் பதினொன்றாம் வகுப்பிற்கு அறையைக் காட்டி அனைவரும் நன்றாக படிக்க வாழ்த்திவிட்டு, தன் அலுவலக அறைக்குச் சென்றார்.

சிறிது நேரம் கழித்து பிரின்சிபால் அறைக்கு போன அகரன் அங்கே நதியாள் நின்றுக்

கொண்டிருப்பதைப் பார்த்து, உள்ளே வந்து ஓரமாக நின்றான்.

"என்ன பிரச்சினை நதியாள்? ஏன் மீராவ அடிச்ச?", பிரின்ஸி.

"அவ என் பேட் எடுத்துட்டு ஓடிட்டா மிஸ். குடுக்க சொன்னா மாட்டேன் சொல்லிட்டா அதான் அடிச்சேன்", நதியாள் கண்களை உருட்டி உருட்டி கையை ஆட்டி பதில் கூறினாள்.

"அதுக்காக அடிக்கலாமா நதியாள் ? உன் பிரண்ட் தானே மீரா? வலிக்கும்ல", பிரின்ஸி.

"நான் 2 தடவை சொன்னேன் கேக்கல அதான் அடிச்சேன். அடுத்த டைம் நான் கேட்ட உடனே பயந்துட்டு குடுப்பால்ல மிஸ்?", மீண்டும் அதே போல பதில் கூறினாள்.

"யார் சொன்னா அடிச்சா அடுத்த முறை பயம் வரும்ன்னு?", பிரின்ஸி.

"ரேவதி மிஸ் தான் சொன்னாங்க மிஸ்", நதியாள்.

அங்கே நின்ற அகரனை ரேவதி டீச்சரை அழைத்து வரும்படிக் கூறி அனுப்பினார்.

"மே ஐ கம் இன் மேம்", ரேவதி.

"வாங்க மிஸ்.ரேவதி. நீங்க தான் இந்த முறை அடிச்சா அடுத்த முறை பயம் வரும்ன்னு சொன்னதா?", பிரின்ஸி.

"கொஞ்சமாது பயம் வரணும்ன்னு சொன்னேன் மேம். ஆனா ...", ரேவதி.

"நீங்க சொன்னத வச்சி என்ன செஞ்சி இருக்கா பாருங்க", என மீராவின் கைகளைக் காட்டினார் பிரின்ஸி.

"அச்சோ... இப்படி அடிபட்டு இருக்கு", என ரேவதி கவலைப்பட்டார்.

"இனிமே எது சொல்லறதா இருந்தாலும் பாத்து கவனமா பேசுங்க. குழந்தைகள் நம்மல பாத்து தான் வளர்றாங்க", எனக் கூறிக் குழந்தைகளை அழைத்துச் செல்லக் கூறினார்.

"என்ன அகரன் என்ன விஷயம்?", பிரின்ஸி.

"கிளாஸ் டைம்டேபிள் வேணும். யார் கிட்ட கேக்கறது மேம்", அகரன்.

"நான் குடுத்து விடறேன். இன்னிக்கு டீச்சர்ஸ் பாத்துட்டு விளையாட போங்க எல்லாரும்",

எனக் கூறி அனுப்பி வைத்தார்.

விளையாட வந்த அகரன் அங்கே மீராவும், நதியாளும் அருகருகே உட்கார்ந்து, மீராவின் காயத்தில் மருந்துப் போட்டுக்கொண்டு இருந்ததைப் பார்த்தான்.

அவர்கள் அருகில் சென்றவன் ," என்னாச்சி நதி? ஏன் மீராவ அடிச்ச?", எனக் கேட்டான் அகரன்.

"உன்னால தான் அகன் நான் மீராவ அடிச்சேன்", நதியாள்.

"நான் என்ன பண்ணேன்?", அகரன்.

"நீ ஏன் என்ன இடிச்சி தள்ளிவிட்ட? அதான் அவள அடிக்க வேண்டியதா போயிடிச்சி", நதியாள்.

"ஹே வாலு... நீ அவள அடிச்சதுக்கு அகரன் மேல பழி போடாத", எனக் கூறியபடி சரண் வந்து நின்றான்.

"அகன் இடிக்காம இருந்து இருந்தா நான் அப்பவே அவள பிடிச்சி இருப்பேன்.. கோவம் வந்து அடிச்சி இருக்கமாட்டேன்ல", நதியாள் தன் வாதத்தைத் தொடர்ந்தாள்.

"அப்படியா? சரி சாரி நதி. இனிமே இப்படி நடக்காது.. நீ வரப்ப நான் ஓரமா போறேன் ஓகேவா?", அகரன்.

"சரி மீராகிட்ட சாரி சொல்லு", நதியாள்.

"மீராகிட்ட நீ தான் சொல்லணும் அகரன் ஏன் சொல்லணும்?", சரண்.

"அவளுக்கு அடி விழ அகன் தான் காரணம்", நதியாள்.

"சரி. சாரி மீரா. ரொம்ப வலிக்குதா?", அகரன் காயத்தை பார்த்துக் கொண்டே கேட்டான்.

"இல்ல அண்ணா. யாள் மருந்து போட்டா இப்ப வலிக்கல", எனக் கூறிச் சிரித்தாள் மீரா.

"சரி டாடா அகன் சரணா...... மீரா வா விளையாட போலாம்", என நதியாள் மீராவை இழுத்துக் கொண்டு மைதானத்திற்கு ஓடினாள்.

"பாத்தியா எப்படி பேசுது இப்பவே? அவ செஞ்சதுக்கு நீ சாரி கேக்கணுமா டா?", சரண்

அகரனைப் பார்த்துக் கேட்டான்.

"சின்ன குழந்தைங்க டா. விடு .வா நாம விளையாட போலாம்", என இன்னோரு பக்கம் சென்றனர் அகரனும் சரணும்.

"அந்த மீராவ கூட குழந்தைன்னு சொல்லு ஒத்துக்கறேன் அந்த நதியாள் இருக்கே அத குட்டிபிசாசுன்னு சொல்லு", சரண்.

"சின்ன குழந்தைய அப்படி சொல்லாத டா", அகரன்.

"உன்ன எத்தன தடவ பேர் சொல்லி கூப்பிட்டா தெரியுமா? அந்த மீரா பொண்ணு எவ்வளவு அழகா அண்ணான்னு கூப்பிடுது. அத பாத்து கூட தோணல பாரு அந்த குட்டிபிசாசுக்கு", சரண்.

"உன்னையும் தான் பேர் சொல்லி கூப்டா...", அகரன் சிரித்து கொண்டே கூறினான்.

சரண்,"அந்த குட்டிபிசாசு எல்லாரையும் பேர் சொல்லி தான் கூப்பிடுது. ஒரு நாள் நல்லா கவனிச்சி விடணும்"

"ஹாஹா... விட்றா சின்ன பொண்ணு தானே. நாம போய் விளையாடலாம் வா", என அகரன் அவனை இழுத்துச் சென்றான்.

2

மைதானத்தில் விளையாடிக் கொண்டிருந்த நதியாளைக் கண்ட கண்ணன் ,"அவ அம்மா சரியா தான் சொன்னா. இங்க விளையாடனும்னு இவ்வளவு சீக்கிரம் ஓடி வந்திருக்கா", மனதில் நினைத்துச் சிரித்தார்.

அந்தச் சமயம் ஒரு பால் அவர் கால் அருகில் விழ அதை எடுத்தவர், அகரன் வருவதைக் கண்டு ,"வா அகரா... எப்ப வந்த? இங்க தான் நீயும் சேர்ந்து இருக்கியா? ", எனக் கேட்டார்

"ஆமாம் மாமா. நீங்க எப்படி இருக்கீங்க? அத்தை எப்படி இருக்காங்க?", அகரன்.

"நல்லா இருக்கோம். என் பொண்ணும் இங்க தான் படிக்கறா தினம் யார்கிட்டயாவது வம்பு இழுக்கறான்னு உங்க அத்தை சொன்னா அதான் பாக்க வந்தேன்", கண்ணன்.

"அப்படியா... நான் இன்னிக்கு தான் இங்க சேர்ந்தேன் ... யார் உங்க பொண்ணு? எத்தனாவது படிக்கறாங்க?", அகரன்.

"அதோ அங்க விளையாடிட்டு இருக்கா பாரு அவ தான்.. நதியாள் என் பொண்ணு", கண்ணன்.

"அந்த பொண்ணா... தெரியும் மாமா. இன்னிக்கு காலைல தான் பாத்தேன். நல்லா பேசறா", அகரன் சிரிப்புடன் கூறினான்.

"நல்லான்னு இல்ல திமிரா பேசறா. மரியாதை குடுக்கறதே இல்லை சித்தப்பா", எனக் கூறியபடியே சரண் வந்தான்.

"சும்மா இருடா. அப்படி எல்லாம் இல்ல மாமா. சின்ன குழந்தை தானு சொல்லி குடுத்தா கத்துக்குவா", அகரன் நதியை காப்பாற்றும் பொருட்டுப் பேசினான்.

"என்ன ஆச்சி சரண்? என்ன பண்ணா நதியாள்?", கண்ணன்.

காலையில் பார்த்தது முதல் சற்று முன் நடந்ததது வரை ஒப்பித்து முடித்தான் சரண்.

"ஹாஹா.... ஒரே பொண்ணுனு நானும் செல்லம் குடுக்கறேன், அவ அம்மா தான் கத்தி-கிட்டே இருப்பா. ஆனாலும் சமத்து, அவ வேலைய கரெக்ட்ஆ செஞ்சிக்குவா", கண்ணன்.

"அதனால தான் இங்க ஸ்கூல்லயும் எல்லாரும் கம்முன்னு இருக்காங்க. இல்லன்னா டி.சிய எப்பயோ குடுத்து இருப்பாங்களே", சரண்.

"யாருக்கு டிசி வேணும் சரண்?", எனக் கேட்டபடி பிரின்ஸி வந்து நின்றார்.

"இல்ல நதியாள் பத்தி பேசிட்டு இருந்தோம் மேம்", சரண்.

"அவ கொஞ்சம் வித்தியாசமான குழந்தை. சுட்டி தனம் அதிகம் அவ்வளவு தான். மத்தபடி எந்த குறையும் இல்ல கண்ணன் சார்", பிரின்ஸி.

"வம்பு இழுக்கறதா அவ அம்மா சொன்னா. சட்டுன்னு அடிச்சிடறாலாம்", கண்ணன்.

"உண்மை தான். வாய விட கை வேகமா பேசுது. சரி பண்ணிக்கலாம் பிரச்சனை இல்லை. இந்த வயசுல இப்படி தான் இருப்பாங்க எல்லா குழந்தைங்களும்", பிரின்ஸி.

"படிப்பு தான் கொஞ்சம் கம்மியா வருது", கண்ணன்.

"அவ கிளாஸ்ல உட்கார்ந்தா தானே முதல்ல", சரண்.

"சரண்... இங்க பாருங்க கண்ணன் அவளுக்கு ஒரு இடத்தில உட்கார்ந்து படிக்கறது முடி-யாத விஷயம். வெளி விஷயங்களை தான் அதிகம் தெரிஞ்சிக்க செய்றா. விளையாட்டு ஆர்வமும் அதிகம் அதான் வெளியவே சுத்திட்டு இருக்கா", பிரின்ஸி.

"அவளுக்கு நீங்களே இவ்வளவு சப்போர்ட் பண்ணா அவ எப்படி பயப்படுவா மேம்?", சரண்.

"அவ பயப்பட வேண்டிய அவசியம் இல்லை. புரிஞ்சி நடந்துகிட்டா போதும். அவ கேக்கற கேள்விகளுக்கு சரியா பதில் சொன்னா அவ புரிஞ்சிக்க போறா", பிரின்ஸி.

"நன்றி மேடம். தினம் வீட்ல அவ அம்மா பொலம்பிகிட்டே இருக்கா இவளபத்தி, அதான் பாத்துட்டு போகலாம்ன்னு வந்தேன். வேற எதாச்சும் இருந்தா சொல்லுங்க நான் வரேன்", கண்ணன் கைக்கூப்பி வணக்கம் கூறி கிளம்பினார்.

"பாத்துகங்க சரண், அகரன். வரேன்", எனக் கூறிப் புறப்பட்டார்.

"ஏன்டா அந்த பொண்ண பத்தி கம்ப்ளைண்ட் பண்ணிட்டே இருக்க?", அகரன் சரணைக் கேட்டான்.

"கம்ப்ளைண்ட் இல்ல டா.. அவள ஒரு இடத்துல உக்கார வைக்க முயற்சி பண்றேன். அவ ஒரு இடத்துல சேந்தாப்புல 10 நிமிஷம் நின்னு நான் பாத்ததே இல்ல டா. எல்லார்கிட்டயும் நல்லா பேசுவா, கோவம் வந்தா அடிச்சிருவா. இந்த ஸ்கூல்ல மட்டும் இல்ல நம்ம ஊர்ல எல்லாருக்கும் அவள தெரியும். அப்படின்னா எப்படி இருக்கான்னு யோசி", சரண்.

"இன்ட்ரெஸ்டிங் கேர்ள்... போக போக சரி ஆகிடுவா டா. சரி வா நாம விளையாட போலாம்", அகரன்.

அன்று மாலை பள்ளி முடிந்ததும் நம் வாண்டுகள் இரண்டும் போட்டி போட்டுக்கொண்டு ஓடி வந்தது.

பி.டி டீச்சர் ஷ்யாம் ," ஏய்ய்... நில்லு மெதுவா போ. ஏன் இப்டி ஓட்ற யாள்?"

"காலைல பேட் மீரா எடுத்துட்டா இப்ப எனக்கு தான். குடுங்க சார்", எனக் கை நீட்டினாள் நதியாள்.

"யாள் இந்த பேட் ஐந்தாவது. இதயும் நீ கீழே தேய்ச்சா உனக்கு இனிமே பேட் குடுக்க மாட்டேன். இந்தா கார்க் சண்டை போடாம விளையாடுங்க போங்க", என இருவருக்கும் பேட் கொடுத்தார் ஷ்யாம்.

அவர்கள் இருவரையும் பார்த்த சரண் , "அங்க பாரு அகர்"

"இந்த நேரத்துல பேட் வச்சிட்டு நிக்கிறாங்க. எப்ப வீட்டுக்கு போவாங்க", அகரன்.

"அவங்க அம்மா சத்தம் இவளுக்கு கேக்கறப்ப தான் கிளம்புவா. எப்படியும் ஆறு மணிக்கு மேல ஆகிடும்", என நதியாளை குறிப்பிட்டுக் கூறினான் சரண்.

"அதுவரை ஸ்கூல் திறந்து இருக்குமா?", அகரன்.

"ஷ்யாம் சாரும், ஹிந்தி சாரும் இங்க தான் தங்குவாங்க. சோ இவள துறத்திட்டு தான் அவங்க ரூம்க்கு போவாங்க", சரண்.

"ஓஓ.... ரொம்ப நாள் கழிச்சு நம்ம ஊருக்கு வந்ததுல நிறைய மாறி இருக்கு போல",

அகரன்.

"ஆமா நீ வெளியூர் ஸ்கூல்ல படிச்சிட்டு ஹாஸ்டல்ல இருந்த. என்ன இப்ப மட்டும் இங்க சேந்துட்ட?", சரண் விசாரித்தான்.

"அது ஒரு டீல் டா, என் அப்பத்தா கூட. இரண்டு வருஷம் வீட்ல இருந்த படிச்சா தான் காலேஜ் சென்னை இல்லைன்னா கோயம்புத்தூர்ல படிக்க விடுவேன்னு சொல்லிட்டாங்க டா", அகரன்.

"அடப்பாவி இப்படி ஒரு பிளான்ல தான் இருக்கியா நீ?", சரண்.

"என்னடா பண்ண? ஆர்கிடெக்சர் படிக்கணும். சொந்தமா கம்பெனி ஆரம்பிக்கணும்", அகரன் கண்களில் கனவு மின்னக் கூறினான்.

"வாவ் சூப்பர் டா. ஆல் தி பெஸ்ட்", என சரண் கைக்குலுக்கினான்.

"சரி நீ என்ன படிக்கப்போற?", அகரன்.

"இதுவரைக்கும் எந்த ஐடியாவும் இல்ல டா", சரண்.

"சரி யோசி ஒரு கோல் செட் பண்ணு", அகரன்.

இருவரும் பேசியபடியே வீடு வந்து சேர்ந்தனர்.

நாட்கள் ஓட ஸ்கூலில் விளையாட்டு போட்டிகள் நடத்தத் திட்டமிடப்பட்டு நடக்கத் தொடங்கின.

வழக்கம் போல நதியாள் அனைத்திலும் கலந்து கொண்டாள். ஒரு சிலவற்றில் பரிசு பெற்று, பல போட்டிகளில் ஆறுதல் பரிசு பெற்றாள்.

ஓட்டப்பந்தயத்தில் ஓடும் சமயம் கீழே விழுந்ததில் காயம் ஏற்பட்டது. அகரன் அவளை தூக்கிக் கொண்டு வந்து விளையாட்டு அறையில் மருந்தை எடுத்து தடவ வந்தான்.

"வேணாம் அகன். இந்த மருந்து எரியும். நான் வீட்டுக்கு போய் மருந்து போட்டுக்கறேன்", நதியாள்.

"இது எரியாது நதி. உனக்கு வலிச்சா என் கைய பிடிச்சிக்க", அகரன்.

"வேணாம். அந்த பிளாஸ்திரி மட்டும் போட்டு விடு", நதியாள்.

"இப்ப இந்த காயத்த சுத்தம் பண்ணலன்னா செப்டிக் ஆகிடும், அப்பறம் உனக்கு ஊசி போடுவாங்க", அகரன்.

"செப்டிக்னா என்னா?", நதியாள்.

"காயம் பட்ட இடத்துல மண் பட்டா பூச்சி வந்துரும். அந்த பூச்சிய எடுக்க உனக்கு ஊசி போட்டு பெரிய கட்டு போட்றுவாங்க மா", அகரன் அவளுக்குப் புரியும் வகையில் கூறினான்.

"அப்படியா... சரி நீ மருந்து போடு நான் உன் கைய பிடிச்சிக்கறேன்",எனக் கூறி அவன் கையை இறுக்கமாகப் பிடித்துக் கொண்டாள் நதியாள்.

அப்பொழுது இருவருக்கும் தெரியவில்லை விதி அத்தருணத்தில் இருவரையும் பிணைத்துவிட்டதை. அவள் கையில் கசிந்த இரத்தம் தான் இருவர் கைகளிலும் பரவி இருவருக்கும் பிரியாத பந்தத்தை ஏற்படுத்தியதோ?

"நீ எரியாது சொன்ன.. எவ்வளவு எரியுது தெரியுமா? வலி கூட அவ்வளவு தெரியல எனக்கு", நதியாள் அவனை முறைத்தபடிக் கூறினாள்.

"ஹாஹா ....சரி ஆகறப்ப எரியும் மா. கொஞ்ச நேரத்துல சரி ஆகிரும். வா வெளியே போலாம் ",என அவளைக் கூட்டிக் கொண்டுச் சென்றான் அகரன்.

அப்பொழுதிலிருந்து தினமும் அவனை வந்து காணத்தொடங்கினாள் நதியாள்.

ஏன் என்றே தெரியாத ஒரு பிணைப்பும், அன்பும் இருவருக்கும் ஏற்பட்டது. பின் தினமும் அகரனின் வகுப்பில் அமர்ந்து விளையாடத் தொடங்கி, காலை முதல் வீடு செல்லும் வரையும் அகரனுடன் தான் அவளுக்கு நாட்கள் சென்றது.

அகரனுடன் இருந்தாலும் அவளின் வழக்கமான சுட்டி தனமும், அடிதடியும் பஞ்சம் இல்லாமல் நடந்துக் கொண்டுதான் இருந்தது.

அகரன் அவளை பிரித்து விட்டு சமாதானம் செய்து தன் மடியில் அமர்த்திக் கொள்வான்.

அவளும் அவனின் தோள்களில் தொங்கியபடி விளையாடிக் கொண்டிருப்பாள்.

"அகன்.... அகன்ன்ன்....", நதியாள்.

"என்னடா?", அகரன்.

"என்ன உப்பு மூட்டை தூக்கு", நதியாள்.

"இப்பதானேடா தூக்கினேன். மறுபடியுமா?", அகரன்.

"ஆமாம். தூக்கு", என அவனின் கழுத்தைக் கட்டிக் கொண்டு அடம்பிடித்தாள்.

"சரி வா. இது தான் கடைசி இன்னிக்கு. நாளைக்கி பரிட்சை இருக்கு. உன் அகன் நல்லா எழுதணும்ல", அகரன்.

"அப்படியா... சரி நீ படி. நான் உன் மடில உக்காந்துக்கறேன்", என மடியில் அமர்ந்துக் கொண்டாள் நதியாள்.

அந்த பக்கம் வந்த ரேவதி டீச்சர், "ஹே நதியாள் அங்க என்ன பண்ற? உன் கிளாஸ்க்கு போ"

"நான் போல மிஸ். அகன்க்கு நாளைக்கு பரிட்சை நான் அவன பாத்துக்கணும்", நதியாள்.

"அவன் பரிட்சைக்கு அவன் படிச்சிப்பான். நீ போய் படி போ. உனக்கும் நாளைக்கு பரிட்சை இருக்கு", ரேவதி டீச்சர்.

"நாளைக்கு எனக்கும் பரிட்சையா?", விழியை உருட்டியபடி கேட்டாள் நதியாள்.

அவள் கேட்டதில் அங்கிருந்த அனைவருக்கும் சிரிப்பு வந்துவிட, வாய்விட்டுச் சிரித்துவிட்டனர்.

"சரி தான். அது கூட உனக்கு தெரியாதா? இரு உன் அம்மா கிட்ட சொல்றேன்", ரேவதி.

"அய்யய்யோ வேணாம் மிஸ். அம்மா திட்டும். நான் இங்கயே அகன் கூட படிக்கறேன்", எனக் கூறித் தன் புத்தகத்தை எடுக்க ஓடினாள்.

"அகரன் அவள பாத்துட்டு விளையாட்டா இருந்துடாத. கவனமா படி", ரேவதி கூறிச் சென்றுவிட்டார்.

சரியென புன்னகைத்தவன் சரணுடன் அமர்ந்து குறிப்பு எடுத்துக் கொண்டு இருந்தான்.

நதியாள் மீராவையும் இழுத்துக் கொண்டு வந்தாள் அங்கு.

"ஹேய் இப்ப ஏன் அந்த பாப்பாவ இழுத்துட்டு வர?", சரண்.

"இவ என் டைரில பரிட்சை இருக்குன்னு சொல்லி எழுதவே இல்ல, அதான் அவ நோட் வாங்கிட்டு வந்தேன். அப்பறம் அவளும் படிக்கணும்ல அதான் அவளையும் கூட்டிட்டு வந்துட்டேன் சரணா", நதியாள்.

"சரியான ரௌடி . படிக்கற புள்ளையையும் கெடுக்கற நீ?", சரண்.

"நீ தான் என் அகன் நோட் புக்லாம் எடுத்துட்டு குடுக்கவே இல்ல. நீ தான் படிக்கவிடாம கெடுக்கற", நதியாள்.

"ஏய்... நான் எப்ப அப்படி பண்ணேன்? ஏன் பொய் சொல்ற?", சரண்.

"நான் பொய் சொல்லல. நீ தான் அன்னிக்கு அந்த பூ வரைஞ்ச நோட்அ வாங்கிட்டு போய் வீட்ல பஜ்ஜி சாப்பிடறப்ப அங்க வச்சிட்டு நோட்அ கிழிச்ச. அப்பறம் அகன் மறுபடியும் அந்த நோட்ல இருந்தத புதுசா எழுதினான் நான் பாத்தேன்", நதியாள்.

"அய்யோ மச்சான். நான் வேணும்னு பண்ணல டா. அது தெரியாம நடந்தது, இந்த குட்டிபிசாசு சொல்ற மாதிரி இல்ல டா", சரண் அகரனிடம் கூறினான்.

"ஹாஹா... சரி விடு டா. நதிமா இங்க வாங்க", அகரன்.

"என்ன அகன்?", எனக் கேட்டபடி அவன் பின்னால் கழுத்தை கட்டியபடித் தொங்கினாள் நதியாள்.

"அகன் மேல உங்களுக்கு அவ்ளோ பாசமா?", எனக் கேட்டபடியே அவளைத் தன் முன்னே இழுத்தான் அகரன்.

"ஆமாம்", எனத் தலையாட்டினாள் நதியாள்.

"எவ்வளவு பிடிக்கும் என்னை?", அகரன்.

"நிறைய பிடிக்கும்", இரு கைகளையும் விரித்துக் காட்டி கூறியது.

"உங்களுக்கு சின்ன கை. சின்ன அளவு தான் காட்டும். உங்க கை அளவு தான் பிடிக்குமா ?", அகரன் சற்று முகத்தைச் சோகமாக வைத்துக் கொண்டு கேட்டதும்.

"இல்ல அகன் அழாத. எனக்கு ரொம்ப ரொம்ப பிடிக்கும். ஹான்.. அந்த வானம் எவ்வளவு பெருசு அவ்வளவு பிடிக்கும்", நதியாள் அவன் முகத்தை கையில் ஏந்திக் கொண்டுக் கூறி-னாள்.

"எனக்கு ஒரு முத்தம் குடுங்க", எனக் கன்னத்தைக் காட்டினான்.

"உம்மா... ",என இரு கன்னத்திலும் குடுத்தாள் நதியாள்.

"எனக்கு?", சரண்.

"தெரியாதவங்களுக்கு முத்தம் குடுக்க கூடாதுன்னு அம்மா சொல்லி இருக்காங்க", நதியாள்.

"நான் உன் அண்ணன் எனக்கு குடுக்கமாட்ட ஆனா அகரன்க்கு மட்டும் குடுப்பியா?", சரண்.

"என் அகன் நான் குடுப்பேன்", நதியாள் அகரன் கழுத்தைக் கட்டி கொண்டுக் கூறினாள்.

"இது ....", என சரண் ஆரம்பிக்கும் முன் அகரன் அவனை அமைதி படுத்தினான்.

"நதிமா இங்க பக்கத்துல உக்காந்துட்டு சமத்தா படிக்கனும். நான் உன்ன கேள்வி கேட்பேன். சரியா?", அகரன்.

சரியென கூறிவிட்டு படிக்க ஆரம்பித்தாள் நதியாள்.

படித்து முடித்ததும் பாதி கேள்விகளுக்கு பதில் கூறி, மற்றவைகளுக்கு முழித்து நின்று, அகரனிடம் ஐஸ் வைத்து எழுதிக் காட்டுவதாகக் கூறி அதிலும் ஒரு பகுதி படிக்காமல் இருந்தாள்.

அவளின் சேட்டைகள் அகரனை இம்சித்தாலும் சிரிப்புடனே பார்த்துக் கொண்டான் அவளின் அகன்.

3

அப்படி இப்படி எனக் காலாண்டுத் தேர்வும் முடிந்தது. அனைவரும் பள்ளி முடிந்து வீட்டிற்கு செல்லும் சமயம், "அகன்.... அகன்..... நில்லு", என நதியாள் அழைத்துக் கொண்டே ஓடி வந்தாள்.

"என்ன நதிமா? ஏன் இப்படி ஓடி வரீங்க?", அகரன்.

"நீ நாளைக்கு இங்க வருவியா? நாம விளையாடலாம்", நதியாள்.

"நாளைக்கு லீவ் தானே . இங்க ஏன்டா வந்து விளையாடனும்?",அகரன்.

"வீட்ல போர் அடிக்கும் அகன். நானும் மீராவும் விளையாட வரோம், நீயும் வா", நதியாள்.

"நீ என் வீட்டுக்கு வா நாம விளையாடலாம்", அகரன்.

"அம்மா விடுவாங்களா?", நதியாள்.

"அப்பாகிட்ட கேளு. திரும்ப நானே உன்ன வீட்ல கொண்டு போய் விடறேன். சரியா?", அகரன்.

"சரி. அம்மா விடலன்னா நாங்க இங்க தான் விளையாடிட்டு இருப்போம் நீயும் வா. டாடா", எனக் கூறி ஓடினாள் நதியாள்.

"என்னடா லீவ்ல கூட இந்த குட்டிபிசாசு உன்ன விடாது போல?", சரண்.

"அவளுக்கு என்னமோ என்கூட இருக்க பிடிச்சி இருக்கு. நாம அடுத்த வருஷம் முடிச்சிட்டு காலேஜ் போய்ருவோம். இதுல ஸ்வீட் மெமரீஸ் டா. இப்படி இருந்தா தான் நல்லா இருக்கும்", அகரன்.

"என்னமோ போ... ஆனா யாருக்கும் அடங்காதவ நீ சொன்னா அப்படியே கேக்கறா.

அதுவரைக்கும் நல்லது. அப்படியே அவள நல்ல பொண்ணா மாத்திரு இல்லன்னா கட்டறவனுக்கு தான் கஷ்டம்", சரண்.

"டேய் அவளுக்கு இப்ப தான் ஒன்பது வயசு. குழந்தை டா. வளர வளர சுபாவம் மாறிடும். அப்ப பாக்கறப்ப நீயே ஆச்சரியம் படுவ நம்ம நதியாள்ஆ இதுன்னு. இப்ப பேசறமாதிரி அப்ப இவ பேசுவாளான்னு கூட தெரியாது", அகரன் உண்மையை உணர்ந்துக் கூறினான்.

"அதுவும் உண்மை தான். வயசுக்கு வந்துட்டா ஆயிரம் தடை போடறாங்க. பாவம் நிறைய பொண்ணுங்களுக்கு படிப்ப முடிக்கறதுக்குள்ள கல்யாணம் செஞ்சிடறாங்க. நம்ம தலைமுறைல மாற்றம் வரணும் டா", சரண்.

"ம்ம்... சரி அப்பறம் பாக்கலாம்", அகரன் கூறி விடைப்பெற்றான்.

அகரனின் இல்லம்......... அந்தக் காலப் பண்ணைவீடு. மூன்று கட்டுகள் கொண்ட பெரிய மச்சு வீடு. முதல் கட்டில் விருந்தினர் ஊர் பெரியவர்கள் வரை வந்து அமரும் இடம். இரண்டாம் கட்டு சொந்தங்கள் வந்தால் அங்கு தங்கவைக்கப்பட்டு உபசரிக்கப்படுவர். மூன்றாம் கட்டு வீட்டினர் புலங்கும் இடம் சமையலறை மற்றும் மச்சு கொண்டது. அதில் அகரனின் தாத்தா பாட்டியின் அறை , அம்மா அப்பாவின் அறை மற்றும் அகரனின் அறை மாடியில் என வசித்து வருகின்றனர்.

அகரனின் அறையில் இருந்து கீழே இறங்க இரண்டு வழிகளும் இருந்தன. ஒன்று வீட்டிற்குள் இருந்து மாடியேறும் வழி, மற்றொன்று வீட்டின் பக்கவாட்டில் வெளியே இருந்து ஏறும் வழி.

அகரன் ஒரே வாரிசு. பலநாள் தவத்தின் பயனாய் பிறந்தவன். நல்ல நிறம் கொஞ்சம் கன்னத்தை அழுத்திக் கிள்ளினால் இரத்தம் வந்துவிடுமோ என்று நினைக்கும் அளவிற்கு, இப்பொழுதே ஐந்தரை அடிக்கு மேல் உயரம் இருக்கிறான் இன்னும் வளர்வான். கூர்மையான கண்கள், எடுப்பான நாசி, வளர்ந்த ஒன்றிரண்டு மீசை முடி என ஆண்மையின் ஆரம்பத்தில் இருக்கிறான்.

அமைதியான குணம், ஆனால் எடுக்கும் முடிவுகளில் உறுதியும், நியாயமும் இருக்கும். சுயகட்டுப்பாடு, சுயமரியாதை என அனைத்தும் தன்னில் வளர்த்து வருபவன். ஊரார் மெச்சும் பிள்ளை. அந்த ஊரில் மதிப்புமிக்க குடும்பம். அவர்களின் பேச்சிற்கு தனி மரியாதையும் உண்டு.

"வா ராசா.... அம்மாடி திலகா பிள்ளை வந்துட்டான் சாப்பிட ஏதாவது குடும்மா", அகரனின் அப்பத்தா மீனாட்சி உள்ளே சத்தம் கொடுத்தார்.

"சரிங்கத்தை . வா அகரா கை கால் அலம்பிட்டு வா சாப்பிடுவியாம்", அம்மா திலகாவதி.

"சரிம்மா", எனக் கூறி தன்னறைக்குச் சென்று உடை மாற்றி, முகம் கழுவி புத்துணர்ச்சிப் பெற்று வந்தான் அகரன்.

"வாடா அகரா... பரிட்சை முடிஞ்சதா? எத்தனை நாள் லீவ்?", அப்பா சிதம்பரம்.

"ஒரு வாரம் லீவ் அப்பா. ஆனா ரெக்கார்ட் வர்க் குடுத்து இருக்காங்க", அகரன் பதிலு-ரைத்தான்.

"சரி இரண்டு நாள் உன் அம்மாச்சி வீட்டுக்கும் அத்தை வீட்டுக்கும் போயிட்டு வா", சிதம்-பரம்.

"ஏய்யா... அதான் பிள்ளை படிக்கற வேலை இருக்குன்னு சொல்றான்ல அடுத்த லீவுல போயிகட்டும்", மீனாட்சி.

"இல்லம்மா போயிட்டு வரட்டும். பெரிய லீவ்லயும் இவன் அங்க போய் இரண்டு நாள் தான் இருந்தான்.. இப்பயும் அது மாதிரி போயிட்டு வரட்டும்", சிதம்பரம்.

"அப்பதான் டவுனுக்கு ஏதோ படிக்கணும்னு போய் சேந்துட்டான். அங்கயே நீயும் தங்க வச்சிட்ட. இப்ப தான் வீட்ல இருக்கான். அதுவும் ஒரு வாரம் தான். இங்கயே இருக்கட்டும் விடுய்யா", மீனாட்சி.

"ஹே மீனு... நான் போயிட்டு ரெண்டு நாள்ள வந்துடறேன். அங்க காமுவும், சீதாவும் எனக்காக காத்துட்டு இருப்பாங்கள்ள", அகரன் தன் பாட்டியை சமாதானம் செய்தான்.

"சரி.. போயிட்டு வா. இரண்டு நாள் தான். வந்துடணும் சரியா?", மீனாட்சி.

"சரி"

"அப்பத்தாவும் பேரனும் என்ன பேசிட்டு இருக்கீங்க?", என்றபடி வந்து அமர்ந்தார் சுந்தரம்.

"அகரன் ஊருக்கு போயிட்டு வர பர்மிஷன் கேட்டுட்டு இருக்கான். பாட்டியும் பேரனும் ரகசியமா ஏதோ பேசிட்டு இருக்காங்க", என கூறினார் சிதம்பரம்.

"என்னடா பேராண்டி என் பொண்டாட்டி கிட்ட ரகசியம் பேசிட்டு இருக்கற? என்கிட்ட சொல்லு நான் சொல்லிக்கறேன்", சுந்தரம் வம்பிலுத்தார்.

"நான் என் மீனு குட்டி கிட்ட பேசுவேன் உங்களுக்கு என்ன? எங்களுக்கு நடுவிலே நீங்க வராதீங்க", அகரனும் வம்பிலுத்தான்.

"என் பொண்டாட்டி டா அவ. நீ உன் பொண்டாட்டி கிட்ட வேணா இரகசியம் பேசிக்க யார் வேணாம்ன்னு சொன்னா?", சுந்தரம்.

"யார் தாத்தா அகன் பொண்டாட்டி?", எனக் கேட்டபடி உள்ளே வந்தாள் நதியாள்.

"அடடே வாங்க வாங்க மகாராணி. என்ன இந்த பக்கம்? ", சுந்தரம் நதியாளை தன் மடியில் அமர்த்திக் கொண்டார்.

"நான் அகன் கூட விளையாட வந்தேன் சுந்தா", நதியாள்.

"ஹேய் வாயாடி. பெரியவங்கள அப்படி பேர் சொல்லி கூப்பிடாதன்னு எத்தனை தடவை சொல்லி இருக்கேன்", என மகளை கண்டித்தபடி உள்ளே வந்தார் ராதா, கூடவே கண்ணனும்.

"வாம்மா ராதா. வா கண்ணா", என அனைவரும் வரவேற்றனர்.

அகரனும் எழுந்து நின்று வரவேற்றான்.

"சுந்தா என் பிரண்ட் நான் பேர் சொல்லி கூப்பிடலாம்", பதில் கொடுத்தாள் நதியாள்.

"சொன்னா கேக்கணும் யாள்", ராதா.

"விடும்மா. நம்ம குழந்தை தானு. இப்படி என்னை உரிமையா பேர் சொல்லி கூப்பிட என் பேத்திய தவிர யார் இருக்கா சொல்லு?", சுந்தரம் மகிழ்வுடன் வினவினார்.

"ஏன் நான் இல்லையா மிஸ்டர் சுந்தரம்", என அகரன் அவன் பங்கிற்கு வந்தான்.

"நீ மிஸ்டர் சொல்ற. என் பேத்தி எவ்வளவு அழகா சுந்தான்னு செல்லமா கூப்பிட்றா", சுந்தரம் விடாது பதில் கொடுத்தார்.

"கொஞ்சம் நிறுத்துங்க சின்ன புள்ளைங்களுக்கு சரிசமமா பேசிகிட்டு. நீ சொல்லு கண்ணா என்ன விசேசம் குடும்பத்தோட வந்து இருக்க", மீனாட்சி.

"ஒன்னும் விசேசம் இல்லைங்கத்தை. நதியாள் அகரன பாக்கணும்னு சொன்னா அதான் ராதாவும் பாத்து ரொம்ப நாள் ஆச்சின்னு கூட்டிட்டு வந்தேன்", கண்ணன்.

"சரி சரி. அடியே யாள் நீ எதுக்குடி என் பேரன பாக்கணும்?", மீனாட்சி அவளிடம் வம்பிலுத்தார்.

"என் அகன் நான் பாக்க வருவேன். நீ ஏன் கேக்கற மீனா?", நதியாள்.

"ஒழுங்கா பாட்டி இல்லன்னா அம்மாச்சின்னு கூப்பிடு, பேர் சொல்லி கூப்பிட்டா அடி வெலுத்துருவேன்", மீனாட்சி.

"யாள் பெரியவங்கள மரியாதையா கூப்பிடணும்", ராதா.

"விடும்மா நான் தான் அவகிட்ட வம்பிலுத்தேன். எங்க கிட்ட இப்படி பேசற ஒரே புள்ள இவ தானே. இப்படி இருந்தா தான் வீடும் கலகலன்னு இருக்கும்", மீனாட்சி.

"அதில்ல பெரியம்மா கொட்டம் அதிகம் பண்றா. சொல் பேச்சு கேக்கறதே இல்லை. செய்யறதெல்லாம் செஞ்சிட்டு அவங்க அப்பா பின்னாடி ஒளிஞ்சிட்டு தப்பிச்சி ஓட்றா", ராதா.

"விடுங்க அண்ணி. சின்ன குழந்தை தானே. போக போக சரியாகிரும். இந்தாங்க காப்பி. நீங்களும் எடுத்துக்கோங்க அண்ணே", திலகாவதி.

சிதம்பரமும் கண்ணனும் ஒரு பக்கம் பேச, ராதாவும் திலகவதியும் சமையல்கட்டிற்குள் நுழைந்து கொள்ள, மற்ற நால்வரும் அங்கேயே அமர்ந்து இருந்தனர்.

நதியாளுக்கு கொடுத்த பாலை அகரன் ஆற்றி சுடு போதுமா எனக் கேட்டு அவளிற்கு கொடுத்தான். பிஸ்கட் சாக்லேட் என தன்னிடம் இருந்ததை பகிர்ந்துக் கொண்டான். நதியும் அவனுக்கு சாப்பிட எடுத்துக் கொடுத்தாள். இருவரும் ஒன்றாக அமர்ந்து சாப்பிட்டு முடித்தனர்.

இதை கண்ட பெரியவர்கள் இருவரும் ,"இதுக ரெண்டும் ஜோடி சேர்ந்தா நல்லா தான் இருக்கும்ல", மீனாட்சி.

"அது நம்ம கைல இல்ல மீனாட்சி. கடவுள் சித்தம் எப்படின்னு பாப்போம். ஆனா ரெண்டும் ஜாடிக்கு ஏத்த மூடி தான்", எனச் சிரித்துக் கொண்டே கூறினார் சுந்தரம்.

"என்ன தாத்தா சொன்னீங்க?", அகரன்.

"ஒன்னும் இல்ல நீ இன்னும் சாப்பிடல?", சுந்தரம்.

"நானும் பாலும் பிஸ்கட் சாப்பிட்டேன் தாத்தா. நதிய என் ரூம் கூட்டிட்டு போய் காட்றேன்", அகரன் நதியைக் கைப் பிடித்து அழைத்துச் சென்றான்.

"சரி பாத்து போங்க", மீனாட்சி.

"நாளைக்கு நீ விளையாட வரியா அகன்?", நதியாள்.

"இல்ல நதிமா. நான் அம்மாச்சி பாக்க ஊருக்கு போறேன். இரண்டு நாள்ள வந்திடுவேன் அப்பறம் விளையாடலாம்",அகரன்.

"2 டேஸ் நீ என்கூட விளையாட வரமாட்டியா?", முகத்தைச் சோகமாக வைத்துக் கொண்டு கேட்டாள் நதியாள்.

"இங்க பாரு நதிமா. நீ மீரா கூட விளையாடிட்டு இரு. சீக்கிரமே இரண்டு நாள் போயிடும். நானும் வந்துடுவேன். இப்ப சிரிங்க", அகரன் அவளைச் சமாதானம் செய்தான்.

"சரி. சீக்கிரமே வந்துடனும். இது என்ன? அது ஏன் அப்படி இருக்கு? இது ஏன் இங்க இருக்கு?", என அவனறையில் இருந்த அனைத்திலும் ஒரு கேள்வியை முன்வைத்தாள் அவள். அத்தனை கேள்விகளுக்கும் பொறுமையுடன், அவளுக்கு புரியும் விதத்தில் பதிலளித்தான் அகரன்.

"தூக்கம் வருது அகன்", எனக் கூறி அவனறையில் தூங்கிவிட்டாள்.

வீட்டிற்கு செல்ல அவளை அழைத்த சத்தம் கேட்டு அவள் தூக்கம் கலையாமல் தன் கைகளில் ஏந்திக் கொண்டு கீழே வந்தான் அகரன்.

"என்னாச்சி அகரா?", திலகவதி.

"தூங்கிட்டா மா. அதான் தூக்கிட்டு வந்தேன். ஸ்கூல்ல ஒரு இடத்துல நிக்காம ஓடிட்டே இருப்பா. காலே வலிக்காது போல இவளுக்குன்னு நினைப்பேன். அந்த டயர்ட்ல இப்பவே தூங்கிட்டா", அகரன் நதியை கண்ணன் கைகளில் கொடுத்துக் கொண்டே பேசினான்.

"ஆமா தம்பி. நைட் கால் வலிக்கு தூக்கத்துல பெனாத்துவா. பாவமா இருக்கும் ஆனா விடிஞ்சி விடியறதுக்குள்ள ஓட ஆரம்பிச்சிருவா", ராதா.

"தவமிருந்து பெத்த புள்ள அப்படித்தான் இருக்கும் ராதா. ஒரே பொண்ணு சந்தோசமா வளரட்டும் விடு ", சுந்தரம்.

"சரிங்க பெரியப்பா. பெரியம்மா அண்ணா அண்ணி நாங்க கிளம்பறோம்", ராதா.

"அகரா நாங்க வரோம் ", கண்ணன்.

"சரிங்க மாமா அத்தை", அகரன்.

"ஏன்மா இத்தனை வருஷமா இந்த பாப்பாவ நான் பாக்கவே இல்லயே. இப்ப தான் பாக்கறேன்", அகரன்.

"நீ ஹாஸ்டல்ல படிச்சிட்டு இருந்த அகரா அதான் பாத்து இருக்க மாட்ட. இப்பதான் உனக்கும் இவங்க யாருன்னு வெவரம் தெரியுது", திலகவதி.

"ஆமாம்மா. நல்ல சுட்டி அந்த பாப்பா. என்கூடவே தான் இருக்கும் ஸ்கூல்ல", அகரன்.

"அவளுக்கு கிளாஸ் இருக்காதா?", மீனாட்சி.

"இருக்கும் ஆனா இவ என் கிளாஸ்ல தான் இருப்பா முக்கால்வாசி நேரமும். என்கூடவே படிக்கறது சாப்பிடறதுன்னு", அகரன்.

"வாத்தியாருங்க திட்டமாட்டாங்களா?", மீனாட்சி.

"எல்லாம் செஞ்சி பாத்துட்டாங்க இவ கால் ஒரு இடத்துல நிக்கமாட்டேங்குதுன்னு பிரின்ஸியே அவள கண்டுக்காம விடுங்கன்னு சொல்லிட்டாங்க. இப்ப நான் அங்க சேந்ததுல இருந்து ஒரே இடத்துல நிக்கறான்னு என்கூடவே இருக்கட்டும்னு விட்டுட்டாங்க", அகரன்.

"நீ படிக்கறத தொந்தரவு பண்ண போறா பாத்து", மீனாட்சி.

"அதுல்லாம் பண்றது இல்ல மீனு. சொன்னா கேட்டுக்கறா. பல நேரத்துல நான் தூங்கினாலும் எழுப்பி படிக்க சொல்றா", அகரன்.

"ஹாஹா... நல்ல புள்ளைங்க. நல்லா பாத்துக்க ராசா. ஒத்த பொண்ணு தவமா இருந்து பெத்தாங்க", மீனாட்சி.

"சரி மீனு. நான் இப்பவே ஊருக்கு கிளம்பறேன் இரண்டு நாள்ல வந்துடறேன்னு நதிக்கும் பிராமிஸ் பண்ணி இருக்கேன்", அகரன் கூறிக்கொண்டு தன்னறைக்கு சென்று தன் பையை எடுத்து வந்தான்.

இரண்டு நாள் கழித்து ஊருக்கு வந்த அகரன் நதியாளைத் தேடிப் புறப்பட்டான். அவள்

தன் நண்பர்களுடன் விளையாடிக் கொண்டு இருந்தாள் பள்ளி மைதானத்தில். சற்று நேரத்தில் அமைதியாக இருந்த இடம் சண்டைக்களமாக மாறியது.

4

அகரன் நடந்து வருவதற்குள் அங்கே நதியாள் ஒரு பையனுடன் சண்டையிட ஆரம்பித்து-விட்டாள்.

"ஏய் விடு அவள", நதியாள்.

"நீ விடு"

"நீ அவள விடு ஏன் அவள அடிக்கற?", நதியாள்.

"அவ என் பால் எடுத்து வச்சிட்டு குடுக்க மாட்டேங்கறா", அந்த பையன்.

"இரு நான் வாங்கி தரேன்", நதியாள்.

"ஹேய் நீ அவன் பால் குடு. உனக்கு தான் வேற பால் இருக்குல்ல?", நதியாள் இன்னொரு பெண் குழந்தையிடம் கேட்டாள்.

"அவன் பால் அது தான். இது என்னது", சிறுபெண்.

"இல்ல இது என் பால் அது தான் அவளோடது," அந்த பையன்.

மீண்டும் அந்த பையன் அந்த சிறுபெண்ணை அடிக்க கை ஓங்க, நதியாள் அந்த சிறு-வனைத் தடுத்து கன்னத்தில் அறைந்தாள்.

பின் "ரெண்டு பாலும் இங்க வச்சிட்டு போங்க.. நான் பி.டி சார கூட்டிட்டு வரேன்", நதியாள் கூறிவிட்டு ஓடினாள்.

"ஹே யாள். வா நாம விளையாடலாம்", மீரா.

"இரு மீரா. சண்டை முடிஞ்சதும் வரேன்", எனக் கூறிவிட்டுப் பி.டி சாரை தேடி ஓடினாள்

நதியாள்.

"என்னாச்சி மீரா?", எனக் கேட்டபடி அகரன் வந்து நின்றான்.

"அவங்க ரெண்டு பேரும் சண்டை போட்டுகிட்டாங்கன்னு சார கூப்பிட போய் இருக்கா யாள்", மீரா.

"லீவ் நாள்ல கூட ஸ்கூல் விட்டு வர மனசில்லையா உங்க ரெண்டு பேருக்கும்", எனக் கேட்டபடி வந்தான் சரண்.

"நாங்க இங்க தான் விளையாடுவோம். இல்லன்னா யாள் அம்மா எங்கயும் விடமாட்டாங்க", மீரா.

"ஹேய். சார் பால் எல்லாம் ரூம்ல வைக்க சொல்லிட்டாரு. போய் வைங்க", நதியாள் கூறி-யபடி வந்தாள்.

"ஏன் நீ போய் வைக்க மாட்டியா?", சரண்.

"நீ போய் வை. ஐ... அகன்.... எப்ப வந்த?", துள்ளிக் குதித்துக் கேட்டாள் நதியாள்.

"வாங்க அண்ணா பால் வச்சிட்டு வரலாம்", மீரா கைகளில் இருந்தது போக மீதம் மூன்று இருந்தது, அதனால் சரணை அழைத்தாள்.

"நீ கூப்டதால வரேன். அந்த குட்டிபிசாச வந்து பேசிக்கறேன்", நதியாளை முறைத்தபடிக் கூறினான் சரண்.

"போடா சரணா... அகன் வந்துட்டான். அவன் என்கூட விளையாடுவான்", நதியாள்.

"ஏது டா வ? இங்க வா பல்ல ஒடைக்கறேன்", சரண்.

"நான் உன் பல்ல உடைப்பேன் வா", நதியாள்.

"அகரா அவள இந்த பக்கம் விடு இன்னிக்கு ஒரு முடிவு தெரியணும்",சரண்.

"போடா. சின்ன குழந்தை கிட்ட மல்லுக்கு நின்னுகிட்டு", அகரன் நதியை அவன் பக்கமாக இழுத்தபடிப் பேசினான்.

"அதுவா குழந்தை? குட்டி பிசாசு", சரண்.

"நீ தான் பெரிய பிசாசு ", சரணைக் கூறினாள் நதியாள்.

"மறுபடியும் பாருடா", சரண்.

"நீ போடா .... இங்க பாரு நதிமா. சரண் உன்னவிட பெரிய பையன் தானு. உனக்கு அண்ணன் தானே. அவன்கிட்ட இப்படி பேசக்கூடாது டா. சாரி கேளு", அகரன்.

"சரணா... சாரி பூரி குப்பத்தொட்டி லாரி", நதியாள் ஆடியபடிக் கூறினாள்.

"நதிமா....", அகரன் சற்று முறைத்தான்.

"சரி... சாரி சரணா அண்ணா", நதியாள்.

"நம்ம ஊர்ல இன்னிக்கு வெள்ளம் வர போகுது போ", சரண்.

"நீயும் கம்முன்னு இருக்கமாட்ட. போய் பால் வச்சிட்டு வாங்க", அகரன்.

"அகன் எப்ப வந்த?", நதியாள்.

"இங்க வா", என நதியை தன் மடியில் அமர்த்திக் கொண்டான் அகரன்.

"சொல்லு அகன். எப்ப வந்த?", நதியாள்.

"இப்ப தான் கொஞ்சம் நேரம் முன்னாடி. என்ன சண்டை இங்க?", அகரன்.

"அதுவா... ஆறு பால் சார் குடுத்தார். நானும் மீராவும் ஒரு பால் மத்த பால்ல மத்தவங்க விளையாடிட்டு இருந்தாங்க. அப்ப திடீர்னு அந்த பையன் அந்த பொண்ண அடிச்சிட்-டான். பால் மாறி போச்சு அந்த பொண்ணு ஒத்துக்கல. அதான் பால் வேணாம்னு சார் கிட்ட சொல்லிட்டு வந்தேன்", நதியாள் கைகளை ஆட்டியபடி கண்களும் பேசக் கூறி முடித்-தாள்.

"நீங்க சண்டை போட்டீங்களா?",அகரன்.

"இல்லை.. சமாதானம் பண்ணேன்", நதியாள்.

"நிஜமா?", அகரன்.

"ஆமாம்", எனத் தலையாட்டினாள் நதியாள்.

"அப்பறம் ஏன் அடிச்சீங்க?", அகரன்.

திருதிருவென விழிந்துப் பின்," அது அந்த பையன் அந்த பொண்ண அடிச்சதுல அழு-தாளா, அதான் அவன அடிச்சேன். சின்ன பொண்ணுக்கு அடிச்சா வலிக்கும்ல? அவன் பெரிய பையன்", நதியாள்.

"அப்படியா... நீங்க சின்ன பொண்ணு தானு?", அகரன்.

"இல்ல.. பெரிய பொண்ணு", நதியாள்.

"இப்ப தான் 4த் படிக்கறீங்க. நீங்களும் சின்ன பொண்ணு தான். இனிமே யாரையும் அடிக்க கூடாது சரியா?", அகரன்.

"ம்ம்.... டிரை பண்றேன் அகன்", நதியாள் சற்றுத் தலைச் சாய்த்து யோசித்துவிட்டுக் கூறி-னாள்.

"சரி. என்ன விளையாடலாம்", அகரன்.

"கண்ணாமூச்சி", நதியாள்.

"சரி அவங்களும் வரட்டும்", அகரன்.

"ம்ம்...", நதியாள்.

சற்று நேரம் விளையாடிய பின்னர் அவரவர் வீட்டிற்குச் சென்றனர். விடுமுறையும் வேகமாக கழிய பள்ளித் தொடங்கியது.

நதியாளின் சேட்டைகளும் தொடர்ந்தபடி இருக்க அகரனின் முன் மட்டும் சற்று அமைதி-யாக இருந்தாள்(இருப்பதைப் போல நடித்தாள்..)

அகரனின் வகுப்பறை, பயிற்சியறை, விளையாடும் சமயம் என அனைத்திலும் கூடவே சுற்-றிக் கொண்டு இருந்தாள்.

அகரனும் அவளுடன் நேரம் செலவழித்தபடி பாடத்தில் கண்ணாக இருந்தான்.

முழு ஆண்டுத் தேர்வு முடிந்தது. லீவில் நதியாள் அகரனை ஆற்றில் குளித்து விளையாட

அடம் பிடித்து அழைத்துச் சென்றாள்.

அவர்களுடன் கண்ணனும், சிதம்பரமும் சென்றனர். நதியாள், மீரா, அகரன், சரண் நால்வரும் நீரில் விளையாடியபடி சற்று நேரம் கழித்தனர். நதியாளுக்கு நீச்சல் தெரியாது, அதனால் ஆழமான பகுதிக்கு வராமல் தடுக்கப்பட்டு, ஆழம் குறைவான இடத்தில் இருந்தபடிக் குளிக்கச் செய்தனர்.

சிறிது நேரம் கழித்து அகரனும் சரணும் சற்றே ஆழமான பகுதிக்குச் சென்று நீச்சல் அடித்தபடி இருந்தனர். அங்கே அவர்கள் விளையாடுவதைக் கண்டவள் தானும் அங்கே செல்ல எழுந்து நடந்தாள். கால் தடுக்கி விழுந்து ஆற்று சுழலில் சிக்கிக் கொண்டாள்.

"மாமா... யாள் தண்ணில மாட்டிகிட்டா.. அண்ணா வாங்க", மீரா கத்தியதும் பார்த்தவர்கள் பதட்டமாகினர்.

"மீரா நீ அங்கயே இரு", என கூறிய அகரன் நதி விழுந்த இடத்திற்கு விரைந்து வந்து அவளை சுழலில் இருந்து மீட்டான். நதி குடித்த தண்ணீரை வெளியேற்றி அவளுக்கு மயக்கம் தெளிய வைத்தனர்.

சுழலில் சிக்கியதால் பயத்தில் ஜுரம் வந்துவிட்டது. அவளை சமாதானம் செய்து ஆஸ்பிட்டல் அழைத்துச் சென்று ஊசிப் போட்டனர்.

பின் இரண்டு நாட்கள் நதியாளைப் பார்க்கவில்லை அகரன். அவளைச் சென்று பார்த்து வரலாம் எனக் கிளம்பினான்.

"பாட்டி நான் நதிய போய் பாத்துட்டு வரேன்", அகரன்.

"இரு ராசா நானும் வரேன்", மீனாட்சியும் திலகாவிடம் சொல்லிக் கொண்டு கிளம்பினார்.

"பாட்டியும் பேரனும் எங்க கிளம்பிட்டீங்க?", எனக் கேட்டபடி சுந்தரம் வந்தார்.

"நம்ம நதியாள பாக்க போறோம். காய்ச்சல் வந்து படுத்து இருக்கா", மீனாட்சி.

"நானும் வரேன். புள்ள ஆத்துல விழுந்ததுல பயந்துட்டான்னு சிதம்பரம் சொன்னான்", சுந்தரமும் கிளம்பினார்.

நதியாள் வீடு. அவளும் வீட்டிற்கு ஒரே வாரிசு. அகரன் குடும்பத்தை போலவே மதிப்பும் மரியாதையும் நிறைந்த குடும்பம்.

நிலபுலன்கள் விவசாயம் மற்ற தொழில் என வளமான இடம் தான். அகரன் வீட்டை போலவே இருக்கும் ஆனால் இரண்டு கட்டு உள்ள வீடு. வீட்டிற்கு முன்னால் பூந்தோட்டம் பின்னால் வயல்வெளி என ரம்மியமான சூழலில் இருக்கும்.

பூந்தோட்டம் முழுக்க நதியாளின் கைவண்ணம். அவளுக்கு செடி மரம் என்றால் மிகவும் பிடிக்கும். அதனாலே கண்ணனும் ராதாவும் வித விதமான பூச்செடிகள் முதல் மரங்கள் வரை வீட்டில் நதியாள் கையால் நடச்செய்து, தினமும் அவளையே பராமரிக்க செய்தனர்.

"ராதா.... ராதா.....", மீனாட்சி உள்ளே வந்தார்.

"வாங்க பெரியம்மா.. வாங்க பெரியப்பா.. வா அகரா", ராதா உள்ளிருந்து வெளியே வந்து வரவேற்றார்.

"வாங்க மாமா அத்தை அகரா ", என கண்ணனும் வரவேற்று அமரச் சொன்னார்.

"எப்படி இருக்கீங்க மாமா?", கண்ணன்.

"நல்லா இருக்கோம். நதியாள் எப்படி இருக்கா?", சுந்தரம்.

"இன்னிக்கு தான் காய்ச்சல் விட்டு இருக்கு மாமா. பயந்துட்டா", கண்ணன்.

"சின்ன குழந்தை சுழல்ல மாட்டினா என்ன பண்ணும்? சரியாகிடும்", சுந்தரம்.

"சொன்னா எதாவது கேக்கணும் பெரியப்பா. நல்ல வேல அகரன் அன்னிக்கு சரியா பிடிச்சி இழுத்தான் இல்லன்னா.. எனக்கு ஈரக்குல நடுங்குது", ராதா காப்பி கொடுத்துக் கொண்டே கூறினார்.

"அப்படி எல்லாம் ஒன்னும் ஆகாது. என் பேத்திக்கு ஆயுசு கெட்டி. எல்லாரயும் கட்டி மேய்க்கர ஆளு. இதுல்லாம் பெருசா நினைச்சி நீ பயப்படாத ராதா", மீனாட்சி.

"அத்தை நான் நதிய பாக்கலாமா?", அகரன்.

"அந்த ரூம்ல தான் இருக்கா போய் பாரு பா", ராதா அந்த கோடியில் இருந்த அறையைக் காட்டினார்.

அகரன் அறையில் நுழைந்துப் பார்த்தான். துரு துரு வென்று ஓடும் கால்கள் அமைதியாக இருந்தது, உடல் இளைத்து இருந்தாள். முகத்தில் காய்ச்சலின் சோர்வு தெரிந்தது. அவளை அப்படி பார்க்கவும் அகரனுக்கு மனது பாரமாகிப் போனது.

அவள் அருகில் அமர்ந்து நெற்றியில் நீவி விட்டு, "உனக்கு ஒன்னும் இல்ல நதிமா. சீக்கிரம் எந்திரிச்சு வா நாம விளையாடலாம். உனக்கு நான் நீச்சல் கத்து தரேன். அடுத்த வாரம் ஸ்கூல் திறந்திடுவாங்க. நாம ஜாலியா இருக்கலாம்".

அகரனின் குரலில் கண்விழித்த நதியாள், "அகன்...... எப்ப வந்த?", என எழுந்தாள்.

"இப்பதான் நீ படுத்துக்க நதிமா.... இப்ப உடம்பு நல்லா இருக்கா?", அகரன் அவள் அருகில் அமர்ந்து நெற்றியில் கைவைத்துக் கேட்டான்.

"ம்ம்ம்... எனக்கு காய்ச்சல் சரியா போச்சு. நீ எப்ப எனக்கு நீச்சல் சொல்லித்தர?", நதியாள்.

"யாருக்கு நீச்சல் சொல்லி தரணும்?", எனக் கேட்டபடி மீனாட்சி வந்தார்.

"ஐஐஐஐ.... மீனா..... எப்ப வந்த?", என அவரின் கழுத்தைக் கட்டிக்கொண்டாள்.

"என் ராசாத்திக்கு என்னாச்சி? ஏன் தண்ணில விழுந்தீங்க?", மீனாட்சி.

"அகனும் சரணாவும் தூரமா போய் குளிச்சாங்களா.. நானும் போலாம்னு போனேன் அப்ப பாசி வழுக்கி விட்டு விழுந்துட்டேனா.... அங்க ரொம்ப ஆழமா இருந்தது அதுவும் இல்லாம என்னை சுத்தி சுத்தி உள்ள இழுத்துச்சா அதுல பயந்துட்டேன் மீனா. அப்பறம் அகன் தான் என்னை காப்பாத்தினான்", நதியாள் அழகாக கைகளை ஆட்டி கண்களில் நவரசமும் தெளிக்கக் கூறினாள்.

அவள் அப்படி கூறும் அழகில் லயித்து, அங்கிருந்த அனைவரும் அசந்து அவளை அள்ளி அணைத்துக் கொள்ளத் துடித்தனர் என்று தான் கூறவேண்டும்.

சுந்தரம் தாத்தா அவளை அள்ளி அணைத்து , "என் மகாராணி டா நீ... நூறு வருஷம் உனக்கு எந்த குறையும் இல்லாத வாழ்க்கை வாழ்வ. மகராசியா இரு", என ஆசிர்வதித்தார்.

"சுந்தா .... நீ ஏன் எனக்கு உன் காப்பு போட்டு விடல", என அவரின் கைகளில் இருந்த காப்பை காட்டி உருட்டியபடிக் கேட்டாள்.

"அடியேய் அது எங்க பரம்பரை காப்பு .. உனக்கு குடுக்கணும்னா எங்க வீட்டுக்கு மருமகளா வா அப்ப தரேன்", மீனாட்சி .

"அப்படின்னா?", நதியாள் புருவத்தை தூக்கி யோசித்துக் கொண்டே கேட்டாள்.

"இவ ஒரு கூறு கெட்டவ. சின்ன புள்ள கிட்ட இதுல்லாம் சொன்னா எப்படி புரியும்? இங்க பாரு யாள் குட்டி. நீங்க பெரிய பொண்ணா வளருங்க அப்பறம் இந்த தாத்தா நீ எத கேட்டாலும் தரேன்", சுந்தரம்.

"நான் அகன் மாறி வளந்தப்பறம் தருவியா சுந்தா?", நதியாள் அவளுக்கு தெரிந்தவாறு கேட்டாள்.

"ஹாஹா.... ஆமா.... சும்மா இல்ல நல்லா படிச்சி கெட்டிகாரியா இருக்கோணும்", சுந்தரம்.

"சரி சுந்தா. நான் நல்லா படிச்சி நீ சொல்றமாதிரி வளர்வேன்",என நதியாள் கூறி அவரைக் கட்டிக்கொண்டாள்.

"என் தங்கம்", என மீனாட்சி அவளை நெட்டி எடுத்தார்.

"அம்மா .... பசிக்குது. அகன்க்கு பால்கோவா பிடிக்கும் அது குடு. சுந்தாக்கு அதிரசம். மீனாக்கு முறுக்கு. அப்பறம் எனக்கு மூனும்", நதியாள் கூறிக்கொண்டே தன் தாயைக் கொஞ்சினாள்.

"பாத்தீங்களா நம்ம பேத்திய எவ்வளவு கெட்டிகாரத்தனம்னு. அவளுக்கு வேணும்னு கேட்டா ராதா குடுக்கமாட்டான்னு, இப்படி நம்மளுக்கு குடுக்கற சாக்குல கேக்கறா" , என கூறி மீனாட்சி சிரிக்க அனைவரும் சிரித்தனர்.

அகரன் நதியாள் தன்னுள் ஆழமாக பதிந்துபோவது தெரியாமல் அவளைப் பார்த்து சிரித்துக் கொண்டு இருந்தான்.

5

இரண்டு மூன்று நாட்களில் நதியாள் உடல்நிலை தேறிவந்தாள். விடுமுறை முடிந்து பள்ளித் தொடங்கியது.

அகரன் இந்த வருடம் 12ஆம் வகுப்பு பொது தேர்விற்காக நன்றாக தயாராக வேண்டும் என்கிற எண்ணத்தோடு வந்தான்.

நதியாள் ஐந்தாம் வகுப்பு. அதே இரட்டை ஜடை, நிற்காது ஓடும் கால்கள், சலிக்காத சண்டைகள் என பள்ளியில் காலடி எடுத்து வைத்தாள். முதல் நாள் பள்ளி சென்றதும் நேராகச் சென்றது அகரனைக் காணத்தான்.

"அகன்... அகன்....", என அழைத்தபடி அவனின் வகுப்பில் நுழைந்தாள்.

"ஏய்... வந்ததும் ஆரம்பிச்சிடியா? விடாது கருப்புன்னு சொல்றமாதிரி விடாம தொரத்திட்டே இருக்க அவன", என சரண் அவளிடம் வம்பிலுத்தான்.

"உனக்கு என்ன? நான் அகன் கூட விளையாட வந்தேன். வா அகன் போலாம்", என அகரன் கைப்பிடித்து இழுத்தாள்.

அந்த சமயம் உள்ளே வந்த கம்ப்யூட்டர் டீச்சர் ,"ஹாய் யாள் குட்டி... இங்க என்ன பண்றீங்க? உங்க கிளாஸ்க்கு போலியா?", எனக் கேட்டார்.

"நான் அகன் கூட விளையாட வந்தேன் சார். நாங்க வெளியே போய் விளையாடலாமா?", நதியாள்.

"காலைல வந்ததும் விளையாட்டா? இங்க பாருங்க யாள் குட்டி. இந்த வருஷம் அகரனுக்கு பெரிய பரிட்சை இருக்கு. நிறைய படிக்கணும். நிறைய மார்க் வாங்கணும். அப்ப தான் நல்ல காலேஜ் போய் படிக்க வாய்ப்பு கிடைக்கும்", கம்ப்யூட்டர் டீச்சர்.

"ஏன் இங்கயே அகன் படிக்க கூடாதா?", நதியாள் முகம் வாட கேட்டாள்.

"இங்க 12த் வரைக்கும் தானே இருக்கு. காலேஜ் நம்ம ஊர்ல இல்ல டா. அவன் நல்லா படிச்சா யாள் குட்டி ஹேப்பி தானே ?", கம்ப்யூட்டர் டீச்சர்.

"ஆமாம்" , என தலையாட்டியபடிக் கூறினாள் .

"அப்ப அகரன விளையாட கூப்பிட்டு அடிக்கடி தொந்தரவு பண்ணக் கூடாது. அவன படிக்க வைக்கணும் . சரியா?", கம்ப்யூட்டர் டீச்சர்.

"அப்படியா.... சரி நான் அவன படிக்க வைக்கிறேன். தொந்தரவு பண்ணமாட்டேன். ஆனா அகன் பக்கத்துல நானும் இருப்பேன்", நதியாள் கண்டிசனுடன் கூறினாள்.

"சரி . இப்ப உங்க கிளாஸ் போங்க. பிரேக்ல அகரன பாக்கலாம்", கம்ப்யூட்டர் டீச்சர்.

"ஓகே சார். டாடா அகன் நல்லா படி. சரணா கூட சேராத அவன் படிக்கவிடமாட்டான். நான் அப்பறம் வரேன்", எனக் கூறிவிட்டு ஓடினாள் தன் வகுப்பறை நோக்கி.

"குட்டிபிசாசு ... ஏன்டா நான் உன்ன படிக்கவிடலயா? நீங்க ரெண்டு பேரும் சேந்துட்டு என்னை படிக்க விடறது இல்ல. இனிமே படிக்கறப்ப அவ வரட்டும் தொரத்திவிடறேன் இரு", என சரண் பொங்கினான் அகரனிடம்.

"விட்றா... குழந்தை தானே. சொன்னதும் எவ்வளவு அழகா புரிஞ்சிகிட்டா. நீயும் தான் இருக்கியே... இன்னும் உனக்கு சி லாங்குவேஜ் புரியலன்னு என் உயிர எடுக்கற", என அகரன் சரணை வாரினான்.

"அந்த குட்டிபிசாசுக்கு சி சொல்லிகுடு, அவ புரிஞ்சிட்டா நான் ஒத்துக்கறேன்... எனக்கு புரிஞ்சிக்க தெரியலன்னு", சரண்.

"அதுக்கு ஏன்டா இவ்வளவு கஷ்டப்படணும்? அதான் எங்க எல்லாருக்கும் ஆல்ரெடி தெரியுமே. அந்த குழந்தை கிட்ட அசிங்கம் படாத பெட் கட்டி", எனக் கம்ப்யூட்டர் டீச்சரும் சரணை வாரினார்.

"சார்.....", சரண் கோபத்தில் கத்தினான்.

"சரி இங்க வா. போய் லேப் கீ பிரின்ஸி ரூம்ல இருந்து வாங்கிட்டு வா", எனச் சரணை அனுப்பினார் கம்ப்யூட்டர் டீச்சர்.

அங்கே நதியாள் அவளது வகுப்பில் மீராவை சுரண்டிக் கொண்டு பக்கத்தில் இருப்பவர்க-

ளுடன் விளையாடிக் கொண்டு அமர்ந்திருந்தாள்.

அப்பொழுது உள்ளே வந்த ரேவதி டீச்சர் நதியாள் இங்கே அமர்ந்து இருப்பதைப் பார்த்து, "என்ன யாள் அதிசயமா இருக்கு. இங்க உக்காந்து இருக்க? எப்பவும் அகரன் கூட தானு இருப்ப", எனக் கேட்டார்.

"குட் மார்னிங் மிஸ். அகன் நிறைய படிக்கணுமாம், விளையாட கூப்டு தொந்தரவு தரக்கூடாதுன்னு சார் சொன்னாங்க", எனக் கூறினாள்.

"பரவால்லையே யாள் சொல் பேச்சு கேக்கற", ரேவதி டீச்சர்.

"அகன் படிச்சி நிறைய மார்க் வாங்கணும் அதான்", நதியாள்.

"சரி நீ எப்ப படிக்கலாம்னு இருக்க? இனிமே நீயும் நல்லா படிச்சி நிறைய மார்க் வாங்கணும்ல", ரேவதி.

"நானும் பெரிய பரிட்சை எழுதணுமா?", என கண்களை விரித்துக் கேட்டாள்.

"ஆமா", ரேவதி.

"அப்ப நானும் அகன் கூடவே உக்காந்து படிக்கறேன் இனிமே", என ஓடப் பார்த்தாள்.

"ஏய்.. நில்லு நில்லு. இப்ப நான் பாடம் நடத்தி, குடுக்கிற வீட்டுபாடம் எல்லாம் சரியா முடிக்கணும். அப்பறம் அகரன் கூட உக்காந்து படிக்கலாம்", என அவளை அமரவைத்தார் ரேவதி டீச்சர்.

"சரி மிஸ்", என மனமே இல்லாமல் அவள் வகுப்பில் அமர்ந்தாள்.

இப்படியாக நாட்கள் ஓட அறையாண்டு தேர்வும் வந்தது. அதற்கு முன்னர் இருந்தே 12ஆம் வகுப்பு மாணவர்களை அவர்கள் இஷ்டப்படும் இடத்தில் அமர்ந்து படிக்க பிரின்ஸி அனுமதி வழங்கினார்.

அகரன், சரண், நதியாள், மீரா என நால்வரும் ஒன்றாகவே இருந்தனர்.

அகரன் சொன்னால் மட்டுமே தன் வகுப்பிற்குச் செல்வாள், இல்லையேல் அவன் அருகில் இருந்தபடி மீராவுடன் விளையாட்டு, இல்லையேல் மைதானத்தில் விளையாடிக் கொண்டு இருப்பாள்.

அதில் நிறைய சண்டை சச்சரவு வர அகரன் வந்து பிரித்து விட்டு அவளை தூக்கி செல்வது என நேரம் தெரியாத அளவிற்கு நாட்கள் பறந்தது.

நாட்கள் செல்ல செல்ல நதியாள் விளையாட்டாகவே அனைவரிடமும் பேசுவது விளையாடுவது என பள்ளியில் அனைவருக்கும் நன்கு பரிச்சயமானாள்.

அவளின் கொழு கொழு கன்னத்தை பிடித்து தினமும் இழுக்க ஒரு கூட்டம் இருந்தது எனக் கூறலாம். அந்த சமயங்களில் அவள் ஓடி ஒளிவது அகரனின் முதுகில் தான். அவனும் மெல்லமாக அவளின் கன்னத்தை பிடித்து கிள்ளிவிட்டு தன்னருகில் அமர்த்திக் கொள்வான்.

"ஏன் அகன் எல்லாரும் என் கன்னத்தை கிள்ளறாங்க?", நதியாள்.

"அது ரொம்ப அழகா கொழு கொழுன்னு இருக்குல்ல அதான்", அகரன்.

"கிள்ளினா எனக்கு வலிக்கும்ல", நதியாள்.

"சரி இனிமே நதிக்கு வலிக்காம கிள்ள சொல்றேன்", அகரன்.

"வேணாம். அந்த அக்காங்க எல்லாம் பிச்சி எடுக்கறாங்க அகன் பாரு", என தன் கன்னத்தைக் காட்டினாள்.

கன்னம் நன்றாக சிவந்து இருந்தது, பாவம் வலி அதிகம் தெரிகிறது போல இல்லையென்றால் இப்படி கூறமாட்டாள் நதியாள்.

"அச்சச்சோ... யாரு என் நதிமா கன்னத்தை இப்படி கிள்ளினது?", அகரன் தடவி விட்டுக் கொண்டு கேட்டான்.

"அந்த கிளாஸ்ல இருக்கும்ல சந்தியா அக்கா அவங்க தான்", நதியாள்.

"யாரு டா?", அகரன்.

"அதான் அன்னிக்கு உன்கிட்ட ஒரு அக்கா லெட்டர் குடுக்க சொன்னாங்கன்னு வந்து குடுத்தேன்ல. அந்த அக்கா", நதியாள்.

"அவளா.. சரி நான் திட்டறேன். இனி நீ அந்த அக்கா பக்கத்துல போகாத", அகரன்.

"சரி. வலிக்குது அகன்", என தன் கன்னத்தில் அழுந்த துடைத்தாள்.

"இங்க வா. என் நதிமாக்கு ஒரு முத்தம் குடுத்தா சரியா போயிடும்", என அவள் கன்னத்தில் முத்தமிட்டான் அகரன்.

"ஆஆஆ.... உன் முடி குத்துது", என அவனின் பாதி வளர்ந்த மீசையைக் காட்டினாள்.

"ஹாஹா... சரி நாளைக்கு சேவ் செஞ்சிடறேன். என் நதி குட்டிக்கு குத்தாத மாதிரி", அகரன்.

"ம்ம்... நான் விளையாட போறேன். நீ படி அப்பறம் வரேன்", எனக் கூறி ஓடினாள்.

அவள் செல்வதை சிரித்துக் கொண்டே பார்த்துக் கொண்டு இருந்தான் அகரன்.

"என்னடா அங்கயே பாத்துட்டு இருக்க?", எனக் கேட்டபடி சரண் அருகில் வந்து அமர்ந்தான்.

"இல்லடா.. நதிய பார்த்து தான்", அகரன்.

"என்ன அகர்?", சரண்.

"இன்னும் மூனு மாசம் தான்... நாம எக்ஸாம் முடிஞ்சி போயிருவோம். இப்ப நம்ம கூடவே இரண்டு வருஷமா இருக்கா. நாம போனப்பறம் என்ன பண்ணுவாளோ தெர்ல", என அகரன் கூறினான்.

"ஆமால... நீ சொன்னா புரிஞ்சிப்பா டா. ஆனா நமக்கும் கொஞ்சம் கஷ்டம் தான்ல இவள பாக்காம இருக்கிறது?", சரண்.

"ஆமாடா..தினமும் நம்மகூடவே இருந்துட்டு திடீர்னு இல்லைன்னா கஷ்டமா தான் இருக்கும். அவளையும் நம்ம கூடவே கூட்டிட்டு போக முடியாதா?", அகரன் ஏக்கமாகக் கேட்டான்.

"அவ நம்ம செட்டா இருந்தா ஒரே காலேஜ் கூட இழுத்துட்டு போயிடலாம் இப்ப எப்படி டா? வேணும்னா நீ போற ஊர்ல இருக்கிற ஸ்கூல்ல சேத்திவிடலாம்", சரண்.

"நல்ல ஐடியா தான் ஆனா அவ வீட்ல ஒத்துக்கணுமே", அகரன்.

"டேய் இது டூமச் டா. நான் வெளாட்டுக்கு சொன்னா அதையே செய்ய வைக்கலாமான்னு கேக்கற நீ?", சரண்.

"என்னடா பண்ண. இந்த ஒன்றரை வருஷத்துல ரொம்ப ஒட்டிகிட்டா டா. பிரிஞ்சி இருக்க எனக்குமே கஷ்டம் தான். சரி பாக்கலாம். நீ என்ன பண்ண போற காலேஜ்க்கு?", அகரன்.

"நான் இங்கயே தானே இருக்க போறேன். நீ தான் வெளியூர் போய் படிக்கறதா சொன்ன", சரண்

"ஆமாம் டா. என் கனவுகள நிஜமாக்க போகணும். நம்ம ஊர்ல தானே இருக்கா. பாத்துக்கலாம். இப்ப படிக்கலாம் வா. அவ வந்தா எவ்வளவு படிச்சேன்னு வேற கேப்பா", என படிப்பதில் மும்முறமாகினர் இருவரும்.

சிறிது நேர்த்தில் வந்த நதியாள் அகரனை, "எவ்வளவு படிச்ச அகன். அந்த புக் முடிச்சிட்டியா?", என கேட்டாள்.

"இன்னும் கொஞ்சம் இருக்கு டா நதி", அகரன்.

"சீக்கிரம் படி சார் உனக்கு டெஸ்ட் வைக்கறேன்னு சொன்னாரு நான் போய் கூட்டிட்டு வரேன்", என கூறி ஓடினாள்.

"அடேய்... என்ன டெஸ்ட் டா?", சரண் முதற்கொண்டு அனைத்து மாணவர்களும் கேட்டனர்.

"தெர்ல டா", அகரனும் முழித்தான்.

"அவள கூப்பிடு டா", சரண்.

"நதி இங்க வா", அகரன்.

"சார் கூட்டிட்டு வரேன் அகன்", நதியாள்.

"இங்க வா முதல்ல", என அகரன் அதட்டினான்.

அவள் அருகில் வந்து நின்றாள், "எந்த சார் எப்ப டெஸ்ட் சொன்னாரு?", அகரன்.

"கம்ப்யூட்டர் சார் தான் சொன்னாரு. உனக்கு தெரியாதா?", நதியாள்.

இல்லையென அனைவரும் தலையசைக்க, "அச்சச்சோ... அகன் நான் மறந்துட்டேன் உன்கிட்ட சொல்ல. என்கிட்ட தான் சொல்லிவிட்டாரு அந்த புக் படிக்க சொல்லி டெஸ்ட்

இருக்குன்னு. அதான் உனக்கு அந்த புக் படிக்க எடுத்து குடுத்தேன்", எனக் கூறினாள்.

அனைவரும் அவளை முறைக்க சரண் அவளை தன்னருகே அழைத்தான்.

"குட்டிபிசாசு குட்டிபிசாசு... இப்ப சொல்ற. அவன் மட்டும் தான் அந்த புக் படிச்சான். நாங்க எல்லாம் வேற புக் படிச்சோம் இப்ப டெஸ்ட் வச்சா நாங்க எப்படி எழுதறது", என அவள் காதைத் திருகினான்.

"ஆஆஆஆஆ... சார்...... ", என நதியாள் கத்த கம்ப்யூட்டர் சார் வந்தார்.

"டேய் ஏன்டா குழந்தைய அழ வைக்கற? விடு அவள", எனக் கம்ப்யூட்டர் சார் கூறினார்.

"சார் இவ எங்கிட்ட டெஸ்ட் இருக்குன்னு சொல்லவே இல்ல", என மற்றொரு மாணவன் கூறினான்.

"சரி விடு . இப்ப யார் யார் எது எது படிச்சி இருக்கீங்க?", என கேட்டார்.

தோராயமாக மூன்று சப்ஜெட் அனைவரும் கூற அவரவர் படித்ததில் டெஸ்ட் வைத்தார் அவர்.

வேகமாக இப்படி சிறு சிறு கலாட்டா சண்டை என நாட்கள் பறந்து, பொது தேர்வும் நெருங்கியது.

"அகன்... ஆல் த பெஸ்ட்", என அவன் கழுத்தைக் கட்டிக் கொண்டு கன்னத்தில் முத்தமிட்டு வாழ்த்தினாள்.

"சரணா உனக்கும் ஆல் த பெஸ்ட். மாட்டிக்காம பாத்து எழுது", என வாரியபடி கூறினாள்.

அகரன் பரிட்சை முடிந்து அடுத்து படிக்கப்போகும் பாடங்கள் பற்றியும் கல்லூரி பற்றிய தேடுதலிலும் இறங்கினான்.

நதியாளுக்கும் முழுஆண்டு தேர்வு வந்தது. அவளை அடுத்த வருடம் பக்கத்து ஊரில் இருக்கும் பள்ளியில் சேர்க்கலாம் என கண்ணன் முடிவு செய்தார்.

நதியாளுடன் மீராவும் உடன் அனுப்பப்பட்டாள். தேர்வு முடிந்து விடுமுறையில் பாட்டி ஊருக்கு செல்வது என நதியாள் குஷியாகிப் போனாள்.

"அகன்..... அகன்.....", நதியாள் அழைத்தபடி வீட்டிற்குள் வந்தாள்.

"வாங்க நதி குட்டி.... இப்ப தான் அத்தைய பாக்க வரமுடிஞ்சதா?", திலகவதி.

"திலாத்தை.... நான் பாட்டி ஊருக்கு போயிட்டு இன்னிக்கு தான் வந்தேன். ஊருக்கு போறதுக்கு முன்ன வந்தேன்ல", எனத் திலகாவிடம் பேசியபடி அவரைக் கீழே அமரவைத்து அவர் மடியில் அமர்ந்துக் கொண்டாள் நதியாள்.

"அப்படியா... அம்மாச்சி எப்படி இருக்காங்க? மாமா அத்தை எல்லாம் என்ன பண்ணறாங்க?",திலகவதி.

"எல்லாரும் நல்லா இருக்காங்க. அகன் எங்க திலாத்தை?", நதியாள்.

"அவன் ஊருக்கு போய் இருக்கான் டா. காலேஜ்ல சேரணும்ல அதான் சுந்தா தாத்தா, மாமா, அகரன் எல்லாரும் பாக்க போய் இருக்காங்க", திலகவதி அவளைக் கட்டியபடி கூறினார் .

"நானும் அடுத்த வருஷம் ஹாஸ்டல் போறேன் திலாத்தை", நதியாள்.

"அப்படியா? ஏன் ஹாஸ்டல் போறீங்க? நம்ம ஊரு ஸ்கூல்ல படிக்கலியா?", திலகவதி.

"நான் இங்க படிக்க மாட்டேங்கறேனாம் அம்மா திட்டறாங்க. அதான் நானும் மீராவும் ஹாஸ்டல் போறோம். நானும் இனி அடிக்கடி இங்க வரமுடியாது. நீங்க என்னை பாக்க வாங்க ", நதியாள்.

"கண்டிப்பா டி செல்லமே. நல்லா படிச்சி பெரிய ஆளா வரணும் சரியா?", திலகவதி.

"சரி திலாத்தை. அகன் கிட்ட சொல்லுங்க நான் அப்பறம் வரேன்", என கிளம்பினாள்.

"இரு நதி குட்டி மீன் செஞ்சி இருக்கேன் சாப்டு போலாம். நான் அம்மா கிட்ட வந்து சொல்றேன்", என நதியாளுக்கு சாப்பாடும் மீனும் எடுத்து வந்து ஊட்டி விட்டார் திலகவதி.

பின் நதியாளை வீட்டில் விட்டுவிட்டு, ராதாவிடம் உரையாடிய பின் தன் இல்லம் திரும்பினார்.

சில நாட்கள் கழித்து மீண்டும் அகரன் இல்லம் சென்றாள், அவன் மேற்படிபிற்காக வெளியூர் சென்றுவிட்டதாகக் கூறவும், சற்று வருத்தமடைந்து பின் படிக்கத்தானே எனத் தேற்றிக் கொண்டாள் முன்னமே அகரன் கூறியதால்.

அதன் பின் காலங்கள் உருண்டோட நதியாளும் அகரனும் சந்திக்கமுடியாதபடி கடந்தது. இருவரும் தத்தமது படிப்பு மற்றும் சூழ்நிலைகளில் மறந்துவிட்டனர் என்றே கூற வேண்டும்.

இப்பொழுது அகரன் படிப்பை முடித்துவிட்டு சொந்தமாக ஒரு கம்பெனி ஆரம்பித்து இருக்கிறான். அவன் இருக்கும் அதே ஊரில் ஒரு கல்லூரியில் நதியாளும் இளங்கலை கடைசி வருடம் படித்துக் கொண்டிருந்தாள்.

இருவரும் மீண்டும் சந்திப்பார்களா? சந்தித்தால் பழைய நினைவுகள் வருமா? அவர்கள் இடையில் இருந்த ஆழமான அன்பை உணர்ந்து புதுப்பிப்பார்களா?

6

அன்று காலையிலேயே அலுவலகத்தில் அனைவரும் பரப்பரப்பாக வேலை செய்துக் கொண்டிருந்தனர்.

அங்கே ஒருவன் வாட்டசாட்டமாக அம்சமாக நடந்து வந்தான் கைகளில் பைலுடன். ஆறடிக்கு சற்று குறைந்த உயரம், மாநிறத்திற்கும் அதிகமான நிறம், அதற்கேற்ற உடல் எனக் கண்களைக் கவரும் அழகனாகவே இருந்தான்.

"மிஸ். ஸ்வப்னா.... சீக்கிரம் அந்த **** ஹோட்டல் பைலை ரெடி பண்ணுங்க. எம்.டி வந்தா உடனே கேப்பாரு"

"இதோ மிஸ்டர்.சரண் நேத்து நைட்டே ரெடி பண்ணிட்டேன். அந்த டிசைன்ஸோட காப்பி இதுல இருக்கு. முக்கியமான யுனிக் டிசைன் நான் சாருக்கு மெயில் பண்ணிட்டேன்", ஸ்வப்னா.

"பைன். மீட்டிங் ரூம் ரெடியா பாருங்க. இன்னும் முப்பது நிமிஷத்துல ஆரம்பம் ஆகிடும்", சரண்.

"ஓகே சார்", என மீட்டிங் ரூம் நோக்கி சென்றாள் உதவியாளர் ஸ்வப்னா.

அலுவலத்தின் வளாகத்தில் மிதமான வேகத்தில் கருப்பு நிற ஹோண்டாசிட்டி கார் நின்றது.

அதில் இருந்து ஆறடி உயரத்தில், விடாது செய்த உடற்பயிற்சியால் வலுவேறிய உடற்கட்டுடன், நல்ல சிகப்பு நிறத்தில் ஆணழகனாய், கம்பீரத்துடன் அலை அலையாக இருந்த தலைமுடியைக் கோதியபடி காரில் இருந்து இறங்கி வந்தான்.

அந்த கருநீல நிற கோட்டில் யாரையும் ஈர்க்கும் தோற்றத்துடன் அலுவலத்தில் மின்னலென உள்நுழைந்தான்.

ரிசப்சனிஸ்ட் எழுந்து நின்று காலை வணக்கம் செலுத்த மற்றவர்களும் எழுந்து நின்று மரி-

யாதைச் செலுத்தினர்.

நேராக எம்.டி அறைக்கு சென்று தன் கையில் கொண்டு வந்த லேப்டாப்பை மேஜையில் வைத்து இன்டர்காமில் சரணை அழைத்தான்.

"குட் மார்னிங் அகர்....” , சரண்.

"குட் மார்னிங் சரண். மீட்டிங்கு எல்லாம் ரெடியா?", அகரன்.

"ஸ்வப்னா மீட்டிங் ரூம் ரெடி பண்ணிட்டாங்க. இந்தா பைல் அப்பறம் முக்கியமான டீடைல்ஸ் உனக்கு மெயில் அனுப்பி இருக்காங்க", சரண்.

"சரி பாக்கறேன். மதியம் லன்ட்ச்சுக்கு ஏற்பாடு பண்ணிடு", அகரன்.

"சரி அகர். இன்னிக்கு அந்த ஹோட்டல் நமக்கு தான்", அகரன்.

"அது நீ எக்ஸ்ப்ளைன் பண்றதுல இருக்கு", அகரன்.

"ஏது நானா?", சரண் அதிர்ச்சியில் கேட்டான்.

"ஆமா. நீ தான்", அகரன்.

"டேய் இது அநியாயம். நான் எதுவும் ரெடி பண்ணல", சரண்.

"ஏன் நீ தான் அசால்டா 7 ஸ்டார் ஹோட்டல விட பெட்டரா டிசைன் பண்றவனாச்சே. இத பண்ணமாட்டியா?", அகரன் சரணை நோக்கி ஒரு புருவம் உயர்த்திக் கேட்டான்.

"கேட்டுட்டியா. அது சும்மா அந்த பொண்ணு கிட்ட பில்டப் பண்ணேன் டா. அழகா இருக்கு கரெக்ட் பண்ணலாம்னு", எனத் தலையைச் சொறிந்தபடிக் கூறினான்.

"அந்த பொண்ணுக்கு ஏற்கனவே ஆள் இருக்கு. நீ இங்க இருக்கிற வேலைய பாத்தா போதும். போய் மீட்டிங் ரூம் ரெடியான்னு பாத்துட்டு ரெபிரஸ்மெண்ட் ஏற்பாடு பண்ணு", என அனுப்பி வைத்தான்.

"இவன் அப்பதான் உள்ளயே வந்தான் எப்படி கேட்டு இருக்கும்?", சரண் மனதில் நினைத்து கொண்டே திரும்பி நடக்க ஆரம்பித்தான்.

“உன் மூஞ்ச பாத்தாலே தெரியும் நீ என்ன பில்டப் அங்க குடுத்துட்டு இருப்பன்னு. போய்

வேலைய பாரு. ப்ரொஜெக்டர் சிஸ்டம் கூட கனெக்ட்ல இருக்கா பாரு", அகரன்.

"ஓகே சார்", சரண் கடுப்பாகக் கூறி வெளியேறினான்.

அவன் செல்வதைக் கண்ட அகரன் மென்னகைப் புரிந்தான்.

அடடா அகரா என்ன மென்னகை உனக்கு? மீசை முளைக்கும் வயதில் பார்த்தவனை இப்பொழுது 26 வயதில் முழு ஆண்மகனாய் கம்பீரமாக வளர்ந்து நிற்பவனை பார்க்கும்போது கண் நிறைந்து தான் போகிறது.

சொன்னதை போலவே ஆர்கிடெக்சர் படித்து சொந்தமாக இப்பொழுது ஒரு கட்டிடக்கலை கம்பெனி ஆரம்பித்துவிட்டான்.
காலேஜில் சேரும் பொழுதே சரணையும் கூடவே இழுத்துக் கொண்டான். இரு வருடம் வேறு கம்பெனியில் வேலைப் பார்த்து, அனுபவத்தை ஈட்டியபின் தான் சொந்தமாக ஆரம்பித்தான்.

வளர்ந்து வரும் இளம் தொழிலதிபர். ஊரில் விவசாயம் முதல் பல தொழில்களை பெற்றவர்கள் பார்த்தாலும், சொந்தமாக தான் ஒரு தொழில் செய்தே தீருவேன் என இப்பொழுது ஆரம்பித்து வெற்றி காணத் தொடங்கியுள்ளான்.

சரணின் அப்பாவும் அகரனுடன் இருந்தால் தன் மகன் உருப்படுவான் என அவனுடனேயே அனுப்பிவிட்டார்.

இவனின் தனித்துவமான கட்டுமான கலையைக் கண்ட ஒரு பிரபல ஸ்டார் ஹோட்டல், புது கிளையை ஆரம்பிக்க இவர்களை நாடியுள்ளனர்.

இவர்கள் கொடுக்கும் கொடேசன் முதல் டிசைன்கள் வரை திருப்தியான பின் இவர்களுக்கு இந்த ப்ராஜெக்ட் கொடுக்கப்படும்.

அகரனின் தொழில் பயணத்தில் இது மிகவும் முக்கியமான ஒன்று.. அதனால் மிகவும் சிரத்தையுடன் இதில் ஒவ்வொரு பகுதியையும் செதுக்கி இருந்தான் என்று தான் கூறவேண்டும்.

ஹோட்டல் தலைமை நிர்வாக அலுவலர்கள் வந்ததும் உபசரிக்கப்பட்டு மீட்டிங் ரூமிற்கு அழைத்துச் செல்லப்பட்டனர்.

"குட்மார்னிங் லேடீஸ் அண்ட் ஜென்டில்மென். இது புது கிளை ஹோட்டலுக்கான லேண்ட்ஸ்கேப் ஆர்கிடெக்சுரல் டிசைன். இன்டீரியர் டிசைன் , எலக்ட்ரிகல், பிளம்பிங், பையர் பைட்டிங் டிசைன்ஸ் ஆப் பர்பஸ்.

முதல்ல ஸ்பேசியஸ் என்ட்ரன்ஸ் டிராப்ஆப் பாயின்ட், அடுத்து லாப்பி , கோர்ட்யார்ட். உள்ள வந்ததும் ஹை சீலிங் ஹால் தேர் வீ ஹேவ் ரிசப்சன். லெப்ட் சைட் லிப்ட், ரைட் சைட் ஸ்டேர்ஸ். 10 ப்ளோர்ஸ். 3 சூட் ரூம்ஸ்.ரிமைனிங் 3பெட் , டபுள் பெட் ரூம்ஸ் வித் பர்னிச்சர்ஸ்.

உங்க முன்னாடி இருக்கிற பேபர்ஸ்ல ஓவர்ஆல் டிசைன்ஸ் அண்ட் கொடேசன் எல்லாமே இருக்கு. யூ கன்பர்ம் யுவர் ஹெட் அண்ட் வீ கேன் கோ அஹெட் வித் எவரி ஸ்மால் டிசைன்ஸ் ஆப் எ பில்டிங்", எனக் கூறி அகரன் முடித்தான்.

"மிஸ்டர் அகரன். வீ லைக் ஆல் யூவர் டிசைன்ஸ் அண்ட் கோட். வில் டிஸ்கஸ் வித் ஹெட் அண்ட் கான்டாக்ட் யூ", எனக் கைக்குலுக்கினர்.

அனைத்து டிசைன்களையும் பார்த்தவர்கள் தங்கள் பட்ஜெட்டில் சிறந்த டிசைனுடன், பல விஷயங்களையும் உள்ளடக்கிய இவர்களின் கொடேசன் பிடித்து விட மேலிடத்தில் தகவல் தெரிவித்து விடுவதாகக் கூறி விடைப் பெற்றுச் சென்றனர்.

சரண் வாயை பிளந்தபடிப் பார்த்திருந்தான். மீட்டிங் முடிந்தும் இன்னும் அப்படியே சமைந்து போய் அமர்ந்து இருந்தான்.

"சரண்.... டேய் சரண்...", என அகரன் அவன் தலையில் அடித்தான்.

"டேய் என்னடா இது? நேத்து நைட் வரைக்கும் வேற டிசைன்ஸ் சொன்ன இப்ப மொத்தமா வேற இருக்கு", சரண்.

"அது ஒன்னும் இல்ல நம்ம ஆப்போசிட் கம்பெனிக்கு நம்ம டிசைன் போயிடிச்சின்னு தகவல் வந்தது, அதான் மாத்திட்டேன்", அகரன் கூறிக்கொண்டே தன் சேரில் அமர்ந்தான்.

"அதுக்குள்ளயா? நான் நேத்து சாயங்காலம் விசாரிச்ச வரைக்கும் போகலன்னு தானே தகவல் வந்தது. யாருடா அனுப்பினது?", சரண்.

"யாருன்னு தெரியல. விசாரிக்கணும். சரி வா சாப்பிட போலாம்", அகரன்.

"அதுக்குள்ளயா? மணி 12 தான்டா ஆகுது?", சரண்.

"நேத்து நைட் இருந்து சாப்பிடல டா. நான் சாப்பிட போறேன் நீ வரியா இல்லையா?", அகரன்.

"வா போலாம்", சரண் அவனின் தோளை அழுத்தியபடி வெளிய வந்தவன் கையெடுத்து விட்டு ஸ்வப்னாவிடம் கூறிவிட்டு இருவரும் கிளம்பினர்.

கல்லூரி வளாகம். மாணவ மாணவிகள் அனைவரும் மைதானத்தில் சுற்றி நின்று இருந்தனர்.

ஆண்கள் பெண்கள் என அனைவரும் கலந்த அணியாக இருந்தனர். காலேஜ் டிபார்மெண்ட்களுக்குள் நடக்கும் கிரிக்கெட் போட்டி.

பைனல் மேட்ச் இன்டீரியர் டிசைன்ஸ் டிபார்மெண்டிற்கும், கம்ப்யூட்டர் சயின்ஸ் டிபார்மெண்டிற்கும் நடந்தது.

இன்டீரியர் டிபார்மெண்ட் கடைசி ஓவர் 14 ரன் எடுக்கவேண்டிய நிலை.

பேட்டிங்கில் இந்த பக்கம் சஞ்சய் அந்த பக்கம் நம் நதியாள்.

"சஞ்சய் .... சஞ்சய்....", எனச் சுற்றி இருந்த கூட்டம் கோஷமிட்டனர்.

முதல் பால் ஒரு ரன் மட்டுமே எடுக்க முடிந்தது. சஞ்சய் இந்த பக்கம் வந்ததும் பேட்டிங் பொசிஷனில் நதியாள் நின்றாள்.

5 பால் 13 ரன். அனைவருக்கும் ஆவல் அதிகரிக்க அமைதியாக இருந்தனர்.

அடுத்த பால் வரவும் நதி ஓர் அடி முன் வைத்து அடித்ததில் பால் பொன்டரி லைன் தாண்டி பறந்து விழுந்தது.

"சிக்ஸ்", என அம்பையர் கைத்தூக்கினார்.

இப்பொழுது 7 ரன் 4 பால்.

"யாள்.... யாள்..... யாள்.....", எனக் கூட்டம் ஆர்ப்பரித்தது.

"கமான் யாள்..... ஹிட் அனதர் சிக்ஸ்", மீரா கத்திக் கொண்டு இருந்தாள். அவளைத் தொடர்ந்து அனைவரும் "வீ வாண்ட் சிக்ஸர் ...... வீ வாண்ட் சிக்ஸர்", எனக் கோஷமிட்டனர்.

பீல்டிங் மாற்றப்பட்டு அடுத்த பால் வீசினர். அதைக் கண்ட நதியாள் இதழ்கடையில் மென்னகைப் படறவிட்டு, நின்ற இடத்தில் இருந்தபடியே அடித்ததில் அதுவும் பறந்து கூட்டத்தைத் தாண்டி விழுந்தது.

"ஹேஏஏஏஏஏஏஏஏஏஏ............", மீராவுடன் அவள் வகுப்பு தோழிகளும் குதித்து ஆர்ப்பரித்தனர்.

"சூப்பர் யாள்.... அடுத்து சிங்கில் போதும்", சஞ்சய்.

"ஹாட்ரிக் அடிக்கணும் சஞ்சய்", எனக் கூறி தன்னிடத்தில் சென்று நின்றாள்.

"வீ வாண்ட் ஹாட்ரிக்..... வீ வாண்ட் ஹாட்ரிக்", எனக் கூட்டமாக கத்தினர் மாணவ மாணவிகள்.

"என்ன மைக்கேல்... அடுத்த பாலுக்கு என்ன பீல்டிங் செட் பண்ற?", நதியாள் கண்களில் திமிருடன் கேட்டாள்.

"நீ அவுட் ஆகற பீல்டிங்", மைக்கேல்.

"பாப்போம்", நதியாள்.

அடுத்து ஸ்லோபாலாக போட்டான் மைக்கேல். அவன் ஓடிவருவதில் இருந்தே அவன் ஸ்லோபால் தான் போடப்போகிறான் என்பதை அறிந்த நதி இரண்டடி இறங்கி வந்து அடித்-ததில் அதுவும் கூட்டத்தை தாண்டிப் பறந்தது.

"ஹேஏஏஏஏஏஏஏஏஏ..........", என அனைவரும் கத்தினர்.

"சூப்பர் யாள்....", அவளை அனைவரும் தூக்கிச் சுற்றினர்.

"ஹே மைக்....... நான் ஜெயிச்சிட்டேன் இன்னிக்கு மதியம் நீ தான் ஹோட்டல்ல லன்ச்-சுக்கு ஸ்பான்ஸர்", நதியாள்.

"முறைவாசல் செஞ்சி தொலையறேன். எங்க போகணும்?", மைக்கேல் எரிச்சலுடன் கேட்-டான்.

"ஹோட்டல் *********", நதியாள்.

"ஏய்... அங்க வேணாம் என் பட்ஜெட் தாங்காது. ப்ளீஸ் யாள் கொஞ்சம் மனசு இறங்கு", மைக் கெஞ்சினான்.

"இதுல்லாம் நீ என்கிட்ட பந்தயம் வைக்கிறதுக்கு முன்ன யோசிக்கணும் தம்பி. இப்ப நான் சொல்றத நீ கேட்டே ஆகணும். இல்லைன்னா இந்த ஒரு மாசம் சாப்பிங் செலவு உன்-

னோடது", நதியாள்.

"அய்யய்யோ... அதுக்கு நான் கந்து வட்டி வாங்கியாவது இந்த ஹோட்டல் கூட்டிட்டு போயிடறேன். 1 மணிக்கு ரெடியா இருங்க வந்துடறேன்", எனக் கூறிச் சென்றான் மைக்-கேல்.

"என்ன யாள்? என்ன பந்தயம்?", சஞ்சய்.

"அது இன்னிக்கு மேட்ச்ல ஹாட்ரிக் சிக்ஸ் அடிக்கணும்னு. அப்படி அடிக்கலன்னா அவனுக்கு நான் ரெக்கார்ட் எழுதி தரணும். நான் ஜெயிச்சா நான் சொல்ற ஹோட்டல்ல லன்ட்ச்சுக்கு நம்மல கூட்டிட்டு போகணும்", நதியாள்.

"எத்தனை பேர் போறோம்?", மீரா.

"நம்ம கேங் மட்டும் தான். க்ளாஸ்ல யாருக்கும் சொல்லாதீங்க. பாவம் மைக் செலவு தாங்-கமாட்டான்", நதியாள்.

"சரி சரி. நாமலே 6 பேர் அவன் குரூப்போட சேத்தா பத்து ஆகிடும்", சஞ்சய்.

"அதுக்கே அவன் எவ்வளவு வீட்ல வாங்கிகட்டுவானோ", என மீரா கூற அனைவரும் சிரித்தனர்.

"சரி நான் ரூம் போயிட்டு ரெடி ஆகி வரேன். எல்லாரும் சார்ப்பா 12.45க்கு வெளியே இருக்கணும் இல்லைன்னா விட்டுட்டு போயிடுவேன்", நதியாள்.

"போனா நாங்க வரமாட்டோமா?", எனத் திலீப் கேட்டான்.

"வந்துக்க ஆனா பில் நீ தான் பே பண்ணிக்கணும்", நதியாள்.

"நான் இப்பவே வெளியே போய் நிக்கறேன் யாள்", என வெளியே சென்றான் திலீப்.

"மானத்த வாங்கறான்", என ஸ்டெல்லா தலையில் அடித்துக் கொண்டாள்.

"சரி சரி எல்லாரும் ரெடி ஆகி வாங்க", எனக் கூறிவிட்டு நதியாள் மீராவை இழுத்துக் கொண்டு நடந்தாள்.

"ஹே நில்லுங்க டி நாங்களும் வரோம்", என அவர்கள் பின்னே ஸ்டெல்லாவும் ரிஸ்வானா-வும் ஓடினர்.

இது தான் நம்ம நதியாளோட கேங்க். மீரா, ஸ்டெல்லா , ரிஸ்வானா பேகம், சஞ்சய், திலீப்.

அவர்கள் அனைவரும் தயாராகி வெளியே நிற்க, நதியும் மீராவும் ஹாஸ்டலில் இருந்து வந்துக் கொண்டு இருந்தனர்.

நதியாள குட்டி பொண்ணா பாத்தோம் இப்ப எப்படி இருக்கான்னு பாக்கலாம்.

அதே அதிகாலை மஞ்சள் நிறம் மெருகேறி பொன்னாக மிளிர்ந்தது, கூர்மையான விழிகள், எடுப்பான நாசி, ஐந்தடி 3 அங்குலம் உயரம், சற்று பூசினாற் போன்ற உடல்வாகு, இடுப்பிற்கு கீழ் தொங்கும் அடர்த்தியான கூந்தல் என யாரையும் மறுமுறை திரும்பி பார்க்க வைக்கும் தோற்றம்.

அருகிலேயே மீரா சராசரி உயரத்துடன் பளிச்சென்ற முகம், உயரத்திற்கேற்ற உடல்வாகு, நல்ல அழகி. தோழிகள் இருவரும் இணைபிரியாமல் தான் இன்னும் இருக்கிறார்கள்.

நதியாள் புளூ ஜீன்ஸ் மற்றும் கருப்பு சர்ட் அணிந்து வந்தாள். மீராவின் கையில் வெள்ளை ஸ்ரக் அவளுக்காக காத்திருந்தது.

மீரா சுடிதார் அணிந்து பாந்தமாக அருகில் நடந்து வந்தாள்.

"ஏய் மீரா . இன்னிக்கும் சுடியா? எடுத்து வச்ச ஜீன்ஸ் எல்லாம் எப்ப போடுவ?", நதியாள்.

"இன்னிக்கு போட்டுக்க தோணல. விடு அப்பறம் போட்டுக்கலாம்", மீரா.

"இப்படியே சொல்லு உனக்கு ஜீன்ஸ் எடுக்கிறதே வேஸ்ட்", நதியாள்.

"சரி நீயே போட்டுக்க அதையும்", மீரா.

"உனக்கு எடுத்து குடுத்துட்டு நானே போட்டுக்க, எனக்கே எடுத்துக்க மாட்டேனா?", நதியாள்.

"சரி விடு. இப்ப வா அடுத்த டைம் வெளிய போறப்ப போட்டுக்கறேன். இந்தா ஸ்ரக் இத போடு", மீரா.

"அப்பறம் பேசிக்கறேன் உன்ன", நதியாள் அவளை முறைத்தபடிக் கூறினாள்.

"வாங்க மேடம் இவ்வளவு நேரம் ஏன் லேட்?", திலீப்.

"நாங்க வெளியே போறமாதிரி நீட்டா ரெடியாகி வந்து இருக்கோம். நீ பிச்சைகாரனாட்டம் அப்ப இருந்து வெயில்ல நின்னுட்டு இருக்க. போய் ஒழுங்கா குளிச்சிட்டு வந்து சேரு", ஸ்டெல்லா.

"ஏய்ய்•••..", திலீப்.

"போடா•••.", ஸ்டெல்லா.

"ஓவரா பேசற", திலீப்.

"நீ ஓவரா நாறுர", என மூக்கை மூடியபடிக் கூறினாள் ஸ்டெல்லா.

"டேய் மச்சான் மூனு நாளைக்கு முன்ன தான் குளிச்சேன். அதுக்குள்ளயா ஸ்மெல் வருது", என சஞ்சய் அருகில் சென்றுக் காட்ட, அவன் பிடித்து தள்ளிவிட என்று அந்த இடம் களேபரம் ஆனது.

"நிறுத்துங்க டா", நதியாள்.

"அவன விட்டுட்டு போலாம் வா யாள்", ஸ்டெல்லா.

"கம்முனு இரு ஸ்டெல்லா", நதியாள்.

"இரண்டு பேரும் குளிச்சிட்டு நீட்டா வந்தா தான் அந்த ஹோட்டலுக்குள்ள விடுவாங்க. சீக்கிரம் வந்துடு சஞ்சய்", மீரா.

"மாட்டேன். நீங்க என்னை விட்டுட்டு போக பாக்கறீங்க", திலீப் அடம் பிடித்தான்.

"லூசு. போய் டீசென்டா ரெடி ஆகி வா. நானும் இங்க நிக்கறேன்", ஸ்டெல்லா.

"சரி நானும் மீராவும் மைக்கோட போறோம். நீங்க நாலு பேரும் சீக்கிரம் வந்து சேருங்க. ஒன் ஹவர் தான் டைம். ஸ்டெல்லா சீக்கிரம் இழுத்துட்டு வந்துடு", எனக் கூறி நதியாள் ஒரு ஸ்கூட்டியில் மீராவை அமரவைத்துக் கொண்டுச் சென்றாள்.

"சீக்கிரம் குளிச்சிட்டு வந்து தொல எரும. சஞ்சய் இவன இழுத்துட்டு போய் நீட்டா ரெடி பண்ணி கூட்டிட்டு வா", என ஸ்டெல்லா கூறினாள்.

"ஏன்டா எனக்கு பொண்ணா பாக்க போறீங்க நீட்டா ரெடி ப்ணணி கூட்டிட்டு வரசொல்றா",

திலீப்.

"அது ஒன்னு தான் இப்ப உனக்கு கொறச்சல். வச்சி இருக்கிற அரியர்ஸ் இந்த செம்லயாச்சும் கிளியர் பண்ணு", சஞ்சய்.

"ஏன்டி இப்ப இங்க என்னையும் உக்கார வச்ச?", ரிஸ்வானா.

"எனக்கு கம்பெனி குடுக்க உன்ன விட்டா யார் இருக்கா? சீக்கிரம் வந்துடுவாங்க போயிக்கலாம் ரிஸ்", ஸ்டெல்லா.

அங்கே அகரனும் சரணும் ஹோட்டலுக்குள் உள்நுழைந்தனர். காரை பார்க்கிங்கில் நிறுத்திவிட்டு வரும்படி சரணிடம் கொடுத்து விட்டு அகரன் வாசலில் நின்று இருந்தான்.

அந்த சமயம் நதியாள் மைக்கேல் கேங்குடன் அதே ஹோட்டலுக்குள் நுழைந்தாள்.

7

வாசலில் நின்றிருந்த அகரன் போன் வந்ததால் பார்கிங் ஏரியா பக்கம் இருந்த லானில் நடந்துக் கொண்டே பேசிக்கொண்டு இருந்தான்.

பார்கிங்கில் வண்டியை நிறுத்திய மைக்கேல் கேங் மற்றும் நதி லானில் காத்திருக்கலாம் என, அகரன் நடந்துக் கொண்டு இருந்த இடத்திற்கு அருகில், குழந்தைகள் விளையாடும் ஊஞ்சல் முதல் சறுக்குபாலம் எல்லாம் இருக்க அங்குச் சென்றனர்.

"ஏய்..... நான் தான் அங்க ஊஞ்சல்ல உக்காருவேன்", என மைக் ஓட அவனைத் தொடர்ந்து அனைத்து வானரமும் பின்னே ஓடியது.

"டேய் எருமைங்களா அது குழந்தைங்க உக்கார்ற ஊஞ்சல்.... காட்டெருமை கணக்கா இருக்கீங்க....... நீங்க எல்லாரும் அதுல உக்காராதீங்க, ஒடஞ்சிடும் டா", என மீரா கத்தி-னாள்.

"போ மீரா .... எத்தனை நாள் ஆச்சி ஊஞ்சலாடி. வீட்ல கேட்டா ஊஞ்சல் வாங்கி தரமாட்டேங்கறாங்க", எனக் கூறியபடி மைக்கின் நண்பன் அமுதன் ஒரு ஊஞ்சலில் ஆடத் தொடங்கினான்.

"மூனு கழுதை வயசாகுது உனக்கு. விளையாட ஊஞ்சல் கேட்டா திட்டாம இடுப்புல தூக்கி வச்சி கொஞ்சுவாங்களா மச்சி", எனக் கேசவன் நக்கலடித்தான்.

"டேய் கம்முனு இருங்க டா. மீரா அவங்க வரவரைக்கும் தானே.... நீயும் வா இந்த ஊஞ்-சல்ல உக்காந்துக்கோ", என அந்தப் பக்கம் இருந்த ஊஞ்சலைக் காட்டினான்.

"ஒடஞ்சா நீ தான் பொறுப்பு. பிரேகேஜ் காஸ்ட் உன்னதுன்னு சொல்லு வரேன்", மீரா.

"அதுல்லாம் முடியாது.... வேணும்னா ஆடுங்க இல்லையா விட்றுங்க", என மைக்கேல் கூறினான்.

"ஹேய் யாள்.... அங்க என்ன பண்ற?", மீரா.

"மீரா அங்க இருக்காரே அவர எங்கயோ பாத்தமாதிரி இருக்கு", என அகரனைக் கைக்-காட்டினாள் நதியாள்.

"யார டி சொல்ற?", மீரா.

"அதோ அங்க பாரு டி. அந்த நேவிபுளூ கோட் போட்டு இருக்காரே அவர் தான்", நதி-யாள் அகரனை கைக்காட்டிக் கூறினாள்.

அவளை யோசிக்கவிடாமல் மீரா ,"நாம வெளியே வரப்ப இந்தமாதிரி எங்கையாவது பாத்து இருப்ப. நீ வா அங்க பாரு அந்த குரங்கு கூட்டம் எல்லாம் ஊஞ்சல்ல ஆடிட்டு இருக்கு", என மைக்கேல் கேங்கைக் காட்டிக் கூறினாள்.

"இம்சை டி உங்கள வச்சிட்டு. வா", என அவர்களை நோக்கி நடந்தாள் நதியாள். அத்து-டன் நதியின் சிந்தனை தடைப்பட்டது.

அங்கு சென்றவள் நான்கு ஊஞ்சலிலும் குரங்கு போல தொத்தி கொண்டிருந்தவர்களைப் பார்த்துவிட்டு, " நமக்கு ஊஞ்சல் இல்லாம போச்சே.... அந்த ஹேன்சம்அ வேடிக்கை பாத்துட்டு ஊஞ்சல விட்டுட்டியே நதி", என மனதிற்குள் பேசிக்கொண்டாள்.

"ஐ .... சறுக்குமரம்.... நான் அதுல விளையாட போறேன். மீரா நீயும் வா", என நதியாள் அதை நோக்கி ஓடினாள்.

மீரா தலையில் அடித்துக் கொண்டு,"போயும் போயும் இவளை இவனுங்கள திட்ட கூட்டிட்டு வந்தேன் பாரு, என்னை அடிக்கணும்", என முணுமுணுத்தாள்.

"மீரா அது கால்ல இருக்கு", என நதியாள் அங்கிருந்து கத்தினாள்.

"இங்க வா உன்ன அடிக்கறேன்", மீரா.

நதியாளின் கத்தலில் திரும்பி பார்த்த அகரன், அவள் சறுக்குமரத்தில் விளையாடுவதைப் பார்த்தான்.

மீரா தலையில் கைவைத்தபடி நிற்பதும், மற்றவர்கள் ஊஞ்சலில் ஆடுவதும், அவள் கத்திக்-கொண்டு விளையாடுவதும் அகரனின் முகத்தில் புன்னகைப் பூக்க வைத்தன.

தனியாக சிரித்துக் கொண்டு இருந்த அகரனை சரண் தோளில் தட்டி,"அங்க என்னடா

பாத்துட்டு இருக்க?", எனக் கேட்டான்.

"காலேஜ் ஸ்டுடண்ஸ் போல டா. ஜாலியா விளையாடிட்டு இருக்காங்க. நாம அதலாம் மிஸ் பண்றோம்லனு தோணுது", அகரன்.

"வேணும்னா வா நாமலும் இப்ப அங்க போய் அவனுங்க கிட்ட சண்டை போட்டு ஊஞ்சல் ஆடலாம். அந்த பொண்ண தள்ளி விட்டுட்டு சறுக்குமரத்துல சொய்ங்னு கீழ வரலாம் மேல ஏறலாம்", சரண்.

"டேய்... அவங்க சின்ன பசங்க விளையாடறாங்க.. நாமலும் அப்டி விளையாட முடியுமா அதுவும் இந்த ஹோட்டல்ல", அகரன்.

"ஏன் இந்த ஹோட்டல்ல விளையாடக்கூடாதா?", சரண்.

"நம்ம கம்பெனிக்கு அடுத்த ப்ராஜெட் இதுவும் தான்", அகரன்.

"இதுக்கு எப்படா கொடேசன் அனுப்புன?", சரண்.

"பர்சனல்-ஆ இங்க சிலத மட்டும் டிசைன் பண்ண சொல்லிக் கேட்டு இருக்காங்கடா. இனிமே தான் கொடேசன், டிசைன்லாம் ரெடி பண்ணணும்", அகரன்.

"சரி வா முதல்ல சாப்ட போலாம்", என சரண் திரும்ப அமுதனை கேசவன் துரத்திக் கொண்டு வர, சரணை இடித்து மூவரும் கீழே விழுந்தனர்.

"ஹேய்.... ஸ்டுபிட்ஸ்.... அறிவில்ல இப்படி தான் பப்ளிக் ப்ளேஸ்ல ஓடி வந்து தள்ளிவி-டுவீங்களா?", சரண் திட்டிக் கொண்டே எழுந்தான்.

"சாரி சார் தெரியாம இடிச்சிட்டோம்", அமுதன்.

"கண்ணு தெரியுதா இல்லையா உங்களுக்கு ?", சரண் திட்டினான்.

"ஹலோ மிஸ்டர். அவங்க தான் சாரி சொல்றாங்கல்ல அப்பறமும் ஏன் வார்த்தைய விட-றீங்க?", எனக் கேட்டபடி நதியாள் வந்தாள்.

"தள்ளிவிட்டுட்டு சாரி கேட்டா போதுமா?", சரண்.

"வேற என்ன பண்ணணும்னு சொல்றீங்க? உங்களுக்கு தான் ஒன்னும் ஆகலல்ல", நதியாள்.

"ஏன் எதாவது ஆகணும்னு ஆசைபடறீங்களா?", சரண்.

"டேமேஜ் ஆனா ஆஸ்பத்திரியில சேத்துடறோம் பில்லும் கட்டிடறோம். அதான் அடிபட-லல்ல சும்மா கத்தாதீங்க சார்", நதியாள்.

"இங்க பாரு பாப்பா ஓவரா பேசாத. நான் யாருன்னு தெரியாம பேசிட்டு இருக்க", சரண்.

"தெரியாது தான் அதுக்கு என்ன இப்ப? ஏதோ எங்க மேல தப்பு இருக்குன்னு அமைதியா பேசினா ஓவரா பேசறீங்க. என்ன முடியுமோ பண்ணிகோங்க. வாங்கடா அமுதா கேசா", என அங்கிருந்து நகர்ந்தாள் நதியாள்.

போகும் பொழுது அகரனை ஒரு பார்வை பார்த்துவிட்டு அவனைக் கடந்து சென்றாள். அந்த பார்வையில் இருந்தது என்னவென்று அவனும் அறியவில்லை, அவளும் அறிய-வில்லை.

அவள் அருகில் வருவது முதல் பேசியது, முறைத்தது , சரணிடம் மல்லுக்கு நின்றது, திமி-ருடன் பதில் கொடுத்தது என அனைத்தும் அமைதியாகப் பார்த்துக் கொண்டு அல்ல அல்ல இரசித்துக் கொண்டு இருந்தான் அகரன். ஓர் நொடியில் ஓராயிரம் கதை சொல்லும் கண்-கள் என காவியத்தில் படித்திருக்கிறான் நிஜத்தில் அந்த நொடி கண்டுவிட்டான்.

அவளின் நிமிர்ந்த நடையிலும், திமிரான பார்வையிலும், பயமில்லா இதயத்தாலும் அகரன் கவரப்பட்டான் அவனறியாமலே.

"ஏன்டி இப்படி பேசற? கொஞ்சம் பொறுமையா பேசி இருக்கலாம்ல?", மீரா.

"பின்ன என்ன தெரியாம இடிச்சி மூனு பேரும் தானே கீழ விழுந்தாங்க. சாரி சொன்னா சரின்னு விடணும். தேவையில்லாம வார்த்தைய விட்டா இப்படிதான்", நதியாள்.

"டேய் எரும மாடுங்களா. உங்களால தான் இப்ப பிரச்சனை. கம்முனு நடந்து வரமுடியாதா உங்களால?", மீரா அவர்களை திட்டினாள்.

"மீரா...", நதியாள் முறைத்தாள்.

"விடு யாள். அவங்க வந்துட்டாங்க பாரு", மைக் ஹோட்டல் வரவேற்பு கட்டிடம் அருகில் சென்றான்.

"ஸ்டெல்லா ஏன் லேட்?", நதியாள்.

"இந்த திலீப் தான் பொண்ணு பாக்க போறமாதிரி ரெடி ஆகறான். இழுத்துட்டு வரதுக்குள்ள போதும் போதும்னு ஆகிடிச்சி", ஸ்டெல்லா.

"சரி வாங்க உள்ள போலாம்", சஞ்சய்.

அவர்கள் உள்ளே செல்லும் வரையில் ஒரு வார்த்தை கூட பேசாமல் அகரனின் பார்வை அவர்கள் மேலேயே இருந்தது.

"சார் சைட் அடிச்சி முடிச்சிட்டீங்களா?", சரண் முறைத்துக் கொண்டே கேட்டான்.

"இல்லடா ... அதுக்குள்ள உள்ள போய்டாங்க", எனக் கூறி நாக்கைக் கடித்தான் அகரன்.

"இங்க ஒருத்தன் கீழே விழுந்து கடக்கறேன்.... என்னையும் தூக்கி விடல..... அவங்கள ஒரு வார்த்தை கூட திட்டல நீயெல்லாம் பிரண்டா டா?", சரண்.

"அதான் அவங்க சாரி சொல்லிட்டாங்கல்ல", அகரன்.

"சாரி சொன்னா விட்றணுமா?", சரண்.

"சும்மா அதையே பேசாத டா. தெரியாமத்தான் இடிச்சாங்க. சின்ன விஷயத்துக்கு சின்ன பசங்க கிட்ட மல்லுக்கு நின்னா இப்படிதான் ஆகும். வா உள்ள போலாம்", அகரன் அவனை இழுத்துக் கொண்டு உள்ளே வந்தான்.

ரெஸ்டாரெண்ட் உள்ளே நுழைந்ததும் எரிந்து கொண்டிருந்த விளக்குகள் அனைத்தும் அணைந்துவிட, அகரனும் சரணும் அப்படியே நடையின் வேகத்தைக் குறைத்தனர்.

"ஹேப்பி பர்த்டே டூ யூ.... ஹேப்பி பர்த்டே டூ யூ. ஹேப்பி பர்த்டே டியர் மைக்கேல்.... ஹேப்பி பர்த்டே ஹேப்பி பர்த்டே ஹேப்பி பர்த்டே டூ யூ காட் பிளஸ் மை டியர் மைக்கேல்", எனப் பிறந்தநாள் வாழ்த்து பாடியபடி நதியாளும், ரிஸ்வானாவும் கேக்கை எடுத்துக் கொண்டு வந்தனர்.

மெழுகுவர்த்தி வெளிச்சத்தில் நதியாளைக் கண்ட அகரனின் மனதில் ஏதோ இடம்மாறி நழுவியதாகத் தோன்றியது.

அகரன் அசையாமல் நிற்பதைக் கண்ட சரண் அவன் நோக்கிய திசையில் பார்க்க, ரிஸ்வானா அவன் கண்களுக்கு தேவதையாகத் தெரிந்தாள்.

ரிஸ்வானா ஐந்தரை அடி உயரம், அல்லிமலரின் நிறம் கொண்டதோடு, மெல்லிய இடை

கொண்டவள். அவளின் கண்களை கண்ட சரண் அவளிடம் மனதைப் பறிக்கொடுத்தான்.

"கேக் கட் பண்ணு மச்சி", நதியாள்.

"ஹேய்... உனக்கு எப்படி தெரியும்... என் பர்த்டே இன்னிக்கு தான்னு?", மைக்கேல்.

"நீ பர்த் சர்டிபிகேட்ல இருக்க டேட் இல்லைன்னு சொன்னதும் அப்பா கிட்ட கேட்டேன் சொல்லிட்டாரு", நதியாள் சிரித்துக்கொண்டே கூறினாள்.

"கேள்வி கேட்டது போதும் மச்சி கேட் கட் பண்ணி குடுடா", கேசவன்.

"அலையாதீங்க டா", மீரா.

"சீக்கிரம் மைக்", திலீப்.

"எல்லாம் சோத்து மூட்டைங்களா இருக்குங்க", என ஸ்டெல்லா தலையில் அடித்துக் கொண்டாள்.

"ஏன் உனக்குலாம் பசிக்காதா?", திலீப்.

"சண்டைய நிறுத்துங்க டா", சஞ்சய்.

"அடச்சே வாயமூடுங்க எல்லாரும். மைக் நீ கேக் கட் பண்ணு டா", நதியாள்.

மைக் கேக் கட் பண்ணியதும், அவர்களுக்குள் ஊட்டி விட்டுக்கொண்டனர். பின் அருகில் இருந்தவர்களுக்கும் பீஸ் கேக் கொடுக்கப்பட்டது. அங்கிருந்த மற்றவர்களுக்கும் சர்வர்கள் மூலமாக அனுப்பட்டது.

"பாத்தியா மச்சான். பர்த்டே செலப்ரேசன் எப்படியெல்லாம் பிளான் பண்றாங்க", அகரன்.

"ஆமா மச்சி. பொண்ணுங்க எல்லாமே சூப்பர் அந்த ரவுடிய தவிர", என நதியாளைக் கைக்காட்டினான் சரண்.

"அந்த பொண்ணுக்கு என்னடா குறைச்சல்? அவளும் நல்லாதான் இருக்கா", அகரன்.

"குறையே இல்ல வாயும் சேர்த்து", சரண்.

"சரி சாப்டு. வேலை இருக்கு. ஸ்வப்னா கால் பண்ணா", அகரன்.

"என்ன விஷயம்?", சரண்.

"ஆபீஸ்ல போய் பேசிக்கலாம் சாப்டு", அகரன்.

"ஆர்டர் பண்ணுடா முதல்ல", சரண்.

"ஹேய்ய்ய்ய்ய்..... அது எனக்கு... அந்த லெக்பீஸ் எனக்கு ...... அந்த பிஷ் பிரை இங்க வை", என நம் வானர பட்டாளம் கூச்சல் போட்டுக் கொண்டிருந்தது.

"அங்க பாரு மொத்த ரெஸ்டாரெண்ட் ஐட்டம்ஸ்யும் அங்க தான் இருக்கு", சரண் அவர்க-ளைக் காட்டினான்.

"உனக்கு அதுல எல்லாம் ஒரு பிளேட் வேணும் அவ்வளவு தானே", அகரன்.

"ஹீஈஈஈஈஈஈஈ...... ககககபோ", சரண்.

"மூடு.... வழியுது", அகரன் .

சாப்பாட்டை ஆர்டர் கொடுத்துவிட்டு நதியாள் கேங்கை இருவரும் பார்த்துக் கொண்டு இருந்தனர்.

"மீரா இந்தா எடுத்துக்க....", என அமுதன் ஒரு பிளேட்டை அவள் பக்கம் தள்ளினான்.

மைக் பிளேட்டில் இருந்து திலீப்பும் யாளும் அவனுக்குத் தெரியாமல் சிக்கன் பிரையை எடுத்துச் சாப்பிட்டுக் கொண்டு இருந்தனர்.

"அங்க பாத்தியா எப்படி திருடி சாப்பிடறான்னு", சரண் நதியாளைச் சுட்டிகாட்ட, அகரன்," நீ பிளேட்டையே தூக்கிட்டு போறதுலாம் மறந்துபோச்சா?", என முறைத்துக் கொண்டே கேட்டான்.

"ஹீஈஈஈஈஈஈ....அதுல்லாம் ஏன் மச்சி இப்ப சொல்ற? அது எப்பவோ பண்ணது", சரண் சமாளித்தான்.

"போன வாரம் பண்ணது தான்", அகரன் முறைத்துக் கொண்டு கூறினான்.

"சரி விடு மச்சி. தோ நம்ம ஆர்டர் பண்ணது வந்துடிச்சி", என உண்ண ஆரம்பித்தான் சரண்.

அகரனும் அங்கொரு கண் இங்கொரு கண் என சாப்பிட ஆரம்பித்தான்.

சாப்பிட்டு முடித்தவுடன் நதியாள் மற்றவர்களை வெளியே அனுப்பிவிட்டு மேனேஜரைக் காணச் சென்றாள்.

"எதுக்கு மேனேஜர பாக்க போறா?", சஞ்சய்.

"நைட்டுக்கு எதாவது பார்சல் வாங்கிட்டு வருவாளோ?", திலீப்.

"நீ திங்கறதுலயே இரு", என ஸ்டெல்லா அவனைக் கலாய்த்தாள்.

"அவ பில் செட்டில் பண்ண போய் இருக்கா", ரிஸ்வானா.

"மைக் தான் கட்டிட்டானே", கேசவன்.

"பர்த்டே செலப்ரேசனுக்கு, கேக்குக்கு எல்லாம் தனியா குடுக்கணும்", ரிஸ்வானா.

"எப்ப வந்து அரேஞ்ச் பண்ணா இத?", அமுதன்.

"ஒரு வாரம் முன்னாடி", மீரா.

அங்கே மேனேஜர் அறையில் நதியாள்,"மே ஐ கம் இன் சார்".

"எஸ் கம் இன்", மேனேஜர்.

"ஹலோ சார்.... குட் நூண்", நதியாள்.

"குட் நூண் மா. எப்படி போச்சு பர்த்டே செலப்ரேசன்?", மேனேஜர்.

"நல்லா இருந்தது சார். மெனுவும் நான் சொன்னமாதிரியே செஞ்சு குடுத்தாங்க. அதான் தேங்க் பண்ணிட்டு போகலாம்னு வந்தேன்", நதியாள்.

"அதுதான் நம்ம ரெஸ்டாரெண்டோட ஸ்பெஷாலிட்டி. நீங்க என்ன கோர்ஸ் படிக்க-றீங்க?",மேனேஜர்.

" ஆர்கிடெக்ட் அண்ட் இன்டீரியர் டெகரேசன் சார்", நதியாள்.

"ஓ நைஸ்.....இது பைனல் இயரா?", மேனேஜர்.

"ஆமா சார்", நதியாள்.

"ஓகே. ஆல் த பெஸ்ட் . ரீச் ஹை இன் லைப்", எனக் கைக்குலுக்கினார் மேனேஜர்.

"தேங்க்யூ சார்.. ஓகே சார் . நான் வரேன்", என அங்கிருந்து கிளம்பினாள் நதியாள்.

"ஹாய் பக்கீஸ்... வாங்க போலாம்", நதியாள்.

"ஹேய் யாள். நாங்க வரதுக்கு முன்ன சண்டையாம். என்ன சண்டை?", ஸ்டெல்லா.

"சண்டைன்னு சொன்னவங்க என்ன சண்டைன்னு சொல்லலியா?", நதியாள் சிரித்துக்கொண்டே கேட்டாள்.

"நீ சொல்லு", ஸ்டெல்லா.

"அது இந்த ரெண்டு குரங்குகளும் குதிச்சிட்டு வந்து ஒரு தடிமாட இடிச்சி கீழ தள்ளிட்டானுங்க. அந்த தடிமாடு சாரி கேட்டா விடணும்ல ஓவரா பேசினான் முடிஞ்சத பண்ணிக்கன்னு சொல்லிட்டேன். சில்லி பெலோ", நதியாள்.

"யாரு டி அது?", ஸ்டெல்லா.

அங்கே சுற்றும் முற்றும் பார்த்தவள் பார்கிங் நோக்கி சென்று கொண்டிருந்தவர்களைச் சுட்டிக்காட்டினாள்.

"அதோ அங்க இரண்டு பேர் போறாங்கள்ள அதுல கோட் போடாதவன்", நதியாள்.

ஸ்டெல்லா திரும்பி பார்க்கும் பொழுது அகரன் கோட்டை கழட்டி இருக்க மீண்டும் அடையாளம் காட்டச் சொல்லி நச்சரித்தாள்.

" அந்த மெரூன் சர்ட்", நதியாள்.

"ம்ம்... ரெண்டு பேரும் பாக்க சூப்பரா தான் இருக்காங்க. யார் அவங்க?", ஸ்டெல்லா.

"போய் விசிட்டிங் கார்ட் வாங்கி பாரு. அட்ரஸ் போன் நம்பர் எல்லாமே தெரிஞ்சிக்கலாம்", மீரா நக்கலாகக் கூறினாள்.

"பாத்துடலாமா ரிஸ்?", ஸ்டெல்லா.

"ஹேய்... என்னை ஏன் இதுல இழுக்கற?", ரிஸ்வானா பதறியபடிக் கேட்டாள்.

"நீ இல்லாம நான் எங்கயாவது போய் இருக்கேனா ரிஸ்?", நவரசம் பொங்கப் பேசினாள் ஸ்டெல்லா.

"ஏன் நேத்து போல சினிமாக்கு?", நதியாள்.

"அது வேற இது வேற. நீ வா ரிஸ் போய் பசங்க யாரு என்னனு விசாரிச்சிட்டு மெரட்டிட்டு வரலாம்", ஸ்டெல்லா.

"நான் வரல", ரிஸ்வானா நதியாளின் பின்னே பதுங்கினாள்.

"என்னை தள்ளிவிட்றாதீங்க டி ரெண்டு பேரும் சேர்ந்துட்டு", நதியாள்.

"வா ரிஸ்", என ஸ்டெல்லா அவளை இழுத்தாள்.

"அப்ப நதியும் வந்தா நான் வரேன்", ரிஸ்வானா.

"அம்மா தாயிங்களா கம்முன்னு இருங்க. ஆணிய புடுங்க வேணாம். இவள பாத்தா அந்த ஆளு மறுபடியும் சண்டை போட ஆரம்பிச்சிட போறான். யாரையும் நீங்க விசாரிக்க வேணாம். கிளம்புங்க", மீரா.

"கம்முன்னு இரு மீரா. நாங்க மூனு பேரும் போறோம்", என ஸ்டெல்லா நதியையும், ரிஸ்வானாவையும் இழுத்துக் கொண்டு சென்றாள்.

"இரு டி", நதியாள் கத்திக்கொண்டே வந்தாள்.

ஸ்டெல்லா இழுத்து கொண்டு ஓடியதில் அவர்கள் அருகில் சென்று சடாரென நிற்க முடியாமல் நதியாள் அகரனின் மேல் விழப் போன சமயம் ஸ்டெல்லா ," யாள் ", எனக் கத்த அகரன் பின்னால் திரும்பி நதியாளை இடைத்தாங்கினான்.

"சாரி சார் ஓடி வந்ததுல சடனா நிக்க முடியல", என நதியாள் கூறிக்கொண்டே நேராக நின்றாள்.

"உங்களுக்கு எல்லாம் நடந்து வரவே தெரியாதா? ஓடி வந்து நிக்கத்தெரியாம அடுத்தவன

தள்ளி விடறது தான் வேலையா?", சரண் பொறிந்துத் தள்ளினான்.

"உன்மேலயா விழுந்தேன் இவர் மேல தானே விழுந்தேன். சும்மா டைனோசர் கணக்கா வாய தொறக்காத. வாய உடச்சிருவேன்", நதியாள் எகிறினாள்.

"அந்த அளவுக்கு தைரியம் இருக்கா உனக்கு. வா இன்னிக்கு நீயா நானான்னு பாத்துட-றேன்", என சரண் சட்டையின் கையை மேலேற்றி விட்டு முன்னே வந்தான்.

"வா பாக்கலாம்", என நதியாளும் கையை மடக்கினாள்.

"அய்யய்யோ... இவள இழுத்துட்டு வந்து இன்னொரு பிரச்சனை வந்துரிச்சே .. இப்ப என்ன பண்றது", என ஸ்டெல்லா மனதில் புலம்பினாள்.

இங்கே நதியாள் சட்டையின் கையை மேலேற்றி மடக்கியதும் மைக், சஞ்சய் ,மீரா மூவரும் ஓடிவந்தனர்.

"என்னாச்சி யாள்?", மைக்.

"இந்த ஆள் ஓவரா பேசறான்", எனச் சரணைக் காட்டினாள்.

"என்ன சார் அதான் அப்பவே சாரி கேட்டுட்டோம்ல. இன்னும் ஏன் பிரச்சினை பண்றீங்க?", மைக்.

"அது இல்ல. இந்த பொண்ணு ஓவரா பேசுது. என் பிரண்ட் மேல விழுந்து இருக்கும் இன்-னேரம். ஒழுங்கா நடந்து வரத்தெரியாதான்னு கேட்டா எகிறுது", சரண்.

"யோவ் நீ தான் ஓவரா பேசற. அதான் சாரி கேட்டுட்டேன்ல. அவரே கம்முன்னு இருக்காரு நீ ஏன் சும்மா கத்திட்டு இருக்க?", நதியாள் அகரனின் கையைப் பிடித்து இழுத்து அருகில் நிறுத்தினாள்.

"என்ன யோவ் ஆ? உன்ன இன்னிக்கு அடிச்சு பொளக்காம விடமாட்டேன்", என சரண் கீழே அடிக்க பொருள் தேடினான்.

"ஹேய் யாள் கம்முனு இரு. அண்ணா சாரி அண்ணா", என மீரா சரணிடம் கேட்டாள்.

"மீரா நீ ஏன் சாரி கேக்கற?", நதியாள்.

"நீ கொஞ்ச நேரம் அமைதியா இரு யாள்", மீரா.

இவர்கள் கூட்டமாக பேசுவதைப் பார்த்து கேசவன், அமுதன், திலீப்பும் வந்துவிட்டனர்.

"சார் என்ன இப்ப உங்களுக்கு அதான் அவரே கம்முன்னு இருக்காருல்ல. விடுங்க. கிளம்புங்க", சஞ்சய்.

"டேய் அகர்.. அகர்....", சரண் அகரனை உழுக்கினான்.

தன்னிலை வந்தவன் நதியாளிடம் கை நீட்டினான் ," ஹாய் ஐ ம் அகரன்".

அவனை யோசனையாக பார்த்து கொண்டே," ஐ ம் நதியாள்", என இருவரும் கைக்குலுக்கினர்.

சில விநாடிகள் இருவரும் மௌனமாக கையைப் பிடித்தபடி நின்றுவிட்டனர். கை ஸ்பரிசத்தில் ஏதேனும் தகவல் பறிமாறப்பட்டதோ?

கண்கள் எதிர்கொண்டதில் தான் இருவரும் தங்களை இடம்மாற்றி கொண்டனரோ?

8

கைக்குலுக்கிய இருவரும் சிறிது நேரத்தில் தன்னிலை திரும்பினர்.

"சார் நான் உங்க கிட்ட சாரி சொல்லிட்டேன். ஆனா இந்த ஆள் ஓவரா பேசறாரு", நதியாள்.

"சாரி மேடம். அவனுக்காக நான் சாரி கேட்டுக்கறேன். பை த வே நீங்க எந்த காலேஜ் ?", அகரன் அவளின் விவரங்கள் அறியும் நோக்கில் கேட்டான்.

"நாங்க ********* காலேஜ்ல படிக்கறோம் சார், ஆர்கிடெட் அண்ட் இன்டீரியர் டிசைன் டிபார்மெண்ட். அண்ட் ஐ ம் சஞ்சய்", என சஞ்சய் கைநீட்டினான்.

"ஹாய்", என கைகுலுக்கிய அகரன் மற்றவர்களையும் அறிமுகபடுத்திக் கொண்டான் சஞ்சய் உதவியுடன்.

"ஓகே.... ஹேட் எ நைஸ் டைம் வித் யூ. இது என் கார்ட். வில் மீட் சம்டைம்", என அகரன் தன் விசிட்டிங் கார்டை தந்தான்.

"ஓகே சார் பாய்", என அனைவரும் கூறினர்.

"பாய் ரீனா", என சரண் அவளிடம் தனியாக கூறினான், அதை கண்களில் சற்று மிரட்சியுடன் பார்த்தாள் ரிஸ்வானா.

நதியாள் அதைக் கவனித்து அவனை முறைத்தாள்.

"ஓகே மிஸ் நதி. பாய்", அகரன்.

"நதியாள் கால் மீ பை புல் நேம் இட்செல்ப். உங்க பிரண்ட் ஆர் கொலீக் இவரை ஜாக்கிரதையா இருக்க சொல்லுங்க. இப்படி பேசினா எல்லாரும் கம்முன்னு இருக்கமாட்டாங்க. பர்ஸ்ட் எப்படி பேசணும்னு சொல்லிக்குடுங்க. பாய்", நதியாள் கூறித் திரும்பி நடக்கத்

தொடங்கினாள்.

அவள் தன் சட்டையின் கையை இறக்கியபடி ஒருமுறை அகரனை திரும்பிப் பார்த்துவிட்டு நடந்தாள்.

அவளை தொடர்ந்து மற்றவர்களும் ஓடினர் அவள் பின்னே.

"ஹேய் யாள்.... நில்லு... நில்லுன்னு சொல்றேன்ல", மீரா இழுத்து அவளை நிறுத்தினாள்.

"ஏன் இப்படி ஹார்ஸ்ஆ பேசிட்டு வந்த? அவர் எவ்வளவு பொலைட்ஆ பேசினார். அந்த இடத்துல வேற யாராவது இருந்தா இன்னேரம் எவ்வளவு பிரச்சினை ஆகி இருக்கும் தெரியுமா? அவர்கிட்டயே அவர் பிரண்ட்க்கு பேச சொல்லி குடுங்கன்னு சொல்லிட்டு வர", மீரா.

"மீரா இப்ப ஏன் நீ யாள்-அ திட்ற?", மைக்கேல்.

"நீ கம்முன்னு இரு மைக். எத்தனை தடவை சொல்றது இப்படி பிஹேவ் பண்ணாதன்னு. இவ கேக்கறாளா? கொஞ்சம் பொறுமையா போனா என்ன?", மீரா.

"அப்படியெல்லாம் என்னால பொறுமையா இருக்கமுடியாது. எதுக்கு முதல்ல நான் பொறுமையா இருக்கணும்? ஓவரா பேசினது அவன் தான். அதுக்கு பதில் தான் சொன்னேன்", நதியாள்.

"அப்படி இல்ல யாள். இவ்வளவு ஹார்ஸ்ஆ பேசாத. அது நல்லது இல்ல", மீரா.

"அம்மா தாயே கிளம்புங்க எல்லாரும் காலேஜ் போய் சண்டைய கன்டினியூ பண்ணிக்கலாம்", திலீப்.

"எல்லாம் இவளால வந்தது கம்முன்னு இருந்தவள இழுத்துட்டு போய் பிரச்சினைய இழுத்துட்டு வந்துட்டா", என ரிஸ்வானா ஸ்டெல்லாவைத் திட்டினாள்.

"சரி சரி கிளம்புங்க", என நதியாள் சஞ்சயின் பைக்கில் உட்கார்ந்தாள்.

"ஏய்... எதுக்கு இப்ப பைக்ல ஏறுற? இறங்கு ஸ்கூட்டில போலாம்", மீரா.

"நான் பைக்ல தான் வருவேன். ரொம்ப நாள் ஆச்சி மீரா. வா ஜாலியா ஒரு லாங் டிரைவ் போலாம்", என நதியாள் சிறுபிள்ளையாய் கெஞ்சினாள்.

"உன்கூட பைக்ல .... லாங் டிரைவ்..... அதுவும் நானு.... உன்ன நம்பி?", மீரா இடுப்பில்

கை வைத்து அவளைப் பார்த்துக் கேட்டாள்.

"சரி வரலன்னா போ... யாரு வரீங்க என்கூட பைக்ல? கைய தூக்குங்க", நதியாள் மற்ற-வர்களைப் பார்த்துக் கேட்டாள்.

"நானு.... நானு...", என ஸ்டெல்லா, சஞ்சய், மைக், திலீப் நால்வரும் கத்தினர்.

நதியாள் மீராவை பார்த்துக் கண்ணடித்துவிட்டு, "உங்க நாலு பேர்ல யாருன்னு டிசைட் பண்ணிட்டு 2 நிமிஷத்துல வண்டில ஏறுங்க", எனக் கூறியபடி கண்களில் கூலர்ஸைப் போட்டாள் நதியாள்.

"போன டைம் நீ தான் போன அதனால நான் போறேன்", என திலீப் கூற," இல்ல நான் தான்", என ஸ்டெல்லா கூறினாள்.

"டேய் பர்த்டே எனக்கு சோ நான் தான் போவேன்", மைக்கேல்.

"டேய் பர்த்டே வ டெத்டே ஆகிறபோது பாத்து", கேசவன் மைக்கேலை ஓட்டினான்.

"வாய மூடு எரும. என்ன பேச்சு பேசற நீ? இன்னிக்கு நீ தான் வா", என நதியாள் அவனை அழைத்தாள்.

"அய்யய்யோ... நான் மாட்டேன். என் அம்மாக்கு நான் ஒரே பையன்", என பின்னால் நகர்ந்தான் கேசவன்.

"உனக்கு தான் ஒரு அண்ணனும் தம்பியும் இருக்காங்களே மச்சி", என அமுதன் கோர்த்-துவிட்டான்.

"அப்பறம் என்ன உனக்காக சொத்து சேக்கற வேலை மிச்சம் அவங்களுக்கு. உன் பங்கையும் அவங்க வச்சிக்கட்டும். நிம்மதியா இருப்பாங்க", மைக்கேல்.

"கொலகாரப்பாவி.... ட்ரீட்னு சொல்லி கூட்டிட்டு வந்து இந்த ராட்சசி கிட்ட மாட்டிவிட-றியே ... நீயெல்லாம் ஒரு பிரண்டா டா?", கேசவன்.

"நாங்க உயிர் நண்பன் மச்சி. அதான் உயிர எடுக்க பிளான் போடுறோம்", என அமுதன் கூறினான்.

"போடாங்ங்ங்......", கேசவன்.

"டைம் ஆச்சி ஏறு கேஷ்", நதியாள்.

"என்னை விட்று தெரியாம சொல்லிட்டேன்", எனக் கேசவன் கைக்கூப்பினான்.

"அதுல்லாம் முடியாது. வண்டில ஏறு உயிருக்கு சேதாரம் ஆகாம உன்ன காலேஜ்ல விட்டுடறேன்", நதியாள் அவனை இழுத்து வந்து வண்டியில் ஏற்றினாள்.

"டேய் மச்சான் காப்பாத்துடா", என மைக்கேலைப் பார்த்துக் கெஞ்சினான் கேசவன்.

"முடியாது. என்ஜாய் மச்சான்", என மைக்கேல் டாடா காட்டினான்.

"பாய் காய்ஸ்.... காலேஜ்ல மீட் பண்ணலாம்", எனக் கூறி நதியாள் பைக்கை ஸ்டார்ட் செய்தாள்.

அங்கிருந்து கிளம்பிய நதியாள் மெயின்ரோட்டில் பல்சரின் அதிகபட்ச வேகத்தைத் தொட முயற்சித்துக் கொண்டிருந்தாள்.

அவளின் பின்னால் அமர்ந்திருந்த கேசவன் தன் குலதெய்வத்தை வேண்டிக்கொண்டு இருந்தான், "அய்யா கருப்பசாமி என்னை பத்திரமா கொண்டு போய் சேர்த்துடுபா உனக்கு கெடா வெட்டி பொங்கல் வைக்கிறேன்", எனச் சத்தமாகக் கூறினான்.

"எத்தனை கெடா மச்சி வெட்டுவ? அடுத்த மாசம் செம் ஸ்டடி லீவ் வருது அப்ப வெட்டு நானும் வரேன்", நதியாள் கேசவனைக் கேட்டாள்.

"நீ என்ன பத்திரமா கொண்டு போய் விட்று நீ என்ன கேட்டாலும் செஞ்சி தரேன் யாள்", கேசவன்.

"சரி இன்னும் பத்து கீ.மீ தான். உன் உடம்புல கீறல் கூட விழாது. நான் கியாரண்டி", எனக் கூறி வண்டியை வளைத்து வளைத்து ஓட்டினாள்.

சிறிது நேரத்தில் அவளின் வேகத்துடன் கூடிய நிதானம் கண்டு கேசவன் சற்று ஆசுவாசமுச்சை விட்டான். அவள் பைக் ஓட்டும் அழகு நிச்சயம் யாரையும் திரும்பிப் பார்க்க வைக்கும். அத்தனை லாவகமாக அனுபவித்து பைக் ஓட்டிக்கொண்டு இருந்தாள் அவள்.

டிராபிக் ஏரியாவை தாண்டி சென்ற நதியாள் ஊரின் எல்லை வரை சென்று காலேஜை நோக்கி வண்டியைத் திருப்பினாள்.

அங்கே அகரனை அப்படியே விட்டுவிட்டு வந்துட்டோம் ஒரு எட்டு பாத்துட்டு வரலாம்...

"டேய்..... டேய் அகர்.....", என சரண் அவனை உலுக்கினான்.

"என்னடா?", அகரன்.

"போதும் பாத்தது. அவங்க கிளம்பிட்டாங்க. வா போலாம்", சரண்.

பெருமூச்சு விட்டுபடி காரின் கதவைத் திறந்து அமர்ந்துக் காரை கிளப்பினான் அகரன்.

"என்ன சாருக்கு பெருமூச்சு பலமா இருக்கு?", சரண்.

"நீ அந்த ரிஸ்வானா பொண்ண பாத்து விட்டத விடவா?", அகரன் ஒரு புருவத்தை உயர்த்திக் கேட்டான் அகரன்.

"அய்யய்யோ பாத்துட்டான் போலவே.... அது ஒன்னும் இல்ல மச்சான். பொண்ணு அழகா இருந்தது. அதான்...", சரண் வழிந்தான்.

"போதும் தொடச்சிக்க. நீ விட்ட ஜொல்லுக்கு அந்த நதியாள் இன்னொரு சண்டை இழுத்து இருந்தா இன்னேரம் நீ ஹாஸ்பிடல்ல தான் இருப்ப காயத்தோட", அகரன் சிரித்துக்கொண்டே கூறினான்.

"அவ அவ்ளோ பெரிய அப்பாடக்கரா? வரசொல்லு ஒரு கை பாத்துடறேன்", சரண்.

"உனக்கு ஒரு கை காணாம போயிடும் ஜாக்கிரதை மச்சி", அகரன்.

"அவளுக்கு அவ்வளவு சீன் இல்ல மச்சி", எனக் கூறியபடி எதிரில் பார்த்தவன் நதியாள் பைக்கில் பறந்ததைப் பார்த்து அகரனுக்கு காட்டும்முன் அவர்களைக் கடந்துப் பறந்துவிட்டாள்.

"என்னடா?", அகரன்.

"அந்த ரௌடி பைக்ல போனா டா", சரண் திரும்பிப் பார்த்துக் கொண்டு கூறினான்.

"எங்க டா? அதுக்குள்ள போயிட்டாலா? அவ்வளவு ஸ்பீடாவா?", அகரன் வண்டியை நிறுத்தி திரும்பிப் பார்த்துக் கேட்டான்.

"ஆமான்டா... பயங்கரமான ஆளா இருப்பா போல", சரண் எச்சிலை விழுங்கியபடி கூறினான்.

"அந்த பயம் இருந்தா சரி. அவள தாண்டி தான் நீ ரீனாவ நெருங்க முடியும்", எனக் கூறியபடி ஆபீஸ் வந்தடைந்தான் அகரன்.

"ஙேஙே....", என முழித்தான் சரண்.

"இறங்கு ஆபீஸ் வந்துடிச்சி", அகரன் சொல்லிவிட்டு உள்ளே சென்றான்.

ஸ்பவ்னா எதிரில் வந்தாள்,"ஒரு ஹேப்பி நியூஸ் சார். இப்பதான் மெயில் வந்தது. காலைல நடந்த மீட்டிங் சக்சஸ்", என சிரித்தபடி கூறினாள்.

"வாவ்... அந்த மெயில் பாக்கணும் முதல்ல", என தன் ரூமை நோக்கி விரைந்தான் அகரன்.

மெயிலை படித்த அகரனும், சரணும் கட்டிக்கொண்டு சந்தோஷத்தை வெளிப்படுத்திக் கொண்டனர்.

"ஸ்வப்னா... ஆபீஸ்ல எல்லாருக்கும் ஸ்வீட் டிஸ்டிரிபூட் பண்ணுங்க", அகரன்.

"ஓகே சார். டிசைன்ஸ் எல்லாம் ஒன் மன்த்ல பைனலைஸ் பண்ண சொல்லி இருக்காங்க சார்", ஸ்வப்னா.

"ஓகே ஓகே. பண்ணிடலாம். இன்னிக்கு என்ஜாய் பண்ணலாம்", அகரன்.

"அகர்... உன் ட்ரீம்ல ஒரு பார்ட் நடந்துடிச்சி டா. இந்த 3 ஸ்டார் ஹோட்டல நாம சக்சஸ்புல்லா முடிச்சிட்டா நம்ம ரேஞ்சு இன்டஸ்ட்ரில செம ஹைக் ஆகும்", சரண்.

"ஆமா மச்சி... பர்ஸ்ட் இத பாட்டி கிட்ட சொல்லணும்", என போன் எடுத்து டயல் செய்தான் அகரன்.

"ஆமாமா... நீ சொன்னா அது முதல்ல என்னை துரத்த தான் ஐடியா குடுக்கும் உனக்கு. நானும் அப்பா கிட்ட சொல்லிட்டு ஸ்வீட் எடுத்துட்டு வரேன். நீ கொஞ்சி முடிச்சிட்டு கூப்பிடு", எனக் கூறிச் சரண் வெளியேறினான்.

"ஹலோ.... ஆரு பேசறது?", மீனாட்சி.

"மீனு நான் தான் அகரன்.... எப்படி இருக்கீங்க? மிஸ்டர் சுந்தர் எப்படி இருக்காரு?", அகரன்.

"யாருடா அது என் பொண்டாட்டிய பேர் சொல்லி கூப்பிடறது?", என மீசைய நீவியபடி மீனாட்சியிடம் இருந்துப் போனை வாங்கினார் சுந்தரம் தாத்தா.

"என் மீனுவ நான் கூப்பிடுவேன் உங்களுக்கு என்ன மிஸ்டர் சுந்தரம்?", அகரனும் வம்பிழுத்தான்.

"எலேய்...என் பொண்டாட்டிய பேர் சொல்லி கூப்டா நான் தான் கேட்பேன்", சுந்தரம்.

"ஸ்பீக்கர்ல ஏன் போட்ட மீனு? இப்ப பாரு உன்ன கொஞ்ச விடாம சுந்தர் டிஸ்டர்ப் பண்றாரு", அகரன் செல்லம் கொஞ்சினான்.

"நான் எடுத்ததும் ஏதோ அழுத்திட்டேன் போல அகரா அதான் சத்தம் வெளியே கேக்குது", மீனு.

"சொல்லுடா பேராண்டி .... எப்படி இருக்க? தினமும் இராத்திரி தானே போன் பண்ணி என் பொண்டாட்டி கிட்ட என்னைய பேச விடாம இம்சை பண்ணுவ. என்ன இந்த நேரத்துல செஞ்சிருக்க?", சுந்தரம்.

"நான் என் மீனுக்கு எப்ப வேணா போன் பண்ணி பேசுவேன் உங்களுக்கு என்ன குடையுது மிஸ்டர் சுந்தரம்?", அகரன்.

"எனக்கு தானு டா கொடச்சல் தாற.... சரி சொல்லு என்ன சேதி? குரல்ல இம்புட்டு சந்தோஷம் தெரியுது", சுந்தரம் சிரித்துக்கொண்டே கேட்டார்.

"எனக்கு புது ப்ராஜெக்ட் கிடச்சி இருக்கு. 3 ஸ்டார் ஹோட்டல் கட்டப்போறேன் தாத்தா", என சந்தேஷமாகக் கூறினான்.

"அட்ரா சக்க... சுந்தரம் பேரனா கொக்கா.... சந்தோஷம்யா.... நல்ல படியா இந்த கட்டிடத்த கட்டி முடிச்சி இன்னும் ஒசருவ அகரா", என ஆசிர்வதித்தார்.

"குடுங்க போன.... புது கட்டிடமா? நீ சொல்லிட்டு இருந்தியே அதுவா? ரொம்ப சந்தோஷம் கண்ணு. நான் தான் சொன்னேன்ல என் பேரனுக்கு குடுக்காம எங்க போயிறுவானுங்க அவனுங்க? குடுக்காம விட்டா நானும் உன்ற தாத்தனும் வந்து வகுந்துடமாட்டோம் அவனுங்கள", எனக் கூறினார்.

"ஆமாமா... உங்கள விட்டா அவ்வளவு தான். அப்பா அம்மா எங்க பாட்டி?", அகரன்.

"இரு ராசா... தாரேன்.... திலகா.... அம்மாடி திலகா..... இந்தா அகரன் பேசறான்", எனத் திலகவதியிடம் போனைக் கொடுத்தார் மீனாட்சி.

"சொல்லு அகரா.... என்ன இந்த நேரத்துல போன் பண்ணி இருக்க? சாப்டியா ?", திலகவதி.

"சாப்டேன்மா. எனக்கு அந்த 3 ஸ்டார் ஹோட்டல் ப்ராஜெக்ட் கிடச்சிடிச்சி மா... அதான் போன் பண்ணேன்", அகரன்.

"அப்படியா பா. ரொம்ப சந்தோஷம். இரு அப்பா வந்துட்டாரு அவர்கிட்டயும் ஒரு வார்த்தை சொல்லிடு சந்தோஸம் படுவாங்க", என உள்ளே வந்துக் கொண்டு இருந்த சிதம்பரத்திடம் போனைக் கொடுத்தார் திலகவதி.

"என்னப்பா சொல்லு? என்ன உன் அம்மா முகம் வழக்கத்துக்கு மாறா பிரகாசமா இருக்கு. அப்படி என்ன சொன்ன?", எனச் சிரித்துக்கொண்டே கேட்டார் சிதம்பரம்.

"அப்பா... எனக்கு 3 ஸ்டார் ஹோட்டல் ப்ராஜெக்ட் கெடச்சி இருக்குப்பா", அகரன்.

"ரொம்ப சந்தோஷம் அகரா. உன் காலடிய தொழில்ல அழுத்தமா பதிக்க ஆரம்பிச்சிட்ட ஜாக்கிரதையா எல்லாத்தையும் கண்ணும் கருத்துமா பண்ணு. உன் கம்பெனி இன்னும் உசரத்துக்கு போகணும்", சிதம்பரம் பொறுப்பான அப்பாவாகப் பேசினார்.

"சரிங்கப்பா.... ", அகரன்.

"அகரா... இன்னும் இரண்டு வாரத்துல நம்ம ஊருல திருவிழா வருது. வந்து நம்ம கோவில்ல ஒரு அபிஷேகம் பூஜை பண்ணிட்டு போவியாம்", சிதம்பரம்.

"சரிங்கப்பா... நான் வேலைய பாத்துட்டு சொல்றேன்", அகரன்.

"இங்க போன குடுப்பா... அகரா வந்து நாலு நாளாவது இருக்கணும் அப்படி வாயா. ரொம்ப நாள் ஆச்சி நீ வந்து", மீனாட்சி.

"சரி பாட்டி நான் வரேன்", என கூறி போனை வைத்தான்.

"புள்ள கட்ற கட்டடம் எந்த குறையும் தடையும் இல்லாம நல்லபடியா கட்டி முடிக்கணும் ஆத்தா", என மீனாட்சி கடவுளை வேண்டினார்.

"அதுல்லாம் என் பேரன் நல்லா ஜோரா பண்ணிடுவான்", சுந்தரம் தன் மீசையைத் தடவி-

யபடிக் கூறினார்.

எல்லாரும் சிரித்தமுகமாக அங்கிருந்து நகர்ந்தனர்.

காலேஜிற்கு திருப்பிய நதி பைக்கை கேசவனிடம் கொடுத்து சஞ்சய்யிடம் தரச்சொல்லிவிட்டு, லேடீஸ் ஹாஸ்டல் நோக்கி நடந்தாள்.

"ஹேய் நதி நில்லு...." ,ஸ்டெல்லா.

"என்ன ஸ்டெல்லா இன்னும் க்ரவுண்ட்ல இருக்க? ரூம்ல யாரும் இல்லையா?", நதியாள்.

"மீராவும் ரிஸ்ம் ரூம்ல தான் இருக்காங்க. நான் தான் டிபார்மெண்ட் ஹெட் கூப்டதா சொன்னாங்கன்னு பாக்க போனேன்", ஸ்டெல்லா.

"என்ன திடீர்ன்னு எதாவது பஞ்சாயத்தா?", நதியாள்.

"இல்ல. அடுத்த வாரம் இருந்து ஸ்டடி லீவாம். அடுத்த செம் எதாவது கம்பெனில இன்டர்ன்ஷிப் செஞ்சே ஆகணுமாம். அப்பதான் பைனல் செம் எழுத விடுவாங்களாம்", ஸ்டெல்லா.

"இப்படி சொன்னா எப்படி? லாஸ்ட் இயர்லாம் ஜாலியா இருந்தாங்க", நதியாள் யோசித்தபடிக் கூறினாள்.

"ஆமா. வா ஸ்ட்ரைக் பண்ணலாமா?", ஸ்டெல்லா.

"எதுக்கு ? வர சான்ஸையும் கெடுத்துக்கவா?", நதியாள்.

"என்ன?", ஸ்டெல்லா.

"இப்பவே நாம கம்பெனில வர்க் பண்ண ஆபர்சுனிட்டி கிடைச்சி இருக்கு. நிறைய கத்துக்கலாம். டிகிரி முடிக்கறப்ப அதே கம்பனிலயோ இல்ல வேற கம்பனில ஜாயின் பண்ணவும் ஜாப் எக்ஸ்பீரியன்ஸோட வெளியே வருவோம். இத கெடுத்துக்கணுமா?", நதியாள்.

"ஆமாதான். ஆனா ஆறுமாசம் ஜாலியா இருக்காலம்னு இருந்தேன். இப்படி மண்ணள்ளி போட்டுட்டாங்களே", ஸ்டெல்லா முகத்தைப் பாவமாக வைத்துக் கொண்டுக் கூறினாள்.

"விடு எங்க போறமோ அங்கயும் ஜாலியா இருக்கலாம். எப்ப மீட்டிங் போட்டு சொல்வாங்க?", நதியாள் கேட்க இருவரும் நடக்கத்தொடங்கினர்.

"நாளைக்கு மார்னிங்", ஸ்டெல்லா.

"அப்ப நாளைக்கு மதியம் சினிமா போலாமா?", நதியாள்.

"நேத்து தானே போனோம். என்ன படம் வந்து இருக்கு இப்ப?", ஸ்டெல்லா.

"வா எதாவது இருக்கும் பாக்கலாம். மதியம் அந்த ஜிஞ்சர் மூஞ்சி கிளாஸ் தான்", நதியாள்.

"அய்யய்யோ... அப்படின்னா காலைல மீட்டிங் முடிஞ்சதும் கிளம்பிடலாம்", ஸ்டெல்லா பல்லைக் காட்டியபடிக் கூறினாள்.

அதற்குள் நதியாளின் போன் அலற," நீ முன்ன போ... வரேன்", எனக் கூறி ஸ்டெல்-லாவை அனுப்பி வைத்தாள்.

"ஹாய் அப்பா.... எப்படி இருக்கீங்க?", நதியாள்.

"நல்லா இருக்கேன் மா. நீ எப்படி இருக்க?", கண்ணன்.

"சூப்பரா இருக்கேன். அம்மா எப்படி இருக்காங்க?", நதியாள்.

"அவளும் நல்லா இருக்கா. உன்ன திட்டாம தான் சாப்பிடற சாப்பாடு உள்ள எறங்கலன்னு சொல்லிட்டு இருக்கா", எனச் சிரித்தப்படிக் கூறினார் கண்ணன்.

"எனக்குமே அம்மா திட்டறத கேக்காம சாப்பிட கஷ்டமா தான் இருக்குப்பா", நதியாள்.

"அப்ப கிளம்பி வா", கண்ணன்.

"லீவ் இல்லப்ப", நதியாள்.

"இந்த வாரம் திருவிழாக்கு கம்பம் நடறாங்க. அடுத்த இரண்டாவது வாரம் திருவிழா மா. லீவ் போட்டுட்டு வா. நாலு நாளாவது வீட்ல இருக்கறமாதிரி", கண்ணன்.

"சரிப்பா நான் பாத்துட்டு சொல்றேன்", நதியாள்.

"சரிமா. நான் வச்சிடறேன்", கண்ணன்.

"சரிப்பா. அம்மாவ கேட்டதா சொல்லுங்க", நதியாள்.

"திருவிழா......ம்ம்ம்... நாமலும் பாத்து ரொம்ப வருஷமாச்சி. சரி போகலாம். அப்பறம் கம்பெனில ஜாயின் பண்ணிட்டா கஷ்டம். ஊருக்குள்ள எல்லாரையும் பாத்தும் நாளாச்சு", நதியாள் மனதில் நினைத்தாள்.

திருவிழாவிற்கு ஒரு வாரத்திற்கு முன் நதியாள் ஊருக்குச் சென்றாள். அகரன் அவள் கிளம்பி இரண்டு தினங்களுக்குப் பின் ஊருக்குச் சென்றான்.

தங்களது பெயரைச் சொல்லி அறிமுகம்படுத்திக் கொண்ட இருவரும் இதுவரை சிந்திக்க நேரம் இல்லாமல் அடுத்தடுத்த செயலில் ஆழ்ந்துவிட இருவரும் தங்களை அறியாமலே இருந்தனர்.

திருவிழாவில் தங்களை அறிந்துகொள்வரா?

9

விடிகாலையில் ஊருக்கு வந்த நதியாள் ஊர் எல்லையிலேயே பஸ்விட்டு இறங்கி நடக்கத்-தொடங்கினாள்.

அன்று நாம் பார்த்ததை போல எல்லையில் இருந்தே பச்சைகம்பளம் பரந்து விரிந்து இருந்-தது. வயல்வெளிகளில் அதிகாலை பனித்துளிகள் ஒவ்வொரு பயிரின் தலையிலும் அமர்ந்தி-ருக்க, மரகதத்தின் உச்சியில் வைரம் வைத்தது போல காட்சியளித்தது. ஆங்காங்கே பறந்து பறந்து தன் இரையை தேடியபடி பறவைகளின் நாளும் ஆரம்பமானது.

இன்னும் எத்தனை பிறவி எடுத்தாலும் பூமித்தாயின் மரகத உடையில் ஒற்றை காலுடன் வாழ, தவம் இயற்றிக்கொண்டிருந்தது கொக்குகள்.

நாரைகள் ஒரு பக்கமும், வயலைத் தாண்டி இருந்த தென்னை தோப்புகளில் இருந்து மயில்-கள் கூட்டம் கூட்டமாக தனது காலை நடைபயிற்சியைத் தொடங்கியது. தூரத்தில் இருக்கும் கொய்யா மரத்தில் கிளிகள் கீச்சிட்டு கொண்டிருப்பதும், குயில் தனது கானக்குரலை கோடி முறையாக இன்றும் நிரூபித்தது இயற்கை சுப்ரபாதம் பாடி.

வயல்வெளியில் தண்ணீர் பாய்ச்சியபடி பயிரை வாஞ்சையுடன் தடவிக் கொடுக்கும் கரங்-களிலும், கண்களிலும் தான் எத்தனை ஆனந்தம். இவையனைத்தும் நதியாளுக்கு அந்த அதிகாலைச் சூரிய உதயத்தை மிக ரம்யமாகக் காட்டியது.

"ஹாஆஆஆஆஆ", என நதியாள் ஆழ மூச்சிழுத்து வெளியிட்டாள்.

"எத்தனை நாள் ஆச்சி இந்த வாசனைய முகர்ந்து... என்னதான் சிட்டில சுத்தினாலும் இந்த மாதிரி பயிரோட வாசனையும், மண்ணோட வாசனையும், இந்த சூர்யோதயமும் எத்-தனை கோடி கொட்டி அரண்மனையே கட்டினாலும் கிடைக்காது. லீவ்ல நல்லா என்ஜாய் பண்ணணும்", தனக்குத் தானே பேசியபடி தன்வீட்டை நோக்கிப் போகும் வரப்பில் நடக்க ஆரம்பித்தாள்.

"எலே யாருப்பா அது வரப்புல ? ஊருக்கு புதுசா?", வயலில் இருந்த ஒரு தாத்தா கத்தினார்

நதியாளைப் பார்த்து.

"ஓய் மாந்தோப்பு காரரே... சௌக்கியமா? இன்னும் அந்த சரோஜாதேவிய தான் நினைச்சிட்டு இருக்கீறா?", நதியாள்.

"ஏமோய் யாரது என் சரோஜாவ பேர் சொல்லி கேக்கறது?", தாத்தா.

"கிட்ட வந்துட்டீங்கள்ள பாத்து தெரிஞ்சிகோங்க மாந்தோப்புகாரரே", நதியாள் இடுப்பில் கைவைத்து அவரை பார்த்துச் சிரித்தபடிக் கூறினாள்.

"யாரும்மா நீ? முகத்த பாத்தா எங்கயோ பாத்தமாதிரி இருக்கு", கண்களைச் சுருக்கிப் பார்த்துக் கேட்டார் மாந்தோப்புக்காரர்.

"இன்னுமா தெரியல? உங்க தோப்புல மாம்பழம் பழுத்து இருக்கு போல. வாசனை ஊர் எல்லை வர வருது. வந்தா ஒரு கோணில அள்ளிட்டு போலாம் போலவே... எப்ப வரட்டும் மாம்பழம் திருட?", நதியாள்.

"அட யாளு கண்ணு... என்ன இது ஆம்பள புள்ளயாட்டம் குழாய மாட்டிகிட்டு இருக்க? எப்படி இருக்க கண்ணு? எந்த ஊர்ல இருக்க இப்ப?", எனக் கேட்டபடி மாந்தோப்பு தாத்தா வாஞ்சையுடன் அவளது தலையைத் தடவினார்.

"நான் நல்லா இருக்கேன் தாத்தா நீங்க எப்படி இருக்கீங்க? நம்ம சரோஜாதேவி எப்படி இருக்காங்க?", நதியாள் அவர் பாதங்களைத் தொட்டு வணங்கியபடிக் கேட்டாள்.

"என்ன கண்ணு இது என்ற காலுல உழுந்துகிட்டு. மகராசியா இருப்ப. உன்ன சின்ன புள்ளையா பாத்தது இப்ப அடையாளம் தெரியல ஆனா இந்த சிரிப்பும் அந்த கண்ணும் மட்டும் அப்படியே இருக்கு", மாந்தோப்பு தாத்தா.

"ஏன் ஆசிர்வாதத்தோட உங்க தோப்பையுமா கேக்கப்போறேன்? பாதிய எழுதி வச்சா தான் என்ன? உங்க பேத்தி தானே", நதியாள் உரிமையாகச் சண்டையிட்டாள்.

"ஹாஹா...உனக்கு இல்லாமயா கண்ணு. எடுத்துக்க. நல்லா படிக்கறியா கண்ணு? படிப்பு முடிஞ்சதா?", மாந்தோப்பு தாத்தா.

"இல்ல தாத்தா. இது கடைசி வருஷம் அடுத்து வேலைல சேரணும்", நதியாள்.

"நீ ஏன் கண்ணு இன்னொருத்தன் கிட்ட வேலைக்கு போகணும். உன்ற அப்பா இத்தனை சொத்து உனக்காக தானே சேத்திட்டு இருக்கான். நீ நூறு பேருக்கு வேல குடு கண்ணு",

மாந்தோப்பு தாத்தா பேசியபடி அவளை அழைத்துக்கொண்டுத் தென்னந்தோப்பு அருகில் வந்திருந்தார்.

"நூறு பேருக்கு என்ன ஆயிரம் பேருக்கு வேலை குடுக்கலாம் அதுக்கு முன்ன நான் கத்துகிட்டா தானே கவனமா இருந்து நான் மத்தவனுக்கு வேலை குடுக்க முடியும்", நதியாள்.

"எலேய் முனியா நல்ல செவ்வெளனியா வெட்டிட்டு வாடா", எனக் கூறியவர் நதியாள் புறம் திரும்பி," நல்லா வெவரம் தெரிஞ்சிகிட்ட கண்ணு. எதுவானாலும் நாலு பேருக்கு நல்லது நடந்தா சரிதான். இந்தா இளநிய குடி", என முனியனிடம் இருந்து வாங்கி நதியாளின் கையில் குடுத்தார்.

"சூப்பர் தாத்தா... இன்னும் டேஸ்ட் அப்படியே இருக்கு. என்ன உரம் போடறீங்க?", நதியாள்.

"நம்ம மண்ணுல இல்லாத உரமா கண்ணு. என் பாட்டன் பூட்டன் காலத்துல இருந்து அவங்க சொல்லிகுடுத்த இயற்கை உரம் தா கண்ணு. கண்டத போட்டு மண்ண மலடாகிட்டு பின்னாடி வருத்தப்படுறதுல என்ன இருக்கு? சரி எத்தனை மாசம் இருப்ப?", மாந்தோப்பு தாத்தா.

"மாசமா? தாத்தா நான் திருவிழா பாக்க தான் வந்தேன் திருவிழா முடிஞ்சதும் கிளம்பிடுவேன்", நதியாள்.

"உடனே கிளம்பணுமா என்ன? எத்தனை வருஷமாச்சி உன்ன பாத்து. சரி தோப்பு பக்கம் வந்துட்டு போ கண்ணு. சரோஜா உன்ன பாத்தா சந்தோஷப்படுவா. வா வீடு வரைக்கும் விட்டுட்டு வரேன் உன்ன", மாந்தோப்பு தாத்தா கூறிக்கொண்டே எழுந்து நடக்கத்தொடங்கினார்.

"ஐயா... இந்த தேங்காய் எங்க போடறதுங்க?", முனியன் கேட்க," தாத்தா நீங்க இத பாருங்க நான் அப்புறமா தோப்புக்கு வரேன் இப்ப நான் கிளம்பறேன். பாய்", என நதியாள் கூறிக் கிளம்பினாள்.

"சரி பாத்து பத்திரமா வரப்புல போ. அத்த பூட்ஸ கழட்டிடு. தடுக்கிவுட்ற போவுது பாத்து", மாந்தோப்பு தாத்தா.

"சரி தாத்தா", நதியாள் கத்திபபடி ஓடினாள்.

வரப்பு வழியாக சென்றவள் தன் வீட்டின் பின்புறம் சென்று மரத்திற்கு பின்னால் ஒளிந்து நின்றாள்.

அங்கே அவளின் தாய் ராதா தலைக்கு குளித்ததால் முடியை உலர்த்தி கொண்டிருந்தார். மஞ்சள் பூசிய முகம், நெற்றியில் குங்குமம் இட்டு அதற்கு மேல் விபூதியில் ஒரு கீற்றிட்டு தழைய தழைய அரக்கு நிறத்தில் காஞ்சி பட்டுபுடவையில் யாரும் கையெடுத்து கும்பிட வைக்கும் தோற்றத்தில் இருந்தார்.

முடியை உலர்த்தியவர் அதன் கொனையில் முடியிட்டு உள்ளே சென்று தலையில் பூ வைத்து துளசிமாடத்திற்கு தீபம் ஏற்ற தேவையான பொருட்களுடன் வந்து தீபமேற்றி துளசி மாடத்தை சுற்றி வந்து கண்மூடி நின்றார்.

சத்தமில்லாமல் சென்ற நதியாள் தன் தாயை அலேக்காக தூக்கி சுற்றத்தொடங்கினாள்.

"ஆஆஆஆஆ... யாரது... விடுங்க விடு....", ராதா.

"நான் தான் உன் காதலன் உன்ன கடத்திட்டு போக வந்து இருக்கேன். என்னை ஏமாத்தி நீ கல்யாணம் பண்ணிட்டா விட்றுவேனா?", நதியாள் சற்று குரல் மாற்றிப் பேசினாள்.

"ஏய் வாலு... இறக்கிவிடு அம்மாவ", என கண்ணன் நதியாளுக்கு பின்னால் வந்து நின்-றார்.

"யாரு யாளா?", என ராதா கீழே இறங்கி அவளைப் பார்த்தார்.

"எரும எரும.. இப்படியா பயமுறுத்துவ? கீழ விழுந்தா என்னாகறது?", ராதா நதியாளை திட்டியபடி அவளைக் கட்டிக்கொண்டார்.

"அப்படி விழுந்தா உன்ன எனிடைம் கைல ஏந்திட்டு இருக்க என் அப்பா இருக்கார் ராதா கவலபடாத", எனத் தாயைப் பார்த்து கண்ணடித்துக் கூறினாள்.

"உனக்கு வாய் மட்டும் குறையாதே...", என அடிக்கத் துரத்தினார் ராதா.

"விடும்மா . டேய் தங்கம் ஏன்டா ஊர் எல்லையில இறங்கி நடந்துவர? மாந்தோப்பு தாத்தா சொன்னாரு வரப்புல போயிட்டு இருக்கன்னு. இன்னும் நாலு நாள் கழிச்சி வரதா தானே சொன்ன", கண்ணன் தன் மகளை அரவனைத்தபடிக் கேட்டார்.

"அப்படிதான் செய்யலாம்னு இருந்தேன்பா . என் வேலையெல்லாம் முடிஞ்சது அடுத்த மாசத்துல இருந்து எக்ஸாம் இந்த வாரத்துல இருந்து படிக்க லீவ் விட்டுடாங்க அதான் கிளம்பி வந்துட்டேன்", நதியாள்.

"பரிட்சையா யாள். அப்படினா பரிட்சை முடிஞ்சு வந்து இருக்கலாம்ல?", ராதா.

"பரிட்சை முடிஞ்சி வரமுடியாது ராதா. கம்பெனில இன்டர்ன்ஷிப்கு ஜாயின் பண்ணணும். அதான் இப்பவே வந்துட்டு போலாம்னு வந்துட்டேன்", நதியாள்.

"என்ன கம்பெனி? இன்னும் படிப்பே முடியல", ராதா.

"இதுவும் படிப்பு தான்மா. ஒரு கம்பெனில வேலை செஞ்சிட்டே படிக்கறது. நாங்க படிக்கறத அங்க செஞ்சி பாப்போம் அப்படி பண்ணா அனுபவம் கிடைக்கும் புதுசா நிறைய செய்யவும் ஐடியா கிடைக்கும். இதுக்கும் மார்க் இருக்கு", நதியாள்.

"அப்படியா.... சரி . முதல்ல உள்ள வா. இரு முன்வாசல் வழியா வா", ராதா.

"பாருப்பா அம்மாவ. இப்படி வந்தா என்னவாம்?", நதியாள் சலுகையாக கண்ணனின் தோளில் சாய்ந்துக் கொண்டாள்.

"அம்மா சொல்றத கேளு டா. ரொம்ப நாள் கழிச்சி வர என் மகாலட்சுமி முன்வாசல் வழியா உள்ள வாடா", கண்ணன்.

"ஆஆஆ .. இதுலயும் செண்டிமென்டா? உங்கள வச்சிட்டு.... வரேன் நீங்களும் கூடவே வாங்க", எனக் கண்ணனையும் இழுத்துக் கொண்டு சுற்றி முன்வாசலுக்கு வந்து நின்றாள்.

"இரு இரு", ராதா கையில் ஆரத்தி தட்டுடன் வந்தார்.

"என்னம்மா இது? எதுக்கு இதுல்லாம் புதுசா?", நதியாள் முறைத்தபடி கேட்டாள்.

"உன்மேல எத்தனை பேர் கண் பட்டதோ. இரு சுத்தி போடறேன்", என ஆரத்தி சுற்றத்-தொடங்கினார்.

நெற்றியில் திலகமிட்டு அவளை உள்ளே போக சொல்லிவிட்டு ஆரத்தியை கொட்டினார்.

நதியாளின் வீடு அன்று பார்த்தது போல இருந்தாலும், வீட்டை நவீனமயமாக்கி இருந்தார் கண்ணன். மேல் பார்வைக்கு மாற்றங்கள் எதுவும் தெரியவில்லை யென்றாலும் முன் முகப்-பிலிருந்து ஒவ்வொரு இடத்திலும் பழமை கலந்த புதுமை தெரிந்தது. முன்பு இருந்ததை விட பின்பக்கம் வீட்டின் கட்டிடம் நீண்டு இருந்தது. மாடியில் அவளது அறையுடன் மூன்று பக்-கமும் பால்கனியும் இருந்தது.

"அப்பா.... வீடு சூப்பர்", வீட்டை சுற்றி பார்த்துவிட்டு வந்து கூறினாள் நதியாள்.

"உன் ரூம் பிடிச்சி இருக்காடா?", கண்ணன்.

"ரொம்ப நல்லா இருக்குப்பா இங்க இருந்து நம்ம ஊரு வயல் தோப்புன்னு எல்லாத்தையுமே பாக்கலாம். யாருப்பா இது டிசைன் பண்ணது?", நதியாள்.

"நம்ம சிதம்பரம் மாமா மகன் தான்டா", கண்ணன்.

"அவங்களா... அவங்கள எல்லாம் பாத்து ரொம்ப வருஷம் ஆச்சிப்பா. ஒரு தடவை சுந்தரம் தாத்தாவ தான் பாத்தேன் காலேஜ் சேரறதுக்கு முன்ன", நதியாள்.

"சரிடா இப்ப போய் பாக்கலாம்", கண்ணன்.

"யார பாக்க போறீங்க அப்பாவும் மகளும்?", பசும்பாலை ஆற்றியபடி கேட்டுக்கொண்டு வந்தார் ராதா.

"நம்ம சுந்தரம் தாத்தாவ தான்", நதியாள்.

"எல்லாரையும் பாக்கலாம் இந்தா பால குடி. எப்படி இளச்சிட்ட பாரு", என கால் லீட்டர் டம்ளரை முன்னால் நீட்டினார் ராதா.

"அச்சோ அம்மா... கால் லீட்டர் பால குடுக்கற. இப்பத்தான் வரவழில செவ்வெளநி குடிச்சேன். இவ்வளவு வேணாம்மா", நதியாள்.

"அது எம்புட்டு நேரம் தாங்கும்? இந்தா குடி. வீட்ல நான் குடுக்கறத சாப்டணும்", ராதா அதட்டி அவள் வாயில் ஊற்றினார்.

"சரி போதும் விடு ராதா. டிபன் சாப்டணும்ல அவ", கண்ணன்.

"அதுக்கு இன்னும் நேரமிருக்கு. போய் வெரசா குளிச்சிட்டு வா. கோவிலுக்கு போகணும்", ராதா.

"அம்மா வந்ததும் ஆரம்பிக்காதம்மா. அப்பறம் பொறுமையா நான் கோவிலுக்கு போறேன். நைட்லா தூங்கல. பர்ஸ்ட் தூங்க போறேன். யாரும் தொந்தரவு பண்ணாதீங்க நானே ரெடியாகி வந்துடறேன்", எனக் கூறித் தன்னறைக்குச் சென்றாள் நதி.

"யாள்....", என ராதா ஆரம்பிக்க,"விடு ராதா. புள்ள களைப்பா இருக்கா தூங்கட்டும். நீ ரெடியாகு நாம போலாம்", எனக் கண்ணன் கூறி ரெடியாகச் சென்றார்.

"சரி. மதிய பூஜைக்கு நீங்க கூட்டிட்டு போயிட்டு வாங்க. ஐய்யனார்கிட்ட காத்து கருப்பு அண்டாம இருக்க தாயத்து வாங்கணும். அப்படியே ஒரு பாடம் போடணும்", ராதா.

"அவள அவபோக்குல விடு ராதா. புள்ளை நல்லாதானே இருக்கா அப்பறம் எதுக்கு பாடம்?", கண்ணன்.

"அதுல்லாம் இங்க வரப்ப போடறது தான். நீங்க கூட்டிட்டு போங்க அவ்வளவு தான்", எனக் கூறி அடுக்களைக்குள் நுழைந்தார் ராதா.

"ம்ம்...", கண்ணன்.

தூங்கி எழுந்த நதி டவலை எடுத்துக் கொண்டு குளிக்கச் சென்றாள். அவளை எழுப்ப வந்த ராதா, அவள் குளிப்பதை அறிந்து அவள் அணிய புது உடையும் நகையும் கொண்டு வந்தார்.

"அம்மா என்ன இது?", என அவர் கையில் இருந்த தாவணி பாவாடை, நகைகளையும் பார்த்துக் கேட்டாள்.

"பட்டு பாவாடை ,பட்டு தாவணி. உனக்கு வாங்கின வைர நெக்லஸ் இது ஆரம் தங்க வளையல் ஒட்டியாணம்", என சொல்லிக்கொண்டே இருந்தார் ராதா.

"ஏம்மா நான் என்ன நகைகடை பொம்மையா இத்தனையும் மாட்டிக்க?", நதியாள்.

"பொண்ணு தான் போட்டுக்கணும் பொம்மை இல்லை. இந்தா போடு உனக்காக ஆசையா வாங்கினோம் நானும் அப்பாவும். வைர ஆரமும் சொல்லிட்டு வந்து இருக்கோம் செட்டா. அது திருவிழாக்கு போட்டுக்க வந்துடும்", ராதா.

"அம்மா அம்மா... இங்க வா... இங்க உக்காரு. இதுல்லாம் எனக்கு தானே வாங்கின ஒவ்வொன்னா ஒவ்வொரு நாள் போட்டுக்கறேன். ஒரே நாள்ல இவ்வளவும் போட்டுக்க முடி-யாது. என் செல்ல அம்மால்ல. சொன்னா சரின்னு கேட்டுக்கணும்", நதியாள் தன் தாயின் தாடையைப் பிடித்துக் கொஞ்சினாள்.

"ம்ம்.... சரி உனக்கு பிடிச்சத போட்டுட்டு வா. நானும் அப்பாவும் காலை பூஜைக்கு போயிட்டு வந்துட்டோம். மதியம் அபிஷேகம் இருக்கு போயிட்டு வா", ராதா.

"சரிம்மா. நீ வரலியா?", நதியாள்.

"இல்லடா இங்க திருவிழாக்கு நம்ம வீட்ல இருந்து தான் நெல் போகும் இன்னிக்கு அனுப்பனும். இன்னும் மத்த சாமானும் பாத்து அனுப்பனும். அப்பா மில்லுக்கு கொண்டு போறதுக்கு முன்ன எடுத்துக்க சொல்லி இருக்காங்க. நீங்க போயிட்டு வாங்க", ராதா.

"சரிம்மா. நான் ரெடி ஆகி வரேன். இதுல இந்த நெக்லஸ் போதும் இந்த வளையல் தோடு போதும். மத்தது கொண்டு போயிடுங்க", என தனக்கு வேண்டியவற்றை எடுத்துக் கொண்டு கூறினாள்.

"யாள் இந்த ஒட்டியாணம் போட்டுக்க நல்லா இருக்கும்டா", ராதா.

"பெருசா இருக்குமா. சின்னதா இருந்தா பரவால்ல. இது புடவைக்கு தான் போடணும்", நதியாள்.

"அப்படியா. சரி நீ ரெடியாகு நான் வந்துடறேன்", என மற்ற நகைகளை எடுத்துக் கொண்டு கீழே சென்றார் ராதா.

ஸ்கை புளூ கலர் பாவாடையும் ஜாக்கெட்டுடன் பிங் கலர் தாவணி அணிந்து கழுத்தில் அழகான வைர நெக்லஸ் அதனுடன் இருந்த வைர தோடு அணிந்து தலைசீவி நடுவில் கிளிப் போட்டு லூசாக பின்னல் இட்டு இருந்தாள். முகத்தில் லேசாக பவுடர் அடித்து, புருவ மத்தியில் வட்ட பொட்டு இட்டு, கண்களில் மைதீட்டி அழகோவியமெனத் தயாராகினாள்.

தயாராகி கீழே வந்த தன் மகளை பார்த்து இருவரின் மனமும் குளிர்ந்துப் போனது. பாவாடை தாவணியில் தேவதைகளின் ஒட்டுமொத்த உருவமாக நடந்து வந்தாள் நதியாள்.

"அம்மா அப்பா... நல்லா இருக்கா?", என அவர்கள் முன் நின்று கேட்டாள்.

"அடி என் ராசாத்தி ... என் கண்ணே பட்டுறும் போலவே. இரு கண்ணு வரேன்", என ராதா அவளை நெட்டி முறித்து உள்ளே சென்று காய்ந்த மிளகாயைக் கொண்டு வந்தார்.

"கெழக்க பாத்து நில்லுடா", கண்ணன் இழுத்து நிறுத்தினார்.

மிளகாயை அவளுக்கு சுற்றி அதை விறகடுப்பில் இடச் சொன்னார் ராதா பணியாளிடம் கொடுத்து.

"ஏங்க மறக்காம ஐய்யனார்கிட்ட கூட்டிட்டு போயிட்டு வாங்க", என நியாபகபடுத்தி அனுப்பினார் ராதா.

காரில் ஏறிய நதியாளும் கண்ணனும் கோவில் வந்ததும் கீழே இறங்கினர்.

அங்கே அந்த சமயம் சிதம்பரமும் குடும்பத்துடன் வந்திறங்கினர்.

கண்ணன் ,"யாள் அங்க பாரு சிதம்பரம் மாமா குடும்பத்தோட வந்து இருக்காரு. நீ தட்ட எடுத்து காளியப்பன் கிட்ட குடுத்து கோவிலுக்கு கொண்டு போக சொல்லிட்டு அங்க வா. நான் முன்ன போய் பேசிட்டு இருக்கேன்''.

"சரிப்பா வந்துடறேன்", நதியாள்.

"காளியண்ணா....", அங்கே தூரத்தில் இருந்த காளியப்பனை அழைத்தாள்.

"வந்துட்டேன் பாப்பா. எப்படி இருக்கீங்க? எப்ப வந்தீங்க?", துண்டை உதறி இடுப்பில் கட்டியபடி வந்து நின்றார் காளியப்பன்.

"எத்தன தடவை சொல்றது என்னை பாத்ததும் துண்ட இடுப்புல கட்டாதீங்கன்னு. இந்தாங்க கோவில்ல குடுங்க. நானும் அப்பாவும் வந்துடறோம்", நதியாள்.

"சரி பாப்பா", எனக் கூறியபடி தட்டை வாங்கினார்.

"காளியண்ணா அப்பறமா மாலதிய வரசொல்லுங்க வீட்டுக்கு. நான் நல்லா இருக்கேன். வீட்ல மத்தத பேசிக்கலாம்", சிரித்த முகமாக கூறியனுப்பினாள்.

"சரி பாப்பா", எனக் கூறி நகர்ந்தார்.

"வாங்க மாமா அத்த.... வாங்க மச்சான் வாமா திலகா", எனக் கண்ணன் அவர்களை வரவேற்றார்.

"அடடே கண்ணா... வரோம்பா. எப்ப வந்த?", சுந்தரம் கேட்க மற்றவர்கள் புன்னகையுடன் தலையசைத்தனர்.

"இப்பத்தான். யாள் வந்து இருக்கா அதான் கூட்டிட்டு வந்தேன்", கண்ணன்.

"அப்படியா... எத்தனை வருஷம் ஆச்சி அவள பாத்து. எங்க அவ?", மீனாட்சி.

"அதோ அங்க வரா", என நதியாளை கைக்காட்டினார் கண்ணன்.

சிறுபிள்ளையாக கண்டவர்கள் இன்று வளர்ந்து இளமையின் பூரிப்பில் இருப்பவளைக் கண்டதும் அப்படியே உறைந்து நின்றனர் மொத்த குடும்பமும்.

"நம்ம யாளா இது? தங்க சிலையாட்டம் இருக்காளே.... ", மீனாட்சி.

"ஆமாங்கத்தை ", திலகவதியும் அவளைப் பார்த்துக் கொண்டே கூறினார்.

"ஹாய் சுந்தா.... ஹாய் மீனா.....ஹாய் திலாத்தை... ஹாய் மாமா", என அங்கிருந்து கைக்காட்டி கத்தியபடி வந்தாள் நதியாள்.

மீனாட்சி பாட்டி அவளை அருகில் நிறுத்தி மேலிருந்து கீழேவரை பார்த்து, மனம் நிறைந்து போயினர் அத்தனை பேரும்.

"என்ன மீனா என்னை அடையாளம் தெரியலியா? இப்படி மேலயும் கீழயும் பாக்கற", நதி-யாள்.

"அடியே என் ராசாத்தி.... நிஜமா நீயா இது? என் கண்ணே பட்டுறும் போலவே. எப்படி இருக்க டி?", என நதியாளை நெட்டி முறித்தபடிக் கேட்டார்.

"அதான் பாக்கறியே நீயே சொல்லு எப்படி இருக்கேன்னு", இடுப்பில் கைவைத்து கேட்டாள் நதி.

"இளவரசியாட்டம் இருக்க டி", மீனாட்சி.

"ஹாஹா...காமெடி போதும். சுந்தா பக்கத்துல நில்லு", என இழுத்து நிறுத்தியவள் இருவ-ரின் காலிலும் விழுந்து ஆசி பெற்றாள்.

"மகாராணியாட்டம் இருப்படா", என சுந்தரம் தாத்தா உச்சி முகர்ந்தார்.

"இருங்க அத்தை மாமாகிட்டயும் ஆசி வாங்கிட்டு வரேன்", என அவர்கள் இருவரையும் அருகருகில் நிற்கச்சொல்லி காலில் விழுந்தாள்.

சிதம்பரமும் திலகாவதியும் ,"எல்லா வளமும் நலமும் பெற்று வாழு டா", என ஆசிர்வதித்-தனர்.

"இப்ப சொல்லு சுந்தா உன் காப்பு எனக்கு குடுப்பியா?", சுந்தரம் தாத்தாவிடம் கேட்டாள்.

"என்ன சாதிச்சன்னு முதல்ல சொல்லு", மீனாட்சி.

"உனக்கு சர்டிபிகேட் குடுத்தா தான் நம்புவியா மீனா?", நதியாள்.

"யாள் குட்டி பாட்டிய பேர் சொல்லி கூப்பிடக்கூடாது", கண்ணன்.

"விடுங்க மாப்பிள்ளை அவ அப்டி கூப்டாதான் நல்லா இருக்கு", சுந்தரம் தாத்தா.

"இங்க பாரு மீனா என்ன செஞ்சா குடுப்பன்னு சொல்லு", நதியாள்.

"எதாவது உருப்படியா செய். எனக்கு குடுக்க தோணினா குடுக்கறேன்", மீனாட்சி.

"இதுல்லாம் ஒத்துக்க முடியாது. சரியா ஒரு பெட் கட்டு", நதியாள்.

"சரி வீட்டுக்கு வாடா பேசிக்கலாம் அத பத்தி", சுந்தரம்.

"சரி. டன். வாங்க உள்ள போலாம்", என முன்னே ஓடினாள் நதி.

சிதம்பரத்தையும் திலகாவையும் முன்னே அனுப்பிவிட்டு மீனாட்சி கண்ணனை அழைத்தார்.

"மாப்பிள்ளை யாளுக்கு ஜாதகம் விடற யோசனை இருக்கா?", மீனாட்சி.

"இல்லைங்க அத்தை இந்த வருஷம் தான் படிப்பு முடியும் . அதுக்கப்பறம் அவ வேலைக்கு போகணும்னு சொல்லிட்டு இருக்கா. இன்னும் அதபத்தி யோசிக்கல", கண்ணன்.

"சரி. எப்ப எடுத்தாலும் முதல்ல என்கிட்ட குடுங்க. எங்க பேரனுக்கு நாங்க கேக்கறோம்", மீனாட்சி.

"அத்தை....", என சந்தோஷத்தில் திகைத்து அப்படியே நின்றுவிட்டார் கண்ணன்.

"ஆமாப்பா.... எங்களுக்கு யாள ரொம்ப பிடிச்சி இருக்கு. ரெண்டு பேரும் படிச்சவங்க, முன்னமே தெரியும். அவங்க விருப்பப்பட்டா மேற்கொண்டு பேசலாம்", சுந்தரம்.

"சரிங்க மாமா. நான் ராதா கிட்ட கலந்துட்டு சொல்றேன்", கண்ணன்.

"சரிப்பா. நானும் சிதம்பரம்கிட்ட பேசிட்டு பேரன் இந்த வாரம் வரான் அவன்கிட்டயும் ஒரு வார்த்தை கேட்டுக்கறேன்", சுந்தரம்.

"சரிங்க மாமா", கண்ணன்.

அனைவரும் தரிசனம் முடித்துக் கிளம்பினர் .

"அடியே வாயாடி வீட்டுக்கு போனதும் உன் அம்மாவ சுத்தி போட சொல்லு. அத்தனை சிறுக்கிங்க கண்ணும் உன்மேல தான் இருக்கு", மீனாட்சி.

"அவ்வளவு அக்கறை இருந்தா நீயே வந்து சுத்திபோடு மீனா", நதியாள்.

"என் வீட்டுக்கு வா எல்லாமே உனக்கு பண்றேன்", இரு அர்த்தத்துடன் கூறினார் மீனா.

"ஹம்ம்... சரி அப்பறம் வீட்டுக்கு வரேன் மீனா. சுந்தா. மாமா திலாத்தை . போயிட்டு வரேன்", நதியாள்.

"வரோம் மாமா அத்தை" ,என அனைவரிடமும் விடைபெற்றுக் கிளம்பினார் கண்ணன்.

இரண்டு நாட்களில் அகரனும் ஊருக்கு வந்தவன் வீட்டில் தூங்கி கொண்டிருந்தான். அந்த சமயம் நதி அந்த வீட்டிற்கு வந்தாள்.

"மீனா.... சுந்தா.... திலாத்தை....", என அழைத்தபடி உள்ளே வந்தாள்.

"எங்க யாரையும் காணோம்?", எனத் திரும்பி திரும்பி பார்த்தபடி உள்ளே வந்தாள் நதி.

அந்த சமயம் அகரன் மாடியில் இருந்து கீழே இறங்கி வந்தான்.

பின்னாள் பார்த்து கொண்டே வந்தவள் அகரனின் மேல் மோதினாள். அவள் மோதியதில் அவனும் படிகளில் விழுந்தான் அவனின் மேல் அவளும் விழுந்தாள்.

"ஹேய்.... ", என கத்திய அகரன் அவளை பார்த்தவுடன் அமைதியானான்.

இருவரின் கண்களும் ஒன்றை இன்னொன்றை தழுவியபடி அப்படியே உறைந்து இருந்தது.

கண்களில்தான்எத்தனைகாவியம்....

கண்மணியின்கருவெனஇருவரும்ஒருவரைஒருவர்தன்னுள்புதைத்துக்கொள்ள....

சுற்றம்மறந்து.....

தங்களைமறந்து....

அவர்களைஅவர்களுள்அறிந்திடும்தேடல்தொடங்கியது.... ??????

10

அகரனும் நதியாளும் ஒருவரை ஒருவர் மறந்து அப்படியே விழுந்துகிடக்க, அந்த சமயம் உள்ளே வந்த சுந்தரம் தாத்தாவும், மீனாட்சி பாட்டியும் அவர்களைக் கண்டு சிரித்து பின் வந்து எழுப்ப தயாராகினர்.

"கண்ணு அகரா... எந்திரிப்பா.... ஏன் இப்படி விழுந்து கிடக்கறீங்க? என்னாச்சி?", சுந்தரம்.

சுந்தரத்தின் குரல் கேட்டதும் இருவரும் பதறியபடி எழுந்து நின்றனர். அகரன் சென்று சுந்திரத்தின் அருகில் நின்றுக் கொண்டான்.

"என்ன கண்ணு அப்படி பாக்கற? யாருன்னு அடையாளம் தெரியலியா?", மீனாட்சி அகரனிடம் கேட்டார்.

"இல்ல பாட்டி", தலையசைத்துக் கூறினான்.

"ஏன்டி வாயாடி உனக்குமா அடையாளம் தெரியல?", மீனாட்சி நதியாளிடம் கேட்டார்.

அவளும் இல்லையென தலையசைக்க பெரியவர்கள் இருவரும் சோர்ந்தனர் இவர்களின் பதிலில்.

"ஆனா இவங்கள நான் அங்க ஊருல பாத்து இருக்கேன். இவங்க எப்படி இங்க?", நதியாள்.

"என் பேரன் என் வீட்ல இல்லாம உன் வீட்லயா இருப்பான்?", என கேட்டு மீனாட்சி அவளது தாடையை இடித்தார்.

"உங்க பேரனா? அப்ப .... அப்ப.... என் அகன் நீ தானா?", என கண்கள் சந்தோஷத்தில் விரியக் கேட்டாள் நதியாள்.

"ஆமாம் நான் தான் அகரன்", என மென்னகைப் புரிந்தபடி கூறினான் அகரன்.

"தம்பி நம்ம கண்ண மாமா பொண்ணு நதியாள். நீ இங்க படிக்கறப்ப உன் கூடவே சுத்துமே அந்த வாலு தான்", சுந்தரம்.

ஆச்சரியத்தில் மென்னகைப் புன்னகையாக "அட அந்த நதியா.... அடையாளமே தெரியல. நல்லா வளந்துட்ட. பை த வே நைஸ் மீட்டிங் யூ அகெய்ன்", அகரன் தன் கையை நீட்டினான்.

"வெரி ஹேப்பி மீட்டிங் யூ அகன். சாரி அன்னிக்கு உன்கிட்ட... இல்ல உங்ககிட்ட ஹார்ஷா பேசிட்டேன்", நதியாள்.

"நோ பார்மாலிட்டீஸ் நதிமா. நீ உனக்கு எப்படி கூப்பிட வருதோ அப்படியே கூப்பிடு. ஹாஹஹாஹா... ஆனாலும் இத்தனை வருஷம் கழிச்சிம் உனக்கும் சரணுக்கும் சண்டை மட்டும் மாறவே இல்ல", என அகரன் சிரித்தபடிக் கூறினான்.

"நான் சண்டை போட்டது தான் சரணா? இன்னுமா அவன் உன்கூடவே சுத்திட்டு இருக்கான்?", நதியாள்.

"யாரு யார் கூட சுத்தறா?", எனக் கேட்டபடி சரண் அங்கு வந்தான்.

அங்கு நதியாள் நிற்பதைக் கண்ட சரண் கண்கள் சிவக்க,"ஏய்... நீயா? நீ எப்படி இங்க? துரத்தி துரத்தி சண்டை போட வந்தியா?", பொறிந்துத் தள்ளினான்.

அகரன் ஏதோ பேச வாயெடுக்கும் முன் நதியாள் கையமர்த்தி அமைதியாக இருக்கும்படி கூறிவிட்டு, கைகளை குறுக்க கட்டிக்கொண்டு சரணை அளந்தாள்.

"அதே பரட்ட தலை, டக்இன்ல ஒரு பக்கம் தொங்குற சர்ட், முகத்துல கால் கிலோ பவுடர், கிளிஞ்ச பேண்ட். இன்னும் 12த் படிக்கறப்ப இருந்த மாதிரியே தான் இருக்கடா சரணா", நதியாள்.

"ஏய்... அதுல்லாம் நீ சொல்லாத... இரு இரு நீ எப்படி கூப்ட? சரணா வா? வேற ஒரு ரௌடி தான் அப்படி கூப்பிடுவா... உனக்கு எப்படி தெரியும்?", அவளருகில் வந்து நின்றான் சரண்.

"ஹாஹஹா அகன் இன்னும் இவன் மண்டுவா தான் இருக்கான். எப்படிதான் சமாளிக்கற?", நதியாள் சிரித்தபடிக் கூறினாள்.

"ஏய்... அந்த ரௌடி நீ தானா?", அதிர்ச்சியுடன் கேட்டான் சரண்.

"சுந்தா உன் காப்பு ஒரு பத்து நிமிஷம் குடேன் இவனுக்கு நான் தான் நதியாள்னு புரியவச்சிட்டு தரேன்", நதியாள் அணிந்திருந்த குர்தியின் கை பகுதியை மேலேற்றியபடிக் கேட்டாள்.

"ஹான்ன்னன்.......", சரண் அதிர்ச்சியில் வாய் பேச முடியாமல் நின்றான்.

"இங்க வாடா என் அன்பு அண்ணா..... நீயெல்லாம் ஒரு அண்ணணாடா? இத்தனை வருஷம் என்னை வந்து பாக்காம இருந்திருக்க. என்னை அடையாளம் தெரியாம என்கிட்டயே சண்டையும் போடுவ. ரௌடின்னு வேற சொல்லுவியா? அப்ப மிஸ் ஆன உன் மண்டைய இப்ப நான் தான் உடைக்கப்போறேன் வாடா இங்க", நதியாள் பேசிக்கொண்டே அவனை நோக்கி அடியெடுத்து வைக்க அவன் பின்னால் நகர்ந்தான்.

"அய்ய்ய்..... என் தங்கச்சி... என் செல்லம் என் பட்டு என் புஜ்ஜூகுட்டில்ல... அண்ணன அடிக்க கூடாதுடா. அண்ணன் படிக்க இவன்கூட போயிட்டு அப்படியே அவன்கூட செட்டில் ஆகிட்டேன் டா. அண்ணன் பாவம்ல", சரண் கெஞ்சினான்.

"லீவ்ல வந்தப்போ ஏன் என்னை பாக்கல?", நதியாள்.

"அது அசைன்மெண்ட் ப்ராஜெக்ட் அப்பறம் ஜாப்னு போயிடிச்சி டா யாள்", சரண் மென்று விழுங்கியபடிக் கூறினான்.

"ஹேய்... யாரது யாள் குட்டியா?", எனக் கேட்டார் சரணின் தந்தை பரமசிவம்.

"ஹய்.... பெரியப்பா", என ஓடிச்சென்றுக் கட்டிக்கொண்டாள் நதியாள்.

"எப்படிடா இருக்க? நல்லா படிக்கறியா?", பரமசிவம்.

"ம்ம்... அதுல்லாம் சூப்பரா இருக்கேன். உங்க பொண்ணாச்சே படிக்காமயா? அதுல்லாம்", எனக் கட்டைவிரலை உயர்த்தி காட்டினாள் நதி.

"என் தங்கம். எப்ப ஊருக்கு வந்த?", பரமசிவம்.

"இப்பதான் பெரியப்பா முன்னாநேத்து. திருவிழா பாக்கலாம்னு வந்தேன். அடுத்த மாசம் பரிட்சை இருக்கு அதுக்கப்பறம் வர டைம் இருக்காது அதான் இப்பவே வந்துட்டேன்", நதி.

"ஆமாமா... அடுத்த மாசம் செம் எழுதி டைரக்ட்ஆ ஆக்ஸ்போர்டுல எம்.எஸ் படிக்க

போறா இங்க வரதுக்கு டைம் இருக்காதாம். யார்கிட்ட சுத்தற?", சரண்.

"பெரியப்பா அண்ணன் என்கிட்ட சண்டைக்கு வந்துட்டே இருக்கான். ஊருல கூட சண்டை போட்டான் ஆனா என்னை அவனுக்கு அடையாளம் தெரியல பெரியப்பா. இப்பகூட அடையாளம் தெரியலையான்னு கேட்டா சண்டைக்கு வரான்", முகத்தை பாவமாக வைத்துக்கொண்டு நதி கூறவும் பரமசிவம் உக்கிரசிவமாக மாறிவிட்டார்.

"ஏன்டா எடுபட்ட பயலே.... என்ன நெஞ்சழுத்தம் இருந்தா நதிய உனக்கு தெரியலன்னு சொல்லுவ?", பரமசிவம்.

"சண்டாளி வேலைய ஆரம்பிச்சிட்டா.....", என முணுமுணுத்தவன் ,"அப்பா இல்லப்பா.... யாள் நல்லா வளந்துட்டாளா அதான்பா", எனப் பம்மினான்.

"போன தடவ வந்தப்ப நதி வீட்ல இருக்கா போய் பாருன்னு அனுப்பினேன்ல நீயும் பாத்துட்டு வந்ததா சொன்ன.... அப்ப எங்க போன அன்னிக்கு?", பரமசிவம் கிடுக்கியாக கேள்வி கேட்க சரண் முழித்தான்.

"அப்பா... அதுவந்துப்பா..... அவ.....", என சொல்லும்பொழுதே நதி ," அப்படியா சொல்லி அனுப்பனீங்க பெரியப்பா? அண்ணன் வீட்டுக்கு வரவே இல்லையே.... உங்ககிட்ட பொய் சொல்லிட்டு வேற யார் யாரையோ பாக்க போய் இருப்பாங்க போல. அண்ணனுக்கு இந்த தங்கச்சி மேல பாசமே இல்லை", எனக் கண்ணைத் துடைத்தாள்.

"ஏன் நீ வந்து பாக்கவேண்டியது தானே?", சரண்.

"வாயமூட்றா.... வீட்டுக்கு வா உன்ன கவனிச்சிக்கறேன்", என உருமிவிட்டு சுந்திரத்தின் அருகில் வந்தார்.

"மாமா இந்தாங்க தலகட்டு வரி நோட்டு. இதுல பணம் இருக்கு. சிதம்பரத்துகிட்ட குடுத்துடுங்க. நான் சாயந்தரம் வரேன் திருவிழா ஏற்பாடு பத்தி பேசிக்கலாம்", எனக் கூறி மீண்டும் சரணை முறைத்துவிட்டுச் நகர்ந்தார்.

"நதிகுட்டி வீட்டுக்கு வாடா. பெரியம்மா கேட்டுகிட்டே இருக்கா உன்ன", பரமசிவம்.

"சரி பெரியப்பா நாளைக்கு புல் டே அங்க தான். நல்லா சமைச்சி வைக்க சொல்லுங்க ", எனச் சிரித்தபடிக் கூறினாள் நதி.

"சரிடா... வரேன் . வரேன் மாமா அத்தை", பரமசிவம்.

"இந்தா டா மோர் குடிச்சிட்டு போ", என உள்ளிருந்து மீனாட்சி கொண்டு வந்தார்.

அனைவருக்கும் மோர் குடிக்க பரமசிவம் சொல்லிக்கொண்டு கிளம்பினார்.

பரமசிவம் வெளியே சென்றுவிட்டாரா என உறுதி செய்தபின் நதியாளிடம் வந்த சரண்,"ராட்சசி ராட்சசி.... இப்படிதான் கோர்த்து விடுவியா? கொஞ்சமாது உனக்கு மனசாட்சி இருக்கா? இத்தனை வருஷம் கழிச்சி பாக்கறியே உனக்கு கொஞ்சம் கூட பாசமில்லையா?"

"அதையே நானும் கேக்கலாம்ல சரணா. இத்தனை வருஷம் வந்து என்னை பாத்தியா? உன் பிரண்ட் கூட ஜாலியா ஊர சுத்திட்டு இருந்துட்டல்ல, இந்த தங்கச்சிய மறந்துட்டு", நதியாள் அகரனை ஒரு பார்வைப் பார்த்துவிட்டுக் கூறினாள்.

"அச்சச்சோ வண்டி நம்ம ஸ்டாப்க்கு வந்துரிச்சி", அகரன் மனதில் நினைத்துக் கொண்டு ,"அதானே நதிமா. அண்ணன்னா அக்கறை வேணாம் இப்படியா தங்கச்சிய கூட தெரியாம இருக்கறது?", நதிக்கு ஒத்து ஊதினான்.

நதி ஏதோ பேச ஆரம்பிக்கும் முன்," போதும் நிறுத்துங்க டா. எல்லாருக்கும் படிப்பு வேலைன்னு பாத்துக்க முடியல அதான் இப்ப பாத்துகிட்டீங்கள்ள இனிமே கேப்பு இல்லாம பழகுங்க", என மீனாட்சி கூறினார்.

"என்னாது கேப்பா?", சரண்.

"கேப் டா", அகரன்.

"ஓ.... இங்கிலிபீஸு.... பாட்டி இங்கிலிபீஸுலா பேசுது", சரண்.

சரணின் முதுகில் அகரன் மீனாட்சி நதி முவரும் மொத்தினர்.

"அடிக்காதீங்க விடுங்க... விடுங்க.... தெரியாம இந்த கூட்டத்து கிட்ட சிக்கிட்டேனே", சரண்.

"எவ்வளவு வாங்கினாலும் உனக்குலாம் வாய் குறையுதா பாரு. எரும மாடு சரணா", நதியாள்.

"ஆமா எனக்கு மட்டும் கொறையணும் உனக்கு லாம் எக்ட்ரா லார்ஜ் சைஸ்ல விரியணும். நீ முதல்ல கம்மி பண்ணு", சரண்.

"நீ முதல்ல கம்மி பண்ணு", நதியாள்.

மீண்டும் இருவரும் சண்டையை ஆரம்பிக்க அகரன் நடுவில் புகுந்தான்.

"போதும் போதும் வாங்க மேல போலாம்", என சரணை முன்னே தள்ளிவிட்டு நதியைக் கைப்பிடித்து அழைத்துக் கொண்டுச் சென்றான்.

அவர்கள் இருவரும் கைப்பிடித்துச் செல்வதைப் பார்த்தபடியே திலகவதியும் சிதம்பரமும் உள்ளே வந்தனர்.

அவர்கள் செல்வதை பெரியவர்கள் இருவரும் குஷியுடன் பார்த்துக் கொண்டு இருந்தனர்.

"மீனா... ஜோடி பொருத்தம் பிரமாதம். கண்ணன்கிட்ட பரிசம் போட நாள் பாத்துற-லாமா?",சுந்தரம்.

"என்னப்பா.... யாருக்கு பரிசம் போட போறீங்க?", சிதம்பரம் உள்ளே வந்தபடிக் கேட்டார்.

"அது யாள் தானே.. எப்ப வந்தா அத்தை", திலகா மேலே பார்த்தபடிக் கேட்டார்.

"ஆமாம்மா... இப்ப தான் கொஞ்ச நேரத்துக்கு முன்ன வந்தா", மீனாட்சி, பின் பரமசிவம் வந்தது நதியாள் குற்றப்பத்திரிக்கை வாசித்தது இருவரும் சண்டை போட்டது என அனைத்-தும் கூறினார்.

"ஹாஹாஹா... இன்னும் அப்படியே தான் இருக்கா அத்தை. அதே சுட்டிப்பு ...", தில-கவதி சிரித்துக்கொண்டே கூறினார்.

"ஆமா கண்ணு. அதான் நம்ம அகரனுக்கு யாள கேக்கலாமான்னு நானும் இவரும் பேசி-கிட்டு இருந்தோம்", மீனாட்சி விஷயத்தை உடைத்தார்.

சிதம்பரமும் திலகவதியும் சற்று திகைத்து தன்னிலை திரும்பினர்.

"இப்ப தானேம்மா அவ காலேஜ் படிக்கறா. கண்ணன் மச்சானுக்கு இன்னும் யாளுக்கு கல்-யாணம் பண்ற எண்ணமே வந்து இருக்காது", சிதம்பரம் எதார்த்தத்தைக் கூறினார்.

"அதுல்லாம் அன்னிக்கி கோவில்ல கேட்டுட்டேன். இது கடைசி வருஷமாம். ஜாதகம் விட்ற எண்ணம் இருந்தா சொல்லுன்னு மேம்போக்கா சொல்லிட்டேன்", மீனாட்சி.

"எனக்கு ஒன்னும் ஆட்சேபனை இல்லம்மா. அவங்க இரண்டு பேருக்கும் பிடிச்சா போதும்.

என்ன திலகா?", சிதம்பரம்.

"ஆமாத்தை நதி நம்ம வீட்டுக்கு வந்தா சந்தோஷம் தான். கட்டிக்க போறவங்க இஷ்டம் தான் முக்கியம்", திலகாவும் சந்தோஷமாக தன் சம்மதத்தைக் கூறினார்.

"சரி முதல்ல ஜாதகத்த பாப்போம், பொருத்தம் வந்தா கண்ணன் கிட்ட பேசி அகரன் நதி-கிட்டயும் பேசலாம்", சுந்தரம்.

"சரிங்கப்பா... அப்பா பரமசிவம் அத்தான் பை குடுத்தாங்களா?", சிதம்பரம்.

"ஆமாப்பா.. இந்தா... சாயங்காலம் வரதா சொன்னான். அப்ப ஏற்பாடு பத்தி பேசி முடிவு பண்ணிக்கலாம்னு சொல்ல சொன்னான்", சுந்தரம்.

"சரிங்கப்பா... திலகா இத பீரோல வை. பத்திரம் திருவிழா காசு இருக்கு", சிதம்பரம்.

"சரிங்க... அத்தை என்ன என்ன சமைக்கட்டும்?", திலகவதி.

"ரொம்ப நாள் கழிச்சி யாள் வந்து இருக்கா அவளுக்கு பிடிச்சதுல்லாம் சமைச்சிடு திலகா", மீனாட்சி.

"அவளுக்கு மீன் தான் பிடிக்கும் இப்ப திருவிழா அசைவம் செய்ய முடியாதே அத்தை", திலகவதி.

"அவளுக்கு புளிக்குழம்பு வெண்டைக்காய் போட்டு செஞ்சா பிடிக்கும். அப்படியே சக்கர பூசனிய தாளிச்சிடு. அப்பறம் நீ வைக்கிற ரசம் அவளுக்கு ரொம்ப பிடிக்கும் மிளகு சேத்து வச்சிடு, அப்பறம் சாப்பிடறப்ப வத்தல் அப்பளம் போட்டுக்கலாம். அடுக்கலைல வள்ளி இருக்கா காய் அரிய சொல்லிட்டேன். நான் தோப்புக்கு போய் நுங்கும், மாம்பழமும் இருக்-கான்னு பாத்து பறிச்சிட்டு வரேன். நுங்கு பாயாசம் செஞ்சிடலாம் நானே செய்யறேன் அத", மீனாட்சி.

"என்னத்தை பேரனுக்கு பொண்டாட்டியாக போறான்னு இவ்வளவு விருந்தா?", திலகவதி கிண்டலாகக் கேட்டார்.

"இல்லடி. அவ நம்ம வீட்ல சாப்டு எத்தனை வருஷம் ஆகிடிச்சி. அவ மட்டும் இந்த வீட்டுக்கு மருமகளா வந்தா இன்னும் ஜமாய்ச்சிடமாட்டேன். ஊருக்கே ஒரு வாரம் விருந்து வைப்பேனாக்கும்", முகத்தில் சந்தோஷம் பொங்கக் கூறினார்.

"என்ன மீனா ஒரு வாரம் போதுமா?", சுந்தரம்.

"பேசிட்டே இருந்தா நேரம் போயிரும். அவளுக்கு கொஞ்ச நேரத்துல எதாவது சாப்பிட குடுக்கணும் . அப்பறம் வீட்டுக்கு வந்திருக்கேன் கவனிக்க மாட்டியான்னு என்கிட்ட வம்பிலுப்பா... நகருங்க ... போயிட்டு வரேன்", எனக் கூறி அங்கிருந்து பின்வாசல் வழியாகத் தோப்பை நோக்கி எட்டநடைபோட்டார் மீனாட்சி.

"ஏன்மா திலகா உனக்கு இஷ்டம் தானே நாங்க சொல்றோம்னு பாக்காத உன் மனசுல படறத சொல்லு எதுவா இருந்தாலும் பரவால்ல", திலகவதியை கேட்டார் சுந்தரம்.

"எனக்கு இஷ்டம் தாங்க மாமா. கட்டிக்க போறவங்க இஷ்டத்த கேட்டுட்டு நாம பேசலாம். தேவையில்லாம நாம கற்பனை பண்ணிகிட்டு இருக்க வேணாம்னு பாக்கறேன். நாம பேசறப்ப அவங்க காதுல விழுந்தாலும் தேவையில்லாத குழப்பமா போயிரும். சொந்தத்துக்குள்ள சங்கடம் வரக்கூடாது அவ்வளவு தான். நதி எங்க இருந்தாலும் நல்லா இருப்பா நம்ம வீட்ல இருந்தா இன்னும் சந்தோஷம் அவ்வளவு தானுங்க மாமா", திலகவதி தன் மனதில் பட்டதைக் கூறினார்.

"நீ சொல்றதும் சரிதான். நானும் யோசிச்சேன் திலகா. முதல்ல ஜாதகம் பாத்து மனசு திருப்திபட்டா குழந்தைங்க கிட்ட கேக்கலாம். முன்னகூட்டி மனச கலைக்க வேணாம். இன்னிக்கு சாயந்தரம் கண்ணனையும் ராதாவையும் வரச்சொல்றேன்", சுந்தரம்.

"சரிங்க மாமா", திலகவதி.

"சரிம்மா நான் வயக்காடு வரை போயிட்டு வரேன். மதியம் வந்துடறேன்" ,எனக் கூறி கிளம்பினார் சுந்தரம்.

"சரிங்க மாமா", திலகவதியும் அடுக்கலைக்குள் நுழைந்து கொண்டார்.

மேல போன நம்ம வானரங்கள் என்ன பண்ணுதுன்னு பாக்கலாம் வாங்க...

சரண் ஓரமாக பால்கனியில் கன்னத்தில் கைவைத்தபடி அமர்ந்து, அகரனையும் நதியாளையும் வேடிக்கைப் பார்த்துக் கொண்டு இருந்தான்.

(அப்படி என்ன பண்ணுதுங்க... நாமலும் பாக்கலாம்)

அகரனும் நதியும் அந்த பள்ளியை விட்டு சென்றதில் இருந்து எல்லா கதைகளையும் பேசிக்கொண்டு இருந்தனர்.

"அகன்... நான் 12த் படிக்கறப்ப தானே நீ அப்ராட் போன? அங்க என்ன என்ன

பாத்த?", நதியாள் அவன் மடிமீது உட்காராத குறையாக அவன் கைகளை இழுத்து வைத்துக் கொண்டு அமர்ந்து இருந்தாள்.

"வெள்ளை காகாயும் பச்சை காகாயும் பறந்தத பாத்தான். அவன் எங்கயாவது ஓடபோறானா என்ன? ஏன் இப்படி அவன் கைய இழுத்து வச்சிட்டு உக்காந்து இருக்க? கைய விடு. இரண்டு பேருக்கும் மனசாட்சி இருக்கா இல்லியா? நான் ஒருத்தன் இங்க இருக்கறதே கண்ணுக்கு தெரியலியா?", சரண் பொறுமையிழந்து கத்தினான்.

"நீ இன்னும் இங்க தான் இருக்கியா மச்சான்? சரி கீழ போய் அம்மாகிட்ட ஸ்நாக்ஸ் வாங்கிட்டு வா", அகரன்.

"அது மட்டும் போதுமா இல்ல சரக்கு எதாவது வேணுமா?", சரண் கடுப்புடன் கேட்டான்.

"சரக்கா.... அப்ப எனக்கு கள்ளு கொண்டு வாடா சரணா", நதியாள்.

"பொண்ணா நீ? ஏன் பட்டசாராயம் குடிக்கமாட்டியா?", சரண்.

"அது அடிக்கடி குடிக்ககூடாது. தேவைபடற நேரத்துல தான் குடிக்கணும் சரணா. இல்லைன்னா கிட்னி சட்னி ஆகிடும் லிவரும் வெடிச்சிடும்", நதியாள் குழந்தையைப் போல லயத்துடன் கூறினாள்.

"உங்கள...", எனக் கையில் கிடைத்த தலகாணியைக் கொண்டு அடிக்கத்தொறத்தினான் சரண்.

அகரனும் நதியும் ஆளுக்கு ஒரு பக்கம் ஓடி மொட்டைமாடிக்குச் சென்றனர்.

"நில்லுங்க இரண்டு பேரும். அப்ப இரண்டு வருஷம் தான் என் உயிரை எடுத்தீங்க மறுபடியும் இப்ப சேந்து எத எடுக்கப்போறீங்க?", சரண்.

"இனிமே லைப்லாங் அகன் கூட தான் இருக்கப்போறேன் டா சரணா. என்ன பண்ணுவ நீ ?", நதியாள் அகரனின் தோளில் கைப்போட்டுக்கொண்டு கூற அகரனும், சரணும் ஒரே சமயத்தில் சாக்காகி சிலையென நின்றனர்.

என்ன பொசுக்குன்னு இப்படி சொல்லிட்டா... என்ன அர்த்தமா இருக்கும் இதுக்கு?

11

இனி லைப் லாங் அகரன் கூடவே இருக்கப்போவதாக நதியாள் சொன்னதால் அகரனும், சரணும் ஸ்தம்பித்து நின்றனர்.

உறைந்து நின்றவர்களை உலுக்கி நினைவிற்கு கொண்டுவந்த நதி, "என்னாச்சி இரண்டு பேருக்கும் ஏன் இவ்வளவு ஷாக்?", எனக் கேட்டாள்.

"ஏன் இப்படி இப்ப சொன்ன நீ?", சரண் படபடப்புடன் கேட்டான்.

"கண்டுபிடி", எனக் கூறிச் சிரித்தாள் நதி.

"டென்சன் ஏத்தாம சொல்லுடி ராட்சசி", சரண்.

"ராட்சசினு திட்றதுக்கு பின்னாடி ரொம்பவே வருத்தப்படுவ டா சரணா", நதியாள் தன் நகங்களை ஆராய்ந்துக் கொண்டு கூறினாள்.

"அத அப்ப பாத்துக்கலாம் இப்ப சொல்லு", சரண்.

"அகன் உனக்குமா தெரியல?", நதியாள்.

அகரனுக்கு என்னவென்று சொல்வது? ஏற்கனவே முன்பொருமுறை நதியாளைக் கண்டு தன் மனதில் ஏற்பட்ட தடுமாற்றம் உணர்ந்தே இருந்தான். இப்பொழுது இவள் சிறுவயதில் தன்கூடவே சுற்றிய சுட்டிப்பெண் எனத் தெரிந்ததும் ஒரு பக்கம் சந்தோஷமும், மறுபக்கம் குழப்பமும் தான் ஏற்பட்டு இருந்தது.

நதியாள் இவன் மேல் பொழிவதோ அதே பத்துவயது குழந்தை நிலை அன்பு. அகரனுக்கு அவள் மேல் ஏற்பட்டிருக்கும் ஈர்ப்போ, தடுமாற்றமோ வெளியே தெரியக்கூடாது முக்கியமாக நதியாளுக்கு. தெரிந்தால் அவள் எப்படி அதை எடுத்துக்கொள்வாளோ என்கிற குழப்பம் கலந்த பயம்.

நதியாளின் மேல் ஏற்பட்டிருக்கும் எண்ணத்தை முதலில் தான் சுய அலசல் செய்து, இதே ஈர்ப்பும் தடுமாற்றம் கலந்த அன்பும் நீடித்தால் தான் அந்த உணர்விற்கு பெயர் கொடுக்க முடியும் என தீர்மானித்திருந்தான். இப்பொழுது இவளின் கேள்விக்கு என்ன பதில் கொடுப்பான் அவன்? பரிதாபத்திற்குறியது தான் அவன் நிலை.

"என்ன நதிமா சொல்றது?", அகரன் சற்றுத் தடுமாறிச் சமாளித்தான்.

"எப்படி உன்கூட லைப்லாங் இருப்பேன்னு சொல்லு?", நதியாள்.

"எனக்கு தெரியல டா நீயே சொல்லு", அகரன்.

"இரண்டு பேரும் நான் கீழ பேசினத கவனிச்சீங்களா இல்லையா?", நதியாள் சற்றுக் கோபம் கலந்த குரலில் வினவினாள்.

"நீ என்கிட்டயா பேசின அவன்கிட்ட தானே பேசின?!", சரண் கோபமாகக் கேட்டான்.

"நீ என்ன ஆப்ரிக்காலயா இருந்த? ரூம்ல ஐஞ்சு அடி தூரத்துல தானே உக்காந்து இருந்த", நதியாள் சற்றுக் கூடிய கோபத்துடன் கூறினாள்.

"சரி விஷயத்த சொல்லு முதல்ல", சரண்.

"என் இன்டர்ன்ஷிப் அகன் கம்பெனில தான் பண்ணப்போறேன்.. அப்படியே அவன் கம்பெனிலயே ஜாப்லயும் ஜாயின் பண்ணப்போறேன்", அகரனின் கழுத்தைக் கட்டியபடிக் கூறி முடித்தாள்.

அகரனும் சரணும் வெவ்வேறு மனநிலையில் மீண்டும் உறைந்து நின்றனர்.

அகரனுக்கோ தலைக்கால் புரியாத சந்தோஷம். நதியை அருகிலேயே எப்பொழுதும் வைத்துப் பார்த்துக் கொண்டே இருக்கலாம். சரணுக்கோ இவள் கம்பெனிக்கு வந்தாள் தான் செய்யும் சேட்டையில் இருந்து போடும் சரக்கு வரை தெரிந்து வைத்துக் கொண்டு கண்டிப்பாக மிரட்டியே தன் காரியத்தைச் சாதித்துக் கொள்வாள் என்கிற பயம்.

"என்னடா இரண்டு பேரும் எப்ப பாரு உறைஞ்சு போறீங்க?", என இருவரின் முதுகிலும் தட்டினாள்.

"அதுலாம் முடியாது உனக்கு யாரு இப்ப பர்மிஷன் குடுத்தா இன்டர்ன்ஷிப் பண்ண? அதுவும் இல்லாம ஜாப்லாம் ... உனக்கு சான்ஸே இல்ல", சரண்.

"ஏன் முடியாது? எனக்கு ஜாப் குடுக்கணுமா முடியாதான்னு அகன் தான் முடிவு பண்ண-ணும் நீ இல்ல", நதியாள் சற்றுக் குரலை உயர்த்தியே கூறினாள்.

"டேய் மச்சான்.... வேணாம்டா... இவள கம்பெனிக்குள்ள விட்ட நம்ம மானம் பறந்துடும். ஊருக்குள்ள நல்ல பையன்னு இப்பதான் நான் இமேஜ் கிரியேட் பண்ணி இருக்கேன். இவ ஒரு செகண்ட்ல அத உடச்சிருவா டா. வேணாம் டா மச்சான். முடியாதுன்னு சொல்லுடா", சரண் அகரனின் காதில் ஓதிக்கொண்டு அல்ல அல்ல கெஞ்சிக்கொண்டு இருந்தான்.

அது அவன் காதுல விழுந்தா தானே சரண் அவன பாரு நீ பக்கத்துல நிக்கறது கூட தெரி-யாம கனவு காண ஆரம்பிச்சிட்டான்... பாவம் பயபுள்ள தனியா பொலம்பிட்டு இருக்கு..

"ம்ம்", அகரன்.

"இப்ப சொல்லுடா முடியாதுன்னு. என் மச்சான் டா நீ", என சரண் கூறி அகரனின் முது-கில் தட்ட," நதிமா என்ன கோர்ஸ்டா படிக்கற?", அகரன் கேட்டான்.

"ஆர்கிடெக்சுரல் இன்டீரியர் டிசைனிங்", நதியாள்.

"சூப்பர்டா. நீ காலேஜ் எக்ஸாம் முடிச்சிட்டு நம்ம கம்பெனிக்கு வந்துடு. உன் பிரண்ட்ஸ் இருந்தாலும் கூட்டிட்டு வா, இன்டர்ன்ஷிப் நம்ம கம்பெனில பண்ணிக்கலாம். கோர்ஸ் முடிஞ்சு பர்பாமன்ஸ் பாத்து இன்னும் சில டெஸ்ட் வச்சி ரெக்ரூட் பண்ணிக்கறேன். ஓகே வா?", அகரன்.

"டபுள் ஓகே அகன்", எனக் கூறி அவனின் கழுத்தை கட்டிக்கொண்டாள்.

"டேய் சரணா... பாத்தியா.... என் அகன் எப்பவும் என் பக்கம் தான்", நதியாள்.

சரண் அதிர்ச்சியில் அப்படியே சிலையாகிவிட்டான்.

"அம்மாடி நதி", கீழிருந்து மீனாட்சி பாட்டி குரல் கொடுத்தார்.

"வரேன் பாட்டி", நதியாளும் குரல் கொடுத்தாள்.

"எல்லாரையும் கீழ கூட்டிட்டு வாம்மா", மீனாட்சி.

"சரி பாட்டி", நதியாள் அகரனிடம் சைகை செய்துவிட்டு படிகளில் கீழே குதித்து குதித்து இறங்கிச் சென்றாள்.

அதைக் கண்டு இரசித்தவன் பின் சரணிடம் அசைவு இல்லாததைக் கண்டு உலுக்கினான்.

"டேய் என்னடா? இப்படி நிக்கற? வா கீழ போலாம்", அகரன் அவன் கைப்பிடித்து இழுத்-தான்.

"ஏன்டா இப்படி பண்ண? உன்கிட்ட எவ்வளவு சொன்னேன் இப்படி பண்ணிட்டியே டா", சரண்.

"நான் என்னடா பண்ணேன்?", அகரன் புரியாமல் வினவினான்.

"அவள ஏன்டா நம்ம கம்பெனிக்கு வரச்சொன்ன? நான் தான் வேண்டாம்னு சொன்-னேன்ல", சரண் பாவமாக முகத்தை வைத்துக்கொண்டு கேட்டான்.

"எப்ப மச்சான் சொன்ன? படிப்பு விஷயம் அதான்டா வரச்சொன்னேன், அதுல உனக்கு என்ன பிரச்சினை?", அகரன் புரியாமல் கேட்டான்.

"ஏன்டா உன் காதுல அவ்வளவு நேரம் மந்திரம் ஜபிக்கற மாதிரி சொன்னேனே ஒன்னுமே காதுல விழலியா?", சரண்.

"இல்ல மச்சான். சரி விடு அதுல உனக்கும் ஒரு நல்லது இருக்கு?", அகரன்.

"அவள உள்ள விட்டப்பறம் எப்படி நல்லது நடக்கும்?", சரண்.

"அவ பிரண்ட்ஸையும் வர சொல்லி இருக்கேன்", அகரன் கூறி சிரித்தான்.

"அப்ப ரீனாவும் வருவாளா?", பல்லைக் காட்டியபடிக் கேட்டான் சரண்.

"ஆமா. ஆனா நதிய தாண்டி அவள கரெக்ட் பண்றது உன் சாமர்த்தியம்", அகரன்.

"அதுல்லாம் அசால்டா பண்ணிடுவேன் மச்சான்", சரண்.

"ஹான்? பாக்கறேன் எப்படி பண்றன்னு", அகரன் ஒரு புருவம் உயர்த்திக் கூறினான்.

"சரி வா கீழ போலாம். அப்பவே மீனு பாட்டி கூப்டாங்க. எதாவது ஸ்பெஷலா செஞ்சி இருப்பாங்க. போய் சாப்டலாம் நான் காலைல இருந்து சாப்பிடல", சரண் பேசிக்கொண்டே படிகளில் இறங்கினான்.

"ஆனாலும் உனக்கு தைரியம் ஜாஸ்தி தான்டா மச்சான்", சிரித்துக்கொண்டே கூறினான்

அகரன்.

"என்னைவிட உனக்கு தான் ஜாஸ்தியா இருக்கு மச்சான். நீ அந்த ராட்சசிய பாக்கற பார்வையே சரியில்லை. என்ன விஷயம்?", சரண் இப்பொழுது ஒரு புருவம் உயர்த்தி வினவினான்.

"அப்படில்லாம் ஒன்னும் இல்ல மச்சான். பாத்து ரொம்ப வருஷம் ஆச்சில்ல அதான்.....", அகரன் இழுத்தான்.

"சரி சரி. பாத்து ஜாக்கிரதையா நடந்துக்க. விதின்னு ஒன்னு இருக்கு அது எப்படி இருக்கோ பாக்கலாம்", சரண்.

"மச்சான் எனக்கு நீ சப்போர்ட் பண்ணமாட்டியா டா?", அகரன்.

"நான் உனக்கு பண்றது இருக்கட்டும். நீ எனக்கு ரீனாவ கரெக்ட் பண்ண ஹெல்ப் பண்ணு", சரண்.

"அடேய் என்னடா? அதுல்லாம் உன் சாமர்த்தியம் வீட்ல பேசி ஓகே பண்றதுக்கு வேணா ஹெல்ப் பண்ணுவேன்", அகரன்.

"இது போதும் மச்சான் எனக்கு", சரண் சிரித்துக் கொண்டே படியிறங்கினான்.

அவர்களுக்கு முன் கீழே வந்த நதி நேராக சமையற்கட்டிற்குள் சென்றாள். அங்கே திலகவதி இவளுக்கு பிடித்த வகைகளை சமைத்து கொண்டு இருப்பதைக் கண்டு குஷியாகி அவரிடம் நலம் விசாரித்தாள்.

"திலாத்தை.... என்ன பண்ணிட்டு இருக்கீங்க?", நதியாள் அவரின் கழுத்தைக் கட்டிக் கொண்டுக் கேட்டாள்.

"வாடா நதிமா. உனக்கு பிடிச்ச டிஷ் எல்லாம் சமைச்சிட்டு இருக்கேன் டா. பாட்டி உனக்காக இளநீரும், நுங்கும் கொண்டு வந்து இருக்காங்க சாப்பிடு. சமையல் ரெடியானதும் சாப்டலாம்", திலகவதி.

"அத்தை ... எத்தனை வருஷம் கழிச்சி வந்து இருக்கேன் இப்பக்கூட என்கூட பேசாம சமையல்ல மூழ்கிட்டா எப்படி?", நதியாள் சிணுங்கியபடி முகத்தைச் சுருக்கினாள்.

"அடடா.... என் ராஜாத்திக்கு ஏன் முகம் சுருங்குது? சமையல் முடிச்சிட்டா உன்கூட தான் மதியம் புல்லா. உன்கிட்ட நிறைய பேசணும்", திலகவதி.

"சரித்தை. நானும் ஹெல்ப் பண்றேன். சொல்லுங்க என்ன பண்ணட்டும்?", நதியாள்.

"இப்ப ஒன்னும் நீ பண்ணவேணாம். போய் பாட்டி குடுக்கறத சாப்பிடு. அவங்க கூட பேசிட்டு இரு. இல்லைன்னா அகரன கூட்டிகிட்டு வயலுக்கு போயிட்டு வா. தாத்தா அங்க தான் போய் இருக்காங்க மாங்கா தோப்பு பக்கத்துல", திலகவதி.

"குட் ஐடியா அத்தை. சரி நான் போயிட்டு வரேன். நீங்க மதியம் புல்லா என்கூட தான் டைம் ஸ்பெண்ட் பண்ணணும் மறந்துடாதீங்க", எனக் கூறியபடி ஓடினாள்.

"ஓடாத நதிமா. பாத்து போடா", திலகவதி ," இன்னும் அப்படியே தான் இருக்கா கால் ஒரு இடத்துல நிக்கமாட்டேங்குது", என மனதில் நினைத்தபடி தன் வேலையைத் தொடர்ந்தார்.

"ஹாய் மீனா….. எனக்காக என்ன வச்சி இருக்க குடுக்க?", நதியாள் பின்னிருந்துக் கட்டிக்கொண்டுக் கேட்டாள்.

"என் தங்கம்….உனக்கு என்ன வேணும் சொல்லு. உனக்கு இல்லாததா?", என அவளின் கன்னம் வழித்து முத்தமிட்டவர், அவளை முன்னே தன்னருகில் அமரவைத்துக் கொண்டார்.

"இப்படி பட்டுன்னு கேட்டா நான் என்ன கேக்கறது? சரி யோசிச்சி கேக்கறேன் அப்ப நீ முடியாதுன்னு சொல்லக்கூடாது", நதியாள்.

"சரி டி . இந்தா நுங்கு உனக்கு புடிக்குமே. நீ வச்ச மரத்தோட நுங்கு", மீனாட்சி ஒரு தட்டில் இருந்ததை எடுத்துக் கொடுத்தார்.

"ஐஐஐ…. நான் வச்ச மரத்தோட நுங்கா? பாக்கவே ஜெல்லி மாதிரி சூப்பரா இருக்கு இப்பவே எச்சில் ஊருது", என எடுத்து வாயில் வைத்தாள் நதி.

"ஹேய் அந்த தோல எடுத்துட்டு சாப்பிடு. அப்படியே திங்காத மாடு மாதிரி", சரண் கூறிக்கொண்டே வந்தான்.

"அடேய் வாய மூடு டா. புள்ள திங்கறப்ப தடங்கல் சொல்லிட்டு", மீனாட்சி சரணை அதட்டினார்.

"நீ இரு மீனா. அடேய் சரணா…. நுங்க தோலோட தான் சாப்டணும். அத முதல்ல நீ தெரிஞ்சிக்க. வெறும் இனிப்போட மட்டும் சாப்டகூடாது. இந்த தோல் சாப்டா தான் நல்லது. இத மட்டும் இல்ல உருளைகிழங்குல மாம்பழம்ல இருந்து சில பொருள் தோலோட சேர்த்து தான் சாப்டணும். அத முதல்ல நீ தெரிஞ்சிக்க. நீ எருமை மாதிரி வளர்ந்துட்டு என்னை

மாடுங்காத", நதியாள்.

"அப்படி சொல்லுடி என் ராசாத்தி", என நெட்டி முறித்தார் மீனாட்சி.

"போதும் போதும் உடனே அவள கொஞ்சாதீங்க. ஏன் மீனு உனக்கு எத்தனை தடவை நான் வெத்தலைல இருந்து சுருட்டு வரைக்கும் வாங்கி குடுத்து இருக்கேன். உனக்கு என்மேல பாசமே இல்லையா", சரண் முகத்தை சோகமாக வைத்துக் கொண்டுக் கேட்டான்.

"அந்த மனுசனுக்கு சுருட்ட வாங்கி குடுத்தது நீ தானா? அம்மாடி திலகா அந்த உருட்டு கட்டைய கொண்டு வா இந்தா சிக்கிட்டான் எடுபட்ட பய", என அவனின் சட்டையைப் பற்றிக்கொண்டு உள்ளே குரல் கொடுத்தார்.

"அய்யய்யோ... ஒலறிட்டேனே. டேய் மச்சான் காப்பாத்து டா", என அகரனிடம் கொஞ்சினான்.

"எத்தனை தடவை சொல்றது அவருக்கு சுருட்டு வாங்கிதராதன்னு. வாங்கு அப்பத்தான் நீ திருந்துவ", அகரன்.

"அடேய்.... இந்தா என் தங்கச்சி என்னை காப்பாத்துவா... யாள் குட்டி அண்ணன காப்பாத்து டா", நதியைப் பார்த்துக் கொஞ்சினான் சரண்.

"எதுக்கு? என் சுந்தாக்கு உடம்புக்கு முடியாம போனா நீயா வந்து சரி பண்ணுவ? மீனா நான் விறகுகட்டைய எடுத்துட்டு வரேன் நல்லா சாத்து. ஆறு மாசத்துக்கு இவன் எந்திரிக்க கூடாது", எனக் கூறி பின்பக்கம் ஓடினாள் நதி.

"அடிபாதகத்தி.... என்னை காப்பாத்த யாருமே இல்லையா?",என சரண் கத்தினான்.

"என்னடா சத்தம்? யார்கிட்ட இருந்து உன்ன காப்பாத்தணும்?",என கேட்டபடி சிதம்பரம் வெளியே வந்தார்.

"மாமா.... என் தெய்வமே..... பாட்டிகிட்ட இருந்து காப்பாத்துங்க மாமா. பாட்டியும் பேத்தியும் சேர்ந்து என்னை கொல்ல திட்டம் போடறாங்க", சரண் அவரிடம் மன்றாடினான்.

"நீ என்ன பண்ண ? அத சொல்லு முதல்ல?",என பஞ்சாயத்துக்களில் பேசும் தோரணையில் கேட்டார்.

"போயும் போயும் இவர நம்பினேன் பாரு. இவரு ஆலமரத்துக்கு கீழ பஞ்சாயத்து கூட்டி தான் தீர்ப்பு சொல்லுவாரு போலவே. அதுக்கு இவங்க கிட்டவே அடி வாங்கிக்கலாம்

கொஞ்சம் பாவம் பாப்பாங்க அடிவாங்கறப்ப கத்தினா", என முணுமுணுத்தான் சரண்.

"ஒன்னும் இல்ல மாமா. இந்த வருஷம் ஆடல் பாடல் நிகழ்ச்சி இருக்கா மாமா?", சரண்.

"உன் அப்பா கிட்ட கேட்டு சொல்றேன் மாப்பிள்ளை. அவர் சரின்னு சொன்னா வச்சி-டைலாம். இல்லைன்னா நீ கேட்டன்னு சொல்லி வைக்க சொல்றேன். சந்தோஷம் தானே", சிதம்பரம் சிரித்தபடி கேட்டார்.

"எனக்கு வள்ளி தெய்வானை முருகன் நாடகம் போட்டாலே போதும் மாமா. இதையெல்லாம் ஏன் அப்பா வரைக்கும் கொண்டு போயிகிட்டு. நீங்க பஞ்சாயத்துக்கு கிளம்புங்க நேரமாச்சி. அதோ உங்க குள்ளநரி கூட்டம் வந்துடிச்சி", என பின்னால் வந்தவர்களை பார்த்துக் கூறி-னான் சரண்.

"உன் அப்பா ஏன் இன்னும் உன்னை பொறட்டி எடுக்கறாருன்னு இப்பதானே தெரியுது. பாத்து மாப்பிள்ளை அடி வாங்கறப்ப சூதானமா இருந்துக்க", என சிதம்பரம் சிரித்துக்-கொண்டே கூறிச்சென்றார்.

"குடும்பமே என்னை வச்சி செய்யுதே.. ஆண்டவா எனக்கு ஏன் இந்த சோதனை?", சரண்.

"போதும் டா உன் நாடகம். இத சாப்பிட்டு நதிய கூட்டிகிட்டு வயலுக்கும் மாந்தோப்புக்கும் போயிட்டு வாங்க", எனத் திலகவதி வந்து இளநீர் அனைவருக்கும் தம்ளரில் கொடுத்துவிட்-டுச் சென்றார்.

"நான் வீட்டுக்கு போறேன். இவனே அவள இழுத்துட்டு போகட்டும்", என கூறி நுங்கை வாயில் வைத்துக் கொண்டு எழுந்தான்.

"டேய் சரணா நீ வரலியா?", எனக் கேட்டபடி நதி வந்து நின்றாள்.

"நான் வரல", சரண்.

நதியாள் மொபைல் எடுத்து ,"பெரியப்பா", என ஆரம்பிக்க," வரேன் வந்து தொலையறேன்", என சரண் கூறி அமர்ந்தான்.

"குட் பாய். வள்ளியக்கா அந்த தண்ணி பாட்டில இவன்கிட்ட குடுங்க அவன் தூக்கிட்டு வரட்டும்", எனக் கூறி மீனாட்சி பாட்டி பக்கம் உட்கார்ந்தாள் நதி.

"ஙேஙே...", என முழித்தான் சரண்.

12

மீனாட்சி பாட்டியிடம் சொல்லிக்கொண்டு நதியும் அகரனும் முன்னே செல்ல, நதிக்கு குடிக்க தண்ணீர் பாட்டில் எடுத்துக் கொண்டு பின்னே நடந்தான் சரண்.

"டேய் மச்சான்....", அகரனை பின்னால் இழுத்து அழைத்தான்.

"என்னடா?", அகரன்.

"என்ன இப்படி தண்ணி பாட்டில் தூக்க விட்டுட்டியே உனக்கே நியாயமா ?", சரண்.

"நீ பேசின பேச்சுக்கு இதோட போச்சேன்னு சந்தோஷப்படு", அகரன்.

"என்னடா நீயே இப்படி சொல்ற? நான் உண்மைய தான்டா சொன்னேன். அவள உள்ள விட்ட நம்ம வண்டவாளம் எல்லாம் தண்டவாளம் ஏறிடும் டா", சரண்.

"ஏன்டா நான் என்ன கள்ளக்கடத்தலா பண்றேன் இப்படி சொல்ற?", எனச் சரணின் தலையில் கொட்டினான் அகரன்.

"அடேய் நீயும் என்னை படுத்தாத டா. ஆபீஸ்ல விட்டா என்ன ஆகும்னு கொஞ்சம் யோசிச்சி பாரு. என் டவுசர கழட்டிடுவா டா அவ. என் அப்பாக்கு லைவ் ரிலே பண்ணுவா நான் எந்த பொண்ணுகிட்டயாவது பேசினாலோ, சைட் அடிச்சாலோ", சரண்.

"அப்ப ரிஸ்வானாவ கழட்டி விட போறியா?", அகரன்.

"நான் எப்படா அவள கரெக்ட் பண்ணேன்?", சரண் கண்ணை உருட்டி முழித்தான்.

"அவள கரெக்ட் பண்ணனுமா இல்லையா உனக்கு?", அகரன்.

"பண்ணணும் தான். ஆனா இந்த இராட்சசியும் கூடவே இருப்பாளே டா", சரண்.

"நான் சொல்றத கேளு. இவள விட்டா அப்பறம் அந்த பொண்ண நீ பாக்கக் கூட முடியாது. அப்பறம் நீ எப்படி கரெக்ட் பண்ணி கல்யாணம் பண்ணுவ?", அகரன்.

"என்னடா கல்யாணத்த பத்தி இப்பவே பேசற?", சரண் குழப்பமாக கேட்டான்.

"பின்ன வேற எதுக்கு நீ கரெக்ட் பண்ணணும்னு சொல்ற? மவனே வேற எதாவது நினைப்பு வச்சிட்டு இருந்த உன்ன நானே கொன்னுடுவேன். நீ அவள லவ் பண்ணு பண்ணாம போ. என்னை டிஸ்டர்ப் பண்ணாத", எனக் கூறி அகரன் நதியைப் பிடிக்க முயன்றான்.

"நான் எப்படா வேற நினைப்பு வச்சேன்? இன்னும் அந்த பொண்ணுகிட்ட ஒரு வார்த்தை-கூட பேசல நானு. அதுக்குள்ள இவன் இப்படி திட்டிட்டு போறான். இந்த ராட்சசிய இவன் கரெக்ட் பண்ண என்னை பலிகுடுக்க பாக்கறானே", எனப் புலம்பியபடி பின்னே நடந்தான் சரண்.

"டேய் சரணா.... அங்க என்னடா பொலம்புற?", நதியாள்.

"என் நிலைமைய நினைச்சி தான்", எனக் கடுப்பாக பதில் கொடுத்தான்.

"அதுக்கு என்ன குறைச்சல்? இங்க இருந்தா விவசாயம் செய்யணும், பெரியப்பா கண்ணு முன்னாடியே இருக்கணும், எந்த டகால்டி வேலையும் பண்ணமுடியாதுன்னு அகன் கூட ஒட்டிகிட்ட. சிட்டில நல்லாத்தானே இருக்க. அகன விட்டா வேற யாரு உனக்கு வேலை குடுப்பா? இன்னும் நீ வச்ச அரியர்ஸ் முடிச்சியோ இல்லையோ? எப்படி அகன் இவன வேலைக்கு வச்சிகிட்டு இருக்க?", நதியாள் வரப்புகளில் நடந்துக் கொண்டே பேசினாள்.

"நீ வாய மூடு. நான் எல்லாம் வேலைன்னு வந்துட்டா வெள்ளைக்காரன்", சரண்.

"மண்ணாங்கட்டி..... முதல்ல உள்ளூர்காரனா இருந்து வேலைய ஒழுங்கா செய். வெள்-ளைகாரனா இருந்தா கோர்ட் மாட்டிகிட்டு நாலு ஆர்டர் போட்டுட்டா பெரிய கலெக்டர் ஆகிடுவியா?", நதியாளும் பொறிந்துத் தள்ளினாள்.

சரண் பேச வாயெடுக்கும் முன் அகரன், "நதிமா.. அவன விடு. நீ நம்ம கம்பெனில எப்ப வந்து ஜாயின் பண்ற?", என கேட்டான்.

"இரண்டு வாரத்துல செம் அகன். அது முடிஞ்சி டிபார்மெண்ட்ல சொன்னப்பறம் தான் உன் கம்பெனிக்கு லெட்டர் அனுப்பி நீ அப்ரூப் பண்ற லெட்டர என் டிபார்மெண்ட்ல குடுத்து அந்த பெருச்சாளி கிட்ட இருந்து போன்னு ஒரு வார்த்தை வந்தப்பறம் தான் வருவேன்", நதி ஏற்ற இறக்கமாகச் சொல்லவும் சுந்தரம் தாத்தாவிடம் வந்து நிற்கவும் சரியாக இருந்தது.

"அப்ப இந்த ஜென்மத்துல நீ செம் முடிச்சி கம்பெனிக்கு வரமாட்ட", சரண்.

"ஓய்... நான்லாம் எப்பவும் டிபார்மெண்ட் டாப்பர். உன்ன மாதிரி இல்லடா சரணா. இன்னும் நீ சி லாங்குவேஜ் புரியாமத்தானே சுத்திகிட்டு இருக்க?", நதியாள் சிரித்துக் கொண்டே கேட்டாள்.

"அது எப்படி உனக்கு தெரியும்?", சரண்.

"அதுல்லாம் மொத்த ஸ்கூலுக்கும் தெரியும். நான் வேணா சொல்லி குடுக்கட்டா சரணா?", நதியாள் கிண்டலாகக் கேட்டாள்.

சரண் திரும்பி அகரனை முறைக்க, அவன் சுந்தரம் தாத்தாவிடம் திரும்பி மரத்தைக் காட்டி ஏதோ பேசினான்.

"அங்க என்ன முறைப்பு?", நதியாள்.

"ஒன்னும் இல்ல. இந்தா பாட்டில் நான் வீட்டுக்கு போயிட்டு வரேன்", சரண்.

"ஏன்டா வீட்டுக்கு போற? வீட்ல விருந்து ரெடி ஆகிட்டு இருக்கு. சாப்புட்டு போவியாம்", சுந்தரம்.

"கிடாவிருந்தா தாத்தா?", சரண் பக்கத்தில் வந்து நின்றுக் கேட்டான்.

"அது திருவிழா முடிஞ்சி இருக்கு. இன்னிக்கு நதிக்காக சைவத்துல விருந்து. விதம் விதமா உன் பாட்டி சொல்லிட்டு இருந்தா டா", சுந்தரம்.

"அப்படியா? வீட்ல என் அம்மா பருப்பு கொழம்பு தான் வச்சிட்டு இருந்தாங்க. நான் இங்கயே சாப்பிட்டுட்டு அகர் கூட திருவிழா வேலைய பாத்துக்கறேன் இன்னிக்கு. நாளன்னைக்கு தானே தாத்தா விஷேசம் ஆரம்பம்?", சரண்.

"ஆமாடா பேராண்டி. நாளன்னைக்கு எல்லாரும் வெள்ளன்னமே எந்திரிச்சி ஆத்துல குளிச்சிட்டு ஈரத்துணியோட தீர்த்தம் எடுத்துட்டு வந்து ஆத்தாளுக்கும் அப்பனுக்கும் அபிஷேகம் செய்ய குடுக்கணும். முதல் தீர்த்தம் நம்ம நாலு குடும்ப தீர்த்தம் தான் எடுத்துட்டு போய் குடுக்கணும். அப்பறம் வீட்ல இருக்கிற இளவட்டம் சின்ன பொண்ணுங்க எல்லாரும் குடத்துல எடுத்துட்டு போய் கோவில்ல குடுப்பாங்க", சுந்தரம்.

"அந்த இன்னொரு குடும்பம் யாரு தாத்தா? திருவிழா பத்தி விளக்கமா சொல்லு சுந்தா", நதியாள்.

"வாடி என் இளவரசி. இங்க உக்காரு", எனப் பக்கத்தில் அமர்த்திக் கொண்டார் சுந்தரம் தாத்தா.

"நம்ம ஊருக்கு ஏன் மரகதவெளின்னு பேர் வச்சாங்க தெரியுமா?", சுந்தரம்.

"அது எனக்கு தெரியாது ஆனா நம்ம ஊர் எல்லையில இருந்து ஊர சுத்தியும் பச்சை பசேல்னு வயல் தான் இருக்கு. அதுக்காகவே இந்த பேர் பொருத்தம் தான்", நதியாள்.

"ஹாஹா... சரியா சொன்ன தங்கம். நம்ம கோவில்ல இருக்கிற சாமி பேர் என்ன?", சுந்தரம்.

"மரகதீஸ்வரர் மரகதவல்லி தான் மூலவர். அப்பறம் கற்பரட்சாம்பிகை, பெருமாள் பூதேவி ஸ்ரீதேவியோட , கல்யாண கோலத்துல முருகன் வள்ளி தெய்வானையோட இருக்காங்க. அப்பறம் பெருமாளுக்கு எதிர்ல பெரிய ஆஞ்சநேயர், அவருக்கு முன்ன கருடாழ்வார். பிரகாரத்துல 63 நாயன்மார்கள். நம்ம கோவிலுக்கு இரண்டு தல விருட்சம் ஒன்னு நாகலிங்க மரம் இன்னொன்னு நாவல் மரம். கோவில் காவலுக்கு கருப்பசாமி ஐயனார் எல்லாம் கொஞ்சம் தள்ளி பக்கவாட்ல இருக்காங்க. கோவிலுக்கு இரண்டு பக்கமும் வாசல்ல விநாயகரும் முருகரும் இருக்காங்க. ராஜகோபுரம் ஒன்னு அப்பறம் சின்ன சின்ன கோபுரமா நிறைய இருக்கு. பெரிய குளம் இரண்டு இருக்கு கோவிலுக்கு இரண்டு பக்கமும். சரியா சுந்தா?", நதியாள் கேட்டாள்.

சரண் வாயை பொளந்துக் கொண்டுப் பார்த்துக்கொண்டு இருந்தான். அகரனும் ஸ்தம்பித்து இருந்தான் அவள் கூறியதைக் கண்டு. இத்தனை ஆண்டுகளில் இருவரும் வீட்டில் இருப்பவர்களின் கட்டாயத்திற்காக தான் கோவில் சென்றார்களே ஒழிய தானாக சென்றது இல்லை, இதனை கவனித்ததும் இல்லை.

"சபாஷ்... என் பேத்தின்னா சும்மாவா? சரிதான் கண்ணு. எல்லாமே நியாபகம் வச்சிட்டு இருக்க பரவால்லையே", சுந்தரம் அவளைத் தழுவிக்கொண்டுப் பாராட்டினார்.

"சரி நீங்க மேல சொல்லுங்க", நதியாள்.

"நம்ம கோவில் பல நூறு வருஷம் பழமையானது. ஒரு சில வெளிநாட்டுக்காரங்களாள சுற்று சுவர்லாம் உடைஞ்சி சில இடமும் ஆக்கிரமிச்சிட்டாங்க. இந்த கோவில் பல ஏக்கர் இருந்ததாம். இப்ப இவ்வளவு தான் இருக்கு. உடஞ்சி இருந்தத சரி பண்ணி இந்த அளவுக்கு இருக்கு. அத சரி பண்ணது நம்ம நாலு குடும்பத்தோட பெரிய தலைங்க தான். அதனால பூசாரி மேல சாமி வந்து சாமி மனசு குளிந்துட்டதாகவும், இனிமே இந்த நாலு குடும்பத்துக்கும் முறையா முதல் மரியாதை செஞ்சி அபிஷேகத்துக்கு முதல் தீர்த்தம் ஆத்துல

இருந்து நாம தான் எடுக்கணும்னு சொல்லிச்சாம். அப்ப இருந்து இதுதான் நடைமுறையா இருந்துட்டு வருது. நம்ம நாலு குடும்பத்துக்கும் அதே மாதிரி ஒத்த ஆம்பள புள்ள தான் பொறக்கும்னும் அடுத்து பொறந்தா பொட்ட புள்ள தான் அதுவும் ஒன்னு தான் பொறக்-கும்னு சொல்லிட்டாங்களாம். அது படி தான் கடந்த ஆறு தலைமுறையா இப்படி தான் நடந்துட்டும் இருக்கு", சுந்தரம் சற்று இரும்பவும் நதி தண்ணீரைக் கொடுத்தாள்.

"குடிச்சிட்டு சொல்லுங்க தாத்தா", நதியாள்.

"சரிடா. போதும். என் அப்பா காலம் வரைக்கும் நாலு குடும்பமும் இங்கயே தான் இருந்-தாங்க. அதுக்கப்பறம் நாலாவது குடும்பத்துல பொறந்த பையன் புது தொழில் ஆரம்பிக்கவும் கொஞ்ச நாள்ல வெளியூருக்கு குடி போயிட்டாங்க, ஆனா வருசா வருசம் திருவிழாக்கு சரியா வந்துடுவாங்க. நம்ம நாலு குடும்பம் தான் எல்லா பூஜைக்கும் முன்ன நிக்கணும், எல்லா ஏற்பாடும் செய்யணும். நீங்க மூனு பேரும் நல்லா ஞாபகம் வச்சிக்கணும் எங்களுக்கு அடுத்து நீங்க தான் எல்லாத்தையும் எடுத்து கட்டி செய்யணும்", சுந்தரம்.

"ஏன் தாத்தா பரிவட்டம் கட்டுவாங்களா?", சரண்.

"இல்ல கண்ணு நம்ம கோவில்ல அந்த வழக்கத்த நாம வச்சிக்கல. எல்லாருக்கும் சாமிக்கு போடற மாலைய குடுப்பாங்க அர்ச்சனை செய்யறவங்களுக்கும் சேர்த்து. முதல் தீர்த்தம் எடுத்து குடுக்கறதும் பூக்குழில முதல்ல இறங்கிறதும் நாம தான். அதுவும் பொண்ணுங்கள தான் முதல்ல எல்லாத்துக்கும் நிறுத்தி செய்ய சொல்வோம். இப்படி சாமி மனச குளிர்விக்-கறதால தான் எத்தனையோ பஞ்சத்துலயும் நம்ம ஊருல வெள்ளாமை வௌஞ்சி இருக்கு. இன்னிக்கு வரை ஆத்துலையும் தண்ணி கொறையல நம்ம ஊர் நிலத்துலையும் தண்ணி பஞ்சம் வரல", சுந்தரம்.

"ஏன் தாத்தா எல்லாத்துலையும் பொண்ணுங்களுக்கு முதல் மரியாதை குடுக்கறோம்?", அகரன்.

"ஏன்னா வேணும்னு அவங்க சண்டை போட்டு ரகளை பண்ணி இருப்பாங்க", சரண்.

"அப்படி இல்ல ராசா. குடும்பத்துக்கும் சரி இந்த உலகத்துக்கும் சரி அஸ்திவாரமும் ஆணி-வேரும் பொண்ணுங்க தான்யா. அவங்களோட பங்கு இல்லாம எதுவுமே இங்க உருபெறாது, நடக்காது. ஆம்பள வெளியே சுத்தி பணம் சேத்தா மட்டும் போதுமா? குணம் வேணும், நாலு பேருக்கு நல்லது செய்யனும், சமூகத்துல நல்ல நிலையை அடையணும், குழந்தைகள பெத்து வளர்த்து, நல்லது கெட்டது சொல்லிகுடுத்து, அவங்கள மனுசனா உருவாக்கி தான் வீட்டு ஆம்பள கைல அடுத்த தலைமுறைய குடுக்கறாங்க. அவங்க இல்லாம எதுவும் இல்ல. அவங்க மனசு குளிர சந்தோஷமா இருந்தா தான் வீடு சுபிக்ஷமா இருக்கும். வீடு நல்லா இருந்தா தான் ஊரும் நல்லா இருக்கும். இப்படி ஒரு வழக்கத்த வச்சி நாம முக்-

கியமான விஷயத்தை எல்லாருக்கும் நியாபகம் படுத்தறோம்யா. அதனால தான் எந்த சூழ்நிலையிலும் நம்ம ஊருல வெள்ளாமை வெளையுது, விவசாயமும் தழைச்சிட்டு இருக்கு", சுந்தரம்.

"அதுலாம் சரி தாத்தா.... என்ன இருந்தாலும் அடுத்த வீட்டுக்கு போகப்போற பொண்ணு தானே தாத்தா", சரண்.

"அடுத்த வீட்டுக்கு போய் அந்த வீட்ட சொர்க்கமாக்கறவங்க பொண்ணுங்க தான். நீயும் நானும் சிட்டில இருக்கோம் எத்தனை நாள் வீட்ல தூங்கறதுக்கும், அம்மா கையால சாப்பிடறதுக்கும் ஏங்கி இருக்கோம்? அவங்கள சந்தோஷமா வச்சிகறதுல என்ன கஷ்டம் நமக்கு வந்துட போகுது?", அகரன்.

"சரியா சொன்ன அகரா. அவங்க சந்தோஷமா இருந்தா தான் நாமலும் சந்தோஷமா இருக்க முடியும். வெளிய போய் வேலை செய்ய முடியும். அவங்க இல்லாம நமக்கு ஒரு வாய் தண்ணி கூட உள்ள இறங்காது", எனக் கூறிச் சிரித்தார் சுந்தரம் தாத்தா.

"ம்ம்... என்னமோ சொல்றீங்க", என சரண் இன்னொரு கட்டிலில் அமர்ந்தான்.

அவர் பேசியதை கேட்டு நதியாள் யோசனையில் ஆழ்ந்து இருந்தாள்.

அகரன் அவள் தோளை தட்டி," என்ன நதிமா? தீவிர யோசனைல இருக்க?", என கேட்டான்.

"அது தீர்த்தம் எடுக்க சீக்கிரம் எந்திரிக்கணும் பூமிதிக்கணும்னு சொன்னதும் எப்படி எஸ்கேப் ஆகலாம்னு யோசிக்கறா. அப்படிதானே யாள் குட்டி", சரண் கிண்டலடித்தான்.

நதியாள் சைகையாள் அவன் வாயை மூடச் சொல்லிவிட்டு,"ஏன் சுந்தா இவ்வளவு பேசறீங்க அப்பறம் ஏன் கல்யாணம் பண்ணி பொண்ணுங்கள மட்டும் வேற வீட்டுக்கு அனுப்பறீங்க? எங்களுக்குன்னு நிரந்தரமா எந்த இடமும் கிடையாதா?", நதியாள்.

"அது ஏன்னு எனக்கும் தெரியாது கண்ணு. உன் பாட்டிகிட்ட கேளு", சுந்தரம்.

"இவ்வளவு சொன்னீங்கள்ல இதையும் சொல்லுங்க", நதியாள்.

"எனக்கு அந்த விஷயம் இன்னுமே புரியல கண்ணு. அதான் மீனா கிட்ட கேளு. நானும் இப்பவாது தெரிஞ்சிக்கறேன்", சுந்தரம்.

"ஏன் நீங்க கேட்டும் சொல்லலியா?", அகரன்.

"இல்ல அகரா", சுந்தரம்.

"சரி வாங்க நேரமாச்சி வீட்டுக்கு போய் மத்த கதைய கேட்டுக்கலாம்", சரண் கூறியவுடன், "ஏன்டா பசிக்க ஆரம்பிச்சிரிச்சா?", நதியாள்.

"இல்ல நேரமாச்சி", சரண்.

"வந்து அரை மணிநேரம் கூட ஆகல அதுக்குள்ள நேரம் ஆச்சின்னு பொய் சொல்லாத டா சரணா", நதியாள்.

"சரண் அங்க இருக்கற தேங்காய் கணக்கு பாத்து அந்த லாரில அனுப்பிவிடு. அகரா நீ என்ன பண்ற?", சுந்தரம்.

"நானும் அகனும் மாந்தோப்பு தாத்தாவ பாத்துட்டு வரோம் சுந்தா", நதியாள்.

"சரி போயிட்டு சீக்கிரம் வாங்க. கொஞ்சம் வயத்த காலியா வச்சிகோங்க. எப்படியும் சரோஜா சாப்ட எதாவது குடுக்காம உங்கள அனுப்பமாட்டா. நானும் கேட்டதா சொல்லு. சாயங்காலம் பெரியவர வீட்டுக்கு வர சொல்லிடுங்க, ஏற்பாடு பத்தி பேசணும்", சுந்தரம்.

"சரி தாத்தா", எனக் கூறி நதியாள் மாந்தோப்பை நோக்கி ஓடினாள்.

"ஹேய் நதி மெல்ல போ", என அகரன் அவளின் பின்னே எட்ட நடை போட்டான்.

"ஏன் தாத்தா ரெண்டையும் விளையாட அனுப்பிட்டு என்னை மட்டும் வேல வாங்குறீங்க?", எனக் கேட்டபடி சரண் அவரின் அருகில் அமர்ந்தான்.

"இரண்டும் ஒன்னாகனும்னு தான்", என முணுமுணுத்தவர், " ஒன்னும் இல்லடா. உன்கூட அவ சண்டை போட்டுகிட்டே இருப்பா அதான் அவன அனுப்பி வச்சேன். உனக்கு மதியம் சிறப்பா கவனிக்க சொல்றேன் மீனாகிட்ட. நுங்கு பாயாசம் செய்றாளாம் டா. நமக்கு இரண்டு டம்ளர் எக்ஸ்ட்ரா கிடைக்க வழி பண்ணணும் டா பேராண்டி", சுந்தரம் தாத்தா அவனைக் கொஞ்சியபடிக் கூறினார்.

"நீங்க என்னை கொஞ்சி கொஞ்சி உங்க வேலைய வாங்கிக்கறீங்க. உங்களுக்கு சுருட்டு வாங்கி குடுத்ததுக்காக என்னை வீட்ல உருட்டி விளையாடறாங்க", என முகத்தை பாவமாக வைத்துக் கொண்டு கூறினான் சரண்.

"அடடா..... விட்றா உன் தாத்தாகாக தானே. கொஞ்சம் பொறுத்துக்க கண்ணு. உனக்கு

ஊரே மெச்சுற மாதிரி ஒரு பொண்ண பாத்து கட்டி வைக்கறேன்", சுந்தரம்.

"பொண்ணுலாம் நானே பாத்துக்கறேன் நீங்க முன்ன நின்னு கல்யாணத்த நடத்துங்க போதும்", சரண்.

"ஏன்டா பேராண்டி பட்டனத்துல பொண்ணு பாத்துட்டியா?", சுந்தரம்.

"மெல்ல மெல்ல பேசுங்க தாத்தா. எவனாவது என் அப்பன் கிட்ட வத்தி வச்சிட போறான். அது ஒரு பொண்ண பாத்தேன் ஆனா இன்னும் பேசினது இல்ல. அந்த பொண்ணுக்கு முன்ன பெரிய கண்டம் ஒன்னு இருக்கு. அந்த கண்டத்த தாண்டி தான் அந்த பொண்ணு-கிட்ட போகவே முடியும் தாத்தா", சரண் நதியாளை கண்டமென சொல்லாமல் சொன்னான்.

"அப்படி என்னடா கண்டம்? காளைய அடக்கனுமா இளவட்டகல்ல தூக்கனுமா?", சுந்தரம்.

"அதுல்லாம் இல்ல. இது அணுகுண்ட விட மோசமான கண்டம். நான் அப்பறம் சொல்றேன். அங்க லோட் ஏத்திட்டு இருக்காங்க அங்க பாத்துட்டு வரேன்", சரண் எழுந்து லாரிக்கு அருகில் சென்றான்.

மாந்தோப்புக்கு சென்ற நம் காதல் பறவைகள் என்ன செய்யுதுன்னு நாமலும் பறந்து போய் பாத்துட்டு வரலாம் வாங்க சகோஸ்.....

"நதி ... நதிமா", அகரன் குரலில் புதுவித தொனி ஒலிக்க அழைத்தான்.

"என்ன அகன்? உன் வாய்ஸ் ரொம்ப மாறிபோச்சி. எனக்கு சில சமயம் இது உன் குர-லான்னு சந்தேகமா இருக்கு", நதியாள்.

"அய்யய்யோ... அப்பட்டமா நம்ம குரல் போட்டு குடுக்குதே", என மனதிற்குள் பேசியவன் சற்று குரலை செறுமி சரி செய்து கொண்டு, "அது கொஞ்சம் தொண்டை சரியில்ல நதி".

"சரி. என்ன விஷயம் அகன்?", நதியாள்.

"நாம ஸ்கூல்ல எவ்ளோ க்ளோஸா இருந்தோம்?", அகரன்.

"உன்னவிட்டு நான் இருந்ததே இல்ல. உன்கூடவே படிச்சி உன்கூடவே சாப்டு. ஏன் உனக்கு இதுல்லாம் நியாபகம் இல்லையா?", நதியாள்.

"இல்ல .... ஓரளவு இருக்கு ஆனா....", எனத் தலையைச் சொறிந்தான் அகரன்.

"நியாபகம் இல்லைன்னு மட்டும் சொல்லு, இப்ப உன்ன என்ன பண்றேன்னு", நதியாள் உஷ்ணத்துடன் அவனை நோக்கி கூறினாள்.

"என்ன பண்ணுவ நதிமா?", அகரன் சிரிப்புடன் கேட்டான்.

"சொல்லமாட்டேன் செய்வேன்", எனக் கூறி அருகில் இருந்த மூங்கில் கிளையை உடைத்து அவனைத் துரத்த ஆரம்பித்தாள்.

"வேணாம் நதிமா.... உன் அகன் பாவம்.. வலிக்கும் டா..... அடிக்க கூடாது டா", என அகரன் அவள் கைகளில் சிக்கியும் சிக்காமல் ஓடினான்.

"என் அகனுக்கு என்னை மறந்துபோனா அடிச்சி தான் நியாபகம் படுத்தணும்", எனக் கூறி அவனைத் துரத்தினாள் அடித்தபடி.

"உன் அகனுக்கு நியாபகப்படுத்த அடிக்க தேவையில்லை நதிமா. வேற வழி நிறைய இருக்கு", அகரன் சிரித்தபடிச் சொல்லிக்கொண்டு ஓடினான்.

"எனக்கு இதுதான் தெரியும்", நதியாள்.

"ஏலேய்.... யாருப்பா அது தோப்புக்குள்ள பொட்டபுள்ளகூட ஓடி புடிச்சி விளையாடறது?", மாந்தோப்பு தாத்தா சத்தம் போட்டார்.

"தாத்தா.....", என அகரன் ஓடிச்சென்று அவரின் பின்னால் ஒளிந்து கொண்டான்.

"யாருப்பா நீ? அது யாரு?", மாந்தோப்பு தாத்தா.

"உங்களுக்கும் என்னை மறந்துபோச்சா தாத்தா", எனக் கேட்டபடி நதியாள் அவர் அருகில் நின்றாள்.

"அடடே.... நதியாள்.... உன்ன எப்படி கண்ணு மறக்க முடியும். எங்க இளவரசில்ல நீ.... இது யாரு ஊட்டு பையன் கண்ணு?", மாந்தோப்பு தாத்தா.

"யாருன்னு தெரியல தாத்தா. வம்பு பண்ணான் அதான் அடிச்சேன்", நதியாள் கோபமாகக் கூறினாள்.

"யாருடா நீ எங்க பொண்ணுகிட்ட வம்பு இழுக்கறவன்?", என மாந்தோப்பு தாத்தா இடுப்பில் இருந்து கதிர் அறுக்கும் அரிவாளை எடுத்தார்.

அதை கண்டவள், "தாத்தா....இவன் அகன்... அச்சோ... அகரன்... சுந்தரம் தாத்தா பேரன்", நதியாள் அகரனின் முன்னால் வந்து நின்றுக் கூறினாள்.

"சுந்தரம் பேரனா.... பாத்து ரொம்ப வருஷம் ஆச்சி அதான் அடையாளம் தெரியல கண்ணு. எப்படி இருக்க? தொழில் செய்யறதா சொன்னான் சுந்தரம் எப்படி போகுது கண்ணு?", அகரனை அன்புடன் விசாரித்தார்.

"நல்லா இருக்கேன். தொழிலும் நல்லா போகுது தாத்தா. ஏன் தாத்தா இவகிட்ட யாராவது வம்பு இழுத்துட்டு உயிரோட இருக்க முடியுமா? இவ சொன்னத நம்பி என்கிட்ட அருவாள தூக்கறீங்களே", என முகத்தைச் சுருக்கிப் பேசினான் அகரன்.

"பொம்பள புள்ள இல்லையா அதான் கண்ணு. சரி வீட்டுக்கு வாங்க. சரோஜா பாத்தா சந்தோஷப்படுவா", என இருவரையும் வீட்டிற்கு அழைத்துச் சென்றார் மாந்தோப்பு தாத்தா.

"தேவி..... சரோஜா... தேவி.....", என நதிராள் கத்தியபடி முன்னே ஓடினாள்.

"வாலு... பெரியவங்கள பேர் சொல்லி கூப்பிடாத", அகரன் பின்னிருந்துக் கத்தினான்.

"விடு கண்ணு. அவ அப்படி கூப்டா தான் நல்லா இருக்கு. ஊருல இருந்து எப்ப கண்ணு வந்த? அப்பப்ப இந்த தாத்தனையும் வந்து பாத்துட்டு போகலாம்ல", மாந்தோப்பு தாத்தா.

"இனிமே ஊருக்கு வரப்ப எல்லாம் வந்துட்டு போறேன். சரியா தாத்தா?", அகரன் அவரின் தோள்களை பற்றியபடிக் கூறினான்.

"தேவி.... எங்க இருக்க?", நதியாள் கத்திக்கொண்டே வீட்டிற்குள் நுழைந்தாள்.

"யாருடி அவ என் வீட்டுக்குள்ள வந்து என்னை அதிகாரம் பண்றவ?", என கேட்டுக்-கொண்டே பின்பக்கம் இருந்து சத்தம் போட்டுக்கொண்டே வந்தார் சரோஜா தேவி பாட்டி.

"நான் தான். எப்படி இருக்க தேவி சரோஜா?", நதியாள்.

"எடு வெளக்கமாறா.... யாரு யார பேர் சொல்லி கூப்பிடறது? யாருடி நீ?", சரோஜாதேவி.

"ஏன் வீட்ட இன்னும் பெருக்கலியா தேவி? வெளக்கமாற கேக்கற", நதியாள் கேலியாக வினவினாள்.

"ஏங்க யாரு இந்த குட்டி? நம்ம வீட்ல நின்னுட்டு அதிகாரம் பண்றா?", சரோஜா பாட்டி மாந்தோப்பு தாத்தாவை பார்த்துக் கேட்டார்.

"நீயே கண்டுபிடி சரோ", மாந்தோப்பு தாத்தா.

"என்னையும் அடையாளம் தெரியலியா பாட்டி?", எனக் கேட்டபடி அகரனும் நதியின் அருகில் நின்றான்.

அகரனையும் நதியையும் கண்டவர்," யாருப்பா இரண்டு பேரும் ? எங்கயோ பாத்தமாதிரி இருக்கு முகஜாடையெல்லாம். ஆனா பிடிபடலயே", சரோஜா தேவி.

"ஹாஹாஹா........ நான் தான் உன் தோப்ப எழுதி வாங்கப்போறேன். எப்ப இந்த நதியாள் பேருக்கு எழுதி தர தேவி?", என ஒரு புருவம் உயர்த்தி, முகத்தில் புன்னகை அரும்ப தன்னை அறிமுகப்படுத்திக் கொண்டாள்.

"அடியாத்தி... என் ராசாத்தி.... நீயா இது? எம்புட்டு வளந்துட்ட..... என் கண்ணே பட்டுறும் போலவே.... தக தகன்னு இருக்க என் தங்கம். எப்படி இருக்கவ? எத்தனை வருஷம் ஆச்சி உன்னைய பாத்து? நல்லா இருக்கியா கண்ணு ?", என அவளை அழைத்து தன்னருகில் அமர்த்திக் கொண்டார் சரோஜா தேவி பாட்டி.

"நான் சூப்பரா இருக்கேன் சரோ. நீ தான் இன்னும் அப்படியே இளமையா தாத்தாவ மயக்கினப்ப இருந்தமாதிரியே இருக்க", எனக் கண்ணடித்துக் கிண்டல் செய்தாள் நதி.

"இன்னும் உனக்கு இந்த குசும்பு விட்டு போகல. நீ சொன்னா சரிதான் கண்ணு. படிப்பு எல்லாம் முடிஞ்சதா? இனிமே இங்க தானே இருப்ப?", சரோஜா பாட்டி வாஞ்சையுடன் கேட்டார்.

"சரோ முதல்ல புள்ளைங்களுக்கு குடிக்க எதாவது குடு. பாரு அகரன நிக்கவச்சே பேசிகிட்டு இருக்க. உன் அண்ணன் பேரன் வந்து இருக்கான் அவன் உன் கண்ணுக்கு தெரியலியா?", மாந்தோப்பு தாத்தா நன்கு பழுத்த கிளிமூக்கு மாம்பழத்துடன் வந்தார்.

"சுந்தரண்ண பேரனா? அடியாத்தி எனக்கு அடையாளம் தெரியலியே. வா ராசா. இந்த கிழவிக்கு கண்ணு மங்கிபோச்சி. இம்புட்டு நேரம் உன்னைய நிக்க வச்சிட்டேன். உக்காருயா இங்க", என பாய் விரித்தார் சரோஜா பாட்டி.

"எப்படி இருக்கீங்க பாட்டி? நீங்க ரெண்டு பேரும் கொஞ்சிகிட்டு இருந்தீங்க, அதான் நானும் கம்முன்னு வேடிக்கை பாத்துட்டு இருந்தேன். உங்க பேத்தி பக்கத்துல இருந்தா மத்தவங்க கண்ணுக்கு தெரியறதே இல்ல போல", அகரன் நதியாளை வம்பிலுக்கும் நோக்கத்துடன் வினவினான்.

"அப்படி இல்ல ராசா. உன்ன பாத்து ரொம்ப நாளாச்சி அதான் பட்டுன்னு அடையாளம் தெரியல. அதுக்குள்ள இவ வம்பிழுக்கவும் அவபக்கம் பாத்துட்டு உன்ன கவனிக்கல", சரோஜா பாட்டி.

"இந்தா புள்ளைங்களுக்கு மாம்பழத்த அறுத்து குடு நான் போய் செவ்வெளநி கொண்டா-றேன்", மாந்தோப்பு தாத்தா.

"தாத்தா இப்பதான் நுங்கு சாப்டு வந்தோம். இதுவே போதும் இங்க உக்காருங்க. நதி வந்து இருக்கறதால வீட்லயும் பாட்டி தடபுடலா விருந்து ரெடி பண்ணிட்டு இருக்காங்க. நம்ம தோப்பு இளநீர் தானே எப்ப வேணா குடிச்சிக்கலாம்", அகரன் அவரை தன்னருகில் அமர்த்-திக் கொண்டான்.

"என்னப்பா..... எத்தனை வருஷம் கழிச்சி வந்து இருக்கீங்க இது போதுமா? சாப்பாடு சாப்-டணும்ல", சரோஜா பாட்டி வருத்தத்துடன் கேட்டார்.

"தேவி.... திருவிழா முடிஞ்சி வரேன் எனக்கு உன் கையால இறால் குழம்பு, மீன் வறுவல், நாட்டுக்கோழி குழம்பு எல்லாம் செஞ்சி குடு அப்ப வந்து சாப்பிடறேன். அப்படியே கரு-வாட்டு குழம்பு நீ வைப்பியே இந்த தோப்பே மணக்கும், அதுவும் நான் ஊருக்கு போறப்ப வந்து வாங்கிட்டு போறேன் கொஞ்சம் நிறைய செஞ்சி குடு என் பிரண்ட்ஸ் கேட்டாங்க", நதியாள்.

"அம்புட்டு தானே. விடு அத்தனையும் சமைச்சி தரேன் கொண்டு போய் குடு.. நீயும் நல்லா சாப்டணும். பாரு உடம்பே இல்ல", சரோஜா பாட்டி.

"ஏற்கனவே நான் குண்டா தான் இருக்கேன்.. இங்க வந்து இரண்டு நாள்ல ஒரு சுத்து பெருத்துட்டேன். ஊருக்கு போறதுக்குள்ள ரோட்ரோலர் மாதிரி ஆகிட்டா நான் அங்க போய் ஜிம்ல காச குடுத்து உடம்ப குறைக்கணும்", நதியாள் மாம்பழத்தை சாப்பிட்டுக் கொண்டே பேசினாள்.

"இந்த வயசுல நல்லா சாப்டா தான் கண்ணு உடம்புல ஒட்டும். உடம்பு ஏறுனா நம்ம ஊரு வயல ஒரு சுத்து வா குறையப்போகுது அதுக்கு ஏன் சிம்முக்கு காச தார", சரோஜா பாட்டி.

"ஹாஹாஹா... சரிதான்", நதியாள்.

"நீ சொல்லு ராசா. அப்படியா குண்டா இருக்கா என் பேத்தி?", சரோஜா பாட்டி அகரனை தன் பக்கம் பேச அழைத்தார்.

அவள் வீட்டிற்கு வந்ததிலிருந்து அவளிடம் இருந்து கண்ணை அகற்றாமல் கூடவே சுற்-

றிக்கொண்டு இருக்கிறான். இப்படி கேட்டால் என்ன சொல்வான்? அவளை இப்பொழுது மீண்டும் தலைமுதல் கால் வரை அளந்தான். சராசரியான உயரம், இளமஞ்சள் நிறம், கருகருவென்று அடர்ந்து இடுப்பிற்கு கீழ் தொங்கும் சுருட்டை கூந்தல், இன்று போனிடைல் போட்டிருப்பதில் அழகாக இருந்தது. போட்டிருந்த புளூ ஜீன்ஸ் உடன் இளஞ்சிவப்பு நிறத்துடன் தக்காளி கலந்த நிறத்தில் குர்தே, கண்களில் லேசான மை, திருத்தப்பட்ட புருவங்கள், சற்றே சிவந்த இதழ்கள், கழுத்தில் மெல்லிய சையின் இரண்டு அண்ணப்பறவை இணைந்தது போல நடுவில் வெள்ளை கற்கள் வைத்து, கைகளில் ஒரு பக்கம் பிரேஸ்லட் , இன்னொரு கையில் வாட்ச், இரண்டு கைகளிலும் இரண்டு மோதிரம் என மிக சாதாரண அலங்காரத்தில் அழகோவியம் என ஜொலித்தாள் நதியாள்.

"சொல்லு கண்ணு", என அகரனை உலுக்கினார் சரோஜா பாட்டி.

"ஹான். அவளுக்கு என்ன தேவதை பாட்டி", என ஒருவாறு சமாளித்தான்.

அகரனின் பார்வை வந்ததில் இருந்து நதியாளை விட்டு நகராததை மாந்தோப்பு தாத்தா கவனித்துக் கொண்டு தான் இருந்தார். இப்பொழுது அவனின் பார்வையையும் , வார்த்தையையும் கவனித்தவர் இதழில் புன்முறுவல் பூத்தது.

"சரி தேவி. நான் அப்பறமா வரேன். மாம்பழம் பறிக்க", என கைக் கழுவ பின்பக்கம் போனாள்.

அகரனும் கைக் கழுவிக்கொண்டு அவர்களிடம் சொல்லிக் கொண்டு கிளம்பினர்.

"புள்ளைங்க நல்லா வளந்துட்டாங்கள்ளைங்க", சரோஜா பாட்டி.

"ஆமா சரோ. இரண்டும் சேர்ந்தா கூட நல்லாதான் இருக்கும்", மாந்தோப்பு தாத்தா.

"என்ன இப்படி சொல்றீக? இதுக்கு அந்த வீட்டுகாரங்க ஒத்துகோணும்ல? இந்த வருஷம் நாலாவது ஊட்டுகாரங்க பசங்களும் வாராங்களாம். யாரு முதல்ல கண்ணன் ராதாகிட்ட பேசுவாங்கன்னு பாக்கலாம். அந்த பையனுக்கும் பொண்ணு தேடறாங்களாம். ராதாகிட்ட பேசலாமான்னு பேச்சு வந்துச்சி", சரோஜா பாட்டி.

"அப்படியா? சரி அந்த சாமி யாருக்கு முடிச்சு போட்டு இருக்குன்னு பாக்கலாம்", மாந்தோப்பு தாத்தா.

"தாத்தா... உங்கள தாத்தா சாயந்திரம் திருவிழா ஏற்பாடு பத்தி பேச வீட்டுக்கு வரச்சொன்னாங்க. வந்துடுங்க. நான் வரேன்", என அகரன் மீண்டும் வந்து கூறிச்சென்றான்.

அகரனின் வீட்டிற்கு வந்ததும் நதி திலகவதியிடம் பேச உட்காந்து விட, அகரன் சரணை இழுத்துக் கொண்டு மேலே சென்றான்.

"டேய் யாருடா அந்த நாலாவது குடும்பம்? நதிய பொண்ணு கேக்க போறாங்கலாம்?", அகரன் கோபத்துடன் கேட்டான்.

"எனக்கும் தெரியாது மச்சான். இது யாருடா உனக்கு சொன்னா? இன்னும் அவ படிப்பே முடிக்கல. அவ சொல்றத பாத்தா இன்னும் ஹையர்ஸ், ஜாப்னு தான் போவா டா", சரண்.

"இல்ல மச்சான். நதிய நான் யாருக்கும் விட்டு குடுக்கமாட்டேன். அவ என் கூட தான் இருக்கணும்", அகரனின் கண்களில் பிடிவாதம் தெரிந்தது.

"டேய். அவ உன்கூடவே எப்படி இருப்பா? நீ கல்யாணம் பண்ணிகிட்டா தான் அது நடக்-கும்", சரண்.

"பண்ணிக்கறேன் டா. ஏன் நான் செஞ்சிக்க கூடாதா?", அகரன்.

"டேய்.... மச்சான்....", சரண் திகைத்து அப்படியே நின்றான்.

"என்ன மச்சான்?", அகரன்.

"நீ அந்த ராட்சசிய லவ் பண்றியா?", சரண்.

சரணின் கேள்வியில் அகரனின் கண்களிலும் முகத்திலும் தேஜஸ் கூடியது, "தெர்ல டா. ஆனா அவகூடவே நான் இருக்கணும் எப்பவும்", அந்த வார்த்தை உதிர்த்த குரலில் தான் எத்தனை சந்தோஷம், எத்தனை இதம்.....

அகரனின் பதிலில் சரண் திகைத்து குழம்பி, அவனைப் பார்த்துவிட்டுத் தலையில் கைவைத்து அமர்ந்துவிட்டான்.

என்னடா இப்படி சொல்ற?

13

"டேய் இப்படி சொன்னா எப்படி டா? ஒன்னு லவ் பண்றேன்னு சொல்லு இல்லையா பிரண்ட்னு சொல்லு. இரண்டுக்கும் சேராம இப்படி சொன்னா நான் எப்படி எடுத்துக்க?", சரண் தலையை சொறிந்தபடிக் கேட்டான்.

"எனக்கே தெர்ல மச்சான். அவகிட்ட நான் எத எதிர்பார்க்கிறேன்னு. ஆனா அவகூடவே நான் எப்பவும் இருக்கணும். அது மட்டும் தான் என் மனசுல இருக்கு. அவள யாரும் ஹர்ட் பண்ணாம பாத்துக்கணும், அவ ஆசைபடறது எல்லாமே செஞ்சி குடுக்கணும், அவ எது கேட்டாலும், அந்த செகண்ட் வாங்கி தரணும், அவ என்ன செய்ய ஆசைபடறாளோ அதையெல்லாம் செஞ்சிகுடுக்கணும். மொத்தத்துல அவளோட வாழ்க்கைல நான் எல்லா இடத்துலயும், எல்லா நேரத்துலயும் அவகூடவே இருக்கணும், அவள சந்தோஷமா வச்சிக்கணும். வெறும் காதல்னு ஒரு வார்த்தைல அத நான் சொல்லமுடியாது டா", அகரன் கனவுலகில் சஞ்சரித்தபடி கூறிக்கொண்டு இருந்தான்.

"ஹ்ம்ம்..... சுத்தம்..... மொத்தமா கழண்டுரிச்சி.... இனி நம்ம உயிர வாங்கப்போறான்", என முணுமுணுத்துக்கொண்டான் சரண்.

"சரண்.... மச்சான்.... நம்ம வீட்ல நான் நதிய கல்யாணம் பண்ணிக்கறேன்னு சொன்னா ஒத்துப்பாங்க தானே?", அகரன் தயங்கித் தயங்கிக் கேட்டான்.

"அத உன் மீனு கிட்ட போய் கேளு. என்கிட்ட கேட்டா?" , சரண்.

"நீ தான்டா நதி வீட்ல பேசணும்", அகரன்.

"ஏது நானா? ஏன்டா இப்படி படுத்தற என்னை?", சரண்.

"என்னடா.... இத்தனை வருஷமா மச்சான்னு கூப்பிடற உன் தங்கச்சிய கட்டிகுடுக்கமாட்டியா?", அகரன் அவனின் தோளில் அடித்துக் கேட்டான்.

"அத அடிக்காம கேள்றா எரும... இங்க பாரு நீ நல்ல பையன், சொந்தமா தொழில்

நடத்துற உனக்கு பொண்ணு குடுக்க எல்லாரும் ரெடியா தான் இருப்பாங்க. ஆனா ஏன் நீ யாள கேக்கறன்னு எனக்கு தெர்ல. ஆனாலும் அவள நீ எப்படியெல்லாம் பாத்துக்கணும்னு சொன்னியோ அதுல்லாம் நிச்சயமா வெறும் காதல் மட்டும் இருந்தா நடக்காது. காதலையும் தாண்டி ஆத்மார்த்த உறவா இருந்தா தான் சாத்தியம். அவளையும், அவ பண்ற சேட்டையும் பொறுத்துகிட்டு வாழ்றது ரொம்பவே கஷ்டம் மச்சான். நல்லா யோசிச்சிக்க. டைம் இருக்கு. இப்போதிக்கு யாளுக்கு கல்யாணம் நடக்க வாய்ப்பு இல்ல.. அத யாளும் ஒத்துக்கமாட்டா. அதனால உன்ன நீ தெளிவாக்கிக்க, அவள சமாளிக்க முடியுமான்னும் யோசிச்சி சொல்லு. நானே சித்தப்பாகிட்ட பேசறேன்", சரண் நீளமாக பேசி முடித்தான்.

"சரி மச்சான். ஆனா நதி எப்பவும் எனக்குதான். அது மட்டும் உறுதி", அகரன் சிரித்தபடிக் கீழிறங்கினான்.

"பாவம் வீட்டுக்கு ஒத்த புள்ள இப்படி பித்து பிடிச்சி திரியுதே..", என சரண் புலம்பிக்கொண்டே பின்னால் வந்தான்.

"டேய்... சரணா.... இங்க வாடா", நதியாள்.

"அண்ணன்னு மரியாதையா கூப்பிடறியா நீ? எப்ப பாரு பேர சொல்லி வாடா போடான்னு கூப்பிடறது", சரண்.

"மரியாதை எல்லாம் நாங்களா குடுக்கணும். நீயா கேட்டு வாங்கக்கூடாது டா சரணா", நதியாள்.

"நீ குடுத்துட்டாலும். என்ன விஷயம் சொல்லு", சரண்.

"இங்க வாடா முதல்ல... அகனையும் கூட்டிட்டு வா", நதியாள்.

"எங்க இருக்க நீ ?சத்தம் மட்டும் தான் வருது", சரண்.

"இங்க சுந்தா ரூம்ல இருக்கேன் வாடா எரும", நதியாள்.

"சீக்கிரம் போலாம் வா மச்சான் இல்லைன்னா இன்னும் என்ன என்ன சொல்வாளோ தெரியாது", எனக் கூறிச் சரண் அகரனை இழுத்துக்கொண்டுச் சென்றான்.

"வாங்கடா பேராண்டிகளா", சுந்தரம் தாத்தா அறையினுள் அழைத்தார்.

"என்ன தாத்தா?", எனக் கேட்டபடி அகரன் அவரின் அருகில் அமர்ந்தான்.

"இந்தா துணி எடுத்துட்டு வர சொன்னேன். பிடிச்சத எடுத்துக்கங்க", சுந்தரம் தாத்தா.

"என்ன திடீர்னு இப்ப புது துணி?", சரண்.

"திருவிழாக்கு தான். எப்பவும் உன் அப்பாகிட்ட குடுத்து அனுப்புவேன். இப்ப தான் இங்கனயே நீ இருக்கல்ல நீ பிடிச்சத எடுத்துக்க. வேஷ்டி தான் கட்டணும். சட்டை உங்களுக்கு பிடிச்சத எடுத்துக்கங்க", சுந்தரம்.

"அகன்.. உனக்கு இது நல்லா இருக்கும். இந்த கலர் உனக்கு பிடிச்சி இருக்கா?", நதி இரண்டு சட்டைகளை அவனிடம் காட்டினாள்.

"சந்தனம் கலர் நல்லா இருக்கும் அவனுக்கு. ஆனாலும் டார்க் கலர் எடுக்கலாமே", சரண்.

"நான் அகன தான் கேட்டேன். உனக்கு அந்த பக்கம் இருக்கு பாரு லைட் ஆரஞ்ச் க்ரீம் கலரும் , க்ரே சர்ட்டும் அது உனக்கு பைனல்", நதியாள்.

"என்னால ஒத்துக்க முடியாது. எனக்கு பிடிச்சத நான் தான் எடுத்துப்பேன்", சரண்.

"பெரியப்பா கிட்ட சொல்லிட்டேன். நான் சொல்றது தான் நீ எடுத்தாகணும். இல்லைன்னா இப்பவே கால் பண்ணி வரசொல்வேன்", நதியாள்.

"அவர்கிட்ட திட்டுவாங்கறதுக்கு இவ குடுக்கறத போட்டுக்கலாம்", என முணுமுணுத்துவிட்டு ,"அப்ப அவனுக்கும் நீயே செலக்ட் பண்ணு", சரண்.

"பொறுமை சரணா. அத தான் பண்ணப்போறேன். என்ன அகன் உனக்கு இந்த சான்டல் சர்ட், அப்பறம் அந்த நேவி புளூ சர்ட். இரண்டு பேருக்கும் ஒட்டிக்கோ கட்டிக்கோ வேஷ்டி எடுத்துட்டேன். நாளைக்கும், நாளை மறுநாளும் இது தான் நீங்க போடணும். சுந்தா மத்தது எல்லாம் அனுப்பிடு மாமாக்கு அப்பாக்கு பெரியப்பாக்கு எல்லாம் எடுத்து வச்சிட்டேன். உனக்கும் ஸ்பெஷலா எடுத்துட்டேன்", நதியாள்.

"ஹேய்.... நீயே எல்லாருக்கும் எடுத்துட்டியா?", சரண்.

"ஆமா.... இந்த வருஷம் என் செலக்சன் தான் எல்லாருக்கும். இந்த வருஷமாது உன்ன பொண்ணுங்க திரும்பி பாக்கட்டும்னு தான் நானே உனக்கும் செலக்ட் பண்ணேன் டா சரணா", நதியாள்.

"நான்லாம் தெருவுல இறங்கி நடந்து வந்தா எத்தனை பொண்ணுங்க தெரியுமா என்னை சைட் அடிப்பாங்க", சரண்.

"ஹிஹிஹி... குட் ஜோக் சரணா. அடுத்த மாசம் சிரிக்கறேன்", நதியாள் சிரிக்காமல் அவனைக் கலாய்த்தாள்.

"உன்ன... ", சரண் அடிக்க எந்திரிக்க அகரன் அவனை அடக்கினான்.

"நதிமா உனக்கு டிரஸ் நான் செலக்ட் பண்ணவா?", அகரன்.

"ம்ம்.... சரி அகன். புடவை செக்‌ஷன் சாயந்திரம் வருமாம். அப்ப நீயே எனக்கு செலக்ட் பண்ணு", நதியாள்.

"நானும் என் ஆசை தங்கச்சிக்கு செலக்ட் பண்ணலாம்னு இருக்கேன்", சரண்.

"அத நான் பாக்காமலே ரிஜக்ட் பண்ணலாம்னு இருக்கேன்", நதியாள்.

"நீ செலக்ட் பண்ணத நான் எடுத்துகிட்டேன்ல. அதே மாதிரி நான் எடுத்து குடுக்கறத நீ எடுத்துட்டு தான் ஆகணும்", சரண்.

"அப்படியா சரணா. எனக்கு நீ எடுத்து தரியா? எத்தனை டிரஸ் எடுத்து தருவ?", நதியாள் மந்திரப்புன்னகை உதிர்த்தபடிக் கேட்டாள்.

"நீ எத்தனை கேட்டாலும்", சரண்.

"டேய்.. மச்சான்...", அகரன் சரணைச் சுரண்டினான்.

"இரு மச்சான். சொல்லிட்டு இருக்கேன்ல", சரண் அவனை கையைத் தட்டிவிட்டான்.

"சரி. பிராமிஸா எடுத்து தருவ தானே?", நதியாள் கையை நீட்டி கேட்டாள்.

"அட. உன் தலைல அடிச்சி சொல்றேன். சத்தியமா எடுத்து தரேன் நீ எத்தனை கேட்டாலும்", சரண்.

"பாத்துக்கோங்க சுந்தா, அகன். நீங்க தான் சாட்சி. இவன் எனக்கு டிரஸ் எடுத்து தரேன்னு சொல்லி சத்தியம் செஞ்சி இருக்கான்", நதியாள் மர்மமாகப் புன்னகைத்தபடிக் கூறினாள்.

"ஹாஹா... நான் சாட்சி சொல்ல ரெடி நதிகுட்டி. என்னப்பா அகரா... நீயும் தானே", என மீசையை நீவியபடிக் கேட்டார் சுந்தரம் தாத்தா.

"ஆமாம் தாத்தா. நானும் சாட்சி தான். சிட்டில கூட நானே சாட்சி", எனக் கண்ணடித்துக் கூறினான் அகரன்.

"டபுள் ஓகே அகன்", என நதியாள் அவனின் கைகளில் ஹைபை அடித்தாள்.

"என்ன நடக்குது இங்க?", சரண் யோசித்தபடிக் கேட்டு அவர்களின் செய்கையில் குழம்பி-னான்.

"ஒன்னும் இல்ல சரணா", நதியாள்.

"சாப்பிட வாங்க எல்லாரும்", மீனாட்சி பாட்டி சத்தம் கொடுத்தார்.

"வந்துட்டோம் பாட்டி", என நதியாள் முதலில் ஓடினாள்.

"அத்தை... எல்லாம் ரெடியா? வாசனை ஆள தூக்குது", என வாசனையை உள்இழுத்த-வாறு கேட்டாள்.

"வா உட்கார்", என அவளை உட்கார வைத்தார் திலகவதி.

"நீங்களும் உக்காருங்க", நதியாள்.

"நீங்க சாப்பிடுங்க. நானும் பாட்டியும் அப்பறம் சாப்பிடறோம்", திலகவதி.

"ம்ம்... சரி அப்ப நானும் உங்க கூடவே சாப்பிடறேன்", நதியாள்.

"நீ முதல்ல உட்கார். உனக்கு பசி எடுத்து இருக்கும்", திலகவதி.

"இல்ல. தாத்தா மாமா அகன் சரணுக்கு முதல்ல பரிமாறலாம். அப்பறம் நாம மூனு பேரும் ஒன்னா உக்காந்துக்கலாம்", நதியாள்.

"நதிகுட்டி....", திலகவதி அவளைக் கட்டாயப்படுத்தினார்.

"நான் சொன்னது தான் பைனல். அவங்க முதல்ல சாப்பிடட்டும். நாம ஒன்னா சாப்பிடலாம். சுந்தா வாங்க இங்க உக்காருங்க. சரணா போய் மாமாவ கூட்டிட்டு வா. அகன் நீ சுந்தா பக்கத்துல உட்கார். நான் பரிமாறுறேன் இன்னிக்கி", நதியாள்.

"என்ன இது? நீ உட்காராம நின்னுட்டு இருக்க?", மீனாட்சி பாட்டி.

"நம்ம கூட சாப்பிடறாளாம் அத்தை. சொன்னா கேட்கமாட்டேங்குறா", திலகவதி.

"மீனு நான் சொல்றது தான் கேக்கணும். பர்ஸ்ட் அவங்க சாப்பிடட்டும். அப்பறம் நாம பொறுமையா நிறைய சாப்பிடலாம்", நதியாள்.

"சரி. இந்தா... உனக்கு புடிக்குமேன்னு முந்திரிகேக் பண்ணேன். இத முதல்ல நீ சாப்பிடு", மீனாட்சி பாட்டி ஒரு துண்டு அவளின் வாயில் ஊட்டினார்.

"ம்ம்ம்ம்.... மீனு..... சூப்பர்ர்ர்ர்ர்.... வாயில வச்சதும் கரைஞ்சிடிச்சி. நெய்யும் கரெக்டா இருக்கு. அத தனியா எடுத்து வை அப்பறம் ஒரு பிடி பிடிக்குறேன்", நதியாள்.

"அது எடுத்து வச்சிட்டேன். எங்க இந்த சிதம்பரம் இன்னும் காணோம்", மீனாட்சி.

"வந்துட்டேன் மா", கூறியபடி சிதம்பரம் கைகளைக் கழுவிக்கொண்டு வந்தமர்ந்தார்.

"வாய்யா... நேரமாச்சில்ல... திலகா பரிமாறும்மா", மீனாட்சி.

"இருங்க நான் பரிமாறுறேன்", நதியாள் முதலில் இனிப்பை அனைவருக்கும் பரிமாறினாள்.

"என்னம்மா நதிய உட்கார வைக்காம பரிமாற விடறீங்க. விருந்தே அவளுக்காக தானே. என்ன திலகா?", சிதம்பரம் கேட்டார்.

"நான் தான் மாமா பரிமாறனும்னு சொன்னேன். நான் அத்தை பாட்டி மூனு பேரும் ஒன்னா உட்காந்துக்கறோம்", நதியாள்.

"அப்ப எங்க கூட உட்கார மாட்டியா நதிக்குட்டி?", சிதம்பரம்.

"அப்படி இல்ல மாமா. நான் பொறுமையா சாப்பிடுவேன். நாங்க மூனு பேரும் எதாவது பேசிட்டே சாப்பிடுவோம் அதுக்காக தான். கெடா விருந்து வைக்கறப்ப சொல்லுங்க உங்க கூட சாப்பிடறேன்", நதியாள் பேசிக்கொண்டே அனைத்தையும் பரிமாறினாள்.

"சைவத்துக்கு இந்த மாமா கூட உட்கார மாட்ட. சரி திருவிழா முடிஞ்சதும் உனக்காகவே ஸ்பெஷலா விருந்து வைக்கறேன்", சிதம்பரம்.

"தேங்க்ஸ் மாமா", சிரித்தபடிக் கூறினாள்.

"பாத்தியா மச்சான் சைவம் உள்ள இறங்கறது கஷ்டம்னு இப்ப நம்ம கூட உட்காரல. அசைவத்துல எல்லாம் காலியாகிடும்னு அப்ப உங்கப்பா கூட முதல் பந்தில உட்கார்ந்து

சாப்பிடறாளாம். எவ்வளவு நேக்கா பேசறா...? நமக்கு ஏன் இது தெரியாம போச்சி?", சரண் அகரனின் காதைக் கடித்தான்.

"உனக்குன்னு சொல்லு மச்சான். உன் தங்கச்சி உன்கிட்ட நேக்கா பேசி சத்தியத்த வாங்கிட்டா. வச்சி செய்யப்போறா இனி அதுக்கு தயாரா இருந்துக்க", அகரன்.

"என்னடா சத்தியம்?", சரண் புரியாமல் கேட்டான்.

"அங்க என்னடா முணுமுணுப்பு சாப்பிடறப்ப? பேசாம சாப்பிடுங்க", மீனாட்சி சத்தம் போடவும் இருவரும் அமைதியாக சாப்பிட்டனர்.

அகரனின் கண்கள் நதியை சுற்றியபடியே இருந்ததை, பெரியவர்கள் நால்வரும் கவனித்தும் கவனிக்காதது போல் இருந்தனர். சுந்தரமும் மீனாட்சியும் சிரிப்புடன் தலையசைக்க, திகலவதியும் சிதம்பரமும் அகரனின் கண்களில் தெரியும் சந்தோஷத்தையும், அன்பையும் கண்டு தங்களுக்குள் மனநிறைவு பெற்றனர்.

சாப்பிட்ட இலைகளை வேலையாளை வைத்து எடுத்தபின், திலகவதி புது இலையைப் போட்டு பொறியல் அனைத்தும் பரிமாறினார்.

மீனாட்சி பாட்டி கப்பில் நுங்கு பாயாசத்தை ஊற்றிக் கொடுத்து அனைவருக்கும் கொடுக்கச்சொன்னார்.

"ராசாத்தி... இன்னொரு கப் குடுறா", சுந்தரம் தாத்தா.

"போதும் சுந்தா. ரொம்ப இனிப்பா இருக்கு. உனக்கு இவ்வளவு இனிப்பு ஒத்துக்காதுல்ல", நதியாள்.

"என் தங்கம்ல. இன்னும் ஒன்னே ஒன்னு மட்டும்", என அவளின் தாடையைப் பிடித்துக் கொஞ்சினார்.

"சரி ஆனா ஒரு கண்டிசன்", நதியாள்.

"நான் சாயந்திரம் ஒரு ஜூஸ் குடுப்பேன் அதை மறுக்காம குடிக்கறதா வாக்கு குடு எக்ஸ்ட்ரா இரண்டு கப் தரேன்", நதியாள்.

"சரி இப்ப குடு", சுந்தரம்.

"இந்தாங்க இரண்டு கப் .. ரூமுக்குள்ள போயி சாப்பிடுங்க. மீனா பாத்தா சத்தம் போடும்.

நாங்க சாப்பிட்டு வரதுக்குள்ள குடிச்சிறுங்க", நதியாள்.

"என் ராசாத்தி.....", என அவளின் கன்னத்தைப் பிடித்துக் கிள்ளி முத்தம் கொடுத்துவிட்டு தன் அறைக்கு விரைந்தார்.

"என்ன மிஸ்டர் சுந்தரம்க்கு மட்டும் தனி கவனிப்பு நடக்குது போல?", கேட்டபடி அகரன் அருகில் வந்தான்.

"அது ஒன்னும் இல்ல. பாயாசம் எக்ஸ்ட்ரா கப் கேட்டாரு அதான் குடுத்தேன்", நதியாள்.

"அப்ப எனக்கும் கேட்டா கிடைக்குமா?", அகரன் விஷமமாக கேட்டான்.

"உனக்கு சுகர் இல்லதானே? இந்தா எல்லாத்தையும் நீயே குடிச்சிடு", என ட்ரேவை அவன் கையில் கொடுத்தாள்.

"எனக்கு இது வேணாம்", அகரன்.

"வேறென்ன வேணும் அகன்?", நதியாள்.

"அது.....", அகரன் எச்சிலை விழுங்கியபடி ஆரம்பித்தான்.

"டேய் மச்சான். இங்க என்ன பண்ற? வா ஆபீஸ்ல இருந்து கால் வந்துச்சு முக்கியமான விஷயம். மெயில் அனுப்பனுமாம். இது என்ன பாயாசமா? சரி இன்னொரு ட்ரே மேல கொண்டு வா யாள்", சரண் படபடவென பேசியபடி அகரனை இழுத்துக்கொண்டு சென்றான்.

"இருடா வரேன்.... ஏன்டா இப்ப இழுத்துட்டு போற?", அகரன் எரிச்சலுடன் வினவினான்.

"அவகிட்ட நீ பேசினத பாத்தேன். உன் முழியே சரியில்ல அதான் இழுத்துட்டு வந்தேன். மவனே நீ மட்டும் இடக்குமடக்கா எதாவது கேட்டு இருந்தன்னு வை நம்ம இரண்டு பேரையும் தான் கருப்பசாமிக்கு வெட்டி இருப்பாங்க. உனக்கே இன்னும் தெளிவாகல அதுக்குள்ள என்ன கொஞ்சல் வேண்டி கெடக்கு?", சரண்.

"அதுல்லாம் அவ ஒன்னும் தப்பா எடுத்துக்கமாட்டா", அகரன்.

"அப்படியா ? சார் எத அவகிட்ட கேக்கலாம்னு இருந்தீங்க?", சரண்.

"கன்னத்துல சின்னதா முத்தம் தான்", அகரன்.

"அடேய்.... அவ ஒன்னும் பத்து வயசு பாப்பா இல்ல நீ கேட்டதும் குடுக்க", சரண் அதிர்ச்சியுடன் கூறினான்.

"அது இல்ல மச்சான். அவ ஆக்டிவிட்டீஸ் எல்லாம் இன்னும் என்கிட்ட அப்படியே இருக்கா இல்ல சேஞ்ச் ஆகி இருக்கான்னு தெரிஞ்சிக்கலாம்னு பாத்தேன்", அகரன்.

"டேய்.. நாம இருக்கறது கிராமம். நம்ம வீட்டு ஆளுங்க முன்ன எக்குதப்பா எதாவது நடந்து தொலைஞ்ச உன்னோட சேத்து என்னையும் தான்டா டின்னு கட்டுவானுங்க. கொஞ்சம் பொறுமையா இருடா ராசா. முதல்ல அவகிட்ட பேசி பழகு அதுக்கப்பறம் கொஞ்சறத வச்சிக்க", சரண்.

"தேங்க்ஸ்டா மச்சான். நான் போய் நதிக்கு சாப்பாடு பரிமாறிட்டு வரேன்", அகரன் சரணின் கன்னத்தைக் கிள்ளிவிட்டுச் சென்றான்.

"அய்யய்யோ.... இவனுக்கு அவளே தேவல போலவே. இந்த கிறுக்கன எப்படி சமாளிக்கப்போறேன்னு தெரியலியே... இதுங்க கல்யாணம் நடக்கறதுக்கு முன்ன எனக்கு கருமாதி பண்ணிடுவாங்கன்னு நினைக்கிறேன்", சரண் புலம்பிக்கொண்டே கீழே வந்தான்.

கீழே வந்தவன் அங்கு நடப்பதைக் கண்டு அப்படியே நின்றான். நதிக்கு அகரனும், திலகவதியும் மாறி மாறி ஊட்டிவிட்டுக்கொண்டு இருந்தனர்.

அவளும் கதைப் பேசிக்கொண்டே சாப்பிட்டுக்கொண்டு இருந்தாள்.

"என்ன நடக்குதுன்னே தெரியலியே... எனக்கு பைத்தியம் பிடிக்காம இருந்தா சரிதான்", சரண் தனக்குத்தானே பேசிக்கொண்டு அவர்கள் அருகில் சென்று அமர்ந்தான்.

நதியாள் முகத்தில் நவரசமும் தழும்ப பேசிக்கொண்டு இருந்தாள். அவள் பேசுவதை மீனாட்சியும், திலகாவும் சுவாரஸ்யமாக கேட்டுக்கொண்டு இருக்க, அகரன் மட்டும் சம்பந்தமே இல்லாமல் உம் கொட்டிக்கொண்டு இருந்தான். அவளின் பேச்சு சுவாரஸ்யத்தில் மற்றவர்கள் கவனிக்கவில்லை, ஆனால் சரண் அகரனை தான் முழுதாக கவனித்தபடி இருந்தான்.

இந்த அகரன் சரணுக்கே முற்றிலும் புதியவன். அகரனின் கண்களில் தெரியும் அன்பும், நதியை வட்டமிடும் கருமணியில் யாதென்றே பிரிக்கமுடியாத உணர்வாய், நதியின் உறவும் உரிமையும் தனக்கே என்ற பாவனை வழிந்தது. எல்லாம் நல்லபடியாக நடந்தால் சரியென்று சரணும் நதியின் பேச்சில் லயித்துவிட்டான்.

மாலையில் பரமசிவம், கண்ணன், மாந்தோப்பு தாத்தாவுடன் இன்னும் சிலர் திருவிழா ஏற்பாடுகள் பற்றிப் பேச வந்தனர்.

அவர்கள் வந்த சிறிது நேரத்தில் பார்ச்சூனர் கார் ஒன்று வாசலில் வந்து நின்றது. அதில் இருந்து ஆறடிக்கும் அதிகமான உயரத்தில் பளிச்சென்ற முகத்துடன், உயரத்திற்கேற்ற உடற்கட்டுடன், அலை அலையான கேசத்தை ஒருபக்கம் கோதியபடி அனைவரையும் சுற்றி ஒரு பார்வை பார்த்தபடி இறங்கினான் அவன்.

14

பார்ச்சூனர் காரில் இருந்து இறங்கியவன் பின் கதவைத் திறந்து உள்ளிருப்பவர்கள் இறங்க உதவி செய்தான்.

உள்ளிருந்து நாற்பத்தி ஐந்து வயது மதிக்கத்தக்க பெண்ணும், ஐம்பதை கடந்த ஆணும் இறங்கினர். பின் எழுவது வயது மதிக்கத்தக்க பாட்டி ஒருவரும் இறங்கினார்.

"வணக்கம் மரகதம்மா.... வாங்க... எப்படி இருக்கீங்க? வா சந்திரகாந்தா... வாம்மா... வாங்கப்பா", என சுந்தரம் தாத்தா எழுந்து நின்று வரவேற்றார்.

"மச்சான் இவனுங்க தான் இன்னொரு குடும்பமா?", சரண் அகரனின் காதைக் கடித்தான்.

"அப்படி தான் போல மச்சான். இவங்களை இதுவரை நான் பார்த்ததா நியாபகம் இல்லை. அந்த பாட்டிய மட்டும் எங்கயோ பாத்தமாதிரி இருக்கு", அகரன் யோசனையுடன் கூறினான்.

"அப்ப உனக்கு வில்லன் வந்துட்டான்", சரண் சிரித்துக்கொண்டே கூறினான்.

"எனக்கு வில்லன் வந்தா உனக்கு நான் தான் வில்லனா மாறுவேன். மூடிட்டு என்ன நடக்குதுன்னு பாக்கலாம் வா", அகரன் சரணை இழுத்துக் கொண்டு முன் கட்டிற்கு வந்தான்.

"அகன்.... புடவை வந்துடிச்சி வந்து செலக்ட் பண்ணு", எனக் கத்திக்கொண்டே நதியாள் முன்கட்டிற்கு ஓடி வந்தாள்.

அவள் கத்தலில் அங்கிருந்தவர்கள் அனைவரும் திரும்பிப் பார்த்தனர்.

"யாள் குட்டி பாட்டியையும் அத்தையையும் கூப்பிடு டா. குடிக்க எதாவது கொண்டு வர சொல்லு", சுந்தரம் தாத்தா கூறினார்.

"சரி தாத்தா", என வந்தவர்களுக்கு முகமனாக தலையசைத்துவிட்டு உள்ளே ஓடினாள்.

"என்ன அண்ணே நல்லா இருக்கீங்களா? மதனி எப்படி இருக்காங்க? இன்னும் இளமையாவே இருக்கீங்களே அந்த இரகசியம் என்ன?", என கேட்டபடி மரகதம்மா அங்கிருந்த நாற்காலியில் அமர்ந்தார்.

"ஏன்மா வந்ததும் அண்ணன கிண்டல் பண்ற? நீயும் அப்படியே தானே இருக்க மகாராணி கணக்கா..... இன்னும் அதே கம்பீரம் முகத்துல சுருக்கமே இல்ல", சுந்தரமும் தன் வாய்ஜாலத்தைக் காட்டினார்.

"அண்ணனும் தங்கச்சியும் வந்ததும் ஆரம்பிச்சிட்டீங்களா? இரண்டு பேரும் கல்லு குண்டாட்டம் இன்னும் அப்படியே தான் இருக்கீங்க. எத்தனை வருஷம் ஆனாலும் இந்த பழக்கம் உங்கள விட்டு போகாது", எனக் கூறியபடி மீனாட்சி பாட்டி வந்தார்.

"வாங்க மதினி. எங்கள விட நீங்க தான் இன்னும் சின்ன பொண்ணாட்டம் இருக்கீங்க. எப்படி இருக்கீங்க? ஊருக்கு வாங்கன்னு எத்தனை தடவை கூப்பிடறேன் வரதே இல்ல", மரகதம்மா மீனாட்சியை ஆரத்தழுவிக்கொண்டு நலம் விசாரித்தார்.

"நான் நல்லா இருக்கேன். வாய்யா காந்தா எப்படி இருக்க? திருவிழான்னைக்கு மட்டும் தலைகாட்டிட்டு ஓடறீங்க.... ஒரு வாரம் முன்ன வந்து எங்கள எல்லாம் பாத்து பழக கூடாதா? ஏன்மா மதி நீயாவது முன்னவே வரலாம்ல? எங்க உம் புள்ளை? இந்த வருஷமாது கூட்டிட்டு வந்தியா?", மீனாட்சி.

"எங்க அத்தை இவர் வந்தா தானே... எப்ப பாரு வியாபாரம் தான். பையனாவது வருவான்னு பாத்தா அவன் அவருக்கு மேல இருக்கான். இவன் தான் என் மகன் சக்ரதேவ்", மதி.

"நல்ல பேரு. யாரு மரகதம் வச்சதா?", மீனாட்சி.

"இல்ல அவர் வச்சாரு", மரகதம் தன் கணவரின் நினைவில் மென்னகை பூத்தார்.

"தம்பி அகரா சரண்... இங்க வாங்க", என மீனாட்சி அழைத்தார்.

"இவன் தான் என் பேரன் அகரன். அவன் பரமசிவம் பையன் சரண் அவனும் என் பேரன் தான்", மீனாட்சி அறிமுகம் செய்து வைத்தார்.

அகரனும் சக்ரதேவும் கைக்குலுக்கிக் கொண்டனர்.

"நான் சக்ரதேவ் உங்கள்ள யார் அகரன், சரண் ?",சக்ரதேவ்.

"நான் அகரன். இவன் சரண்", எனத் தங்களை அறிமுகம் செய்துக் கொண்டான்.

"வாங்கண்ணா... வாங்க பெரியம்மா... வாங்க மதினி", என கைகளில் காப்பியோடு திலகவதி வந்தார்.

அவரின் பின்னே நதியாளும் இனிப்பு வகைகள் எடுத்து வந்து அனைவருக்கும் கொடுத்தாள்.

அகரனிடம் கொடுத்தவள், "அகன் சீக்கிரம் உள்ள வா. புடவை வந்தாச்சி எல்லாரும் வரதுக்குள்ள நீ வந்து எனக்கு செலக்ட் பண்ணு", எனக் கூறினாள்.

அகரனின் அருகில் அமர்ந்திருந்த தேவ் நதியாளை அப்பொழுது தான் கவனித்தான்.

"யார் இவங்க?", என அகரனைப் பார்த்துக் கேட்டான்.

"அவ கண்ணனோட பொண்ணு நதியாள். திருவிழாகக்காக லீவு போட்டு வந்திருக்கா", சுந்தரம்.

"நம்ம கண்ணன் பொண்ணா? நல்லா வளந்துட்டாளே. சின்ன குழந்தையா இருந்தப்ப பாத்தது. அம்மா அப்பா நல்லா இருக்காங்களாம்மா?", சந்திரகாந்த் கேட்டார்.

"நல்லா இருக்காங்க. கொஞ்ச நேரத்துல வருவாங்க", நதியாள் பதிலளித்தாள்.

"என்னம்மா யாரோகிட்ட பேசற மாதிரி பேசற. உரிமையா மாமான்னு கூப்பிடு", சந்திரகாந்த் கூறிச் சிரித்தார்.

"சரிங்க மாமா", நதியாள் கூறிவிட்டு உள்ளே சென்றாள்.

"மாமாவா? என்னடா அவரும் மாமா முறைன்னா இவன் அத்தான் முறையா?", எனச் சக்ரதேவைச் சுட்டிக் காட்டினான் சரண்.

"மூடிட்டு எந்திரிச்சி வா உள்ள போலாம்.... அவனே அவள கண்டுக்காம இருக்கான் நீயா கோர்த்து விடாத", அகரன் பற்களுக்கிடையில் நறநறத்து வார்த்தைகளைத் துப்பினான்.

"சரி வா", சரணும் அகரனும் எழுந்திரிக்க சுந்தரம் தாத்தா ,"என்னப்பா எந்திரிச்சிட்டீங்க?", எனக் கேட்டார்.

"இல்ல யாள் கூப்டா", சரண்.

"சரி சரி", சுந்தரம்.

"தேவ் நீயும் உள்ள போ. அவங்க கூட பேசிட்டு இரு", என மரகதம்மாள் கூறினார்.

"சரி பாட்டி", என தேவும் யாரின் அழைப்பிற்கும் காத்திருக்காமல் எழுந்து உள்ளே செல்ல திரும்பினான்.

"சின்ன பசங்க பேசிட்டு இருக்கட்டும். நம்ம பேசறது அவங்களுக்கு போர் அடிக்கும்", மரகதம்.

"ஆமா. இப்பதானே பாத்துக்கறாங்க பேசட்டும். அப்பறம் காந்தா வியாபாரம் எல்லாம் எப்படி போகுது?", சுந்தரம்.

"நல்லா போகுது மாமா. பையனும் இப்ப வந்துட்டான் அதனால தெம்பு கூடி இருக்கு. சிதம்பரம் எங்க ஆள காணோம்", சந்திரகாந்த.

"திருவிழா விஷயமா தான் கோவில் வரைக்கும் போயிருக்கான் இப்ப வந்துடுவான்", என சுந்தரம் தாத்தா கூறினார்.

"அதோ எல்லாரும் வந்துட்டாங்களே.... வாங்க அண்ணே... வாங்க மதினி.... வா கண்ணா ராதா... பரமசிவம் எங்க உன் பொண்டாட்டி?", மீனாட்சி.

"வரேன்னு சொன்னாத்தை... இப்ப வந்துடுவா. அடடே வாடா சந்திரா... எப்படி இருக்க? வாங்க மரகதம்மா... வா மதி...", என பரமசிவம் அவர்களை வரவேற்றார். அவரை தொடர்ந்து அனைவரும் அவர்களை வரவேற்றனர்.

"வாங்க அத்தை... வாங்க அத்தான்... வாங்க அக்கா...", என கண்ணனும் அவர்களை வரவேற்றார்.

"என்னப்பா நாலு குடும்பமும் ஒன்னா இருக்கீங்க போலவே. இப்ப தான் திருவிழா மாதிரி இருக்கு", எனக் கூறியபடி மாந்தோப்பு தாத்தா வந்தமர்ந்தார்.

"ஆமா... திருவிழாக்கு மட்டும் தான் இவங்க இந்த ஊருக்கே வராங்க. நம்மள எல்லாம் மறந்துட்டாங்க", என சரோஜா தேவி பாட்டி குறைப்பட்டார்.

"என்னக்கா இப்படி சொல்லிட்டீங்க? உங்கள மறந்தா எப்படி இப்ப மட்டும் பாக்க வரு-

வோம்? அத்தான் தான் கிண்டல் பண்றாருன்னா நீயும் இப்படி சொல்ற?", மரகதம்மாள்.

"பின்ன... போன இரண்டு வருஷமும் திருவிழா அன்னைக்கு மட்டுமே வந்துட்டு உன் பையனும் மருமகளும் ஓடிட்டாங்க. வீட்டுக்கு வரல ஒரு வாய் சாப்பிடல. கெடாவிருந்து வரைக்கும் கூட தங்கல. அப்படி என்ன சோலி? ஊர் உறவக்கூட பாக்க நேரமில்லாம?", சரோஜாதேவி.

"பெரியம்மா அதான் இந்த வருஷம் இப்பவே வந்துட்டேன்ல குடும்பத்தோட. கெடாவிருந்து வரைக்கும் இங்க தான் இருப்போம். உங்க கையால சாப்பிடாம போகப்போறது இல்ல என்ன மதி?", சந்திரகாந்த்.

"நல்லா பேசுவியே இத மட்டும். என்னமோ மாசக்கணக்கா இங்க தங்க போற மாதிரி. மூனு நாளுக்கு இத்தனை அலப்பறையா?", சரோஜாதேவி கழுத்தைத் திருப்பிக்கொண்டார்.

"சரி எல்லா வேலையும் என் பையன் கிட்ட குடுத்துட்டு நிரந்தரமா இங்க இருக்கற வீட்லயே வந்து தங்கிக்கறேன். அவனுக்கு ஒரு வாழ்க்கைய அமைச்சி குடுத்துட்டா எனக்கும் நிம்மதி தான்", சந்திரகாந்த்.

"சரி சரி. சண்டை போட்டது போதும். திருவிழா விஷயமா நாங்க எல்லாரும் பேசணும். உங்களுக்கு புடவை எடுக்க வரச்சொன்னேன் உள்ள போய் பாருங்க. பிடிச்சத எடுத்துக்கங்க இந்த வருஷம் துணி நான் எடுத்து குடுக்கறேன்", சுந்தரம் பெண்களை உள்ளே அனுப்பினார்.

அவங்க உள்ள வரதுக்குள்ள ஏற்கனவே உள்ள வந்தவனுங்க என்ன பன்றானுங்கன்னு பாக்கலாம் வாங்க மக்களே...

"நீங்க என்ன பண்றீங்க அகரன்?", சக்ரதேவ்.

"நான் ஆர்கிடெட். சொந்தமா ஒரு கம்பெனி ரன் பண்ணிட்டு இருக்கேன். இவனும் ஆர்கிடெட் என் கம்பெனில பார்ட்னர். நீங்க?", அகரன்.

"பைன். அப்பா ஆட்டோஸ்பேர் பார்ட்ஸ் பண்ணிட்டு இருக்காரு. நான் இப்ப ஷோரூம் டீலர்ஷிப் எடுத்து இருக்கேன். அந்த வர்க் போயிட்டு இருக்கு. மே பீ நெக்ஸ்ட் மன்த் ஓபனிங் இருக்கும்", சக்ரதேவ்.

"தட்ஸ் குட்", எனக் கூறி அகரன் அமைதியாக உள்ளே வந்தான்.

"நதியாள் என்ன பண்றாங்க?", சக்ரதேவ்.

"அவ இப்பதான் காலேஜ் படிச்சிட்டு இருக்கா", சரண்.

"ஹோ... என்ன படிக்கறாங்க?", சற்று ஆர்வமாக வினவினான் சக்ரதேவ்.

"என்னைபத்தி என்கிட்ட கேளுங்க மிஸ்டர்", நதியாள் அவர்களின் முன் நின்றிருந்தாள்.

கைகளை கட்டிக்கொண்டு கண்களில் சற்று கோபத்துடன் நின்றிருந்தாள்.

"அகன்... உன்ன உள்ள வரசொல்லி எவ்வளவு நேரம் ஆச்சி? ஆடி அசஞ்சி இந்த மைதா மாவு கூட பேசிட்டு வர... கொஞ்சம் கூட உனக்கு பொறுப்பே இல்ல", அகரன் காதில் அவனை மைதா மாவு என்று கூறியதை மட்டும் சத்தத்தைக் குறைத்துக் கூறினாள்.

அவளின் பேச்சில் வந்த சிரிப்பை வாயிற்குள் அடக்கினான் அகரன்.

"இல்ல மிஸ். நீங்க முன்ன இருந்தா கேட்டு இருப்பேன் இல்லன்னு தான் அவங்க கிட்ட கேட்டேன்", சக்ரதேவ்.

"ஓகே. ஐ ம் நதியாள். பைனல் ஆர்கி அன்ட் இன்டீரியர் டிசைனிங் படிக்கறேன்", நதியாள் தன்னை அறிமுகம் படுத்திக் கொண்டாள்.

"தட்ஸ் கூல். என்ன எல்லாருமே ஆர்கி படிச்சி இருக்கீங்க? எல்லாமே பிளானா?", சக்ர-தேவ்.

"அவங்கவங்க அவங்களுக்கு பிடிச்சத படிக்கறாங்க மிஸ்டர்", நதியாள்.

"ஐ ம் சக்ரதேவ்".

"பைன் மிஸ்டர் சக்ரதேவ் நீங்க இங்கயே உட்கார்ந்து டிவி பாருங்க நாங்க வந்துடறோம்", என அகரனை இழுத்துக்கொண்டு உள்ளே சென்றாள்.

"எக்ஸ்க்யூஸ் மீ... நானும் வரலாமா ?", எனக் கேட்டான் சக்ரதேவ்.

"வாங்க தேவ்...", என அகரன் அழைத்தான்.

"அவன ஏன் கூப்பிடற?", சரண்.

"நதிகிட்ட அவன் நெருங்க முடியாது மச்சான். அதான் வரசொன்னேன்", அகரன் சிரித்த-

படிக் கூறினான்.

"என்ன டிரஸ் பர்சேஷிங் இப்ப?", சக்ரதேவ்.

"திருவிழாக்காக . சுந்தரம் தாத்தா எடுத்து குடுக்கறாரு", சரண்.

"ஹோ.... பைத வே சரண் உங்கள நான் எப்படி கூப்பிடணும்?", சக்ரதேவ்.

"நீங்க பேர் சொல்லியே கூப்பிடலாம்", சரண்.

"அவன் உனக்கு அத்தான் தேவ். அகரனும் உனக்கு அத்தான் தான். நதியாள் உனக்கு மாமா பொண்ணு", எனக் கூறியபடி மரகதம்மாள் உள்ளே வர அவரின் பின்னே மகளிர் அணி உள்ளே நுழைந்தது.

"ஹோ.... மாமா பொண்ணா?", சக்ரதேவ் சற்று இதமாக கூறிக்கொண்டான்.

"என்ன நதியாள்? என்ன பண்ற?", மரகதம்மாள்.

"அகன எனக்கு சேரி செலக்ட் பண்ண சொல்லிட்டு இருக்கேன் பாட்டி", நதியாள்.

"யாள் குட்டி", என அழைத்தபடி பரமசிவத்தின் மனைவி செல்லம்மாள் உள்ளே வந்தார்.

"பெரியம்மா.....", என ஓடிச்சென்று அவரைக் கட்டிக்கொண்டாள் நதி.

"ஏய் வாலு... இன்னும் சின்ன பொண்ணு மாதிரி கத்திட்டு இருக்க. அமைதியா பேசு", ராதா அதட்டினார்.

"விடு ராதா. இவ இல்லாம வீடே வெறிச்சோடி போய் கெடக்கு. கலகலன்னு இருக்கத்தான் பொம்பள புள்ள வேணும்", செல்லம்மாள்.

"அப்படி சொல்லு செல்லம்மா... இவ வந்தப்பறம் தான் எனக்கு தோப்பே நல்லா இருக்கு. எத்தனை வருஷம் தான் படிப்பு படிப்புன்னு புள்ளைய வெளியூர்ல தங்க வைப்ப? போதும் இதோட நிறுத்திடு", சரோஜா தேவி.

"ஹேய் தேவி சரோஜா", நதியாள்.

"யாள்...", ராதா அதட்டவும் ," சரி சரி. இங்க பாரு பாட்டி நான் இன்னும் நிறைய படிக்கணும் வேலைக்கு போகணும். சம்பாதிக்கணும். இப்பவே நீ என்டு கார்ட் போட பாக்கறியா?",

நதியாள் முறைத்தபடிக் கேட்டாள்.

"நீ ஏன் இன்னொருத்தன் கிட்ட வேலைக்கு போகணும் உன்ற அப்பனே இருநூறு பேருக்கு வேலை குடுக்கறான்", சரோஜாதேவி.

"அது என் அப்பா சம்பாதிக்கறது. நான் என் சொந்த கால்ல நிக்கணும் சம்பாதிக்கணும். அது தான் அவங்களுக்கு பெருமை", நதியாள்.

"ஹாஹாஹா... நல்லா வாயடிக்கிறா ராதா. எப்படி வச்சி சமாளிக்கற?", மரகதம்மாள்.

"அவங்க எங்க சமாளிக்கறாங்க. நான் தான் எல்லாரையும் சமாளிக்கறேன் பாட்டி", நதி-யாள்.

"மதி... இப்படி ஒரு பொண்ணு தான் வேணும்னு சொல்றது. பாத்தியா எப்படி பேசறான்னு? சரி நீ படிச்சிட்டு சம்பாதிக்க ஆரம்பிச்சதும் கல்யாணம் பண்ணணும்ல அப்ப எந்த ஊருக்கு போகலாம்னு இருக்க?", மரகதம் ஒரு வித ஆர்வமும் எதிர்பார்ப்புடன் கேட்டார்.

இப்படி ஒரு கேள்வி கேட்டதும் அகரனும், திலகவதியும், மீனாட்சியும், சரோஜாதேவியும் அவளது பதிலுக்காக கூர்ந்துப் பார்த்தனர்.

"அதுக்கு இன்னும் நிறைய டைம் இருக்கு பாட்டி. அத அப்ப பாத்துக்கலாம். அகன் இப்ப நீ எனக்கு புடவை செலக்ட் பண்ணு", நதியாள்.

அவளின் பதிலில் ஏமாற்றம் அடைந்தாலும், அகரனை புடவை எடுத்து தர சொன்னதில் அவர்கள் சந்தோஷம் கொண்டனர். மரகதம்மாள் மட்டும் சற்றே ஏமாற்றத்துடன் முகம் சுளித்தார்.

"இந்த கலர் ஓக்கேவா நதிமா?", என அகரன் ஒரு நேவிபுளூ கலரும் ராயல் புளூவும் கலந்தாற்போன்ற புடவையை எடுத்தான்.

சின்னதாக பார்டர் வைத்து, அழகாக பெரிய புட்டாவாக சக்கரம்புட்டா வைத்து, முந்தானை-யில் பெரிதாக அன்னத்தின் உருவம் நெய்யப்பட்டு இருந்தது. அவளது நிறத்திற்கு மிகவும் பொறுத்தமாகவும், அவளுக்கு பிடித்தாற்போல் சிம்பிளாகவும் இருந்தது.

"சூப்பர் செலக்சன் அகன்", நதியாள்.

"அகரா.. இன்னொரு புடவை எடுத்துடு பூக்குழி திருவிழா அன்னைக்கு புதுசு தான் கட்ட-ணும் ", மீனாட்சி.

"அது நான் எடுக்கறேன்", சரண்.

"சரணா....", நதியாள்.

"இப்ப நீ செலக்ட் தான் பண்ணப்போற", நதியாள்.

"ஆமா", சரண்.

"எடுத்து தரல", நதியாள்.

"எடுத்து தானே தரேன்", சரண்.

"இது தாத்தா தான் எடுத்து தராங்க. நீ இல்ல. சோ எனக்கு பிராமிஸ் பண்ணமாதிரி எனக்கு நீ, நான் கேக்கறப்ப டிரஸ் எடுத்து தரணும்", நதியாள்.

"ஹேய்... இதுல்லாம் போங்கு. நீ எனக்கு செலக்ட் பண்ணமாதிரி நானும் பண்றேன் அவ்வளவு தான்", சரண் பதறியபடிக் கூறினான்.

"அதுல்லாம் ஒத்துக்க முடியாது. நீ ப்ராமிஸ் பண்ணிட்ட. அகனும் சுந்தாவும் சாட்சி. இப்ப செலக்ட் பண்ணு நான் கேக்கறப்ப எடுத்து குடு. என்ன அகன் கரெக்ட் தானே?", நதியாள்.

"ஆமா நதி. கரெக்ட் தான்", என அகரனின் தன் இரு கைகளின் கட்டை விரலையும் உயர்த்திக் கூறினான்.

"டேய்... இது அநியாயம் டா", சரண்.

"எல்லாம் நியாயம் தான்", அகரன்.

"அம்மா... இங்க பாரும்மா", சரண் தன் அம்மாவை அழைத்தான்.

அவர்கள் இந்த உலகத்தில் இருந்தால் தானே அனைவரும் புடவை எடுப்பதில் மூழ்கி இருந்தனர். இனி எத்தனை நேரம் ஆகுமோ?

"என்னடா? சும்மா நொய் நொய்னு.... புள்ள கேட்டா எடுத்து குடுக்கணும். இப்ப என்னை புடவை எடுக்க விடு", செல்லம்மாள்.

ராதா அவர்களை பார்த்துச் சிரித்தபடி தானும் புடவை எடுக்கத்தொடங்கினார்.

சரண் நதிக்கு எடுத்துக்கொண்டிருக்க, நதியாள் ராதா, செல்லம்மாள், சரோஜாதேவி, மீனாட்சி ,திலகவதியென அனைவருக்கும் தானே அவர்களுக்கு ஏற்றதாக எடுத்துக் கொடுத்தாள்.

"நதியாள்... எனக்கும் ஒன்னு எடுத்து குடுடா", மதி.

"கண்டிப்பா.... உங்களுக்கு..... ம்ம்... இந்த கலர் சூப்பரா இருக்கும். பிடிச்சி இருக்கா உங்களுக்கு", நதியாள்.

"ஏன்டா என்னை அத்தைனு கூப்பிடமாட்டியா?", மதி சற்றே ஏக்கத்துடன் கேட்டார்.

"இல்ல சடனா கூப்பிட வரல. இனிமே கூப்பிடறேன் அத்தை", நதியாள்.

"நைஸ் செலக்சன்", சக்ரதேவ் அவளைப் பார்த்தபடிக் கூறினான்.

"தேங்க்ஸ்", நதியாள் விட்டேத்தியாக பதிலளித்தாள்.

"ஏன் எனக்கு எடுத்து தரமாட்டியா?", மரகதம்மாள்.

"நீங்க தான் ஆல்ரெடி எடுத்துட்டீங்களே பாட்டி", நதியாள்.

"இருந்தாலும் நீ ஒன்னு எடுத்து குடு. எல்லாருக்கும் எடுத்து குடுத்த எனக்கு குடுக்கமாட்டியா?",மரகதம்.

"செலக்ட் தானே பண்ணிட்டா போச்சி பாட்டி", எனக் கூறியவள் அடர்பச்சை புடவையை அவருக்கு எடுத்து கொடுத்தாள்.

எல்லாரும் புடவை எடுத்து முடிக்கவும் ஆண்கள் உள்ளே வரவும் சரியாக இருந்தது.

"எல்லாரும் எடுத்துட்டீங்களா?", சுந்தரம்.

"டன் சுந்தா. பில் மட்டும் தான் பாக்கி", நதியாள்.

"யாள்.... தாத்தாவ பேர் சொல்லி கூப்பிடாத", ராதா கண்டித்தார்.

"விடு ராதா. அது எங்களுக்குள்ள அப்படிதான்", சுந்தரம்.

"எல்லாரும் இப்படி செல்லம் குடுத்தா எப்படி பெரியப்பா? நாளைக்கு போற இடத்துல இப்படி பேசினா என்னை தானே குறை சொல்வாங்க", ராதா.

"நீ ஏன் குறை சொல்ற இடத்துக்கு அனுப்பற?", மாந்தோப்பு தாத்தா.

"இங்க பாருங்க. ஏன் எல்லாரும் என்னை பேக் பண்றதுலயே இருக்கீங்க? இப்பதான் யூஜி படிச்சிட்டு இருக்கேன். இன்னும் படிக்கறது நிறைய இருக்கு. நானா சொல்ற வரை யாரும் இந்த பேச்சு எடுக்கக்கூடாது", நதியாள் சற்றே கோபத்துடன் கூறினாள்.

"நீயா கேட்டப்பறமா கல்யாணம் பண்ணுவாங்க? அதுல்லாம் காலாகாலத்துல நடக்கணும்", மரகதம்.

"அது நடக்கறதுக்கான காலம் இது இல்ல பாட்டி. இந்த பேச்ச விட்டுட்டு வேற பேசுங்க எல்லாரும். வா சரணா. அகன்", என அவர்களை அழைத்துக்கொண்டு மேலே சென்றாள் நதியாள்.

"எம்மாடி எவ்ளோ கோவம் வருது? ஒரு பொண்ணுக்கு இவ்வளவு கோவமும் தைரியமும் இருக்ககூடாதுத்தா. எல்லார் முன்னாடியும் இப்படி பேசிட்டு போறா", என மரகதம் குறைக் கூறினார்.

"அவ அப்டி தான். எதையும் மனசுல வச்சிக்கமாட்டா. விடு மரகதம். நீங்க பிரயாணம் பண்ணதுல அலுப்பா இருப்பீங்க. வீடு சுத்தம் பண்ணியாச்சி போய் ஓய்வெடுங்க. நாளைக்கு பிரம்ம முகூர்த்தத்துல தீர்த்தம் எடுக்க போகணும்ல", மாந்தோப்பு தாத்தா பேச்சை மாற்றி அவர்களை வழியனுப்பி வைத்தார்.

அவர்கள் சென்ற பிறகு தான் இவர்கள் சற்று ஆசுவாசமாக அமர்ந்தனர்.

"யப்பா.... இன்னும் இந்த மரகதம் அப்படியே தான் இருக்கா. எப்படிதான் மதி பொண்ணு சமாளிக்குதோ?", சரோஜாதேவி.

"ஆமா மதினி. இன்னும் மாறவே இல்ல. திருவிழா முடிஞ்சி நல்லபடியா அனுப்பி வச்சா போதும் இப்ப", மீனாட்சி.

"விடுங்க அத்தை அவங்க சுபாவம் அப்படி", பரமசிவம்.

"இல்ல சிவம். அவ இருக்கற இடத்துல அவ மட்டும் தான் முக்கியம்னு நினைப்பா. அவள தவுத்து மத்தவங்க கூட கொஞ்சம் அதிகம் பேசினாலும் அவளுக்கு பொறுக்காது... எதாவது செஞ்சி அந்த இடத்த ரணகளம் ஆக்கிறுவா. எப்படிதான் என் கொழுந்தன் இவள இத்-

தனை வருஷம் சமாளிச்சாரோ தெர்ல", சரோஜாதேவி.

"அவ்வளவு பேசுவாங்களா அத்தை?", செல்லம்மாள்.

"ஆமாம்மா. நல்லவ தான் ஆனா அகங்காரம் அதிகம். அவ இருக்கற இடத்துல அவளுக்கு தான் முதல் மரியாதை குடுக்கணும் அவள தான் கவனிக்கணும்", சரோஜாதேவி.

"பாத்தா அப்படி ஒன்னும் தெரியலியே அத்தை", ராதா.

"மீனாட்சிய கேளு அவளுக்கு நல்லா தெரியும். இந்த வருஷம் இவ வந்து இருக்கா. இந்த திருவிழா எப்படி பிரச்சினை இல்லாம நடக்குமோ தெர்ல", சரோஜாதேவி சற்று விசனத்துடன் கூறினார்.

"திருவிழால அவங்க என்ன பிரச்சினை பண்ணப்போறாங்க அத்தை?", கண்ணன்.

"அவளுக்கு ஒரு பொண்ணு இருக்கா. அவளும் வரா இந்த வருஷம். அவளுக்கு ஒரு பொண்ணு பையன். அந்த பொண்ண இந்த வருஷம் திருவிழால முதல் மரியாதைக்கு நிக்க வைக்கலாம்னு முடிவோட தான் வந்து இருக்கா", சரோஜாதேவி.

"என்னத்தை சொல்றீங்க? நம்ம குடும்பத்து பொண்ணுக்கு தானே இந்த வருஷம் முதல் மரியாதை குடுக்கணும். அவங்க பேத்திக்கு எப்படி குடுக்க முடியும்?", சிதம்பரம்.

"கண்ணனுக்கு மட்டும் தான் பொண்ணு மத்த மூனு பேருக்கும் பசங்கன்னு இத்தனை வருஷம் இந்த வீட்டுக்கு வந்த மருமகளுக்கு தானே மரியாதை பண்ணோம். இந்த வருஷம் நதி வந்துட்டா. அவ கல்யாணம் ஆகி போறவரை அவளுக்கு தான் அத குடுக்கணும். அது தான் முறையும் கூட. பதினெட்டு வயசு முடிஞ்சிட்டுல்ல ராதா அவளுக்கு?", சரோஜாதேவி.

"முடிஞ்சிட்டு வர ஆவணி மாசம் வந்தா இருபது", ராதா.

"அப்ப சரி. நதியாளுக்கு தான் நேரடி உரிமை இருக்கு. இத்தனை வருஷம் வயசு போதலன்னு மருமகங்கள நிக்கவச்சோம். இந்த வருஷம் நதியாளுக்கு தான் முதல்மரியாதை குடுக்கோணும். மரகதம் நிச்சயம் நாளைக்கு பிரச்சினை பண்ணுவா. ஜாக்கிரதையா இருக்கணும்", சரோஜாதேவி.

"விடு தேவி. அதுக்கும் மீறி பிரச்சினை வந்தா நாம பேசிக்கலாம். நதிக்கு தான் முதல் மரியாதை இந்த வருஷம் மட்டுமில்ல இனி எல்லா வருஷமும்", சுந்தரம்.

"அது எப்படி மாமா எல்லா வருஷமும் குடுக்க முடியும்? கல்யாணம் பண்ணி இன்னொரு

வீட்டுக்கு போற புள்ளைல", பரமசிவம்.

"எல்லாரும் இங்க இருக்கீங்க இப்பவே கேட்டுடறேன். அகரனுக்கு நதியாள கட்டி குடுக்க சம்மதமா கண்ணா?", சுந்தரம் நேரடியாக விஷயத்தை உடைத்தார்.

அவர் அப்படி கேட்டதும் கண்ணனும் ராதாவும் ஒருவரை ஒருவர் பார்த்துக் கொண்டனர். அவர்களுக்கு என்ன பதில் கூறுவது என்றே தெரியவில்லை.

"என்ன ராதா அமைதியா இருக்க? எங்க பேரன புடிக்கலியா?", மீனாட்சி.

"அப்படி இல்ல பெரியம்மா. சட்டுன்னு கேட்டதும் எனக்கு ஒன்னும் புரியல. நம்ம வீட்டுக்கு அவள அனுப்ப எனக்கு ரொம்ப சந்தோஷம் தான். அவர் என்ன சொல்றாருன்னு கேக்கணும்", ராதா தன் சம்மதத்தை கூறினார்.

"என்ன சிவம் உனக்கு?", சுந்தரம்.

"எனக்கு ரொம்ப சந்தோஷம் மாமா. நதி நம்மகூடவே இருப்பா. கண்ணா சொல்லுடா", பரமசிவம்.

"எனக்கும் சந்தோஷம் தான் மாமா ஆனா ...." என இழுத்தார் கண்ணன்.

"என்னப்பா..?", சுந்தரம்.

"மச்சானும் தங்கச்சியும் அமைதியா இருக்காங்க", கண்ணன்.

"எங்களுக்கு பரிபூரண சம்மதம் அத்தான். பசங்களுக்கு பிடிச்சா தாராளமா செஞ்சிடலாம்ங்கிறது எங்க முடிவு", சிதம்பரம்.

"நதிய ஒரு வார்த்தை கேட்டுக்கிட்டு உங்களுக்கு சம்மதம் சொல்றேன் மாமா. வாக்கு குடுத்தா மாறக்கூடாதுல்ல", கண்ணன்.

"உண்மை தான். ஆனா அவ இப்ப அதப்பத்தி யோசிக்கக்கூட தயாரா இல்ல கண்ணா. நீ வேற இடம் பாக்கறதுக்கு முன்ன நாங்க உன்கிட்ட கேக்கணும்னு தான் கேட்டோம். அகரனுக்கும் இன்னும் நாங்க விஷயத்த சொல்லல. இப்ப ஜாதகம் பாக்கலாம். ஒத்து வந்தா மேற்கொண்டு பசங்க கிட்ட பேசலாம்னு தான் இப்பவே கேட்டேன்", சுந்தரம்.

"சரிங்க மாமா. பசங்க விருப்பம் தான் இதுல முக்கியம். இங்க கட்டிகுடுத்தா நானும் ராதாவும். அவளபத்தி கவலைபடாம நிம்மதியா இருப்போம் ", கண்ணன் தன் சம்மதத்தைத்

தெரிவித்தார்.

"சரி. நாளைக்கு ஜோசியர பாத்து பொருத்தம் பாத்துறலாம். அப்பறம் மத்தத யோசிக்கலாம்", மாந்தோப்பு தாத்தா.

"சரி. நேரமா தீர்த்தம் எடுக்க வந்துடுங்க எல்லாரும். ராதா நதிக்கு காலைல தாவணி போட்டு அனுப்பிவிடு. மதிய பூஜைக்கு புடவை கட்டி நல்லா அலங்காரம் பண்ணிடு", மீனாட்சி.

"அவகிட்ட இந்த விஷயத்துக்கு தான் போராடணும் பெரியம்மா. ஒரு நெக்லஸ் இல்லைன்னா மெல்லிசா ஒரு செயின் அதுக்கு மேல போடமாட்டேங்கறா. அன்னிக்கு ஆசையா ஒட்டியாணம் குடுத்தா இதுல்லாம் புடவைக்கு போட்டாதான் நல்லா இருக்கும்னு சொல்லி போட்டுக்கல. எத்தனை நகை எடுத்து வச்சி இருக்கேன் ஒன்ன கூட பாக்கறது இல்ல", ராதா சலிப்புடன் கூறினார்.

"நான் வரேன் நாளைக்கு. அவள அலங்காரம் பண்றது என் பொறுப்பு. நீ நகைய எடுத்து வை நான் மாட்டி விடறேன் அவளுக்கு. இந்த புடவைக்கு ரவிக்கை இருக்கா?", செல்லம்மாள்.

"ம்ம். எல்லா கலரும் வராப்புல பூ டிசைன் போட்டு வாங்கி வச்சி இருக்கேன். எல்லா கலருக்கும் பொருந்தும். இல்லைன்னாலும் பத்து ரவிக்கை இருக்கு அவளுக்கு புதுசா", ராதா.

"அப்ப சரி. நாளைக்கு காலைல வரேன், அவர கோவிலுக்கு அனுப்பிட்டு", செல்லம்மாள்.

"சரிக்கா. வாங்க...", ராதா.

"என்ன மதினி?", மீனாட்சி அமைதியாக கண் மூடி அமர்ந்து இருந்த சரோஜாதேவியை தொட்டுக் கேட்டார்.

"நம்ம புள்ளைங்க இரண்டும் ஒன்னு சேரணும்னு தான் வேண்டிகிட்டேன் மதினி. இரண்டும் இன்னிக்கு வீட்டுக்கு வந்துச்சி. இரண்டையும் பாத்து புருஷன் பொண்டாட்டின்னு தான் நினைச்சேன்..... அத்தனை பொருத்தம் ஒத்துமை இருக்கு அவங்களுக்கு. எல்லாம் நல்ல படியா நடக்கட்டும் ஊருக்கே விருந்து வச்சிடுவேன்ல", சரோஜாதேவி.

"நானும் அதான் சொன்னேன் இன்னிக்கு", மீனாட்சி கூறிச் சிரித்தார்.

இவர்கள் கீழே பேசிக்கொண்டு இருக்க மேலே வழக்கம் போல சரணும் நதியும் சண்டை

பிடித்துக் கொண்டு இருந்தனர். அகரன் நதியை கண்களால் அவளைத் தழுவிக்கொண்டு இருந்தான்.

அடுத்த நாள் காலை பிரம்ம முகூர்தத்தில் முதல் தீர்த்தம் எடுக்க அனைவரும் கோவிலில் இருந்து புறப்பட்டனர். சரோஜாதேவி பாட்டி கூறியது போலவே மரகதம்மாள் ஒரு பிரச்சி-னையுடன் ஆற்றங்கரையில் நின்றிருந்தார்.

15

அடுத்த நாள் காலையில் அனைவரும் கோவிலில் இருந்து கலச குடத்தை எடுத்துக் கொண்டு தீர்த்தம் எடுக்க ஆற்றங்கரைக்கு வந்தனர்.

அகரனும் சரணும் வேஷ்டி கட்டி, இடுப்பில் துண்டு கட்டியபடி கைகளில் குடத்தை எடுத்துக்கொண்டுப் பெரியவர்களைப் பின்தொடர்ந்தனர்.

"சித்தப்பா... யாள் எங்க காணோம்?", சரண் கண்ணனிடம் கேட்டான்.

"ரெடி ஆகிட்டு இருந்தா சரண். நேரா ஆத்தங்கரைக்கு வந்திடறேன்னு என்னை முன்ன அனுப்பிட்டா", கண்ணன்.

"தண்ணி எடுக்க என்ன அப்படி ரெடி ஆகறா?", சரண்.

"வருவா டா. நீயே கடைசி நிமிஷத்துல தான் வந்த. உன் தங்கச்சி எப்படி இருப்பா?", அகரன் கேலியாக கூறினான்.

"அதான் வந்துட்டேன்ல. அவ இன்னும் வரல. முதல்ல அவதான்டா எடுக்கணும். அதான் கேட்டேன்", சரண்.

"அதோ வந்துட்டா பாரு", என தூரத்தில் அவர்களுக்கு எதிர்புறத்தில் ஓடி வந்தாள் நதி.

மஞ்சள் தாவணி பாவாடையில் சற்றுமுன்னே குளித்து அலங்காரம் ஏதும் இல்லாமல் வெறும் பொட்டை மட்டும் நெற்றியில் வைத்து, வேர்க்க விறுவிறுக்க மஞ்சள் மைனாவென பறந்து வந்தாள்.

அகரனின் கண்கள் அவளை காதலுடன் வருடிக் கொண்டு இருக்க, இன்னும் மூவரின் கண்கள் இவளை ஒவ்வொரு விதமான உணர்வுடன் பார்த்தது.

மரகதம்மாளின் மகள் வழி பிள்ளைகளான வினய், அவளை திமிருடன் துகிலுகிக்கும் பார்-

வையை பார்க்க, சரிதா அவளை வெறுப்புடனும் இவள் எல்லாம் தனக்கு போட்டியா என்பதைப் போல பார்த்தாள்.

சக்ரதேவ் அவளை கனிவான பார்வைப் பார்த்துக் கொண்டு இருந்தான்.

இவர்களைக் கண்டுகொள்ளாது வந்த நதியாள் நேராக அகரனுக்கும் சரணுக்கும் நடுவில் வந்து நின்று தன் தந்தையின் கையில் இருந்துக் குடத்தை வாங்கிக் கொண்டாள்.

இந்த வருடம் தான் அனைத்து சம்பிரதாயங்கள் மற்றும் மரியாதையை இவள் ஏற்கப்போவதால் சற்று ஆர்வத்துடனும், கடமையை சரியாக செய்யவேண்டும் என்ற எண்ணத்தோடும் வந்து இருந்தாள்.

கோவில் பூசாரி குடும்பத்து பெண்ணை முன்னே அழைக்க நதியாளை முன் விட்டு, அகரனும் சரணும் அவளிற்கு பின்னால் நின்றனர்.

"வாம்மா நதியாள்.... எப்படி இருக்க?", கோவில் பூசாரி.

"நான் நல்லா இருக்கேன் மாமா. நீங்க மாமி எல்லாம் எப்படி இருக்கீங்க?", நதியாள்.

"எல்லாரும் ஷேமமமா இருக்கோம் ஆண்டவன் புண்ணியத்துல. இந்த வருஷம் முதல் மரியாதையை ஏத்துக்க தயாரா வந்து இருக்கியா ?", கோவில் பூசாரி.

"ஆமாம் மாமா. இப்ப என்ன பண்ணணும் சொல்லுங்க", நதியாள்.

"நல்லது குழந்த. இப்படி வந்து குடத்த அப்பா கைல குடுத்துட்டு இருபத்தோரு முறை கிழக்கு நோக்கி ஆத்துல முங்கி எந்திரி", கோவில் பூசாரி அவளை அருகே அழைத்துக் கூறினார்.

"பூசாரி ஒரு நிமிஷம்", மரகதம்மாள் அவரை அழைத்தார்.

"என் பேத்தியும் வந்து இருக்கா. அவளையும் செய்ய சொல்லலாம்ல", மரகதம்மாள்.

"கிழவி ஏதோ பிரச்சினைய கிளப்புது மச்சான்", சரண்.

"இது பெரிய தலைங்க ஏரியா நாம நடக்குதுன்னு முதல்ல வேடிக்கை பாப்போம்.... ", என்ன அகரனும் சரணின் காதில் முணுமுணுத்தான்.

"உங்க பேத்தியா? உங்க பையனுக்கு ஒரே பையன் மட்டும் தானே மரகதம்மா", பூசாரி.

"என் பொண்ணோட பொண்ணு பூசாரி. அவளும் என் பேத்தி தானே", மரகதம்மா.

"அம்மா... உங்களுக்கு பேத்தியா இருக்கலாம் ஆனா இந்த முதல் மரியாதை உங்க நாலு வீட்ல பொறந்த பெண்களுக்கு மட்டும் தான். அப்படி பெண் பிள்ளைகள் இல்லைன்னா வீட்டுக்கு வந்த மருமகளுக்கு தான் குடுக்கணும். மகள வேற வீட்டுக்கு கல்யாணம் செய்து அனுப்பினப்பறம் அவங்க இத செய்ய முடியாது", பூசாரி.

"அவ என் பேரன கட்டிக்கறவ. அவளுக்கும் உரிமை இருக்குல்ல", மரகதம்மாள்.

"கல்யாணம் ஆகிடுத்தா?", பூசாரி.

"இல்லை", மரகதம்மாள்.

"அப்ப நீங்க இப்படி கேக்க கூடாது. கல்யாணமே ஆகி இருந்தாலும் குடுக்க முடியாது. நதியாள் கல்யாணம் ஆகி வேற வீட்டுக்கு போனா தான் அடுத்து யாருக்குன்னு யோசிப்போம். இந்த வருஷம் நதியாள் தான் எல்லாத்தையும் செய்யனும் தவிர அவ நேரடி பெண் வாரிசு. என்ன சுந்தரம் மாமா அமைதியா இருக்கேள் சொல்லுங்கோ", பூசாரி.

"மரகதம்மா... நதியாளுக்கு தான் நேரடி வாரிசுங்குற உரிமை இருக்கு. மகள் வழி பேத்திக்கு இந்த அந்தஸ்த்த குடுக்கற வழக்கம் இல்ல", சுந்தரம்.

மீண்டும் ஏதோ மரகதம்மாள் பேச வாய்திறக்கும் சமயம் சந்திரகாந்தன் அங்கு வந்து சேர்ந்தார்.

"ரொம்ப நேரம் ஆகிடுச்சா மாமா? அம்மா நதியாள் தீர்த்தம் எடு. பூசாரி பூஜைய ஆரம்பிங்க", என படபடவென அடுத்த வேலையைப் பற்றிக் கூறிப் பேச்சை வேறுபக்கம் திருப்பிவிட்டார்.

"சரி. நதியாள் கிழக்கு பாத்து கொஞ்சம் ஆழமா இருக்கற இடத்துல இறங்கி நில்லு. தீர்த்தம் எடுக்கற ஆம்பள பசங்களும் வந்து நில்லுங்க", என அனைவரையும் அழைத்தார் பூசாரி.

பூசாரி ஆற்றில் இறங்கி தேங்காய் உடைத்து சாம்பிராணி கற்பூரம் காண்பித்தார். கற்பூரத்தை வெற்றிலையில் வைத்து ஆற்றில் விட்டபிறகு நதியாளை இருபத்தியோரு முறை மூழ்கி எழக் கூறினார்.

அகரனும் சரணும் அவளுக்கு இருபுறமும் நின்று கொண்டனர். சரணின் அருகில் சக்ரதேவ் நின்றிருந்தான்.

நதியாள் மூழ்கி எழுந்ததும்," ஆம்பள பசங்க மூனு பேரும் பதினெட்டு தடவை முங்கி எந்திரிங்கோ", பூசாரி.

நடந்த சம்பாஷனைகளில் கோபமுற்ற மரகதம்மாள் முன்னே சென்றுவிட வினையனும், சரிதாவும் அங்கேயே நின்று நடப்பதைக் கவனித்தனர்.

நதியாள் ஆற்றில் இறங்கியதும் ஆர்வமான வினய் அவள் தொப்பளாக நனைந்தபின் பார்க்கும் காட்சிக்காக ஆவலாகக் காத்து நின்றான்.

சரிதா நதியாளுக்கு கொடுக்கும் மரியாதை மற்றும் அவள் செய்யும் செயல்களை கோபமுடனும் வெறுப்புடனும் பார்த்துக்கொண்டு இருந்தாள். அவளுக்கு இதில் விருப்பமில்லாமல் பாட்டியின் சொல்லுக்காக தான் வந்து நின்றாள். ஆனால் அனைவரின் முன்னிலையிலும் தான் நிராகரிக்கபட்டதன் கோபமும் நதியாளின் மீதான வெறுப்பு வன்மமாக மாறிக்கொண்டு இருந்தது.

நதியாள் மூழ்கி எழுந்ததும் ஆற்றில் இருந்து இருபத்தியோரு குடம் தண்ணீரை முதலில் மொண்டுக் கொடுத்தாள். அதன்பின் தான் தூக்கும் குடத்தில் தண்ணீர் நிறைத்து இடுப்பில் வைத்துக்கொண்டு கரையேறி வந்தாள்.

இத்தனை முறை மூழ்கியும் நதியாளின் ஆடை சிறிது கூட விலகவில்லை, அவள் உடலுடன் ஒட்டவுமில்லை. கண்ணியமான தோற்றத்துடனேயே குடத்தை எடுத்துக் கொண்டு மேல் வந்தவளை கண்டு வினய் ஏமாற்றம் அடைந்தான்.

அகரனும் சரணும் கூட அவளின் ஆடை பற்றி சிறிது கவலைக் கொண்டு இருந்தனர். இப்பொழுது அவளின் தோற்றத்தில் திருப்தி கொண்டு, அவரவர் குடத்தில் நீர் எடுத்துக் கொண்டுக் கரைக்கு வந்தனர்.

நதியாளின் கழுத்தில் மாலையிட்டு நெற்றியில் குங்குமம் வைத்து கொள்ள கூறினர். அவளும் விபூதி குங்குமம் இட்டுக்கொண்டாள். குடத்தை தலையில் வைத்துக்கொள்ள கூறவும் சிதம்பரம் அவளுக்கு உதவினார்.

அகரன், சரண், சக்ரதேவ் மூவருக்கும் அதே போல மாலையிட்டு விபூதி குங்குமம் இடச்சொல்லி குடத்தை தோளில் சுமந்து வர கூறினார் பூசாரி.

ஊரில் உள்ள மற்றவர்களும் அவர்களின் பின் குடங்களில் தீர்த்தம் ஏந்திக் கோவிலுக்குக் கொண்டுச் செல்ல ஆயத்தமாக வந்து நின்றனர்.

மேளதாளத்துடன் ஊர்வலம் தொடங்கிக் கோவிலை நோக்கிச் சென்றது.

அனைவருக்கும் முன்னே மஞ்சள் உடையில் வந்த நதியாளை கண்டவர்கள் அவளின் முகத்தைக் கண்டு வணங்கத்தொடங்கினர். அவளின் முகத்தில் பவித்தரமான அழகுடன், தெய்வக்களையும் சேர்ந்து பார்ப்பவரை பயபக்தியுடன் கையெடுத்து கும்பிட வைத்தது என்றே சொல்ல வேண்டும்.

பூசாரியும் ஒரு நிமிடம் அவளின் தீட்சண்யமான முகத்தைக் கண்டு உறைந்து நின்றார்.

சுந்தரம், பரமசிவம், சிதம்பரம், கண்ணன், மாந்தோப்பு தாத்தா, சந்திரகாந்த் அனைவரும் பின்னே ஆளுக்கொரு குடங்களுடன் வந்துக் கொண்டு இருந்தனர்.

கோவில் வந்ததும் நதியாளின் தீர்த்தம் முதலில் அனைத்து சந்நதியில் இருந்த தெய்வங்களுக்கும் அபிஷேகம் செய்யப்பட்டது.

மற்றவர்கள் கொண்டு வந்த தீர்த்தங்களும் அனைத்து கருவறையிலும் பாத்திரங்களில் ஊற்றி வைக்கப்பட்டது.

பின் மாட்டு தொழுவத்தில் தயாராக இருந்த பால் குடத்தையும் நதியாளை மற்ற மூவரோடு எடுத்து வந்து கொடுக்கக் கூறினர்.

பூசாரி கூறிய அனைத்தும் எடுத்து வந்து கற்பகிரகங்ளுக்கு கொண்டு வந்து சேர்த்தனர் நால்வரும்.

"என்ன மாமா முடிஞ்சதா?", சரண்.

"என்னடா அம்பி அதுக்குள்ள டயர்ட் ஆகிட்டியா?", பூசாரி.

"பின்னே... காலையில் இருந்து தண்ணீர் கூட குடிக்கல. எத்தனை குடம் தூக்கி இருக்கோம். எப்ப இந்த வேலை முடியும்?", சரண்.

"திருவிழான்னா சும்மாவா. நீங்க நாலு குடும்பம் தானே எல்லாத்தையும் செய்யணும். இத்தனை வருஷம் பிள்ளைகள் யாரும் வரல. இந்த வருஷம் தான் வந்திருக்கேள். அந்த பொண்குழந்தய பாரு எதுவும் பேசாம சொன்னத எல்லாம் அலுப்பில்லாம செஞ்சிண்டு இருக்கா. ஆம்பள பையன் நீ இப்படி அலுத்துக்கலாமோ?", பூசாரி.

"கொஞ்சம் பாலாவது குடுத்துட்டு தூக்க சொல்லுங்க மாமா. தூக்க எனர்ஜி வேணுமோன்னோ",சரண்.

"இந்த காலை பூஜை வேலைய முடிச்சிட்டு பால் பழம் சாப்பிட்டுக்கலாம். மதியம் தான் எல்லா சந்நதி தெய்வத்துக்கும் பரிபூரண அபிஷேக ஆரத்தி, அதுக்கப்பறம் அன்னதானம் செஞ்சபிறகு தான் நீங்க அன்னம் சாப்பிடணும். புரிஞ்சதோ நோக்கு?", பூசாரி.

"பால் பழமா? என்ன மாமா? இப்படின்னு தெரிஞ்சி இருந்தா நான் ஊருக்கே வந்து இருக்கமாட்டேனே", சரண்.

"வாங்க சரண். இதுல்லாம் இனிமே நாமதானே செய்யணும்", சக்ரதேவ் அழைத்தான்.

"அதுக்குன்னு சாப்பிடாமயா?", சரண் சோர்வாகத் தூணைப் பிடித்தபடி அமர்ந்தான்.

"போக போக பழகிடும் சரண் வாங்க. இன்னும் பத்து குடம் தான்", சக்ரதேவ்.

"இன்னும் பத்தா... மச்சான்....", என அகரனை அழைத்தான் சரண்.

"என்னடா ?", அகரன்.

"இன்னும் பத்து குடம் தூக்கணுமாம்டா... வந்து ஹெல்ப் பண்ணு டா", சரண்.

"சரணா.... உங்களுக்கு குடுத்த வேலைய நீங்க பாருங்க எங்களுக்கு குடுத்தத நாங்க பாக்கறோம். அகன் வா போலாம் நமக்கு இன்னும் நாலு தான் இருக்கு", என நதியாள் அகரனை இழுத்துக் கொண்டுச் சென்றாள்.

"ராட்சசி.... ஊருக்கு போய் வச்சிக்கறேன் கச்சேரிய. இங்க உன்னை ஒரு வார்த்தை பேச விடமாட்டேங்கறாங்க எல்லாரும்", முணுமுணுத்துக் கொண்டுக் குடத்தைத் தூக்கச் சென்றான் சரண்.

"ஏன் சரண் டயர்ட் ஆகிட்டீங்களா?", சக்ரதேவ்.

"ஆமா தேவ். விடிகாலைல குடம் தூக்க ஆரம்பிச்சோம் இன்னும் முடியல. உங்களுக்கு பசிக்கலியா?", சரண்.

"பசிக்குது தான். ஆனா சாமி விஷயம் அதனால எல்லாம் முடிச்சிட்டு சாப்பிடலாம். அவங்க முடிக்கப்போறாங்க", எனக் கூறி சரணை இழுத்துச் சென்றான் சக்ரதேவ்.

"அவங்க கம்மியா தூக்கறாங்க போல தேவ்", சரண்.

"இல்ல சரண் நாம தான் கம்மியா தூக்கறோம். அகரனும் நதியாளும் நீங்க தூக்க சிரமம் படுவீங்கன்னு இருபது குடத்துக்கு மேல நீங்க தூக்க வேண்டியத தூக்கிட்டு போய் குடுத்-துட்டாங்க. நமக்கு இந்த விங் மட்டும் தான் அவங்க மூனு விங்ல இருக்கற கருவறைக்கு கொண்டு போயிட்டு இருக்காங்க", சக்ரதேவ்.

"கணக்கு போட்டு பாருங்க இரண்டும் எதாவது பிராடு தனம் செஞ்சி இருக்கும்ங்க", சரண் புலம்பிக்கொண்டே இரண்டு குடத்தை இரண்டு பக்கம் தூக்கிச் சென்றான்.

"பாத்தியா அகன். இவனுக்காக நாம தூக்கினா நம்மள பிராடுன்னு சொல்றான். இவன என்ன செஞ்சா தகும்?", நதியாள்.

"ஊருக்கு போய் வச்சிக்கலாம். நீ சீக்கிரம் நம்ம கம்பெனிக்கு வந்து இவன கவனிச்சிக்க நதிமா", அகரன்.

"வரேன். அதுக்கப்பறம் தெரியும் இந்த நதியாள் பத்தி அவனுக்கு", நதியாள்.

(இத்தனை வேலைலயும் பயபுள்ள அவன் விஷயத்துல கரெக்டா இருக்கான் பாருங்க நட்-பூஸ்...)

"பிள்ளைங்களா.... எல்லாத்தையும் பேஷா இடம் சேத்திட்டேள். எல்லாரும் போய் குளிச்-சிட்டு பால் பழம் சாப்பிட்டுட்டு வேஷ்டி சட்டையில வந்துடுங்க. நதியாள் சேலை கட்டிண்டு அலங்காரத்தோட வரணும். பெரியவா எல்லாரும் நேரமா வந்துடுங்கோ", பூசாரி.

"அப்பாடா. இப்பவாது விட்டாங்களே. அம்மா... அம்மா.... எனக்கு பசிக்குதும்மா. எங்-கம்மா இருக்க?", சரண் தன் தாயைத் தேடிச் சென்றான்.

"நதிமா.... கால் வலிக்குதா? நாம கொஞ்ச நேரம் உக்காந்துட்டு போலாமா?", அகரன்.

"இல்ல அகன். அப்படியே மெல்ல மெல்ல நடக்கலாம். சேரி வேற கட்டணும்", நதியாள்.

"அகரன் கார்ல போகலாம்ல ?", சக்ரதேவ்.

"இல்ல வரப்பு வழியா போனா ஐஞ்சே நிமிஷம் தான்", நதியாள்.

"யாள் குட்டி....", செல்லம்மாள்.

"என்ன பெரியம்மா?", நதியாள்.

"நில்லுங்க ஒரு நிமிஷம்... தேவ் தம்பி உங்க அம்மா வீட்ல உங்களுக்காக காத்து இருக்-காங்க. வெரசா தயாராகி அம்மாவையும், பாட்டியையும் அழைச்சிட்டு வந்துடுங்க", செல்-லம்மாள்.

"சரிங்கத்தை. வரேன் அகரன், வரேன் நதியாள் ", சக்ரதேவ் இருவரிடமும் விடைபெற்றுக் கொண்டுச் சென்றான்.

"அகரா சரண் எங்க?", செல்லம்மாள்.

"உங்கள தேடி தான் வந்தான் அத்த. நீங்க பாக்கலியா? ரொம்ப பசிக்குதுன்னு சொன்னான்", அகரன்.

"அச்சச்சோ... இவனுக்கு பசி வந்தா எதையும் பாக்கமாட்டானே. அபிஷேகம் முடியாம சாப்பிடகூடாது வேற. எங்க போய் தொலைஞ்சான். சரி நீ போய் தயாராகு. யாள் குட்டி நீயும் அகரன் கூடவே போ. நான் சரண யாராயாவது கூட்டிட்டு வர சொல்லிட்டு வரேன். அம்மாவும் அங்க தான் இருக்கா", செல்லம்மாள் கூறிவிட்டு பரமசிவத்தைத் தேடிச் சென்-றாள்.

"பசி தாங்கமாட்டானா அகன் அவன்?", நதியாள் நடந்தபடிக் கேட்டாள்.

"ஆமா நதி. பசி வந்துட்டா அவ்வளவு தான் யார் இருக்காங்க இல்லைன்னு எல்லாம் பாக்-கமாட்டான். அப்படி கலவரம் பண்ணிடுவான் சாப்பிடற வரைக்கும். நல்லா சாப்பிட்டுட்டு வேலை செய்ய ஆரம்பிச்சா மறுபடியும் பசி எடுக்கற வரைக்கும் எதுவும் தொந்தரவு தரமாட்-டான் பேச மாட்டான்", எனக் கூறிச் சிரித்தான் அகரன்.

நதியாளும் சிரித்துக்கொண்டே அகரனைப் பார்க்க இத்தனை நேரம் இல்லாத ஒரு உணர்வு இருவருக்கும் ஏற்பட்டது.

நதியாள் அகரன் தன்னுடன் தோளுரசி வெற்றுடம்புடன் நடந்து வருவதைக் கண்டு உள்-ளுக்குள் இனம்புரியா உணர்வில் வீழ்ந்தாள். வியர்வை வழிந்த முகத்தை துண்டில் அழுந்த துடைத்தபடி முடியை கோதிவிட்டுக் கொண்டு நடந்தபடி பேசினான்.

அவனின் உயரத்திற்கேற்ற வலுவான உடற்கட்டு, தினமும் உடற்பயிற்சி செய்வதன் விளை-வாக இரும்பாக மாறி இருந்தது. சிவந்த மேனியுடன் பறந்து விரிந்த மார்பும், அகன்ற தோள்களும் என ஆண்களின் இலக்கணமென தன்னருகே வருபவனை ஓர் இரசிக்கும் பார்-வையுடன் தன்னை அறியாமல் இரசித்தபடி வந்தாள்.

அவள் அமைதியாக வரவும் அகரன். அவள் தோள் பற்றி ,"நதிமா என்னாச்சி அமைதி-

யாகிட்ட? உனக்கும் பசி எடுத்து இருக்கும்ல. எங்கள விட உனக்கு தான் வேலை ஜாஸ்தி. வீடு வந்துடிச்சி போனதும் அம்மாவ பால் குடுக்க சொல்றேன். நல்லா ரெஸ்ட் எடுத்துட்டு குளிச்சி ரெடி ஆனா போதும். வா சீக்கிரம் போலாம்", என அவளின் கரங்களைப் பற்றிய-படி வேகமாக நடந்தான்.

இருவரும் கைப்பிடித்து வருவதைக் கண்ட ராதாவும் திலகவதியும் மனம்நிறைய பார்த்தனர். அகரன் நதியாள் இருவருக்குள்ளும் இருந்த அன்பா, பாசமா? காதலா? ஏதோ ஒன்று அவர்கள் இருவரையும் இணைத்து பார்ப்பவர்களுக்கு நிறைவையும் , சந்தோஷத்தையும் கொடுத்தது.

ராதாவும் திலகவதியும் இமைக்காமல் பார்த்தபடி நின்றிருந்தனர். உள்ளே வந்தவர்கள் இவர்-கள் இப்படி நிற்பதைக் கண்டு, "என்னாச்சி இவங்களுக்கு?", நதியாள் கேட்டாள்.

"அம்மா... அம்மா....", என திலகவதியை உலுக்கினான்.

"ஹான்...", என ஒரே நேரத்தில் ராதாவும் திலகவதியும் சுயநிலையடைந்தனர்.

"நதிக்கு பசி எடுத்துரிச்சி.. பால் பழம் குடுங்க. நான் குளிச்சிட்டு வந்து சாப்பிடறேன்", எனக் கூறிவிட்டு மாடிப்படி ஏறினான் அகரன்.

"திலாத்தை என்னாச்சி?", நதியாள்.

"ஒன்னும் இல்ல. வா பால் பழம் சாப்பிட்டு குளிக்க போவியாம். ராதா குழந்தைக்கு பழத்தை குடு நான் பால் காய்ச்சிக் கொண்டு வரேன்", என அடுப்படிக்கு சென்றார்.

"அம்மா.... சீக்கிரம். பசி பயங்கரமா எடுக்குது. பாவம் அகனுக்கும் பசி எடுத்துரிச்சி ஆனா சாப்பிடாம ஓடிட்டான். அவனுக்கும் கட் பண்ணி குடுங்க நான் குடுத்துட்டு வரேன்", நதி-யாள்.

"சரிடா. இந்தா இத குடுத்துட்டு வா. நான் உனக்கு கட் பண்ணி வைக்கறேன்", ராதா ஒரு தட்டை நதியிடம் கொடுத்தனுப்பினார்.

தட்டை வாங்கியவள் அகரனின் அறைக்கு ஓடினாள்.

"அகன்... அகன்...", நதியாள்.

"உள்ள வா நதிமா", அகரன்.

"இந்தா இத முதல்ல சாப்பிடு", எனப் பழத்தட்டைக் கொடுத்தாள்.

"நீ சாப்பிட்டியா?", அகரன்.

"இல்ல. கீழ அம்மா எனக்கு கட் பண்ணிட்டு இருக்காங்க. இத நீ சாப்பிடு. எல்லாம் சாப்பிட்டு தான் குளிக்க போகணும். நீ குளிச்சதும் பால் கொண்டு வந்து தரேன்", நதியாள்.

"இந்தா முதல்ல நீ சாப்பிடு",என ஒரு ஆப்பிள் துண்டை அவளுக்கு ஊட்டினான் அகரன்.

"நான் கீழ போய் சாப்பிடறேன் இப்ப நீ சாப்பிடு", என அவனுக்கு ஊட்டினாள் நதி.

"நதிமா. உனக்கு கால் வலிக்கல?", அகரன்.

"லைட்டா... சுடுதண்ணில குளிச்சா சரியாகிடும். நீயும் சுடுதண்ணில குளி. ரெடி ஆகிட்டு வரேன்", என வெளியே புறப்பட்டாள் நதி.

"நதிமா.... எப்பவும் எனக்கு இப்படி எல்லாமே நீயே செய்வியா?", அகரன் ஒருவித ஏக்கத்துடன் கேட்டான்.

நதியாள் அவனின் பேச்சை முழுதாய் கேட்காமலே கீழிருந்து ராதா அழைக்கவும் நிற்காமல் சென்றுவிட்டாள். அகரனின் கேள்வி காற்றோடு கலந்தது.

அகரன் பெருமூச்செறிந்தபடி பழத்தை சாப்பிட்டுவிட்டு குளிக்கச் செல்லும் சமயம் சரண் உள்ளே வந்தான்.

கீழே வந்தவள் பால் சிறிது அருந்தி பழமும் சாப்பிட்டுவிட்டு குளிக்கச்சென்றாள்.

குளித்துவிட்டு வந்ததும் அகரனுக்கும், சரணுக்கும் பால் எடுத்து கொண்டு மேலே சென்றாள்.

"எரும மாடு சரணா. இந்தா பால். இது அகனுக்கு. நீயே எல்லாத்தையும் குடிச்சிடாத", நதியாள்.

"யாள் குட்டி வாடா ரெடி ஆகு", என செல்லம்மாள் குரல் கொடுக்க கீழே ஓடினாள்.

"நடக்கறாளா பாரு.. ஓடிட்டே இருக்கா... எப்பதான் நடக்க கத்துக்குவாளோ?", சரண் முணுமுணுத்தான்.

"என்னடா தனியா பேசிட்டு இருக்க?", எனக் கேட்டபடி அகரன் குளித்துவிட்டு வந்தான்.

"எல்லாம் அந்த வாலு தான். நடக்கறதே இல்ல. ஓடிட்டே தான் இருக்கா இன்னமும்", சரண்.

"அதுக்குள்ள ரெடி ஆகிட்டாளா?", அகரன்.

"இல்ல குளிச்சிட்டா. பால் கொண்டு வந்து குடுத்துட்டு கீழ கூப்பிட்டதும் ஓடிட்டா", சரண் அகரனுக்கு பால் எடுத்துக் கொடுத்தான்.

"ஹாஹா.... இது தெரிஞ்ச விஷயம் தானே டா", அகரன்.

"அது தெரிஞ்ச விஷயம் தான். இன்னமும் பத்து வயசு பொண்ணு மாதிரி ஓடிட்டே இருந்தா எப்படி? அப்பறம் உன் பாடு தான் கஷ்டம் மச்சான்", சரண்.

"அது என் கவலை உனக்கு என்ன? நதிய குறை சொல்லிட்டே இருக்காத. அவளுக்கு தெரியும் எப்ப எப்படி நடந்துக்கணும்னு", அகரன் அவளை விட்டுக்கொடுக்காமல் பேசினான்.

"சரிதான். நீயாச்சி. அவளாச்சி... நான் ரெடி ஆகறேன். சீக்கிரம் ரெடி ஆகி கீழ வா. சும்மா சொல்லக்கூடாது அந்த ராட்சசி நல்லா தான் சர்ட் செலக்ட் பண்ணி இருக்கா. அழகா ஒரு போட்டோ எடு வந்து என்னை", சரண் கண்ணாடி முன் நின்று வேஷ்டியை சரி செய்தபடிக் கூறினான்.

"ம்ம்... அவள ராட்சசினு சொன்னதால எடுக்கமாட்டேன் போடா", அகரன்.

"மச்சான்...", சரண்.

"என்ன?", அகரன்.

"சரி நான் செல்பி எடுத்துக்கறேன் போ. நீ என்ன கலர் போடப்போற?", சரண்.

"நதி என்ன கலர் சேரி கட்டுவா?", அகரன்.

"கேட்டுட்டு வரவா?", சரண்.

"வேணாம். பாப்போம் நான் நேவி புளூ போடறேன். நான் எடுத்தது கட்றாளா நீ எடுத்தது கட்றாளான்னு", அகரன் கூறிவிட்டு அம்சமாக தயாராகி கீழே வந்தான்.

அதே சமயம் நதியும் புடவை கட்டி தலைமுடியை லூசாக பின்னலிட்டு லேசான ஒப்பனை-யில் கதவை திறந்து வெளியே வந்தாள்.

அகரனின் கண்கள் விரிந்தது விரிந்தபடியே நின்றுவிட்டது. எதிரில் தங்கமயிலென அகரன் எடுத்து கொடுத்தப் புடவைக்கு, கான்ட்ராஸ்ட் கலரில் ப்ளவுஸ் அணிந்து, பாந்தமாக பிளீட்ஸ் எடுத்து தங்கசிலை என வெளியே வந்தவளை அகரனின் கண்களும் மனமும் ஒரு நொடி கூட தவறாது படம் பிடித்தபடி இருந்தது.

"பெரியம்மா நான் ரெடி", என வந்து நின்றவளை தாயுள்ளம் மூன்றும் பிரமித்து பார்த்தபடி நின்றனர். மெல்லிய அலங்காரத்திலே தங்கமென ஜொலிப்பவளைக் கண்டு உள்ளம் பூரித்து போனது மூவருக்கும்.

"இந்த நகை எல்லாம் போடணும் வா. வெறும் ஒரு செயின் மட்டும் போட்டுட்டு இருக்க. அந்த தோட கழட்டு. இந்தா மாட்டிலோட இத போடு. திலகாண்ணி அவ கைக்கு இந்த வளையல போடுங்க. ராதா இந்தா நெத்தி சுட்டி வை. அப்படியே நில்லு", என செல்லம்-மாள் ஒவ்வொன்றாய் அவளுக்கு அணிவித்தார்.

"பெரியம்மா... என்ன இது? இவ்வளவு நகை. இவ்வளவு வேணாம். ஒரு நெக்லஸ் போதும். இரண்டு வளையல் போதும் திலாத்தை. அம்மா நெத்தி சுட்டி எல்லாம் வேணாம்மா. ரொம்ப ஓவரா இருக்கும்மா....", நதியாள் கெஞ்சிக்கொண்டு இருந்தாள்.

"இதுல்லாம் போட்டுகிட்டு தான் பூஜைக்கு நிக்கணும். பொம்பள புள்ள இது கூட போட்டுக்-காம என்ன? அமைதியா இரு. எல்லாம் போட்டுட்டு பாத்தா எப்படி இருக்கும் தெரியுமா? ராஜகுமாரியாட்டம் இருப்ப. வேணான்னு சொல்லக்கூடாது யாள் குட்டி", செல்லம்மாள்.

"பெரியம்மா வேணாம்..... அகனை கண்டதும்... பாரு அகன் இப்படி பொம்மைக்கு மாட்ற மாதிரி மாட்டிகிட்டு இருக்காங்க. ஹெல்ப் மீ ப்ளீஸ்...", என அவனைக் கெஞ்சினாள்.

"போட்டுக்க டா. அழகா இருக்கும்", அகரன் கனவில் பேசுவதைப் போல பேசினான்.

"சரணா... நீயாவது காப்பாத்துடா", நதியாள்.

"இன்னிக்காவது பொண்ணு மாதிரி இரு", சரண்.

"போடாங்...அகன் நீ ஹெல்ப் பண்ணு டா", நதியாள்.

"என்ன சொன்ன?", அகரன் கண்கள் மின்ன கேட்டான்.

"ஹெல்ப் பண்ண சொன்னேன்", நதியாள்.

"புல்லா சொல்லு", அகரன்.

"ஹெல்ப் மீ அகன்",, நதியாள்.

"இல்ல.. இன்னும் ஒரு வார்த்தைய விட்டுட்ட", அகரன்.

சற்று யோசித்தவள் ,"அகன் ஹெல்ப் பண்ணு டா... ப்ளீஸ் டா", எனக் கூறினாள்.

"இட் சவுண்ட்ஸ் சோ ஸ்வீட் டியர். ஐ வில் ஹெல்ப் யூ", என அருகில் வந்தான் அகரன்.

அவளின் கழுத்தில் போட்டு இருந்த நான்கு ஆரத்தை கலட்டி விட்டு வைரத்தில் இருந்த சோக்கரையும் ஒரு மீடியும் சைஸ் வைர ஹாரத்தையும் அணிவித்தான். பின் தோடில் நேராக இருந்த மாட்டிலை அவளின் காதிற்கு பின் கொண்டு சென்று முடியில் மாட்டினான். கைகளில் தங்க வளையல்கள் இரண்டை போட்டு முன்னும் பின்னும் வைர வளையல் போட்டுவிட்டான்.

பெரிய வங்கியை கலட்டி விட்டு, இரத்தினத்தில் செய்து இருந்த சிறிய அளவு காப்பை மாட்டினான். பின் இடுப்பிற்கு சிறியதாக சங்கிலி போல் இருந்த ஒட்டியாணத்தை அவளின் சேலை மடிப்புகளை முன்புறம் கீழே சரி செய்து மேலே அவளை சரி செய்யச்சொல்லி கொக்கி மாட்டினான், அந்த இடத்தில் இரண்டு பெரிய பூக்கள் ஒன்றை ஒன்று பற்றிய படி இருந்தது.

நெற்றியில் சுட்டி சிறியதாக இருக்க அதை கூந்தலில் மறைத்து அதன் டாலர் மட்டும் தெரியும்படி செய்தான். காலில் மெல்லிய கொலுசு அணிவித்தான். கைகளில் இரண்டு பெரிய மோதிரம் சிறிய வைர மோதிரமும் அணிவித்தான்.

அண்ணைமார்கள் விருப்பபடியும், நதியின் விருப்பபடியும் அலங்காரத்தைச் செய்து இருந்தான் அகரன்.

திலகவதி மல்லிகை பூவைக் கொண்டு வந்து தலை நிறைய வைத்துவிட்டார்.

அவளை முழு அலங்காரத்தில் கண்ட அகரனுக்கு மனம் ஒரு நிலையிலேயே இல்லை. அப்படியே அவளை கோவிலில் வைத்து திருமணம் செய்து கொள்ளலாமாவென சிந்திக்க ஆரம்பித்து இருந்தான்.

"மச்சான்...", அகரன்.

"என்னடா?", சரண்.

"நதிய பாரேன். எவ்வளவு அழகா இருக்கா. இன்னிக்கே நான் கல்யாணம் பண்ணிகிட்டா?", அகரன்.

"அடேய்... என்னடா பேச்சு இது?", சரண் அதிர்ந்துக் கேட்டான்.

"சத்தியமா டா. வெயிட் பண்றது ரொம்ப கஷ்டம்னு இப்ப தான் புரியுது. மனசு நான் சொல்ற பேச்ச கேக்கமாட்டேங்குது டா மச்சான். சீக்கிரம் உடனே கல்யாணம் பண்ண ஏதாவது ஐடியா குடு டா", அகரன்.

"உன் தாத்தா பாட்டி கிட்ட சொல்லு கோவில்ல வச்சே உடனே கல்யாணம் நடத்திடுவாங்க", சரண் கலாய்த்தான்.

"நிஜமாவா? சொன்னா உடனே கல்யாணம் செஞ்சி வச்சிடுவாங்களா?", அகரன் சிறுபிள்ளையாக கேட்டான்.

"மச்சான். ஏன்டா இப்படி ஆகிட்ட? அவள லவ் பண்ண வைக்கணும் இரண்டு பேரும் லவ் பண்ணி அப்பறம் தான் கல்யாணம்னு சொல்லுவன்னு பாத்தா உடனே கல்யாணம் பண்ண சொல்ற... நதியாள் ஒத்துக்கணும்ல. அவ சின்ன பொண்ணு டா. மனச கன்ட்ரோல் பண்ணு. நம்ம கம்பெனிக்கு வரட்டும் அப்பறம் இத பத்தி அவகிட்ட பேசறேன். எதாவது ஏடாகூடமா செஞ்சி என்னை அடி வாங்க வச்சிடாத", சரண்.

"ம்ம்... ஆமால்ல... அவ பர்ஸ்ட் என்னை லவ் பண்ணணும்ல.... சரி வையிட் பண்றேன். மச்சான் என்னை உன் கைபிடிலயே வச்சிக்க தனியா அவகூட மட்டும் விட்டுடாத டா", அகரன்.

"சரி சரி. வா கிளம்பளாம். அம்மா... போலாமா?", சரண்.

"இரு டா. புள்ளைய ஒரு போட்டோ எடுங்கடா இரண்டு பேரும். எவ்வளவு அழகா இருக்கா. என் ராசாத்தி", என அவளுக்கு நெட்டி முறித்தார்.

"வாங்க மாடிக்கு போலாம். அங்க நல்லா இருக்கும் லைட்டிங்", நதியாள் என அகரன் கையைப் பிடித்து இழுத்துக் கொண்டு நடந்தாள்.

"சரி மூனு பேரும் போட்டோ எடுத்துட்டு பத்து நிமிஷத்துல வாங்க. நாங்க அர்ச்சனை தட்டு எடுத்து வைக்கறோம்", திலகவதி.

"வாவ் அகன் நானும் நீயும் சேம் பிஞ்ச். கிவ் மீ கிட்கேட்", நதியாள் அகரனின் கைகளில் கிள்ளி கேட்டாள்.

"அவுச்.... சரி வாங்கி தரேன். எல்லாரும் டைரிமில்க் கேப்பாங்க நீ கிட்கேட் கேக்கற?", கைகளைத் தேய்த்தபடிக் கேட்டான்.

"வலிக்குதா அகன்", என கிள்ளிய இடத்தில் அவன் கைகளை தள்ளிவிட்டு தன் கைகளால் தேய்த்து விட்டபடி, "ஆமா. டைரிமில்க் எனக்கு பிடிக்காது. கிட்கேட் தான் பிடிக்கும். இல்லைன்னா மில்க் சாக்லேட் வாங்கி குடு. சரணா இந்த டிரஸ்ல சூப்பரா இருக்கடா. இன்னிக்கு எல்லா பொண்ணுங்களும் உன்ன தான் சைட் அடிக்க போகுது", நதியாள்.

"நன்றி இளவரசி...", எனப் பாதிக் குனிந்து கூறினான் சரண்.

"இது ஓவர் டா", நதியாள்.

"உன்ன பாத்தா அப்படி தான் இருக்க யாள். பர்ஸ்ட் டைம் உன்ன இப்படி பாக்கறேன். நீ பெரிய மனுசி ஆனப்ப கூட நான் வரல", சரண்.

"ஆமா. நீங்க இரண்டு பேரும் தான் ரொம்ப பிஸின்னு சொல்லிட்டு ஊற சுத்திட்டு இருந்தீங்க. சரி இப்ப மூனு பேரும் சேர்ந்து போட்டோ எடுக்கலாம். அகன் உன்கிட்ட செல்பி ஸ்டிக் இருக்கா?", நதியாள்.

"இல்ல டா. டைமர் செட் பண்ணி எடுக்கலாம் வா", அகரன்.

மேலே மாடியில் சுற்றி பூச்செடிகள் தொட்டியில் வைக்கபட்டு இருந்தது. அதற்கு மேலே தண்ணீர் தொட்டி போகும் படிகட்டுகளில் போனில் டைமர் செட் செய்து பல ஆங்கிலில் போட்டோ எடுத்தனர்.

மூவராய், இருவராய், அகரனும் நதியும் இணைந்து நிற்கையில் சரண் போட்டோ எடுத்தான். பின் நேரம் ஆவதை உணர்ந்து மூவரும் கீழே வந்து ஆளுக்கொரு தட்டை கைகளில் ஏந்தியபடி நடக்கத் தொடங்கினர்.

கோவிலில் இவர்களுக்காக அனைவரும் காத்திருக்க அபிஷேகம் முடிந்து தெய்வத்திற்கு உடுத்தும் துணியை நதியாள் கைகளில் கொடுத்து அனைத்து சந்நதியிலும் கொடுக்கக் கூறினார் பூசாரி.

அகரன், சரண், சக்ரதேவ் மூவரும் அவளுக்கு தட்டுகளில் அடுக்கி கொடுத்து அவளுக்கு

உதவி செய்தனர்.

மரகதீஸ்வரர் சந்நதியில் பெரியவர்கள் அனைவரும் நின்று இருக்க சிறியவர்கள் அங்கு வந்து நின்றனர்.

அபிஷேகம் முடிந்து தீபாராதனை காட்டி நல்ல படியாக உச்சிகால பூஜை நடந்து முடிந்தது.

அன்னதானம் செய்யுமிடத்திற்கு வந்தவர்கள் அங்கு நடந்து கொண்டிருந்த கலாட்டாவில் சற்றே ஸ்தம்பித்து நின்றனர்.

அனைவரும் அப்படியே நிற்பதைக் கண்ட நதியாள் முன்னே வந்து பார்க்க, அங்கு நடக்கும் கூத்தை கண்டவள் கோபமுற்று நேராக அங்கே அலப்பறை செய்துக் கொண்டு இருந்த-வனின் கன்னத்தில் ஒன்று விட்டாள்......

16

பூஜைகள் முடிந்து வந்த அனைவரும் அன்னதான கூடத்தில் நடந்துக் கொண்டிருந்தக் கலாட்டாவை சில நொடிகள் நின்றுப் பார்க்க, அங்கு வந்த நதியாள் அங்கிருந்தவர்களைத் தாண்டி முன்னே வந்து அங்கே கலாட்டா செய்துக் கொண்டிருந்த ஒருவனைப் பிடித்துக் கன்னத்தில் ஒரு அடியை விட்டாள்.

அன்னதான கூடத்தில் ஏற்கனவே சாப்பாடு அனைத்தும் தயார் செய்து எடுத்து வைத்திருந்தனர்.

சமையல் செய்தவரில் ஒருவன் தான் சாராயம் குடித்துவிட்டு வந்து, அங்கே இருப்பவர்களிடம் தகராறு செய்துக் கொண்டு இருந்தான்.

குடித்துவிட்டு தகராறு செய்பவனை வெளியேற்ற முயன்றபோது தான் ஆட்களுக்குள் கைக்கலப்பு ஏற்ப, அந்த சமயம் நதியாள் உள்ளே வந்து அந்த சமையல்காரனை ஓங்கி ஒன்று விட்டாள்.

"என்ன நடக்குது இங்க? குடிச்சி இருக்கியா வரதா?", நதியாள்.

அடிவாங்கியவன் கன்னத்தில் கையை வைத்துக் கொண்டு அமைதியாக நின்றான்.

"வாய தொறந்து பதில் சொல்லு. நேத்தே உன்கிட்ட தாத்தா சொன்னாங்க இன்னிக்கு சுத்தபத்தமா இருக்கணும்னு. சமைச்சதும் போய் குடிச்சிட்டு வர அளவுக்கு ஆகிடுச்சா உனக்கு?", நதியாள்.

"இல்லம்மா.... தாகம் எடுத்தது ஜூஸ் குடிக்கலாம்னு தான் போனேன் ஆனா.....", எனக் கூறித் தலையைச் சொறிந்தான்.

"அப்படியே சரக்கடிக்க போயிட்ட. இனிமே இங்க நிக்காத. கிளம்பு முதல்ல. இவன வெளியே விட்டுட்டு வாங்க. மத்தவங்க வேலைய ஆரம்பிங்க", நதியாள் சத்தம் போட மடமடவென வேலைகள் நடந்தேறியது.

"எப்பா.... என்னா அடி.... அவனுக்கு கடவாய் பல்லு காணாம போய் இருக்கும் இந்நே-ரம்", சரண்.

"ஆமா சரண். யாருமே எதிர்பாக்கல புடிச்சு இப்படி அடிச்சிட்டாங்க. அவனும் பதில் பேசாம போறான். இந்த ஊரு தானே அவன்?", சக்ரதேவ்.

"அன்னிக்கு உன் கடவாய் பல்ல நான் காப்பாத்தி இருக்கேன் டா மச்சான். இனிமே அவகிட்ட பாத்து வாய்பேசு. எனக்குமே ஒரு நிமிஷம் பக்குனு ஆகிரிச்சி டா", அகரன்.

"நீ வாய மூடு டா அகர். தேவ் அவன் பக்கத்து ஊரு. சமையல் வேலைன்னா அவன தான் நாங்க கூப்பிடுவோம். வயசு முப்பத்தி ஐஞ்சு தான் இருக்கும். பரம்பரை பரம்பரையா இந்த தொழில் தான் பண்றாங்க. இவனுக்கு மட்டும் குடிபழக்கம் வந்துரிச்சி போல. கோவில்ல இப்படி பண்ணா யாரா இருந்தாலும் கோவம் வரும் தான்", சரண்.

"பெரிசுங்க வாய் பேசாம கம்முன்னு இருக்காங்க", அகரன்.

"அதான் தெர்ல மச்சான்", சரண்.

"டேய் சரணா.... இங்க வாங்க... அங்க என்ன பண்றீங்க மூனு பேரும். வந்து பரிமாறுங்க", நதியாள் கத்தவும் மூவரும் வேலையைக் கவனித்தனர்.

"நதி இங்க வா....என்னடா கண்ணு இப்படி அடிச்சிட்ட வரதன?", சுந்தரம் தாத்தா.

"பின்ன என்ன தாத்தா. நேத்து அவ்வளவு சொல்லியும் குடிச்சிட்டு வந்து கோவில்ல ரகளை பண்ணிட்டு இருக்கான். அதான் கோவம் வந்துரிச்சி", நதியாள்.

"அதுக்குன்னு எல்லார் முன்னாடியும் கை நீட்டக்கூடாது டா", பரமசிவம்.

"சாரி பெரியப்பா. கோவத்த அடக்க முடியல. காலைல இருந்து நாம எவ்வளவு சுத்தபத்தமா எல்லாத்தையும் செஞ்சிட்டு இருக்கோம். வரதன் சாப்பிடற நேரத்துல பிரச்சினை பண்ணவும் தான்", என இழுத்தாள்.

"சரி அப்பறம் போய் வரதன பாத்து பேசிட்டு வந்துடு. தனியா போகாத அகரனயோ சரணயோ கூப்பிட்டு போ", மாந்தோப்பு தாத்தா.

"சரி தாத்தா", நதியாள்.

"சரி போய் பரிமாறு. நாங்க தலைகட்டு வசூல் பாத்துட்டு வரோம். சிதம்பரமும் கண்ணனும் தான் அங்க இருக்காங்க", சுந்தரம்.

"சரி தாத்தா. சாப்பிட எல்லாரையும் அழைச்சிட்டு வந்துடுங்க கொஞ்ச நேரத்துல", நதியாள் கூறிவிட்டு பரிமாறச் சென்றாள்.

இதை தூரத்தில் இருத்து பார்த்துக் கொண்டிருந்த வினயும், சரிதாவும் ஒருவரை ஒருவர் பார்த்துக் கொண்டனர்.

"என்ன வினய் இவ்வளவு போல்ட்ஆ இருக்கா ? இப்படி இருந்தா நாம எப்படி அப்ரோச் பண்றது?", சரிதா.

"கொஞ்சம் கஷ்டம் தான் ஆனா முடியாததுன்னு இல்ல. நம்ம பாட்டிய வச்சி தான் மூவ் பண்ணனும். நீ தேவ் அ கல்யாணம் பண்ணிகிட்டா கொஞ்சம் ஈஸியா மூவ் பண்ணலாம்", வினய்.

"என்னதான் பண்ண போற? என்ன பிளான்?", சரிதா.

"நம்ம அப்பன் சொத்த அழிச்சிட்டு போயிட்டான். இப்ப கடன் மட்டும் தான் இருக்கு. நாம இப்ப சிங்கி அடிக்கற நிலைமைல இருக்கோம். வசதியா வாழ சொத்து வேணும். நம்ம மாமாகிட்ட தான் சொத்து இருக்குன்னு பாத்தா இங்க இரண்டு குடும்பத்துகிட்ட இன்னும் அதிகமா இருக்கு போல. அந்த பொண்ணு போட்டு இருந்தது எல்லாமே வைரமும் இரத்தினமும் தான். அத வித்தாலே பல லட்சம் ரூபாய் வரும்", வினய்.

"அப்ப அந்த அகரன் கிட்ட?", சரிதா.

"அவன் சொந்தமா கன்ஸ்டரக்ஷன் கம்பெனி நடத்தரானாம். நல்ல வசதி தான். தோப்பு தொரவுன்னு நிறைய இருக்கு. அவனும் கோடி கணக்குல சம்பாதிக்கறான்", வினய்.

"ம்ம். ஆளும் நல்லா தான் இருக்கான்", சரிதா.

"ஏன் அவன ரூட் விட போறியா?", வினய்.

"ஏன், விட்டா என்ன?", சரிதா.

"அப்ப தேவ்?", வினய்.

"பாத்துக்கலாம். முதல்ல நாம பாட்டி கூடவே செட்டில் ஆக ஏற்பாடு பண்ணு. அம்மா-

வையும் கூப்டுக்கலாம். ஆனா அது எதுவும் வாய தொறக்க முடியாத மாதிரி செய்யணும் வினய்", சரிதா.

"விடு அதுல்லாம் ஜஜஜஜபி மேட்டர். திருவிழா முடியறதுக்குள்ள பாட்டி கிட்ட டிராமாவ நீ ஆரம்பி", வினய்.

"சரி. வா போலாம்", சரிதா.

இருவரும் பேசிவிட்டு கோவில் மண்டபத்தில் மரகதம்மாள் அருகில் சென்று அமர்ந்தனர்.

சக்ரதேவ் ஓடி ஓடி வேலை செய்துக் கொண்டு இருந்தான். அகரனும் சரணும் கூட அவனிடம் சகஜமாக பழக ஆரம்பித்திருந்தனர்.

"பாத்தியா பாட்டி. அத்தான எவ்வளவு வேலை வாங்கறாங்க? பாவம் அத்தான் காலைல இருந்து இன்னும் சாப்பிடவே இல்ல. இதுல அந்த நதியாள் எவ்வளவு அதிகாரமா கூப்பிடறா வேலை வாங்கறா. எனக்கு கஷ்டமா இருக்கு பாட்டி", என சோகமாக முகத்தை வைத்துக் கொண்டுக் கூறினாள் சரிதா.

"ஆமாம் பாட்டி. நான் கூட பாத்தேன். சரியான திமிர் பிடிச்சவ. அன்னதானம் பண்ற இடத்துல அத்தனை பேர் முன்னாடியும் ஒரு ஆம்பளைய கைநீட்டி அடிக்கறா. எவ்வளவு அகங்காரம் இருக்கணும். இதுல்லாம் இங்க யாரும் தட்டி கேக்க மாட்டாங்களா?", வினய்.

"அடிச்சாளா? யார அடிச்சா?", மரகதம்மாள்.

"அங்க சமையல் செஞ்சவர தான். ஆங்... அதோ அங்க தூண் பின்னாடி நிக்கறாரே அவர தான். பாக்கவே பாவமா போச்சு. அத்தனை பேர் முன்னாடி எவ்வளவு பெரிய அவமானம்", சரிதா.

"வரதனயா? அவன் நல்லவனாச்சே.. அவன ஏன் அடிச்சா?", மரகதம்மாள்.

"தெரியல பாட்டி. ஏதோ சண்டை நடக்குதுன்னு தான் நாங்க போய் பாத்தோம். அங்க அவ இவர அடிச்சிட்டு இருந்தா", வினய்.

"அவளுக்கு தைரியம் ஜாஸ்தி தான். வச்சிக்கறேன் ஒரு நாள்", மரகதம்மாள் வாய்க்குள் முனகிக் கொண்டார்.

"என்ன மரகதம். இன்னும் சாப்பிடலியா? வா சாப்பிட போலாம்", சரோஜாதேவி.

"இல்லக்கா... வீட்டுக்கு போய் சாப்பிட்டுக்கறேன்", மரகதம்மாள்.

"என்ன பேசற நீ? எங்கள எல்லாம் கோவில்ல தான் சாப்பிடணும்னு சொல்லி இழுத்துட்டு போவ. இப்ப இப்படி சொல்ற. எந்திரி வா போய் சாப்பிடலாம். புள்ளைங்க நமக்கு பரிமாறிட்டு தான் சாப்பிடுவோம்னு அடமா நிக்கறாங்க", சரோஜாதேவி அவரை எழுப்பி இழுத்துக்கொண்டுச் சென்றார்.

"சே.. கிழவி.. தூபம் போடறப்ப வந்து கெடுத்துட்டா", சரிதா.

"விடு. வீட்டுக்கு போய் பாத்துக்கலாம். அம்மா எங்க?", வினய்.

"தெர்ல. அத்தை கூட தான் இருந்தது", சரிதா அலட்சியமாகக் கூறினாள்.

"சரி வா நாமலும் சாப்பிட போலாம்", வினய்.

"இங்கயா? தரைல உக்காந்து எல்லாம் என்னால சாப்பிட முடியாது வினய். வீட்டுக்கு போலாம் இல்லையா ஹோட்டல் போலாம்", சரிதா.

"இன்னிக்கு சாப்பிடு அப்பதான் உன்னபத்தி அத்தை மாமா கிட்ட கொஞ்சம் பில்டப் குடுத்து தேவ்க்கு கட்டிவைக்க முடியும்", வினய்.

"நிச்சயமா தேவ்-அ தான் கட்டிக்கணுமா வினய்? அகரன் அவனவிட பெட்டர் சாய்ஸ். சொத்தும் நிறைய இருக்கு. பாக்கவும் சூப்பரா இருக்கான்", சரிதா.

"இருக்கறத விட்டுட்டு பறக்கறதுக்கு ஆசபட்டு மொத்தமா கீழ விழக்கூடாது", வினய்.

"அதுல்லாம் ஒன்னும் ஆகாது. தேவ்க்கு தெரியாம அகரன டிரை பண்ணி பாக்கறேன். அவனபத்தி புல் டீடைல்ஸ் எனக்கு குடு", சரிதா.

"அவன் மடிவான்னு எனக்கு தோணல", வினய்.

"நீ மட்டும் நதியாள கரெக்ட் பண்ண பாக்கறல்ல", சரிதா.

"அவ பொண்ணு. ஈஸியா எதுலயாவது மடக்கிடலாம். இவன அப்படி பண்ண முடியுமா உன்னால?", வினய்.

"டிரை பண்ணலாம். கிடச்சா நமக்கு லாபம் தானே. அப்படி வர்க்அவுட் ஆகலன்னா தேவ்அ கட்டிக்கறேன்", சரிதா.

"சரி வா. போய் டிராமா போடுவோம்", வினய்.

வினயும் சரிதாவும் அன்னதான மண்டபத்திற்கு வந்து சரோஜாதேவி பாட்டி அருகில் அமர்ந்-தனர்.

இது நேரம் வரை பரிமாறிக்கொண்டு இருந்தவர்களை அமரவைத்து நதியாள், அகரன், சரண் மற்றும் சக்ரதேவ் பரிமாறினர்.

"அம்மாடி யாள்... இங்க பாரு சாப்பாடு கொண்டு வா", மீனாட்சி.

"வரேன் பாட்டி. அகன் நீ அந்த ரசம் எடுத்துட்டு வா", நதியாள்.

நதியாள் முன்னே வர, அவளுக்கு பின் அகரன் வர இருவரையும் இணைத்து பார்த்தப் பெரியவர்கள் கண்களும் மனமும் நிறைந்து போனது. இருவரும் ஏறத்தாழ ஒரே நிறத்தில் உடை அணிந்து இருந்தது இன்னும் அவர்களை மட்டும் தனி ஜோடியாகக் காட்டியது.

"செல்லம்மா....", பரமசிவம்.

"என்னங்க?", செல்லம்மாள்.

"அகரனையும் நதியாளையும் ஜோடியா பார்க்கவே சந்தோஷமா இருக்கு. ஜோசியர் என்ன சொல்வாரோ தெர்ல", பரமசிவம்.

"எல்லாம் நல்லவிதமா தான் சொல்வாங்க. புள்ளைங்க இரண்டும் இன்னிக்கு கோவில்ல அத்தனை வேலையும் இழுத்து போட்டு செஞ்சத பாத்தேன். நம்ம சாமி இவங்களுக்கு ஏற்-கனவே முடிச்சி போட்டுட்டாருன்னு தான் தோணுதுங்க", செல்லம்மாள்.

"எல்லாம் சரியா நடந்தா சந்தோஷம் தான் செல்லம்மா. நான் கூட கண்ணன கேக்காம என் சம்மதம் சொன்னது மனசுல உருத்திச்சு, அவன சங்கடத்தில நிறுத்தி அவன் விருப்பத்த கேட்டுட்டோமோன்னு. எல்லாம் நல்லா படியா நடந்தா நம்ம சாமிக்கு வெள்ளில க்ரீடம் செய்யறேன்னு வேண்டிகிட்டேன்", பரமசிவம்.

"அதுல்லாம் தம்பி ஒன்னும் நினைச்சிக்க மாட்டாங்க. நீங்க சாப்பிடுங்க. அடுத்து நாளைக்கு ஐயனார் விஷேசம் ஏற்பாடு பாக்கணும்ல", செல்லம்மாள்.

"ஆமா. சரி சாப்பிடு. சாயந்திரம் ஜோசியர பாக்க போலாம்னு சுந்தரம் மாமா சொன்னாங்க. அதுக்குள்ள வேலைய முடிக்கணும்", பரமசிவம் கூறிவிட்டு வேகமாகச் சாப்பிட்டார்.

"பெரியப்பா இருங்க பாயாசம் கொண்டு வரேன்", நதியாள்.

"போதும் யாள் குட்டி", பரமசிவம்.

"டேய் சரணா... அப்பாவ கவனிக்காம அங்க யார்கிட்ட கடலை போட்டுட்டு இருக்க?", நதியாள்.

"அடியே.... இங்க பாட்டிக்கு நான் ரசம் ஊத்திட்டு இருக்கேன் நீ எனக்கு விஷம் வைக்க ஏற்பாடு பண்றியா?", சரண்.

"டேய்... என்ன பேச்சு இது? வீட்டுக்கு வா உன்ன பேசிக்கறேன்", பரமசிவம்.

"அப்பா... ஒன்னும் இல்லப்பா.... நான் சும்மா...", எனக் குரலே எழும்பாமல் கூறினான் சரண்.

"விடுங்க பெரியப்பா... நீங்க பாயாசம் சாப்பிடுங்க. பெரியம்மா நீங்களும்", நதியாள் இலையில் பாயாசத்தை ஊற்றினாள்.

"போதும் குட்டி. நீங்க உக்காருங்க நான் பரிமாறுறேன்", என செல்லம்மாள் கைக்கழுவி எழுந்தார்.

"சரி பெரியம்மா .... அகன் எல்லாரும் சாப்பிட்டாங்களா?", நதியாள்.

"அல்மோஸ்ட் எல்லாரும் சாப்டுட்டாங்க நதிமா. நாம சாப்பிடலாம்", அகரன்.

"அப்பாடா இப்பவாது வாய தொறந்து சொன்னியே", சரண் முதலில் இலையை போட்டு அமர்ந்தான்.

"டேய் எரும.. உனக்கு மட்டும் போட்டுகிட்ட. எங்களுக்கு?", நதியாள்.

"எடுத்து போட்டுகோங்க. எனக்கு பசில உயிர் போகுது", சரண்.

"அவ்வளவு பசியா சரண்?", சக்தேவ்.

"சாரி தேவ். சாப்பிட்ட அப்பறம் பேசலாம். பர்ஸ்ட் சாப்பிடுங்க அப்பறம் வேற எதாவது சொல்லி பால் பழம் தான்னு சொல்லிடபோறாங்க", எனச் சாப்பிட ஆரம்பித்தான் சரண்.

"நீங்க உக்காருங்க தேவ். அகன் நீயும் உக்காரு. அந்த இலைய எனக்கு போடு . பரிமாறிட்டு நானும் உக்காந்துக்கறேன்", நதியாள்.

"நீங்க உக்காருங்க நதியாள். நாங்க பரிமாறறோம்", என வினயும் சரிதாவும் வந்து அவர்களுக்கு பரிமாறினர்.

"சரி பசங்களா. நீங்க பரிமாறுங்க நான் கோவில்ல அடுத்த வேலை பாக்க போகணும்", என செல்லம்மாள் கோவிலுக்குள் சென்றார்.

" உங்க பேரு?", எனக் கேட்டபடி நதியாள் அகரனின் அருகில் அமர்ந்து கொண்டாள்.

"நான் சரிதா. தேவ்வோட கஸின். இவன் வினய் என் அண்ணன்", என அறிமுகம் படுத்திக் கொண்டாள்.

"ஓ... சரி சரி. எனக்கு போதும். தேங்க்ஸ்", நதியாள்.

"நதிமா. இந்தா ஸ்வீட்", என அகரன் நதிக்கு ஊட்ட அவளும் அவனுக்கு ஊட்டினாள்.

அதை பார்த்த சரிதாவிற்கு கோபம் பற்றிக் கொண்டு வர, வினய் கண்களால் அமைதியாக இருக்கும்படி சமாதானம் செய்தான்.

"நீங்க என்ன படிக்கறீங்க நதியாள்", வினய்.

"அவ ஆர்கி இன்டீரியர் டிசைனிங் படிக்கறா மிஸ்டர் வினய்", அகரன்.

"ஓ.. பைன். நான் ஆட்டோமொபைல்ஸ் படிச்சி இருக்கேன். அப்ராட்ல மாஸ்டர்ஸ் படிக்க டிரை பண்ணிட்டு இருக்கேன்", வினய்.

"ஆமாமாம். ரொம்ப நாளா டிரை பண்றான். இல்ல வினய்", சக்ரதேவ் உள்புகுந்தான்.

"உனக்கு எப்பவும் விளையாட்டு தான் தேவ். உனக்கு என்ன வேணும்? சரு தேவுக்கு மோர் குடு", வினய்.

"அப்பாடா... இப்ப தான் நிறைவா இருக்கு. அகன் கொஞ்ச நேரம் வீட்டுல இருந்துட்டு வரலாமா?", நதியாள் கைக்கழுவிக்கொண்டு வந்து கேட்டாள்.

அனைவரும் சாப்பிட்டு முடித்துவிட்டு வந்தனர்.

"மச்சான் நானும் நதியும் வீட்டுக்கு போயிட்டு வரோம். நீயும் தேவும் இங்க சாப்பாடு எவ்வளவு இருக்குன்னு பாத்துட்டு இராத்திரிக்கு சமைக்க சொல்லிடு", அகரன்.

"சரி மச்சான். வரப்ப என் ஹெட்செட் எடுத்துட்டு வந்துடு உன் ரூம்ல தான் வச்சிட்டு வந்தேன்", சரண்.

"சரி. வரோம் தேவ்", என அங்கிருந்து கிளம்பினர்.

அவர்கள் கிளம்பியதும் சரணும் தேவும் சாப்பாடு செய்யும் அறைக்கு செல்ல , வினயும் சரிதாவும் உள்ளுக்குள் பொங்கியபடி இருந்தனர்.

"என்ன வினய் அவங்க இரண்டு பேரும் லவ் பண்றாங்களோ?", சரிதா.

"தெரியல சரு. பப்ளிக்கா ஊட்டி விட்டுக்கறாங்க. பெரியவங்களும் ஒன்னும் சொல்லல. எல்லாரும் அவங்கள ஒன்னாவே சுத்தறத பாத்தும் சந்தோஷம் தான் படறாங்க", வினய்.

"யார்கிட்ட கேட்டா விஷயம் தெரியும்?", சரிதா.

"அதோ போறானே அவன கேட்டா தெரியும்னு நினைக்கறேன். ஆனா அவனும் வாய தொறந்து சொன்னாதான் இல்லைன்னா நடக்கறத அப்சர்வ் பண்ணிட்டு தான் முடிவுக்கு வரணும்", வினய்.

"நான் பேச்சு குடுத்து பாக்கட்டா?", சரிதா.

"வேணாம். கூடவே தேவ் இருக்கான். நானே வேற யார்கிட்டயாவது விசாரிக்கறேன்", என வினய் கூற அங்கிருந்து நகர்ந்தனர் இருவரும்.

அகரனும் நதியும் கோவிலை விட்டு சற்று தூரம் வந்ததும் திடீரென மழை பெய்ய ஆரம்பித்தது.

சீக்கிரம் சென்று விடலாம் என நினைத்தவர்கள் வேகமாக நடக்க மழை வலுக்கவும் முழுதாய் நனைந்தனர்.

"அகன் மழை ரொம்ப வலுவா இருக்கு. எங்கயாவது நின்னுட்டு போலாமா?", நதியாள்.

"சரி நிக்கற மாதிரி இடம் வந்தா நிக்கலாம்",அகரன்.

ஒதுங்க இடம் இருக்கும் இடங்களில் எல்லாம் மக்கள் கூட்டமாக நின்று இருக்க இவர்கள்

அடுத்த இடத்தை பார்க்கலாம் என நடந்தனர்.

இருவரும் நடக்க பக்கத்தில் இருப்பது கூட தெரியவில்லை. அதனால் நனைந்தபடியே வீட்டிற்கு வந்து சேர்ந்தனர்.

"ப்பா... செம மழை... இன்னும் கொஞ்ச நேரம் நனைஞ்சி இருக்கலாம்", நதியாள்.

"இப்ப மட்டும் கம்மியாவா நனைஞ்சு இருக்கோம். பாரு எல்லாமே ஈரமாகிடிச்சி", என அகரன் வேஷ்டியை பிழிந்து விட்டு மடித்து கட்டியபடி கூறினான்.

"ஆமா... பட்டு சேரி வேற... கலர் போகும்ல", என தன் உடையை கீழோடு வைத்து ஈரத்தை பிழிந்தாள் நதி.

அவள் குணிந்த பொழுது அவளின் இடை தெரிய அதை கண்ட அகரன் தடுமாறத் தொடங்கினான்.

சற்றே சதை பிடித்து இருத்தாலும் மடிப்பில்லாமல் இருந்த இடையும், காலையில் அவன் அணிவித்த சங்கிலியும் மழையின் ஈரமும் அவளின் இடையழகும், அவனின் கண்களை அசையவிடாமல் அடித்துவிட்டது.

வெண்மையும் மஞ்சளும் கலந்த அவளின் நிறம் இப்பொழுது மழையில் நனைந்ததும், முகத்தில் ஒப்பனை ஏதுமின்றியே அவளின் அதீத அழகையும் வனப்பையும் பன்மடங்கு கூட்டி காட்டிட, அகரன் தன் மனதிற்குள் தவித்துக் கொண்டு இருந்தான்.

"ஆண்டவா.... எனக்கு ஏன் இந்த சோதனை? எதுவும் நடக்கறதுக்குள்ள சீக்கிரம் நாம ரூமுக்கு ஓடிறனும்", என மனதிற்குள் பேசியவன் எதுவும் அவளிடம் கூறாமல் தன் அறைக்குச் சென்றான்.

"எங்க அகன காணோம்?", என தன்னருகில் நின்றவனைப் பற்றி யோசித்தபடி கீழே அறைகளை திறக்க முயன்று முடியாமல் போக, தூண் அருகில் கிடந்த அம்மா கொண்டு வந்த பையை எடுத்து கொண்டு அவனின் அறைக்குச் சென்றாள் நதி.

மேலே வந்தவன் பெருமூச்சு விட்டு தன்னை சமன்படுத்திக் கொண்டு இருத்தான். பின் தன் உடையைக் கலைந்து துண்டை கட்டிய சமயம் நதியாள் அவனின் அறைக்கு வந்தாள்.

கதவை மூட மறந்தவன் வழக்கம் போல தன் உடையை மாற்றிக்கொண்டு இருந்தான். அந்த சமயம் நதியும் குரல் கொடுக்காமல் உள்ளே வர அப்படியே ஒரு கணம் ஸ்தம்பித்து நின்றுவிட்டாள்.

அவன் துண்டுடன் நிற்பதை கண்டு ," அச்சோ... சாரி அகன்... குரல் கொடுக்காம உள்ள வந்துட்டேன்", நதியாள் திரும்பி நின்று கொண்டுக் கூறினாள்.

"ஹான்.... பரவால்ல. என்ன வேணும் நதி?", அகரன்.

"இல்ல கீழ ரூம் எல்லாமே லாக் பண்ணி இருக்கு. அதான் இங்க டிரஸ் சேஞ்ச் பண்ண-லாம்னு வந்தேன்", நதியாள்.

"அப்படியா... சரி பத்து நிமிஷம் வையிட் பண்ணு நான் டிரஸ் மாத்திட்டு வரேன்", அகரன் தன் உடையை எடுத்துக் கொண்டு குளியலறையில் புகுந்துக் கொண்டான்.

நதியாள் அவன் அறையை சுற்றி வந்து கொண்டிருந்தாள். அகரன் புத்தகப்பிரியன் போல அத்தனை புத்தகங்களை வாங்கி வைத்து இருந்தான். நதிக்கும் புத்தகங்கள் மீது பிரியம் அதிகம். தமிழ் சரித்திர நாவல்கள் என்றால் மிகவும் இஷ்டம். அகரனும் நிறைய வைத்து இருந்தான்.

"ம்ம்... இதுல்லாம் ஒரு தடவை வாங்கி படிக்கணும். லைப்ரரி வைக்கற அளவுக்கு இருக்கு புக்ஸ்", நதியாள் தனக்குத் தானே பேசிக்கொண்டாள்.

ஐந்தே நிமிடத்தில் தயாராகி வந்தவன் நதியாள் தன் அறையை பார்த்துக் கொண்டு இருப்-பதைக் கண்டு அப்படியே அவளை பார்வையால் தொடர்ந்தபடி இருந்தான்.

தன் மனதிற்கு நெருக்கமானவள், தன் மனதை ஆள்பவள். தன் அறையில் புடவைக் கட்டிக் கொண்டு மனையாள் போல வலம் வருவதை இரசித்துக்கொண்டு இருந்தான்.

"ஹம்ம்.... எப்ப நாம லவ்வ சொல்லி அவ எப்ப ஒத்துகிட்டு இரண்டு பேரும் லவ் பண்ணி ரொமான்ஸ் பண்றது? எப்ப கல்யாணம் பண்றது? இப்படியே இவ பக்கத்துல இருந்தா கன்ட்-ரோல் மிஸ் ஆகுது. இனிமே இவள புடவை கட்ட விடக்கூடாது. கம்பெனிக்கு வந்தா புடவை கூடவே கூடாதுன்னு சொல்லிடனும். அகரா உனக்கு வந்த சோதனைய பாத்தியா. நீ அவள லவ் பண்ற அவளும் உன்ன லவ் பண்றா ஆனா அது சைல்ட் லவ். அவள எப்ப வயசுக்கு தகுந்தாமாதிரி மாத்தி எப்ப லவ் பண்ண வச்சு எப்ப.... ம்ஹ்ம்ம்... அறுபதாம் கல்யாணம் தான் நடக்கும் போல. சும்மா சொல்லக்கூடாது நம்மாளு செம அழகு தான்", அகரன் மனதிற்குள் இவையனைத்தும் பேசிக்கொண்டான்.

"வந்துட்டியா அகன். ஒரு ஹெல்ப். இந்த பின் மட்டும் கலட்டி விடு ப்ளீஸ்.. எனக்கு எட்டல, அம்மா அத்தை யாருமே இல்லை", நதியாள் தன் ப்ளவுஸின் பின்னால் இருந்த பின்னை கலட்டச் சொன்னாள்.

"அய்யோ... இவ வேற நேரம் காலம் தெரியாம. அகரா. சீக்கிரம் ரூமவிட்டு ஓடிரு", எனத் தனக்குள்ளே கூறிக்கொண்டு பின்னை கழட்டிக் கொடுத்துவிட்டு நிற்காமல் அறையை விட்டு வெளியே வந்துவிட்டான்.

"அகன்.. எனக்கு குளிக்கணும். உன் சோப் யூஸ் பண்ணிக்கறேன். குடிக்க கொஞ்சம் சுடு-தண்ணி மட்டும் நான் குளிச்சிட்டு வந்தப்பறம் வச்சிக்குடு", எனக் கூறி குளியலறையில் புகுந்தாள்.

"சரி நதி. டோர் லாக் பண்ணிக்கோ. நான் கீழ இருக்கேன்", அகரன்.

வெண்ணீரில் குளித்ததும் உடல்வலியும், குளிரின் நடுக்கமும் குறைந்தது. வெளியே வந்து டெனிம் புளூ ஜீன்ஸ் டார்க் க்ரீன் டாப்ஸ் அணிந்து தலைமுடியை காய வைத்தாள். சற்று உலர்ந்ததும் நடுவில் சிறியதாக பின்னல் போட்டு தலைமுடியை விரித்து விட்டாள். கழுத்தில் சிறியதாய் ஒரு வைர பென்டன்ட் ,காதில் வைரத்தோடும் கைகளில் ஒரு காப்பு விரல்க-ளில் இரண்டு மோதிரம் மட்டும் அணிந்து மற்ற நகைகளை எல்லாம் பெட்டியில் போட்டு அகரனின் கபோர்டில் வைத்துப் பூட்டினாள்.

முக ஒப்பனை ஏதுமின்றி கீழே வந்தவளை அகரன் இமைக்க மறந்து பார்த்து கொண்டு இருந்தான். ¾ ஸ்லீவ் டாப்பில், ப்ரீ ஹேர் ஸ்டைலில் நெற்றியில் பொட்டுக் கூட வைக்காமல் சற்று முன்பே மலர்ந்த ரோஜாவைப்போல இருந்தாள் நதி.

"வாவ்... ஏலக்காய் டீ.... ம்ம்ம்.... செம வாசனை அகன். உனக்கு டீ கூட போடத்தெரி-யுமா?", என அவன் கையில் வைத்திருந்த கப்பை வாங்கி பருகத்தொடங்கினாள் நதி.

"அது நான் குடிச்சது நதி", அகரன் ஒருமாதிரி கிறங்கிய குரலில் கூறினான்.

"பரவால்ல. உனக்கு ஒன்னும் வியாதி இல்லையே... உனக்கு வேற போட்டுக்கோ. செம டேஸ்டா இருக்கு அகன். வேற என்ன என்ன செய்யத் தெரியும் உனக்கு?", கேட்டபடி சமையற்கட்டின் திட்டில் அமர்ந்தாள் நதி.

"ஓரளவு வெஞ், நான்வெஞ் எல்லாம் செய்வேன். காலேஜ்ல வெளில ரூம் எடுத்து தங்கினப்ப பசங்காளா சேர்ந்து சமைப்போம். இப்ப எப்பவாது ப்ரீ டைம்ல நானும் சரணும் சமைப்போம். அன்னைக்கு சமைக்கறவங்களுக்கு சம்பளத்தோட லீவ் குடுத்து அனுப்பிடுவோம்", அகரன்.

"இஸ் இட். அப்ப ஒரு நாள் நான் வரேன் எனக்கு சமைச்சி குடு அகன்", நதியாள்.

"அப்ப கூட நீ சமைக்கமாட்டியா?", எனக் கேட்டபடி சரண் உள்ளே வர தேவும் உடன்

வந்தான்.

"நான் ஏன் சமைக்கணும். இன்ட்ரஸ்ட் இருக்கறவங்க சமைக்கட்டும். நான் சாப்பிட்டு எப்படி இருக்குன்னு சொல்றேன்", நதியாள்.

"ஹாஹா ... இது கரெக்ட் தான் நதியாள்", தேவ்.

"தேங்க்யூ தேவ். அகன் டீ போட்டுட்டியா?", நதியாள்.

"இதோ... மச்சான் எல்லாரும் எடுத்துக்கோங்க வரேன்", அகரன் கூறிவிட்டு தன் அறைக்-குச் சென்றான்.

"அப்பா அம்மா அத்தை மாமாலாம் எங்க சரணா?", நதியாள்.

"தெர்ல எங்கள வீட்டுக்கு போக சொல்லிட்டாங்க. அவங்க எங்கயோ போய் இருக்காங்க போல. நைட் கோவிலுக்கு போகணும். அதுவரை ரெஸ்ட் தான். தேவ் வீட்ல தனியா தான் இருக்கணும்னு சொன்னான் அதான் கூடவே கூட்டிட்டு வந்துட்டேன்", என சரண் டீயை பருகினான்.

"நாமலும் இங்கயே இருக்கணுமா இல்ல நம்ம வீட்டுக்கு போகணுமா?", நதியாள்.

"இங்க தான் இருக்க சொன்னாங்க. இந்தா பாட்டி ரூம் சாவி. சித்தி உன் ஜுவல்ஸ் அங்க வைக்க சொன்னாங்க", என சாவியை கொடுத்தான்.

"அச்சச்சோ.... ஜுவல்ஸ் எல்லாம் மேலயே வச்சிட்டு வந்துட்டேன். இருங்க எடுத்துட்டு வரேன்", என அகனின் அறைக்கு சென்றாள் நதி.

அந்த சமயம் அகரன் அறையை சாற்றிவிட்டு திரும்பவும், பின்னே பார்த்துக் கொண்டு வந்த நதியாள் அவன் மேல் மோதி விழும் சமயம் அவளின் இடைபற்றி விழாமல் பிடித்தான்.

இருவரும் தங்களை மறந்து பார்த்துக் கொண்டு இருக்க அகரன் அவளிடம்," நதி தப்பா எடுத்துக்காத", என கூறிவிட்டு முதலில் அவள் நெற்றியில் அழுந்த முத்தமிட்டான்.

அகரன் காலையில் இருந்து அவளை நெருங்கவும் முடியாமல் பிரியவும் முடியாமல் தவித்-துக் கொண்டு இருக்க, இப்பொழுது அவளே தன் கையில் விழவும் அவள் கண்களில் தொலைந்தவன் எதையும் சிந்திக்காமல் மனம் கூறியதைச் செயல்படுத்தினான்.

நதியாள் அதிர்ந்து அவனைப் பார்க்க அவளின் இருபக்க கன்னத்திலும் தன் இதழால்

அழுந்த முத்தமிட்ட பிறகு அவளை நேராக நிற்க வைத்தான்.

அவனின் இதழ் ஸ்பரிசத்தில் நதியாள் ஸ்தம்பித்து நிற்க, அகரன் காதலனாய் அவளை முத்தமிட்டதில் மகிழ்ச்சிக் கடலில் நீந்திக்கொண்டு இருந்தான்.

17

காதலில் விழுந்த அகரன் முதல் முறையாக நதியாளின் முன்நெற்றியிலும், கன்னத்திலும் இதழ் முத்திரை பதித்தான்.

அகரனின் செயலில் திகைத்து நின்ற நதி என்ன சொல்வதென அறியாது உறைந்து நின்றாள்.

அகரனும் அவ்விடம் விட்டு நகராது அங்கேயே அவளின் முகத்தை பார்த்தபடி நிற்க, இப்படியே இன்னும் சில நொடிகள் சென்று இருந்தாலும் என்ன நடந்து இருக்குமோ?

நல்லவேலை சரண் சத்தம்போட்டு அவர்களின் நிலையைக் கலைத்து, "யாள்...உன்ன பாக்க வரதன் வந்து இருக்கான். போய் பேசு.. நான் ஜுவல்ஸ் எடுத்துட்டு வரேன். டேய் அகர் தேவுக்கு உன் டிரஸ் குடு. சேஞ்ச் பண்ணணுமாம்".

நதி சற்றுக் குழப்பத்துடன் அவ்விடம் விட்டு நகரலாமா வேண்டாமா என யோசித்தபடி நிற்க, மீண்டும் சரண் அவளை அழைத்து கீழே அனுப்பிவிட்டு அகரனை அவன் அறைக்குள் தள்ளிக் கதவைச் சாற்றினான்.

"ஏன்டா.... ஏன் இப்படி பண்ண?", சரண்.

"நான் என்னடா பண்ணேன்?", அகரன் முகத்தைப் பாவமாக வைத்துக் கொண்டுக் கேட்டான்.

"இன்னும் இரண்டு செகன்ட் நான் லேட் பண்ணி இருந்தாலும் இந்நேரம் உன் மூஞ்சில வாஸ்துவ மாத்தி வச்சிருப்பா டா என் தங்கச்சி. நான் தான் காலைலயே சொன்னேன்ல எக்குதப்பா எதுவும் செய்யாதன்னு", சரண் பொறிந்துத் தள்ளினான்.

"நான் அப்படி என்ன பண்ணிட்டேன்னு இப்படி திட்ற", அகரன்.

"இதுக்கு மேல என்னடா பண்ணனும்? எரும மாடே.... அவளுக்கு முத்தம் குடுத்தது தப்பு

இல்ல?", சரண்.

"டேய் மச்சான்... காலைல இருந்து நதி கூடவே இருக்காளா. இன்னிக்கு வேற ரொம்ப அழகா புடவை கட்டிட்டு இருந்தாளா... அதான்டா சின்னதா ஒரு முத்தம் அதுவும் இரண்டு பேரும் விழற சமயத்துல அவ கண்ண பாத்தேனா எனக்கு சுத்தி வேற எதுவுமே தெரியல, தப்பாவும் தோணலடா மனசுல பட்டத பண்ணிட்டேன். யாஹூ...... செம கிக்கா இருக்கு மச்சான்", என லேசாக வெட்கப்பட்டுக் கூறினான் அகரன்.

"கருமம் கருமம் இந்த கன்றாவிய வேற நான் பாக்கணுமா.... அவளும் ஏதோ ஷாக்ல இருந்தா அதனால இப்போதிக்கு தப்பிச்ச. எப்ப எப்படி ரியாக்ட் ஆவான்னு சத்தியமா எனக்கு தெரியாது. எதுக்கும் ஜாக்கிரதையா என்கூடவே இரு. அவகூட தனியா போகாத அப்பறம் உன் உசுருக்கு உத்திரவாதம் இல்லடா மச்சான். சொன்னா கேளு டா", சரண்.

"என் நதி அப்படி எல்லாம் பண்ணமாட்டா டா. அவளுக்கும் என்மேல லவ் இருக்கு டா. அவ கண்ண பாத்து நான் எப்படி உலகத்த மறக்கறேனோ, அப்படி தான் அவளும் என் கண்ண பாத்தா உறைஞ்சு போய் நிக்கிறா.. அது லவ் தானேடா?", அகரன் சிறுபிள்ளைப் போலப் பேசினான்.

"இங்க பாரு. அவ பத்து வயசு குழந்தை இல்ல கிஸ் பண்ணா சிரிச்சிட்டே கம்முன்னு போறதுக்கு. இதுக்கு மேல இப்படி எல்லாம் பண்ணாத. அவ்வளவு தான் சொல்வேன். வா ஒரு செட் டிராக் பேண்ட் டீ சர்ட் அவனுக்கு குடு. அவ பக்கம் போகாம என் பக்கத்துலயே இருக்கற ஊருக்கு போற வரைக்கும். எதுவும் பேசாத. வா கீழ போலாம். அவ ஜுவல்ஸ் எடுத்துக்கறேன்", எனக் கப்போர்டைத் திறந்து எடுத்துக் கொண்டு, சரண் முன்னே வர அகரன் தேவுக்குக் கொடுக்க டிரஸ் எடுத்து வந்தான்.

வரதன் முன்கட்டில் இருப்பதாக தேவ் கூறவும் அவள் முன்னே சென்றாள். அவளுக்குத் துணையாக தேவ்வும் உடன் வந்தான்.

"என்ன வரதா? என்னை பாக்கணும்னு சொன்னியா?", நதியாள் அவனை அமரச் சொல்லித் தானும் அமர்ந்தாள்.

"உங்க கிட்ட மன்னிப்பு கேட்டுட்டு போகலாம்னு வந்தேன்மா", வரதன் தயங்கியபடிக் கூறினான்.

"தெளிவா பேசற. தெளிஞ்சிரிச்சா வரதா?", நதியாள் சற்றே கடுமையுடன் கேட்டாள்.

வரதன் பதில் பேசாமல் அமைதியாக தலையைக் குனிந்துக் கொண்டு அமர்ந்திருந்தான்.

"தேவ் சமையல் கட்ல மோர் இருக்கும் சரண கொண்டு வர சொல்லுங்க", நதியாள்.

"சரி யாள்", எனக் கூறி தேவ் உள்ளே சென்றான்.

"வரதன்னா....", நதியாள்.

"வரதன்னா.... இங்க என்னை பாரு", நதியாள்.

"சாரி பாப்பா", வரதன்.

"இந்த பழக்கத்த விடுன்னு உன்கிட்ட அப்பவே சொன்னேன். நீ இன்னும் மாறலல்ல.. என் பேச்சுக்கு அவ்வளவு தான் உன்கிட்ட மரியாதை அப்படிதானே?", நதியாள்.

"அய்யய்யோ அப்படி எல்லாம் இல்ல பாப்பா. முன்ன மாதிரி எல்லாம் இப்ப குடிக்கறது இல்ல. உடம்பு வலி அதிகமா இருந்தா தான். இன்னிக்கு பழைய சிநேகிதன பாத்தேன் அவன் கூப்பிட்டான்னு போய் தான்...... இனிமே இப்படி பண்ணமாட்டேன் பாப்பா", சிறு-பிள்ளைப் போல காரணம் கூறினார் வரதன்.

"நான் மன்னிக்கறதுக்கு இதுல எதுவும் இல்ல வரதன்னா.... நீங்க தான் என்னை மன்னிக்-கணும். அத்தனை பேர் முன்னாடி அவசரப்பட்டு அடிச்சிட்டேன். என்னை மன்னிச்சிடுங்க", நதியாள் முகத்தில் வருத்தத்துடன் கூறினாள்.

"அச்சச்சோ... நீ ஏன் பாப்பா என்கிட்ட மன்னிப்பு கேக்கற. உனக்கு இல்லாத உரிமையா. சின்னதுல இருந்து உங்கள என் தோள்ல தூக்கி போட்டு வளத்தி இருக்கேன். சின்னவயசுல விளையாட்டுல தப்பு பண்ணா அடிப்பீங்களே அப்படி தான் எனக்கு இதுவும். இத பெரிசு பண்ணாதீங்க. கோவில்ல இப்படி நான் கலாட்டா பண்ணது தப்பு, அதான் உங்கள பாத்து ஒரு வாட்டி பேசினா பரவால்லன்னு வந்தேன்", வரதன்.

"அப்படி உரிமை இருக்குன்னு வாய் தான் சொல்லுது. நான் சொல்றத மட்டும் கேக்க-மாட்டேங்கறீங்க வரதன்னா. எப்ப நீ குடிபழக்கத்த விட்டுட்டன்னு தெரிஞ்சிக்கறனோ அப்ப உங்ககிட்ட உரிமையோட பேசறேன். இப்ப நான் யாரோ தான் உங்களுக்கு", நதியாள்.

"இப்படியெல்லாம் சொல்லாத பாப்பா. எனக்கு மனசு கஷ்டமா இருக்கு. இனிமே சத்தியமா நான் குடிக்கமாட்டேன். என்னை நம்பும்மா. நீங்க யாரோன்னு மட்டும் சொல்லாதீங்க", பதறி-யபடிக் கூறினார் வரதன்.

"அத நீங்க செஞ்சிப்பறம் பாக்கலாம். இதோ மோர் வந்துரிச்சி குடிச்சிட்டு இவங்க கிட்ட பேசிட்டு இருங்க", என உள்ளே எழுந்துச் சென்றாள் நதி.

"சரணா மோர் குடுத்துட்டு ஒரு நிமிஷம் உள்ள வா", நதியாள்.

"சரி யாள். அகர் இங்க இரு. வரேன்", சரண்.

"வாங்க வரதன்னா. எப்படி இருக்கீங்க? வீட்ல எல்லாரும் சவுக்கியமா?", அகரன்.

"எல்லாரும் நல்லா இருக்காங்க தம்பி. நீங்க எப்படி இருக்கீங்க பாத்து பல வருஷம் ஆச்சி. இவங்க தான் மரகதம்மா பேரனா?", தேவ்வை சுட்டிக்காட்டிக் கேட்டார் வரதன்.

"ஆமா. நான் சக்ரதேவ். இப்ப தான் உங்கள முதல்முறையா பாக்கறேன்", சக்ரதேவ் தன்னை அறிமுகப்படுத்திக் கொண்டான்.

"நல்லது தம்பி", வரதன்.

"வரதன்னா. நதி சின்னபொண்ணு கோவத்துல கை நீட்டிட்டா. மனசுல வச்சிக்காதீங்க", அகரன்.

"அட என்ன தம்பி நீங்க? சின்ன புள்ளையா இருக்கறப்ப விளையாட்டுல தப்பு பண்ணாலும் இப்படி தான் அடிப்பாங்க பாப்பா. எனக்கு இது அப்படி தான். கோவில்ல நான் குடிச்சிட்டு கலாட்டா பண்ணது தப்பு. அதுக்கு தான் பாப்பாகிட்ட மன்னிப்பு கேக்க வந்தேன்", வரதன் திறந்த மனதுடன் பதிலளித்தார்.

அகரனுக்கும், தேவ்விற்கும் சற்றே இது ஆச்சியமாகத்தான் இருந்தது. ஒரு சிறு பெண் தன்னை அடித்தும் அதை அவமானமாக கருதாமல், அந்தப் பெண்ணைக் குழந்தையாக பாவித்து பேசுவதும், தான் செய்த தவறுக்கு மன்னிப்பு கேட்பதும், எத்தகைய வெள்ளை மனம் இவருக்கு.

"தேங்க்ஸ் வரதன்னா...", அகரன்.

"விடுங்க தம்பி. நான் கிளம்பறேன். நைட்டுக்கு போய் சமைக்கணும்", என வரதன் கிளம்பும் சமயம் நதி அவரை அழைத்தாள்.

"வரதன்னா.... ஒரு நிமிஷம் நில்லுங்க", எனக் கைகளில் சில கவருடன் வந்தாள் நதி.

"என்ன பாப்பா இதுல்லாம்?", வரதன்.

"இது உங்களுக்கு எடுத்து வச்சது தான். நேத்து குடுக்க மறந்துட்டேன். இந்தாங்க. இது அண்ணிக்கு . இது பசங்களுக்கு. இது உங்களுக்கு. அப்பறம் உங்ககூட வேலை செய்ற-

வங்க எத்தனை பேருன்னு சொன்னா அவங்களுக்கும் துணி எடுத்து குடுத்துடுவேன். தாத்தா உங்கள கேக்கச் சொன்னாரு", நதியாள் துணிக் கவர்களைக் கொடுத்துவிட்டுக் கேட்டாள்.

"எதுக்கு பாப்பா இவ்வளவு?", வரதன் சற்றே சங்கடத்துடன் கேட்டார்.

"எதுவும் பேசக்கூடாது. அண்ணியும் பசங்களும் நாளைக்கு வரணும். எத்தனை பேருன்னு சொல்லிட்டு போங்க", நதியாள்.

"மொத்தம் 15 பேர் பாப்பா", வரதன்.

"சரி நைட் அவங்களுக்கு துணி வந்துடும். அங்க வந்து குடுத்துடறோம் நாங்க", நதியாள்.

"சரி வரேன் பாப்பா. வரேன் தம்பி எல்லாருக்கும்", என அனைவரிடமும் விடைபெற்றுக் கிளம்பினார்.

அவர் சென்றதும் உள்ளே வந்த நதியாள் பாட்டியின் அறைக்கு சென்று ஓய்வெடுப்பதாகக் கூறிச் சென்றுப் படுத்துக் கொண்டாள்.

"அப்பாடா….. நல்ல வேல நீ பண்ணத அவ மறந்துட்டா போல", சரண் அகரனின் காதில் முணுமுணுத்தான்.

"அகன்….", உள்ளிருந்து நதி குரல் கொடுத்தாள்.

"அச்சச்சோ… நியாபகம் வந்துரிச்சி போல டா. வா நானும் கூட வரேன்", சரண்.

"இல்ல. நீ வெளியவே இரு. நான் மட்டும் உள்ள போறேன்", அகரன் கூறிவிட்டு உள்ளே சென்றான்.

"இங்க வா", என நதி அவளின் அருகில் அவனை அழைத்தாள்.

"பக்கத்துல வர சொல்றா அடிப்பாளோ?", என மனதிற்குள் எண்ணியபடி முகத்தில் எதுவும் காட்டாமல் அருகில் சென்று அமர்ந்தான்.

"என்ன நதிமா?", அகரன்.

"கொஞ்ச நேரத்துக்கு முன்ன எனக்கு என்ன குடுத்த நீ?", நதியாள் முகத்தைக் கோபமாக வைத்துக்கொண்டு வினவினாள்.

"அது இன்னிக்கு நீ ரொம்ப அழகா இருந்தியா அதான் பழக்க தோஷத்துல விஷ்....", என அகரன் கூறிமுடிக்கும் முன் அவள் இவனின் கன்னத்தில் இதழ் பதித்து இருந்தாள்.

அவளின் இதழ் ஒற்றலில் இன்பமாக அதிர்ந்தவன் அவளை காதலுடன் திரும்பிப் பார்க்க, அவள் பத்து வயது சிறுமியென அவனின் கழுத்தைக் கட்டிக்கொண்டாள்.

"நம்ம ஸ்கூல்ல இப்படிதான் அகன் தினமும் பண்ணுவோம். அதுவும் அந்த ஆனுவல் டேல நான் ஸ்கைபுளூ கலர் பிராக் போட்டுட்டு இருந்தப்ப நீ இப்படித்தான் கிஸ் பண்ண. அதே மாதிரி இன்னிக்கும்", என அவள் பாட்டிற்குப் பேசிக்கொண்டே போனாள்.

அகரனுக்கோ மனதிற்குள் இவள் இதற்கு தன்னை அடித்து இருந்தால் கூட பரவாயில்லை என எண்ணினான்.

"சரண் சொன்னதுல சின்ன திருத்தம். இன்னும் இவ பத்து வயசு குழந்தையா தான் இருக்கா", என தனக்கு தானே பேசிக்கொண்டான் அகரன்.

"ஏன் அகன்?", நதியாள்.

"இல்ல நீ இன்னும் பத்து வயசு குழந்தை இல்லன்னு சரண் சொன்னான்", அகரன்.

"எங்க அவன்? வர சொல்லு. டேய்... சரணா...", நதியாள்.

"என்ன யாள்?", சரண் முழித்தபடி வந்து நின்றான்.

"நீ எப்படி டா அப்படி சொல்லலாம்?", நதியாள்.

"நான் எப்படி சொன்னேன்?", சரண்.

"நான் பத்து வயசு குழந்தை இல்லைன்னு", நதியாள்.

"இல்லையா பின்ன?", சரண்.

"என் அகனுக்கு நான் எப்பவும் பத்து வயசு குழந்தை தான். அதே ஸ்கூல்ல இப்ப கூட போய் ஜாயின் பண்ணிக்குவோம். இல்ல அகன்?", என அகரனைக் கேட்டாள் நதி.

"அகரா.... இப்படியே போனா உனக்கு இந்த ஜென்மத்துல கல்யாணம் நடக்காது. இவ அதே ஐஞ்சாங் கிளாஸ் போவா நாம டுவல்த் மறுபடியும் எழுதிட்டே இருக்கணும். எப்படி இவளுக்கு புரிய வைக்கறது", என மனதிற்குள் எண்ணியபடி அவளைப் பார்த்தான் அகரன்.

அகரன் அமைதியாக இருப்பதைக் கண்டு ," என்ன அகன் அமைதியாகிட்ட... பதில் சொல்லு", நதியாள் அவன் தோளில் சாய்ந்தபடிக் கேட்டாள்.

"ஒன்னுமில்ல நதிமா. நீ என்ன டைட்டில் பேஸ்ல ப்ராஜெக்ட் பண்ணப்போற?", அகரன் பேச்சை மாற்றினான்.

"இன்டீரியர் ஓட கார்டெனிங்கும் சேத்து பண்ணலாம்னு ஐடியா இருக்கு அகன். பட் எந்த அளவுக்கு வர்க்அவுட் ஆகும்னு தெரியல", நதியாள்.

சரண் சிரிப்பை கஷ்டப்பட்டு அடக்கியபடி வெளியே வந்தான்.

வந்தவன் முன் கட்டிற்கு வந்து வயிற்றை பிடித்துக்கொண்டுச் சிரித்தான். அவனின் சத்தம் கேட்ட அகரன், "நதிமா.. இப்ப நீ கொஞ்ச நேரம் ரெஸ்ட் எடு. இதோ வரேன்", என அறையை சாற்றிவிட்டு முன்கட்டிற்கு வந்தான்.

அங்கே தேவ் சரணை விநோதமாகப் பார்த்தபடி நின்று இருந்தான், "இவன் ஏன் இப்படி சிரிக்கறான். உள்ள என்ன நடந்தது?", என மனதிற்குள் எண்ணியபடி அகரன் வருவதைப் பார்த்தான்.

"நிறுத்து டா... இதுக்கு மேல சிரிக்காத... உன்ன கொன்னுடுவேன்", அகரன் பல்லைக் கடித்தபடிக் கூறினான்.

"இல்ல மச்சான். நீ இப்ப அதே யூனிபார்ம் போட்டுகிட்டு, அவளும் இரட்டை ஜடை போட்டுகிட்டு, பேக்அ மாட்டிகிட்டு இரண்டு பேரும் ஸ்கூல் போனா எப்படி இருக்கும்னு நினைச்சி பாத்தேன். என்னால சிரிப்ப அடக்க முடியலடா....", எனக் கூறி மீண்டும் சிரித்தான்.

"போதும் நிறுத்து. இதுக்கு மேல சிரிச்ச பல்ல தட்டி கைல குடுத்துடுவேன்", என கை முஷ்டியை இறுக்கியபடி சரணின் அருகில் சென்றான் அகரன்.

"என்னப்பா நடக்குது? யார் இப்ப ஸ்கூலுக்கு போகணும்? உள்ள என்ன நடந்தது?", தேவ்.

"அது ஒன்னும் இல்ல தேவ். நான் அகர் நதி மூனு பேரும் ஒரே ஸ்கூல்ல படிச்சோம். நாங்க டுவல்த் படிக்கறப்ப நதி அதே ஸ்கூல்ல பிப்த் படிச்சா. செம வாலு. எப்ப பாரு அகர் கூடவே தான் இருப்பா. யார் பேச்சையும் கேக்கமாட்டா. அகர் சொன்னா மட்டும் கேட்டுக்குவா. எங்களோடவே கிளாஸ்ல, லேப்ல ன்னு கூடவே தான் இருப்பா. அதான் இப்ப அவ சொன்னா அதே பிப்த் படிக்கற குழந்தை தான் நான் அகனுக்குனு. அதான் இரண்டு பேரும் அந்த கெட்அப்ல இப்ப போனா எப்படி இருக்கும்னு யோசிச்சேன்", சரண்.

"அகரன் அவங்க மனசுல நீங்க ஆழமா பதிஞ்சிட்டீங்க. அவங்கள ரொம்ப அன்பா கேரிங்க பாத்துகிட்டதால உங்ககூடவே அதே மாதிரி இருக்கனும்னு நினைக்கறாங்க போல", சக்ர-தேவ்.

"ஆமா தேவ். பட் ஐ லவ் ஹர். ஐ வான்ட் டூ மேரி ஹர். அத எப்படி அவளுக்கு புரிய வைக்கறதுன்னு தான் தெரியல", அகரன் தலையை அழுந்தக் கோதியபடி அருகில் இருந்த திண்ணையில் அமர்ந்தான்.

"ஹோ..... தட்ஸ் கூல்... ப்ரபோஸ் பண்ணுங்க அகரன். உங்கள புரிஞ்சிப்பாங்கள்ள", சக்-ரதேவ்.

"அது தான் இப்ப பிரச்சினையே. அவ எப்படி ரியாக்ட் ஆவான்னு எங்களுக்கு தெரியல. இத்தனை வருஷம் கழிச்சி இப்பதான் பாக்கறோம். எதாவது சொல்லி இருக்கறதும் கெட்-டுச்சின்னா என்ன பண்றது?", சரண்.

"ஒன்னு பண்ணுங்க. அவங்களும் இப்ப பைனல் இயர். கண்டிப்பா பிராஜெக்ட் இருக்கும் உங்க கம்பெனில பண்ண சொல்லுங்க. இரண்டு பேரும் பழகினா உங்களுக்கும் ஐடியா கிடைக்கும் அவங்களுக்கும் உங்க மேல லவ் வர சான்சஸ் இருக்குல்ல", சக்ரதேவ்.

"அதுல்லாம் அவளே சொல்லிட்டா. படிப்பு முடிஞ்சி எங்க கம்பெனில தான் லைப்லாங் இருக்க போறேன்னு. இந்த விஷயத்த எப்படி அப்ரோச் பண்றதுன்னு தான் இப்ப யோசனை", சரண்.

"இங்க பாருங்க அகரன். ஷீ டூ லவ்ஸ் யூ. அது அடல்ட் லவ்ஆ மாற டைம் குடுக்கணும். உங்க கூடவே இருந்தா அது தானா நடக்கும். கிவ் ஹர் சம் டைம்", சக்ரதேவ்.

"அது தான் நானும் யோசிச்சி இருக்கேன். தேவ் இந்த விஷயம் நமக்குள்ள இருக்கட்டும். யாருக்கும் தெரிய வேணாம். அவகிட்ட சம்மதம் வாங்கிட்டு நானே வீட்ல பேசறேன்", அகரன்.

"ஓகே. இட்ஸ் ஃபர்காட்டன் ஹியர் இட்செல்ப்...", சக்ரதேவ்.

"தேங்க்யூ தேவ். சரி வாங்க கொஞ்ச நேரம் ரெஸ்ட் எடுக்கலாம். நாளைக்கு பூமிதிக்கணும்", அகரன்.

"ஆமால்ல ..... இதெல்லாம் இத்தனை வருஷம் நாம பாக்காம இருந்துட்டோமே மச்சான். தேவ் உனக்கு தெரியுமா?", சரண்.

"இல்ல சரண். தாத்தா இருந்தப்ப ஒரு டைம் வந்தேன் அப்ப பாட்டியும் தாத்தாவும் மிதிச்சாங்க. அதுக்கப்பறம் நான் ஹாஸ்டல் போயிட்டேன். இப்ப தான் வரேன் இங்க", சக்ரதேவ்.

"சரி இனிமே நாம தானே பண்ணனும் இப்ப இருந்து கரெக்டா தெரிஞ்சிட்டு பண்ணலாம்", அகரன் கூற மற்ற இருவரும் ஆமோதித்துவிட்டு சோபாக்களில் சாய்ந்தனர்.

இங்க ஜோசியம் பாக்க போன கூட்டம் என்னாச்சின்னு பாக்கலாம் வாங்க மக்களே....

மதியம் கோவிலில் சாப்பிட்டு முடித்ததும் நாளை விஷேசத்திற்கு வேண்டிய ஏற்பாடுகளை ஆரம்பித்து, நம்பகமானவர்களிடம் சிறிது நேரம் பார்த்துக்கொள்ளும் படி கூறிவிட்டு, மொத்த குடும்பமும் இரண்டு பெரிய கார்களில் ஜோசியர் வீட்டை நோக்கிப் பறந்தன.

"ஏங்க ஜோசியர் என்ன சொல்வாரு?", சரோஜாதேவி.

"எல்லாம் நல்லதே சொல்வாரு. இன்னும் பத்து நிமிஷம் தான் அங்க கேட்டுக்க எல்லாத்தையும்", மாந்தோப்பு தாத்தா.

அங்கே சென்றுக்கொண்டிருந்த அத்தனை பேர் மனதிலும் ஜோசியர் நல்லவிதமாகக் கூறவேண்டும் என்கிற வேண்டுதலே இருந்தது.

மிகவும் பழமையான வீட்டின் முன் நம்மாட்கள் சென்ற வாகனம் நின்றது.

அந்த சுற்று வட்டாரத்தில் இவர் தான் பிரபலமான ஜோதிடர். அவர் கணித்துச் சொன்னால் அப்படியே நடக்கும் என்பதால் அனைவரும் அவரை நாடி வந்தனர்.

"வாங்க சுந்தரம் ஐயா. வாங்க வாங்க. தோப்புக்காரரே எப்படி இருக்கீங்க? அடடே வீட்டு எஜமானி அம்மாக்களோட எல்லாரும் வந்து இருக்கீங்க. என்ன சமாச்சாரம்?", வந்தவர்களை வரவேற்று உபசரித்தார் ஜோசியர்.

"ஜோசியரய்யா எப்படி இருக்கீங்க? திருவிழா நடக்கறப்ப கூட வரது இல்ல", மாந்தோப்பு தாத்தா விசாரித்தார்.

"சாயங்கால பூஜைக்கு வந்துடுலாம்னு இருந்தேன். வந்தா நாளைக்கு பூமிதி பாத்துட்டு உச்சிகால பூஜையும் முடிச்சிட்டு தான் கிளம்புவேன்", ஜோசியர்.

"சரி சரி. நல்லது. வாங்க", சுந்தரம்.

"என்ன விஷயம் நாலு குடும்பமும் ஒன்னா வந்து இருக்கீங்க", ஜோசியர்.

"எங்க பேரனுக்கும் பேத்திக்கும் கல்யாணம் பண்ணலாம்னு யோசனை இருக்கு. நீங்க அவங்க ஜாதகத்த பாத்து சொன்னா மேற்கொண்டு வேலைய ஆரம்பிச்சிடுவோம்", சரோ-ஜாதேவி.

"யார் யாருக்கு?", ஜோசியர்.

"எங்க பொண்ணு நதியாளுக்கும் அகரனுக்கும் தான் ஐயா", ராதா.

"பேஸ் பேஸ்.... குழந்தைக்கு கல்யாணம் வயசு வந்துடுச்சா? நல்லா துறு துறுன்னு இருப்பா. நல்ல தெளிவான குழந்தை. இப்ப என்ன படிக்கிறா?", ஜோசியர்.

"இப்ப காலேஜ் கடைசி வருஷம் படிக்கிறா ஐயா. மாமா அகரனுக்கு கேட்டாங்க எங்க-ளுக்கும் இஷ்டம், அவங்களுக்கு பொருத்தம் எப்படி இருக்குன்னு பாத்துட்டா எங்க மனசும் சந்தோஷப்படும்", பரமசிவம்.

"பாத்துடலாம் சிவம். உன் பையனுக்கும் இப்ப அகரன் வயசு தானே?", ஜோசியர்.

"ஆமாங்கய்யா... அவனுக்கும் எப்ப நேரம் கூடி வரும்னு பாத்து சொல்லுங்க. முதல்ல எங்க பொண்ணுக்கு பாருங்க", செல்லம்மாள்.

"ஹாஹா.... சிறப்பா பாத்துடலாம். ஜாதகம் குடுங்க", ஜோசியர்.

"இந்தாங்க ஐயா", என மீனாட்சி எடுத்துக் கொடுத்தார் தான் கொண்டு வந்த பையில் இருந்து.

ஜாதகத்தை வாங்கிய ஜோசியர் இறைவன் படங்களின் முன்னால் வைத்து மனமாரப் பிரார்த்-தித்துக்கொண்டு இருவரின் ஜாதகத்தையும் ஆராய்ந்தார்.

பின் இருவரின் தசாபலன்கள், அடுத்தடுத்து மாறும் கிரகங்களின் பலன்கள் என அனைத்தும் கணக்கிட்டார்.

"இரண்டு பேரோட ஜாதகமும் நல்ல யோக ஜாதகம். இரண்டு பேருமே வீட்டுக்கு ஒரே வாரிசு. அதனால தங்கதட்டுல தான் தாங்கி வளத்தி இருக்கீங்க. தனி தனியா இரண்டு பேருமே நல்லா பேரும் புகழும் சேக்கற ஜாதக அமைப்பு உடையவங்க தான். நடக்கற தெசாபுத்தி, இனி வர கிரக சஞ்ஜாரங்களும், இரண்டு பேருக்கும் ஏறுமுகத்த தான் குடுக்-கும். நல்ல திறமைசாலிங்க. தனியா பெரிய நிறுவனத்தை உருவாக்குற வாய்ப்பும் இருக்கு.

நல் எண்ணங்களும், சுய ஒழுக்கமும் இருக்கறதால நல்ல மேன்மையான நிலையை அடைவாங்க. நாலு பேருக்கு அவங்க கேக்காமயே உதவுற குணமும் இரண்டு பேருக்கும் இருக்கு. பொண்ணு கொஞ்சம் சத்தம் குடுத்து வேலை வாங்குவா, பையன் அமைதியா இருந்தே காரியத்த நடத்திப்பான்", ஜோசியர்.

"ஐயா... இரண்டு பேருக்கும் கல்யாண பொருத்தம் இருக்கு தானே?", சிதம்பரம்.

"இரு சிதம்பரம் அடுத்து அது தான்", ஜோசியர்.

"இரண்டு பேருக்கும் பொருத்தம் பத்தும் பக்குவமா பொருந்துது. வசியப்பொருத்தம் அதீதமா இருக்கு. இப்பவே அவங்க இரண்டு பேரும் ஒன்னாவே தான் சுத்திட்டு இருப்பாங்க. சரியா?", ஜோசியர்.

"ஆமாங்கய்யா.. இன்னிக்கு காலைல இருந்து இரண்டு பேரும் தான் கோவில்ல பாதி வேலைக்கு மேல பாத்தாங்க.. பாக்கற எங்களுக்கு கண்ணும் மனசும் நிறைஞ்சு போச்சி", திலகவதி.

"சரி தான். பையனுக்கு ஏற்கனவே பொண்ணு மேல ஈர்ப்பு வந்துடிச்சி. பொண்ணே வேணான்னு சொன்னாலும் உங்க பையன் இனி அவள விடமாட்டான். பேசி பேசியே அவள அவன் வழிக்கு கொண்டு வந்துடுவான். ஆனா....", ஜோசியர்.

"என்னங்கய்யா?", சரோஜாதேவி.

"பொண்ணு பையன் இரண்டு பேருக்குமே கண்டம் ஒன்னு இருக்கு. அதுவும் கொஞ்ச மாசத்துல இருக்கு", ஜோசியர்.

"என்ன சொல்றீங்க? இரண்டு பேரும் சேர்ந்தாவா?", சுந்தரம் மனம் பதறக் கேட்டார்.

"இல்ல சுந்தரமய்யா. தனி தனியாவே அவங்களுக்கு கண்டம் இருக்கு. இன்னும் சொல்லப்போனா இரண்டு பேரும் ஒன்னா இருந்தா அந்த கண்டத்தினால பாதிப்பு குறையும்", ஜோசியர்.

"ரொம்ப ஆபத்தான கண்டமாங்கய்யா?", கவலையுடன் வினவினார் ராதா.

"இல்லம்மா. சின்னதா அடிபடும். கை கால் எழும்பு உடையும். உயிருக்கு ஆபத்து இல்ல. இவங்க சேந்து இருந்தா அதுவும் இருக்காது. சின்னதா சிராய்ப்பு மாதிரி போயிடும்", ஜோசியர்.

"அப்ப அவங்களுக்கு உடனே கல்யாணம் செஞ்சிடலாமா?", கண்ணன்.

"அவசரப்படாதீங்க. பொண்ணு படிப்ப முடிக்கட்டும். ஆனா இந்த பொண்ணுக்கு இந்த பையன் தான். நீங்களே வேணாம்னு நினைச்சாலும் இவங்க இரண்டு பேரும் தான் வாழ்க்கைல சேருவாங்க நல்லா வாழ்வாங்க", ஜோசியர்.

"கல்யாணம் பண்ணிட்டா கண்டத்தினால வர ஆபத்து குறையும்னு சொல்றீங்கள்ள ஐயா. செஞ்சிட்டா அவங்களும் சந்தோஷமா பத்திரமா இருப்பாங்கள்ள", சரோஜாதேவி.

"உண்மை தான் மா. ஆனா அவங்களுக்கு இப்ப கல்யாணம் பண்ற சமயம் கூடி வரல. இன்னும் ஒரு வருஷத்துக்கு அப்பறம் தான் செய்ய முடியும்", ஜோசியர்.

"அப்ப என்ன பண்றது ஜோசியரே?", சுந்தரம்.

"ஆறு ஏழு மாசத்துக்குள்ள நிச்சயம் செஞ்சிட்டு பொண்ணையும் பையனையும் வச்சி ஒரு யாகம் செஞ்சி தாயத்து கட்டிடலாம். கல்யாணம் முடிஞ்சதும் ஒரு மலைகோயிலுக்கு விரதம் இருந்து போயிட்டு வரணும் . முடிஞ்ச வரைக்கும் இரண்டு பேரும் ஒரே இடத்துல இருக்கிறது நல்லது. வேலை சம்பந்தமாவோ இல்ல தங்கற இடத்துல பக்கத்துலயோ", ஜோசியர்.

"ஏன் அத்தனை மாசம் தள்ளனும்? உடனே இந்த வாரம் நிச்சயம் பண்ணிடலாம்ல ஐயா?", சிதம்பரம்.

"ம்ம்... பையனும் பொண்ணும் ஒத்துப்பாங்களா? இரண்டு பேரும் மனசு ஒத்து சம்மதிச்சா தான் அவங்களுக்கு நல்லது", ஜோசியர்.

"நாங்க பேசி ஒத்துக்க வைக்கறோம்", ராதாவும் செல்லம்மாவும் ஒரே நேரத்தில் கூறினர்.

"சரி பண்ணுங்க. எல்லாம் நல்லபடியா நடக்க மரகதீஸ்வரர் அருள் செய்யட்டும்", என ஜோசியர் மனதார வேண்டிக்கொண்டுக் கூறினார்.

"ஐயா. சரணுக்கு பாருங்க", ராதா.

"பாக்கறேன் மா", ஜோசியர்.

"அவனும் அகரனும் சேந்து தான் இப்ப கம்பெனி நடத்தறாங்க. அதுல ஒன்னும் பிரச்சினை இல்லைல", பரமசிவம்.

"அதுல்லாம் ஒன்னும் இல்ல சிவம். அகரனுக்கும் சரணுக்கும் வியாபாரத்துல கூட்டு வச்சிக்-

கறதால எந்த குறையும் இல்ல. இரண்டு பேரும் இன்னும் நிறைய செய்வாங்க நல்ல நிலைமைக்கு வருவாங்க. உங்க பையனுக்கு கல்யாணம் இன்னும் இரண்டு வருஷம் போகட்டும். அவனே பாத்தாலும் நல்ல பொண்ணா தான் இருக்கும் . அதனால எதாவது அப்படி அவன் சொன்னாலும் கவலைபடாதீங்க", ஜோசியர்.

"ஐயா.. வேறவங்க பொண்ண சொல்லிட்டா என்ன பண்றது?", பரமசிவம்.

"அப்படியெல்லாம் தெரியாதவங்களா வராது கவலைப்படாதீங்க. உங்களுக்கு தெரிஞ்சவங்களா தான் இருக்கும்", ஜோசியர்.

"சரிங்கய்யா.. பசங்க எல்லாரும் நல்லா இருந்தா போதும்", செல்லம்மாள்.

"ம்ம்... தோப்புக்காரரே....உங்க பொண்ணு எங்க இருக்காங்க? இன்னும் உங்க மாப்பிள்ளை சமாதானம் ஆகலியா?", ஜோசியர்.

"இல்ல ஜோசியரே. அவ நல்லா இருந்தா போதும்னு நாங்க அமைதியா இருக்கோம். காலம் மாறும். எங்கப்பனும் அம்மாவும் அப்படியே எங்கள விட்டுட மாட்டாங்கன்னு நம்பிக்கை இருக்கு", மாந்தோப்பு தாத்தா கனத்த மனதுடன் கூறினார்.

"கவலைபடாதீங்க பெரியப்பா நாங்க எல்லாம் இருக்கோம்ல", செல்லம்மாள்.

"அதனால தான் கண்ணு இன்னும் எங்க கட்ட நடமாடுது", சரோஜாதேவி.

"சரி மொத நிச்சயம் பண்ற வேலைய பாப்போம் . புள்ளைகிட்ட பதமா எடுத்து சொல்லி ஒப்புதல் வாங்குங்க", மாந்தோப்பு தாத்தா.

"என்ன சுந்தரமய்யா யோசனைல இருக்கீங்க?", ஜோசியர்.

"இல்லை நேத்து விளையாட்டுக்கு கல்யாணம் பத்தி பேசினப்பவே நதிகுட்டிக்கு கோவம் வந்து எந்திரிச்சி போயிட்டா. இன்னிக்கு நாம உண்மையா ஏற்பாடு பண்றத பத்தி சொன்னா எப்படி எடுத்துக்குவான்னு தான்", சுந்தரம்.

"எடுத்து சொன்னா புரிஞ்சிக்குவா பெரியப்பா. அத நாங்க பாத்துக்கறோம்", ராதா.

"புள்ளைய கட்டாயம் படுத்தக்கூடாது ராதா. அவளுக்கும் அகரன பிடிக்கும் ஆனா அவ நிறைய படிக்கணும் சொந்த கால்ல நிக்கணும்னு தான் நினைக்கறா. அதனால அதுக்கு நாம வழி பண்ணிட்டு இதபத்தி பேசலாம்", சுந்தரம்.

"அப்ப என்னிக்கு நிச்சயம் வச்சிக்கலாம்?", சிதம்பரம்.

"நதி படிப்பு முடிய இன்னும் எத்தனை மாசம் இருக்கு?", சுந்தரம்.

"இன்னும் ஆறுமாசம் இருக்கு மாமா", கண்ணன்.

"சரி அது முடிஞ்சி அகரன் கிட்ட பேசி அவ ஆசைக்கும் வழி செஞ்சிட்டு நிச்சயத்த ஊரரிய வச்சிக்கலாம். ஜோசியர சாட்சியா வச்சி இப்பவே எங்க அகரனுக்கு நதியாள் தான்னு நாம உறுதி படுத்திக்கலாம். சரியா?", சுந்தரம்.

"எங்களுக்கு பரிபூரண சம்மதம் மாமா", கண்ணனும் பரமசிவமும் ஒரு நேரத்தில் சந்தோ-ஷத்துடன் கூறினர். ராதா செல்லம்மாள் திலகவதி மூவரும் கையைப் பற்றிச் சிரித்துக்-கொண்டனர்.

"நல்ல யோசனை தான். அகரன் கிட்ட எப்ப சொல்லலாம்?", மாந்தோப்பு தாத்தா.

"நதியாள் படிப்பு முடியட்டும். இரண்டு பேரும் அதுவரை எந்த நிர்பந்தமும் இல்லாம பழகட்-டும். அவங்களுக்குள்ள இந்த இடைபட்ட சமயத்துல எதாவது கல்யாணம் பண்ணிக்கற எண்ணம் வந்துட்டா நமக்கும் வேலை சுலபம் ஆகிடும்ல", சுந்தரம்.

"அதுவும் சரிதான். கண்டிப்பா அதுக்கும் வாய்ப்பு இருக்கு", ஜோசியர்.

"சரி வாங்க ஜோசியரே கிளம்பலாம்", சுந்தரம்.

ஒருவழியாக எல்லாம் பேசி முடித்து அனைவரும் கிளம்பி வீடு வந்துச் சேர்ந்தனர்.

சிறியவர்கள் நால்வரும் அசதியில் தூங்கிக்கொண்டு இருக்க, இவர்கள் வந்து அவர்களை எழுப்பி இரவு பூஜையைப் பார்க்க அனுப்பிவிட்டு, அடுத்தநாள் காலை பூமிதிக்கு ஏற்பாடு-கள் செய்ய ஆரம்பித்தனர்.

முதலில் நதியாள் தான் இறங்க வேண்டும் என்று கூறி அவளுக்கு சிவப்பு புடவை உடுத்தி மஞ்சள் நீர் ஊற்றி மாலையிட்டு கைகளில் சிறிய திரிசூலம் கொடுத்துத் தயார்படுத்தினர்.

சிறியவர்கள் நால்வரும் மனதை ஒருநிலைப்படுத்தி, தூய்மையான எண்ணமும் புத்தியும் கொண்டு தெய்வத்தை நினைத்துப் பூமிதிக்கத் தயாராகினர்.

முதலில் கோவில் பூசாரி கையில் உற்சவ சிலையுடன் இறங்க, அடுத்து நதியாள் அகரன் சரண் தேவ் என அனைவரும் இறங்கினர். பின் ஊர் மக்கள் இறங்க ஆரம்பித்தனர்.

குண்டத்தைத் தாண்டி கோவிலுக்குள் வந்த நதியாள் சாமி தரிசனம் முடிந்து திரும்பும் போது மயக்கம் போட்டு விழுந்தாள். அவளுக்கு பின்னால் வந்த அகரனும் சரணும் அவளைத் தாங்கிப்பிடித்தனர்.

18

குண்டத்தைத் தாண்டி கோவிலுக்குள் வந்தவள், சாமி தரிசனம் முடித்துவிட்டுப் பிரகாரத்தைச் சுற்றும் சமயம் நடைத் தள்ளாட, மயக்கம் போட்டு விழுந்தாள்.

அவள் பின்னே வந்த அகரனும் சரணும் அவளைத் தாங்கிப் பிடித்தனர்.

"நதிமா... நதி....", அகரன் அவளின் கன்னத்தைத் தட்டினான்.

"யாள்குட்டி... குட்டிமா... கண்ண தொற டா. என்னாச்சி உனக்கு?", சரண்.

"என்னாச்சி அகர்?", என்றபடி தேவ் வர, அவனின் பின்னே வந்தவர்கள் அனைவரும் கூடி நின்று விட்டனர்.

பின் மரகதம்மாள் அந்த பக்கம் வர, கூட்டம் கூடி நிற்பதைப் பார்த்துவிட்டு நதியாள் மயங்கிக் கிடப்பதையும் கண்டார். பின், "எல்லாரும் நகருங்க. காத்து வரட்டும். தம்பி அகரா புள்ளைய தூக்கிட்டு அந்த தூண் மண்டபத்துக்கு வா. நான் ஆகாரம் கொண்டு வர சொல்லிட்டு வரேன்", எனக் கூறிப் பிரசாத கூடத்திற்கு விரைந்தார்.

"டேய் வினய். போய் பிரசாதம் ஒரு தட்டுல சீக்கிரம் வாங்கிட்டு வா. அந்த தண்ணி பாட்டில குடு" , என அவன் கைகளில் இருந்த பாட்டிலைப் பிடுங்கி தண்ணீர் பிடித்துக் கொண்டு வேகமாக நதியாள் இருக்கும் இடம் நோக்கி சென்றார்.

"பாட்டி எங்க வாங்கிட்டு வரட்டும்?", வினய்.

"தூண் மண்டபத்துக்கு வாடா. அந்த பொண்ணு மயங்கி கிடக்கு. சீக்கிரம்", சொல்லிக்கொண்டே நிற்காமல் சென்றார் மரகதம்மாள்.

அதற்குள் விஷயம் தெரிந்து அங்கு நம் பெரியவர்கள் கூடிவிட்டனர்.

"அகரா.. என்னாச்சி என் பேத்திக்கு?", சுந்தரம்.

"ஒன்னுமில்ல தாத்தா. இரண்டு நாளா வேலை அதிகம் காலைல இருந்து சாப்பிடல அதான் மயங்கிட்டா போல", அகரன் அவளின் கைகளைச் சூடுப் பறக்கத் தேய்த்தான்.

"தள்ளுங்க. அகரா இந்தா தண்ணீர். முகத்துல அடி. அம்மாடி ராதா வாயில தண்ணிய ஊத்து உம்பொண்ணுக்கு", என மரகதம்மாள் தான் கொண்டு வந்த பாட்டிலைக் கொடுத்தார்.

சரணும், மாந்தோப்பு தாத்தாவும் துண்டில் அவளுக்கு விசிறியபடி அவளையே பார்த்துக்-கொண்டு இருந்தனர்.

"கொடுங்க அத்தை நானே குடுக்கறேன்", என அகரன் தண்ணீர் பாட்டிலை வாங்கினான்.

"இந்தாங்க தம்பி. பாத்து", என அருகில் அமர்ந்து அவள் தலையைத் தடவிக் கொடுத்தார்.

அவளைத் தன் நெஞ்சில் சாய்த்துக் கொண்டுத் தண்ணீரை அவளுக்குப் புகட்டினான் அகரன்.

"என்னாச்சி குழந்தைக்கு?", என செல்லம்மாளும் சிதம்பரமும் பதற்றத்துடன் வந்தனர்.

"மயங்கிட்டா மா. இன்னும் கண்ணு முழிக்கல. டேய் அகர் ஹாஸ்பிடல் கூட்டிட்டு போலாம் டா", சரண் கவலையுடன் கூறினான்.

"இரு டா. கொஞ்சம் அசையறா... கண்ணு முழிச்சிக்குவா", சுந்தரம்.

மெதுவாய் கண்விழித்தவள் அகரனின் நெஞ்சினில் தான் படுத்திருப்பதைக் கண்டு தான் மயங்கியதை யூகித்தாள்.

"அப்பாடா கண்ண தொறந்துட்டா... யாள் என்னாச்சி உனக்கு ? ஏன் மயங்கிட்ட?", சரண் அவசரமாகப் பக்கத்தில் வந்து அவளின் அருகில் அமர்ந்து அவளின் கையைப் பிடித்துக்-கொண்டான்.

"ஒன்னுமில்ல சரணா. டயர்ட். சாப்டலியா அதான். அகன் தண்ணி குடு", நதியாள் அகரனிடம் இருந்து தண்ணீர் வாங்கிக் குடித்தாள்.

வினய் அவள் அகரனின் நெஞ்சில் சாய்ந்தபடி இருந்த பொழுதே வந்தவன், அவள் கண் விழித்தப் பிறகுப் பிரசாதத் தட்டைக் கொண்டு வந்துக் கொடுத்தான். அவனின் நெஞ்சில் கோபக்கனல் எரிந்துக் கொண்டிருந்தது அவர்களின் நெருக்கத்தைக் கண்டு.

"என்ன வினய் ஏதோ கருகுது போல?", எனக் கேட்டபடி சரிதா வந்து நின்றாள்.

"ஒன்னுமில்ல", வினய் பற்களுக்கிடையில் வார்த்தையைக் கடித்துத் துப்பினான்.

"ஏன் இவ்வளவு டென்ஷன் ஆகற?", சரிதா நக்கலாக வினவினாள்.

"அங்க பாரு இன்னும் லவ் சீன் முடியல", என சரிதா கூற, தலை நிமிர்த்திய வினய் அகரன் நதிக்கு ஊட்டிவிடுவதைக் கண்டு இன்னும் எரிந்தான்.

மரகதம்மாள், "ஏன் பொண்ணு காலைல பால் கூட குடிக்கலியா?", என கேட்டார்.

"இல்ல பாட்டி. எதுவும் குடிக்கல. விரதம் முடிஞ்சி பாத்துக்கலாம்னு விட்டுட்டேன். பூசாரி மாமாவும் எதுவும் குடிக்காம பூமிதிக்கறது நல்லதுனு சொன்னாரு", சாப்பிட்டபடிக் கூறினாள் நதி.

"இது தான் முதல் வருஷம் இப்பவே ஏன் இவ்வளவு வருத்திக்கற? இனிமே பால் குடிச்சிக்க. இப்ப பாரு எல்லாரும் பயந்துட்டாங்க", மரகதம்மாள்.

"சரி பாட்டி. போதும் அகன்", நதியாள்.

"இந்த பிளேட்ல இருக்கறத சாப்பிட்டா தான் விடுவேன். எதுவும் பேசாம கம்முனு வாய தொற", அகரன் அதட்டினான்.

"போதும் கொஞ்ச நேரம் கழிச்சு சாப்பிடறேன்", நதியாள்.

"தம்பி தானே ஊட்டுது சாப்பிடு டா", செல்லம்மாள், மறுப்பேதும் கூறாமல் அகரன் ஊட்டி-விட நதியாள் சாப்பிட்டு முடித்தாள்.

"இன்னும் கொஞ்சம் போட்டுட்டு வரவா?", செல்லம்மாள்.

"போதும் பெரியம்மா. தோப்பு தாத்தா நான் வீட்டுக்கு போய் ரெஸ்ட் எடுக்கவா கொஞ்ச நேரம்?", நதியாள்.

"நாலு பேரும் போய் ஓய்வு எடுங்க கண்ணு. இனி இராத்திரி ஐயனார் பூசைக்கு நீங்க வந்தா போதும். மத்தத நாங்க பாத்துக்கறோம்", மாந்தோப்பு தாத்தா.

"அம்மா... வீட்டு சாவி குடு", நதியாள்.

"அம்மாடி நம்ம வீட்ல படுத்துக்க. பசங்களும் அங்கயே தூங்கட்டும். ஏன் தனியா இருக்க?", சிதம்பரம்.

"ஆமா. அகரன் தம்பி கூடவே போ. அத்தை ரூம்ல உன் டிரஸ் வச்சி இருக்கேன். மாத்திட்டு படு. நான் மதியத்துக்கு மேல வரேன். அப்பாவும் இங்க தான் இருப்பாங்க ராத்திரி பூசை முடியற வரைக்கும். நீ தனியா இருக்க வேணாம்", ராதா.

"சரி. காலை பூஜை அவ்வளவு தானா?", நதியாள்.

"அவ்வளவு தான். நீங்க புறப்படுங்க கண்ணுங்களா. அகரா பாத்து கூட்டிட்டு போங்க", சுந்தரம்.

"சரி தாத்தா. சரண் இவள பிடி. நான் எந்திரிக்கணும்", அகரன் கூற நதியாள் சற்று நிமிரவும், சரண் அவளைப் பிடித்துக் கொண்டான்.

"தேவ் நீ என்ன பண்ற?", சரண்.

"நான் வீட்டுக்கு போய் டிரஸ் சேஞ்ச் பண்ணிட்டு என் மொபைல் எடுத்துட்டு வரேன்", தேவ்.

"சரி. நாங்க முன்ன போறோம். நீ வா", சரண்.

"யாள். தலைக்கு ஊத்திக்க கூடாது. தலைய தொவட்டிக்க. சாயங்காலம் பூஜைக்கு வரப்ப தலைக்கு குளிச்சிக்க", ராதா.

"சரிம்மா..", நதியாள்.

மூவரும் கிளம்பி வீட்டிற்கு வந்தனர். "அகன் நான் தூங்கறேன் கொஞ்ச நேரம்", நதியாள்.

"இரு கொஞ்சம் பால் குடிச்சிட்டு தூங்கு", அகரன் பால் காய்ச்ச சென்றான்.

"ஹேய்.. தலைமுடி காய வைக்கணும். நீ டிரஸ் சேஞ்ச் பண்ணிட்டு வா. நான் முடிய பிரிச்சிவிடறேன்", சரண் அதட்டினான்.

"ஹம்ம்.... சரி", என ஐந்து நிமிடத்தில் ஸ்கர்டும் டாப்பும் அணிந்து வெளியே வந்தாள்.

வெந்தய நிற டாப்பும் அடர்பச்சை நிற ஸ்கர்டும் அணிந்து வெளியே வந்தவளைக் கண்டு அகரன் மெய்மறந்து நின்றான்.

"இவளுக்கு எந்த டிரஸ் போட்டாலும் நல்லா இருக்கு. அகரா... நேத்து மாதிரி இன்னிக்கும் பண்ணிடாத. அப்பறம் கஷ்டம் உனக்கு தான்", எனத் தனக்கு தானே அகரன் சொல்லிக்-கொண்டான்.

"சரணா.... எங்க இருக்க?", நதியாள்.

"இங்க வா நதிமா. நான் தொவட்டிவிடறேன். இந்தா பால் குடி", அகரன் அழைத்து அவள் கையில் கொடுத்தான்.

"ம்ம்... அகன் நான் அந்த சோபால படுத்துக்கறேன். அப்படியே நீ தொவட்டு",என ஒரு சோபாவில் படுத்துக் கொண்டாள்.

படுத்தவள் சிறிது நேரத்தில் உறங்கியும் விட்டாள்.

பின் சரண் துணி மாற்றிக்கொண்டு சூடாக பால் காய்ச்சிக் கொண்டு வந்தான். அகரனும் துணி மாற்றிக்கொண்டு வர இருவரும் பால் குடித்துவிட்டு, பிரசாதம் சாப்பிட்டுவிட்டு அவர்-களும் சோபாவில் அமர்ந்தனர்.

"யாளுக்கு நல்லா நீளமான முடில்ல அகர்", சரண்.

"ம்ம்...", அகரன் அவளைப் பார்த்துக்கொண்டே கூறினான்.

"ஒரு டைம் பாத்தா சின்ன புள்ளமாதிரி நடக்கறா... ஒரு டைம் பெரிய மனுசி மாதிரி நடக்கறா.. பட் அவகூட இருந்தா டைம் போறதே தெரியலல்ல", சரண்.

"ம்ம்", அகரன் அவளை இரசித்துப் பார்த்துக்கொண்டே இருந்தான்.

"ஹாய் சரண், அகர்...", எனக் கூறியபடி தேவ்வும் வினயும் வந்தனர்.

"ஹோ... நதியாள் இங்கயே தூங்கிட்டாங்களா? இப்ப எப்படி இருக்காங்க பரவால்லையா?", தேவ்.

"பரவால்ல தேவ். வாங்க உக்காருங்க. அகர் நீ அவள ரூம்ல படுக்க வச்சிட்டு வாடா", சரண்.

"தூங்கறவங்கள ஏன் டிஸ்டர்ப் பண்ணணும். நாம வெளியே உக்காந்துக்களாமே", வினய் நதியாளின் உடலைக் கண்களால் மேய்ந்தபடிக் கூறினான்.

"அதுல்லாம் இல்ல. அவ அகெய்ன் தூங்கிடுவா", அகரன் வினயை ஒருமாதிரி பார்த்து-விட்டு நதியாளைத் தூக்கினான்.

"என்ன அகன்?", நதியாள் தூக்கம் கலைந்துக் கேட்டாள்.

"நீ ரூம்ல படுத்துக்க நதிமா. நானே தூக்கிட்டு போய் விடறேன்", அகரன்.

"சரி", என அவன் கழுத்தைக் கட்டியபடி மீண்டும் அவன் தோளில் சாய்ந்துவிட்டாள் நதி.

அகரன் அவளைத் தன்னறைக்குக் கொண்டுச் சென்றுப் படுக்க வைத்துவிட்டு, அவள் மேல் போர்வையைப் போர்த்திவிட்டு பால்கனி கதவைச் சாற்றினான்.

"அகன் பால்கனி திறந்தே இருக்கட்டும். ஏசி வேணாம். ஐ நீட் பிரஸ் ஏர்", நதியாள்.

"சரிடா. நீ தூங்கு. நானும் சரணும் கீழ இருக்கோம். எதாவது வேணும்னா சத்தம் குடு", அகரன்.

"சரி. குட் நைட்", எனத் தலையணையைக் கட்டிபிடித்தபடித் தூங்க ஆரம்பித்தாள் நதி.

அவள் தலையணையை இறுக்கமாகக் கட்டியபடி உறங்குவதைக் கண்ட அகரன் "ஹ்ம்ம்... நான் இருக்க வேண்டிய இடத்துல அது இருக்கு", என மனதிற்குள் முனகிவிட்டுச் சென்-றான்.

"என்னடா படுத்துட்டாளா?", சரண்.

"ம்ம். தூங்கவச்சிட்டு தான் வரேன்", அகரன்.

"அவங்க என்ன சின்ன குழந்தையா தூங்க வைக்கறதுக்கு? இது கொஞ்சம் ஓவரா இல்-லையா உங்களுக்கு?", வினய்.

"அவ எங்களுக்கு குழந்தை தான் வினய்", சரண் சற்றே காட்டமாகக் கூறினான்.

"தேவ். ... இன்னும் எத்தனை நாள் இங்க ஸ்டே?", அகரன்.

"நாளைக்கு விருந்து முடிஞ்சதும் ஊருக்கு கிளம்பறோம் அகர். பாட்டி அத்தை இவங்க இரண்டு பேரும் மட்டும் கொஞ்ச நாள் இருந்துட்டு வருவாங்க. நான் க்ஷோரூம் ஓபனிங் இன்விடேசன் அனுப்பறேன். கண்டிப்பா நீ, சரண், நதியாள் எல்லாரும் வரணும்", தேவ்.

"அவளுக்கு செம் வருதுன்னு சொன்னா. லீவ் இருந்தா கூட்டிட்டு வரோம் தேவ்", அகரன்.

"சரண் தானே அண்ணன். நீங்க எல்லா இன்பர்மேஷனும் தெரிஞ்சி வச்சி இருக்கீங்க நதியாள் பத்தி", வினய்.

"நாங்க மூனு பேரும் ரொம்ப க்ளோஸ் மிஸ்டர் வினய். புதுசா வந்தவங்களுக்கு புரியாது. நீங்க அப்படியே இருந்துக்கறது நல்லது", சரண் அவனை பார்வையாலும் எட்ட நிறுத்தினான்.

"வினய் அவங்க சின்ன வயசுல இருந்து க்ளோஸா இருக்காங்க. அவங்களுக்குள்ள ஆயிரம் இருக்கும் உனக்கு என்ன? வந்த இடத்துல பிரச்சினை க்ரியேட் பண்ணாத", தேவ்வும் சற்றே காட்டமாக கூறினான்.

"நான் சும்மா கேட்டேன் அத்தான். அக்கா கால் பண்றா. நான் கிளம்பறேன்", என அங்கிருந்து கிளம்பினான் வினய், அகரனை முறைத்துப் பார்த்துக்கொண்டே .

சரணிற்கும் அகரனிற்கும் வினயின் பார்வையும் பேச்சும் சரியாக இல்லை என்பதை நன்கு புரிந்துக் கொண்டனர்.

"சாரி அகர் சரண். அவனுக்காக நான் சாரி கேட்டுக்கறேன்", தேவ்.

"தேவ் நீ ஏன் சாரி கேக்கற? விடு. நான் ஒன்னு சொல்றேன் தப்பா எடுத்துக்காத", சரண்.

"என்ன சரண்?", தேவ்.

"அவன் பார்வையும் சரியில்ல, பேச்சும் சரியில்ல. எப்பவும் நீ அவன்மேல ஒரு கண்ணு வச்சி இருக்கறது நல்லது. அவன் என்ன பண்றான்?", சரண்.

"அவன் சும்மா தான் இருக்கான். அவங்க அப்பா பிஸ்னஸ்ல எல்லாம் லாஸ் ஆகிடிச்சின்னு தற்கொலை பண்ணிக்கிட்டாரு ஆறு மாசத்துக்கு முன்னாடி. அப்ப இருந்து நாம தான் பாத்துக்கறோம். பாட்டி எங்க கூடவே அவங்கள வச்சிகக்களாமான்னு கேட்டுட்டு இருக்காங்க", தேவ்.

"ம்ம். அது உங்க பேமிலி விருப்பம். ஆனா ஒரு கண்ணு வச்சிக்க", சரண்.

"சரி சரண்", தேவ்வும் சற்றே யோசனையுடன் கூறினான்.

அப்பறம் ஏதேதோ கதைப் பேசிவிட்டு அவர்களும் உறங்கினர்.

மாலை பூஜைக்கு இவர்களை அழைக்க செல்லம்மாளும் சிதம்பரமும் வீட்டிற்கு வந்தனர் .

உள்ளே வந்தவர்கள் அசந்து உறங்கிக் கொண்டு இருப்பவர்களைக் கண்டு ,"பாவம் பசங்க ரொம்ப அசதியாகிட்டாங்க போல", செல்லம்மாள்.

"இருக்கும் கா. நாம இத்தனை வருஷம் பண்ணோம் இப்பதானே இவங்க பண்றாங்க. நீங்க நதிய எழுப்புங்க. நான் இவங்கள எழுப்பிட்டு தயாராகி முன்ன கிளம்பி மத்தவங்கள அனுப்பி வைக்கறேன்", சிதம்பரம்.

"சரிப்பா... எங்க படுத்திருக்கா தெர்ல", செல்லம்மாள் சொல்லிக்கொண்டே நதியை தேடிச் சென்றார்.

"தம்பி அகரா.. சரண்.... தேவ்... எந்திரிங்கப்பா... மதியம் சாப்பிடக்கூட எந்திரிக்கல யாரும்... குளிச்சி தயாராகுங்க ஐயனார் பூசை இருக்கு", சிதம்பரம் அவர்களை எழுப்பி-விட்டுத் தன்னறைக்குச் சென்றார்.

"இவ எங்க இருக்கா? கீழ காணோமே", செல்லம்மாள் தனக்குத் தானே பேசிக்கொண்டு வந்தார்.

"அவ என் ரூம்ல தூங்கறா அத்தை... நான் எழுப்பி அனுப்பறேன்", அகரன்.

"சீக்கிரம் வரச்சொல்லுங்க தம்பி. அவளுக்கு அலங்காரம் பண்ணிட்டு தான் நான் தயாரா-கணும்", செல்லம்மாள்.

"அம்மா அவ பண்ணிக்குவா. நீ போய் ரெடி ஆகு. நாங்க அவள கூட்டிட்டு வரோம்", சரண்.

"இந்தா... இந்த பைல இருக்க துணியும் நகையும் போட்டு கூட்டிட்டு வாங்க. நான் வீட்-டுக்கு போயிட்டு வரேன்", செல்லம்மாள் சரணின் கைகளில் கொடுத்துவிட்டுச் சென்றார்.

"நீ கீழ தாத்தா ரூம்ல குளிச்சிட்டு ரெடி ஆகு. நான் அவள எழுப்பி விட்டுட்டு வரேன்", அகரன்.

"சரிடா....", என சரண் தன் உடைகளை எடுத்துக்கொண்டுக் குளிக்கச்சென்றான்.

மேலே வந்த அகரன் ரூமைத் திறந்து உள்ளே சென்றுப் பார்க்க நதியாள் குழந்தையைப்

போல தன் உடலின் மேல் தலையனையை கட்டிக்கொண்டுப் படுத்து இருந்தாள்.

"இவளுக்கு எதையாவது பிடிச்சிட்டே தூங்கனும் போல... உலகம் மறந்து தூங்கிட்டு இருக்கா... ", என மனதிற்குள் பேசிக்கொண்டு அருகில் சென்றான்.

அவளை போர்த்தியிருந்த போர்வை தனியாக கீழே கிடந்தது. ஸ்கர்ட் சற்றே மேலேறி டாப்-பும் அதே போல் இருக்க அகரன் அவளை தொடாமல் அதை சரி செய்துவிட்டு அவளை எழுப்பினான்.

"நதிமா.. எந்திரி டா", அகரன் அவளின் கன்னத்தைத் தட்டினான்.

"இன்னும் கொஞ்ச நேரம்மா... தூக்கமா வருது", அன்னையிடம் பேசுவதாக நினைத்து அகரனின் மடியில் படுத்து அவன் இடையைக் கட்டிக்கொண்டாள் நதி.

அவளின் செயலில் மென்னகைக் கொண்ட அகரன், "நதிமா.... நாளைக்கு தூங்கிக்கலாம். இப்ப எந்திரிச்சி ரெடி ஆகு. கோவிலுக்கு போகணும்ல" .

"கெடாவிருந்து எப்பம்மா போடுவாங்க? நான் அதையெல்லாம் போட்டோ எடுத்து பிரண்ட்ஸ்அ கடுப்பேத்தனும்", தூக்கத்திலேயே உளறினாள் நதி.

"அவங்கள அப்பறம் நேர்லயே கடுப்பு ஏத்தலாம் இப்ப எந்திரி பேபி", என அவளின் நெற்றி முடியை ஒதுக்கிவிட்டு இதமாக இதழ் ஒற்றினான் அகரன்.

"அம்மா நீ பேபின்னா கூப்ட?", சற்றே தூக்கம் கலைந்து இருந்தது அவனின் இதழ் ஒற்று-தலில் நதியாளுக்கு.

"அம்மா இல்ல... உன் அகன்.... எந்திரிமா... குளிச்சி ரெடி ஆகு", என அவளின் கன்-னத்தை அவளுக்கு வலிக்காமல் கிள்ளினான்.

"அகன்.... குட் மார்னிங்.... நீ எப்ப எங்க வீட்டுக்கு வந்த?", நதியாள்.

"சரியா போச்சு. நீ என் பெட்ரூம்ல படுத்துட்டு நான் எப்ப உன் வீட்டுக்கு வந்தேன்னு கேட்டா நான் என்ன பதில் சொல்லட்டும்", அகரன்.

"ஹான்..... சாரி அகன்... தூங்கினதும் மறந்துட்டேன். கோவிலுக்கு போகணும்ல... நான் முப்பது நிமிஷத்துல ரெடி ஆகிட்டு வந்துடறேன்", எனக் கீழே ஓட எத்தனித்தாள்.

"ஹேய் இரு. கீழ அப்பா ரெடி ஆகிட்டு இருக்காங்க. சரண் தாத்தா ரூம்ல ரெடி ஆகிட்டு

இருக்கான்", அகரன்.

"நான் எங்க ரெடி ஆகறது?", நதியாள்.

"இங்கயே குளிச்சி ரெடி ஆகு", அகரன்.

"அப்ப நீ?", நதியாள்.

"நான் கீழ தாத்தா ரூம்ல ரெடி ஆகறேன். இந்தா இந்த கவர்ல இருக்க டிரஸ் ஜுவல்ஸ் போட்டுக்க. அத்தை குடுத்துட்டு போய் இருக்காங்க. அவங்க கொஞ்ச நேரத்துல வந்துடு-வாங்க", அகரன் செல்லம்மாள் கொடுத்ததைக் கொடுத்துவிட்டு தன் உடையை எடுத்துக்-கொண்டு வெளியேறினான்.

அவன் சென்றதும் அறையை சாற்றிவிட்டு குளித்துவிட்டு வெளியே வந்து தன் உடையை எடுத்தாள்.

சட்னி கலரும் கிளிப்பச்சையும் கலந்த நிறம். கண்களை உறுத்தாது பாந்தமாக அவளுக்கு பொருந்தியது. புடவையைக் கட்டியவள் கண்ணாடி முன் நின்றுச் சரிபார்த்துக்கொண்டாள்.

லேசான முக ஒப்பனை முடித்து முடியை காயவைத்தாள். அந்த சமயம் சரண் கதவைத் தட்டினான்.

"வரேன்....", எனக் கதவை திறந்துப் பார்த்தாள்.

"என்ன சரணா? பிஸ்தா க்ரீன் சர்ட் செமயா இருக்குடா உனக்கு", என அவன் உடையைப் பார்த்தபடிக் கூறினாள்.

"தேங்க்யூ டியர் சிஸ்டர்", சரண் தலைத் தாழ்த்தி அவளது பாராட்டை ஏற்றுக்கொண்டான்.

"என்ன எல்லாரும் ரெடியா? எனக்கு முடி மட்டும் காயணும். 5 நிமிஷம் டா சரணா", நதியாள்.

"எவ்வளவு ஈரமா இருக்கு பாரு. டேய் அகர் உன் ஹேர் டிரையர் எங்கடா இருக்கு?", சரண் மேலிருந்து கத்தினான்.

"வேணா. நான் அதுல்லாம் யூஸ் பண்ணமாட்டேன். லூசா கிளிப் போட்டு பின்னிக்கறேன்", நதியாள்.

"ஓ... நேசுரல்லா இருக்கணுமோ. சரி திரும்பு பர்ஸ்ட் நல்லா தொவட்டலாம்", எனத் துண்டை எடுத்து அவளின் முடியை நன்றாக துவட்டிவிட்டான் சரண்.

அவனின் செயலில் நதியாள் மென்னகைக் கொண்டு அவனுக்கு வாகாக அமர்ந்து முடியைக் கொடுத்தாள் நதி.

"அடடா.... கண்கொள்ளா காட்சி... அண்ணன் தங்கச்சி பாசம் கரைய உடச்சிட்டு ஓடுது போலவே", அகரன் நக்கலடித்துக் கொண்டு உள்ளே வந்தான்.

"டேய் கண்ணு வைக்காத.... இப்ப தான் நாங்க கொஞ்சம் அமைதியா இருக்கோம். நாரதர் வேல பாத்து மறுபடியும் எங்கள அடிச்சிக்க வச்சிடாத", சரண் சிரிப்புடன் கூறினான்.

"இதோ பார்ரா.... இத்தனை வருஷம் நான் உங்களுக்கு நடுவுல வந்து உங்களுக்குள்ள பிரச்சினை பண்ணமாதிரி பேசற... நீ அவள பாக்ககூட போகாம ஊர் சுத்திட்டு இருத்தது எல்லாம் மறந்து பேச்சா மச்சான்", அகரன்.

"வேணாம்டா. இப்ப உனக்கு என்ன? இத நீ பண்ணணும் அது தானே வந்து தொவட்டி விடு", என எழுந்தான் சரண்.

"இரு நீ அத பண்ணு. நதிமா ஜுவல்ஸ் இன்னும் போட்டுக்கலியா? எங்க எடு நான் உனக்கு போட்டு விடறேன்", அகரன்.

"அகன்... இது நைட் தானே... சிம்பிளா ஒரு சையின் போட்டா போதும். ப்ளீஸ் அதிகமா வேணாம்", நதியாள் கண்களைச் சுருக்கிக் கேட்டாள்.

"உனக்கும் பெரியவங்களுக்கும் சேடிஸ்பை ஆகறமாதிரி நான் போடறேன். ஓகேவா?", அகரன்.

"இப்படி சொல்லி தான் நேத்து அத்தனைய மாட்டிவிட்ட எனக்கு", உதட்டைச் சுழித்துத் திரும்பிக் கொண்டாள் நதி.

"சரி சிம்பிளா இன்னிக்கு போட்டுக்கோ", எனக் கூறிவிட்டு அகரன் அந்த நகைப் பெட்டியைத் திறந்தான்.

ரூபி கற்கள் பதித்த மீடியம் சைஸ் நெக்ளஸ் , அதற்கு செட்டான தோடு, ஆன்டிக் டிசைன் ஒற்றை வளையல் இரண்டு கைகளுக்கும், மோதிரம் என எடுத்துக் கொடுத்தான் அகரன்.

"தலை பின்னிட்டு வா. நாங்களே போட்டு விடறோம்", சரண்.

"என்னடா என்மேல் பாசம் ரொம்ப பொங்குது போலவே?! என்ன விஷயம்?", நதியாள் ஒற்றைப் புருவத்தை உயர்த்தி வினவினாள்.

"ஒரு விஷயமும் இல்ல. ரொம்ப டயர்டா இருக்க.. மயங்கி வேற விழுந்த அதான்", சரண்.

"ம்ம்... சரி நடத்துங்க..", எனத் தலையைப் பின்னலிட்டு அவர்கள் முன் அமர்ந்தாள்.

அகரன் அவளுக்கு நெக்லஸ் அணிவிக்க, சரண் அவளின் கைகளில் வளையலும் மோதிரமும் போட்டுவிட்டான். தோடுகளை அகரன் போட்டுவிட, காலில் கொலுசை சரண் மாட்டினான்.

பத்து நிமிடத்தில் மூவரும் ஒன்றாக கீழே வர திலகவதியும் ராதாவும் கண்குளிரக் கண்டனர்.

"அப்படியே நில்லுங்க ராசாக்களா", என சரோஜாதேவி பாட்டி உப்பு மிளகாய் மூவருக்கும் சுற்றி போட்டார்.

"ஊரு கண்ணு முழுக்க உங்க மேல தான் இருக்கு", என மீனாட்சி பாட்டியும் நெட்டி முறித்தார்.

"ஓகே. நாங்க ரெடி. கிளம்பலாமா?", நதியாள்.

"இருடா. தாத்தா வராங்க. அகரா... சாமி ரூம்ல அருவா இருக்கு எடுத்துக்க. இன்னிக்கு பூசை முடிஞ்சதும் ஐயனார் கைல குடுத்துடலாம். நீ கம்பெனி ஆரம்பிச்சி நல்ல நிலைமைக்கு உசரணும்னு நான் வேண்டிகிட்டது. நினைச்ச மாதிரி இப்ப நல்லா வந்துட்டு இருக்கு. இன்னிக்கு காணிக்கை சாத்திடலாம்", மீனாட்சி.

"சரி பாட்டி எடுத்துக்கறேன்", அகரன் பூஜை அறைக்குச் சென்றான்.

அவனின் பின்னே வால் பிடித்த மாதிரி சரணும் நதியாளும் சென்றனர்.

"வாவ்..... சூப்பர் அருவா அகன்", என நதியாள் அருவாளைக் கண்டு கூறினாள்.

"அதுல என்ன இருக்கு வாவ்னு சொல்ல?", சரண்.

"அருவாள்ல நிறைய விதம் இருக்காம் சரணா. ஐயனாருக்குன்னா ஸ்பெஷலா செஞ்சி குடுப்பாங்களாம். எவ்வளவு சார்ப்பா இருக்கு பாரு", நதியாள் அருவாளைத் தொட்டுப் பார்த்தபடிக் கூறினாள்.

"சரி கைய கிளிச்சிக்காத. இங்க வா. தாத்தா வந்துட்டு இருக்காங்க", என சரண் அவளை இழுத்துத் தன்னருகில் நிறுத்திக்கொண்டான்.

பின் அனைவரும் வீட்டில் சாமி கும்பிட்டுவிட்டு கோவிலுக்குக் கிளம்பினர்.

அகரன் கைகளில் அருவாளைத் தூக்கிக் கொண்டுக் கம்பீரமாக நடந்து வந்தான். அமைதி நிலவும் முகத்துடன் கையில் அருவாள் என பார்ப்பவர்கள் கண்களைக் கவர்ந்தான்.

அருகிலே சரணும் நதியும் வலவலத்துக் கொண்டே வந்தனர்.

இரவு பூஜை தொடங்க அமைதியாக நின்றிருந்தனர். ஐயனார் கோவில் பூசாரி சாமியாடி வாக்கு சொல்லி, பூசை, படையல் என அனைத்தும் முடிய நடு இரவாகி விட்டது.

அடுத்த நாள் கெடாவிருந்து இருப்பதாக கூறி மக்களை சாப்பிட அழைப்புவிடுத்து அனைவரும் வீடு திரும்பினர்.

காலை லேட்டாக எழுந்த நதி பொறுமையாகக் குளித்துவிட்டு நேவி புளூ ஜீன்ஸ், எமரால்டு புளூ கலர் குர்தி அணிந்து கீழே வந்தாள்.

"இன்னிக்கு இந்த சாக்கு துணிய தூக்கி போட்டுகிட்டியா? இரண்டு நாளா லட்சணமா பொண்ணா புடவை கட்டினப்ப எவ்வளவு நல்லா இருந்தது? இன்னிக்கும் கட்டிக்கலாம்ல", ராதா வழக்கமானப் பாட்டை ஆரம்பித்தார்.

"இங்க பாரு ராதா. இரண்டு நாள் கோவில் திருவிழான்னு இருந்துச்சி அதான் நீ சொன்னத அமைதியா உடுத்திகிட்டேன். இனிமே என்னிஷ்டம் தான். இதுதான் எனக்கு வசதியா இருக்கு. எப்ப விருந்துக்கு போறோம்?", நதியாள் ராதாவின் கழுத்தைக் கட்டிக்கொண்டுப் பேசினாள்.

"இப்ப கிளம்பறது தான். உன்ன திலகாண்ணி காலைக்கு அங்க வரச்சொன்னாங்க. கிளம்பு. நான் இங்க வேலைய முடிச்சிட்டு வீடு பூட்டிட்டு வரேன். அப்பா நேரமா விருந்து தயாரிக்கற இடத்துக்கு போயிட்டாங்க", ராதா அவளின் கையில் பால் கொடுத்துவிட்டு சென்றார்.

"சரிம்மா... நான் முன்ன போறேன். சீக்கிரம் வந்துடு. எதாவதுன்னா போன் பண்ணு", எனப் பாலைக் குடித்துவிட்டுதித் துள்ளியபடிக் கிளம்பினாள் நதி.

19

அங்கிருந்து கிளம்பிய நதி நேராக சரணின் இல்லத்திற்கு சென்றாள்.

"சரணா.... டேய் சரணா....", என அழைத்துக்கொண்டே உள்ளே நுழைந்தாள்.

"அடடே.... வாடா யாள் குட்டி.... இப்பதான் இந்த பெரியப்பா வீட்டுக்கு வரணும்னு தோணிச்சா?", பரமசிவம் கேட்டபடி அவளைத் தோளில் சாய்த்துக் கொண்டார்.

"நான் எப்ப லீவுக்கு வந்தாலும் வந்துட்டு தானே இருக்கேன் பெரியப்பா", அவளும் சலுகையுடன் அவர் தோளில் இடித்தாள்.

"ஹாஹா... ஆமா... சரி இன்னிக்கு இராத்திரி இங்கயே தங்கிக்க குட்டி. நாம இராத்திரி மாடில உக்காந்து சாப்பிட்டுகிட்டே பேசி எத்தனை மாசம் ஆச்சி.... நீ இல்லாம உன் பெரியம்மாவும் வரமாட்டேங்குறா மாடிக்கு", பரமசிவம்.

"இன்னிக்கு முடியாது பெரியப்பா. நாளைக்கு நான் ஊருக்கு கிளம்பணும். இரண்டு நாள்ல பரிட்சை ஆரம்பிக்குது. செம் முடிஞ்சி வர லீவ்ல வரேன். சரணா பெரியம்மால்லாம் எங்க பெரியப்பா?", நதியாள்.

"அப்படியா... சரி குட்டி. பரிட்சை நல்லா எழுதணும். ஜாக்கிரதையா இரு ஊருல. யாராவது எதாவது வம்பு பண்ணா எனக்கு ஒரு போன் போடு நான் வந்து அவங்கள கவனிச்சிக்கறேன்", பரமசிவம் அவளை ஆசையாகப் பார்த்தபடிக் கூறினார்.

"அவகிட்ட யாரு வம்பு இழுக்க போறாங்க? இவ யார்கிட்டயும் வம்பு இழுக்காம இருக்கச் சொல்லி அனுப்புங்க", எனக் கூறியபடி சரண் வந்தான்.

"என்னடா என் புள்ளைய கிண்டல் பண்ற?", பரமசிவம் குரலைக் கடினமாக்கி வினவினார்.

"சும்மா சொன்னேன் ப்பா.... நான் கிளம்பறேன்", என சரண் பம்மியபடிக் கூறினான்.

"இரு சரணா. நானும் வரேன். பெரியப்பா விருந்து எந்த இடத்துல?", நதியாள்.

"நம்ம மாந்தோப்பு தாத்தாவோட மாந்தோப்புல தான். ஆத்தோரமா இருக்கும்ல அங்க தான்", பரமசிவம்.

"சரி பெரியப்பா. இப்ப நானும் சரணாவும் அகன் வீட்டுக்கு போறோம். தோப்புக்கு அங்கிருந்து வந்துடறோம். பெரியம்மா எங்க?", நதியாள்.

"அவ வெள்ளன்னமே கிளம்பி சுந்தரம் மாமா வீட்டுக்கு போயிட்டா, திலகா வரச்சொன்னான்னுட்டு. நானும் இப்ப கிளம்பி வரது தான். நீங்க முன்ன போங்க", என அவர்களை அனுப்பிவிட்டுத் தயாராகச் சென்றார்.

நதியாளும் சரணும் அமைதியாக நடந்துக் கொண்டிருந்தனர். சரணின் முகம் சற்றே வாட்டமாக இருந்தது.

"என்ன சரணா.... ஏன் டல்லாகிட்ட?", நதியாள்.

"ஒன்னுமில்ல", சரண்.

"அட சொல்லு. என்னாச்சி?", நதியாள்.

"அப்பா என்கிட்ட பாசமா பேசி ரொம்ப வருஷம் ஆகுது யாள். இன்னும் அவருக்கு என்மேல கோவம் கொறையல போல", சரண் முகத்தைத் தொங்கப் போட்டபடிக் கூறினான்.

"ஏன் கோவம்? நீ என்ன பண்ண?", நதியாள்.

"நான் ஸ்கூல் படிக்கறப்ப நம்ம பிரதாப் மாமா பொண்ணு கூட சண்டை வந்துச்சே உனக்கு நியாபகம் இருக்கா?", சரண்.

"யாரு அந்த ஒட்டடகுச்சி மாதிரி ஒன்னு கண்ணாடி போட்டுட்டு சுத்துமே அதுவா?", நதியாள்.

"அது தான். அவள நான் விளையாட்டுக்கு கிண்டல் பண்ணேன். அத அந்த சோடாபுட்டி பெருசு பண்ணி அவங்க அப்பா கிட்ட போட்டுவிட்டு பிரச்சினைய பெரிசு பண்ணிட்டாங்க எல்லா கிழவிங்களும் சேர்ந்து. இதுல நான் அவள தான் கல்யாணம் பண்ணிக்கணும்னு வேற சொல்லவும் நான் அதுக்கு சந்நியாசம் போனாலும் போவேனே தவிர இவள கட்டிக்கமாட்டேன்னு சொல்லிட்டேன். அது நம்ம அப்பத்தா கிழவி காதுல அரக்குறையா விழுந்து ஒப்பாரி வச்சி இன்னும் பிரச்சினை பண்ணி அப்பாக்கு என்மேல கோவம் வந்துரிச்சி. அப்ப

இருந்து இப்படி தான் உருமிகிட்டே இருக்காரு", சரண்.

"இதுக்கா இத்தனை வருஷமா பெரியப்பா கோவமா இருப்பாரு?", நதியாள் ஒற்றைப் புருவத்தை உயர்த்தி அவனைப் பார்த்தபடிக் கேட்டாள்.

"அது மட்டும் இல்ல....", சரண் தயங்கியபடிக் கூறினான்.

"முழுசா உண்மைய சொல்லு", நதியாள்.

"அவ்வளவு பிரச்சினை பண்ணிட்டாங்கற காண்டுல நான் அவள பிடிச்சி அடிச்சிட்டேன். பொம்பள புள்ளைய அடிக்கற அளவுக்கு வந்துட்டியான்னு அப்பவே என்னை அடிபின்னிட்டாங்க. அப்ப இருந்து அந்த மாமா குடும்பம் கூட இருந்த நெருக்கம் கொறஞ்சி போச்சி அதான்...", எனக் கூறி முடித்தான் சரண்.

"அவள அடிச்சது தப்பு சரணா. அப்படியும் கோவம் தீரலன்னா இன்னும் பிடிச்சி திட்டிவிட்டு இருக்கலாம். இல்லையா கொஞ்ச நாள் கழிச்சி எதாவது செஞ்சி இருக்கலாம் . சரி விடு பெரியப்பாக்கு உன்மேல பாசம் ஜாஸ்தி தான். வெளியே காமிச்சிக்கறது இல்ல. உன் கல்யாண பேச்சு எடுத்தா எல்லாம் சரி ஆகிடும் ", நதியாள் அவளின் தோளில் தட்டி ஆறுதல் கூறினாள்.

"ம்க்கும்.... இது ஒன்னு தான் இப்ப குறைச்சல்... உனக்கு கல்யாணம் ஆகாம நான் பண்ணிக்கறதா?", சரண்.

"எனக்காக நீ ஏன் வையிட் பண்ணணும்? உனக்கு ஆசை வந்தா பொண்ண பாக்க சொல்லு இல்லையா, உனக்கு பிடிச்ச பொண்ணு இருந்தா சொல்லு நான் வீட்ல பேசறேன். உன் கல்யாணத்துல ஜாலியா என்ஜாய் பண்ணணும் சரணா. இதுவரைக்கும் நம்ம பேமிலில யாரு கல்யாணமும் நான் போனதில்ல. உன் கல்யாணத்துல எந்த சடங்கும் விடாம எல்லாத்தையும் பாத்து என்ஜாய் பண்ணணும். சோ நீ பர்ஸ்ட் பண்ணிக்க", நதியாள்.

"நீ ஆபீஸ் லீவ் போடறதுக்கு என் கல்யாணம் தான் கெடச்சதா?", என அவளின் காதைத் திருகினான் சரண்.

"சரி வா. பர்ஸ்ட் விருந்த கவனிப்போம். அப்பறம் கல்யாணத்த பத்தி யோசிக்கலாம்", என நதி கூற , இருவரும் அகரனின் இல்லத்தில் நுழைந்தனர்.

"வாடா நதிமா..... வா சரண்.... கை கழுவிட்டு வாங்க டிபன் சாப்பிடலாம்", திலகவதி.

"திலாத்தை டிபன் சாப்டுட்டா விருந்து சாப்பாடு கம்மியா தானே சாப்பிட முடியும். சோ

இப்ப எனக்கு ஜூஸ் போதும். மதியம் புல் கட்டு கட்டணும்", நதியாள்.

"யாள் குட்டி. இப்ப இரண்டு இட்லி சாப்பிட்டுட்டு மாந்தோப்புக்கு கிளம்புங்க. அங்க டைமுக்கு ஒவ்வொரு ஐட்டம் வரும் உன்னதேடி", சிதம்பரம்.

"ஐ.... மாமா...என்ன என்ன ஐட்டம் இன்னிக்கு", என அவரின் அருகில் சென்றுக் கேட்-டாள் நதி.

"வந்து பாருங்க. வாங்க இப்ப அசைவம் தான் இந்த மாமாகூட உக்காருங்க", சிதம்பரம் அவளைத் தன்னருகில் அமர்த்திக் கொண்டார்.

"கண்டிப்பா... என் செல்ல மாமா", என அவரின் கன்னத்தைக் கிள்ளியபடி அருகில் அமர்ந்தாள்.

"அடியேய்... என் புள்ள கன்னத்தை கிள்ளுற நீ? இரு உன்ன அடி வெழுக்கறேன்", என்று கூறியபடி மீனாட்சி பாட்டிக் கைகளில் சூப்புடன் வந்தார்.

"உன்னால முடியாது மீனு... என் சித்து மாமாவ நான் கிள்ளுவேன். உனக்கு என்ன? அப்-படித்தானே மாமா?", நதியாள்.

"ஹாஹா.... யாள் குட்டி. நீ இவ்வளவு நேரம் இல்லாம வீடே நல்லா இல்ல டா. இங்கயே இருந்துடேன்", சிதம்பரம்.

"ஒவ்வொரு லீவ்லயும் கண்டிப்பா வந்துடறேன். டோன்ட் வர்ரி மாமா. இது என்ன சூப் மீனு?", மீனாட்சி.

"நாட்டுக்கோழி சூப். இந்தா குடி. பூண்டு சின்ன வெங்காயம் தட்டி போட்டு நல்லெண்ணெய் ஊத்தி இருக்கேன். எலும்புக்கு வலு இதுதான். பட்டணத்துல என்னத்த சாப்பிட்டு என்ன சத்து இருக்கு? இரண்டு நாள் வேலை செஞ்சதுக்கே மயங்கிட்ட", என மீனாட்சி பாட்டி இரண்டு பெரிய டம்பளில் இருந்தச் சூப்பை அவளுக்குக் கொடுத்தார்.

"இங்க பாரு மீனு. இப்டியெல்லாம் என்னை டேமேஜ் பண்ணக்கூடாது. நல்லா ஆக்கி-போட்டா நானா சாப்பிடமாட்டேன்னு சொல்றேன். அங்க உன் கைபக்குவம் யாருக்கும் இல்ல. பேசாம கிளம்பி என்னோட வந்துடு என்னை கவனிச்சிக்க", சூப்பைக் குடித்துக்-கொண்டே பேசினாள் நதி.

"நான் கிளம்பி வந்துட்டா என் புருஷன யாரு கவனிக்கறது? வேணும்னா உன் புருஷன உன்னை கவனிச்சிக்க சொல்றேன்", மீனாட்சி.

"என் புருஷன எப்ப தேடி எப்ப சொல்லி கவனிக்கறது? அதுல்லாம் இப்பத்திக்கு ஆகாது நீ வா. சுந்தாவையும் கூட்டிட்டு போயிடலாம். கொஞ்ச நாள் திலாத்தையும் சித்து மாமாவும் ஜாலியா ரொமான்ஸ் பண்ணட்டும்", நதியாள்.

"அப்படிங்கற? மீனு நானும் நீயும் பட்டணத்துல டூயட் பாடலாம் என் பையன் இங்க பாடட்டும். கிளம்பளாமா?", எனக் கேட்டபடி சுந்தரம் தாத்தா வந்தார்.

"கொள்ளு பேரன் எடுக்கற வயசுல டூயட்டு பாடணுமோ? கம்முன்னு இருங்க. சாப்பிட்டுட்டு கிளம்புங்க.. மதியம் பந்தி பண்ணிரெண்டு மணிக்கு ஆரம்பிச்சிடணும்", எனத் தட்டில் இட்லியை வைத்தார் மீனாட்சி.

"திலகா .. நாம டூயட் பாடலாமா?", சிதம்பரம் .

"உங்களுக்கு மட்டும் வயசு குறையுதா? பேரன் பேத்தி எடுக்கற வயசுல ஆசை தான். வேகமா சாப்பிட்டுட்டு கிளம்புங்க. புள்ளைங்களுக்கு நேரா நேரத்துக்கு சாப்பிட எதாவது பாத்து அனுப்பி விடுங்க", எனத் திலகவதியும் இட்லி பரிமாறிவிட்டு சமையற்கட்டிற்குள் சென்றார்.

"என்னடா மகனே உன் பொண்டாட்டியும் ஒத்துக்கமாட்டேங்குறா... என் பொண்டாட்டியும் ஒத்துக்க மாட்டேங்குறா?", சுந்தரம் சிதம்பரத்தின் காதில் கிசுகிசுத்தார்.

"பேசாம சாப்பிடுங்க அப்பறம் இட்லியும் குடுக்கமாட்டாங்க இரண்டு பேரும்", எனக் கூறி வேகமாக உண்டு முடித்தார் சிதம்பரம்.

"ம்ம் ... ஒரே வீட்ல பொண்ணு எடுத்து தப்பு பண்ணிட்டோம் டா மகனே", சுந்தரம்.

"இத்தனை வருஷம் கழிச்சி வெசனப்பட்டு என்ன ஆகப்போகுது? என்ன கொற வச்சிட்டோம் நாங்க உங்களுக்கு? சீக்கிரம் சாப்பிடுங்க", மீனாட்சி அதட்டினார்.

"ஹாஹா.... மீனு நீ எல்லாரையும் ரொம்ப தான் மெரட்டுற", நதியாள்.

"நீ வந்து மெரட்டித்தான் பாரு", மீனாட்சி.

"மெரட்டிட்டா போச்சி... ஆமா அகன் எங்க வந்ததுல இருந்து காணோம்?", சாப்பிட்டுக்கொண்டே கேட்டாள்.

"ஏதோ வேலை இருக்காம். இன்னும் கீழ சாப்பிடக்கூட வரல . நீ சாப்பிட்டு போய்

பாருத்தா... எனக்கு இங்க கொஞ்சம் வேலை இருக்கு. அம்மாடி திலகா.... சீக்கிரம் நீயும் சாப்பிட்டுட்டு தோப்புக்கு கிளம்பு. செல்லம்மா போய் நேரமாச்சி அங்க ஆளுங்கள வெரட்டினா தான் வேலை சுத்தமா நடக்கும்", மீனாட்சி.

"சரிங்கத்தை. நீங்க சாப்பிடுங்க வாங்க",திலகவதி.

"திலாத்தை.. சரண் எங்க?", நதியாள்.

"அவனும் அகரன் ரூமுக்கு தான் போனான் நதிமா. இன்னும் இரண்டு இட்லி வச்சிக்க", திலகவதி.

"வேணாம் திலாத்தை போதும். நீங்க சாப்பிடுங்க. நான் அவங்கள சாப்பிட கூப்பிட்டுட்டு வரேன்", எனத் தட்டை எடுத்துக்கொண்டு சமையற்கட்டிற்குள் நுழைந்தாள்.

"அவங்க கீழ வரலன்னா மேலயே கொண்டு போயி பரிமாறிடு டா", திலகவதி.

"சரி திலாத்தை...",எனப் படிகட்டுகளில் மேலே ஓடினாள்.

"அகன்.... அகன்.... சரணா....", என அழைத்தபடி அறையினுள் நுழைந்தாள்.

உள்ளே இருவரும் தீவிரமாக எதையோ பேசிக்கெண்டு இருந்தனர்.

"என்ன டிஸ்கஸன் போயிட்டு இருக்கு?", நதியாள் அகரனின் அருகில் அமர்ந்தாள்.

"புது பிராஜெக்ட் பத்தி தான். எக்டீரியர் இன்டீரியர் டிசைன் எல்லாம் செலக்ட் பண்ணணும்", அகரன்.

"சரி பர்ஸ்ட் சாப்பிட வாங்க இரண்டு பேரும். சாப்பிட்டு தோப்புக்கு போகணுமாம்", என எழுந்தாள்.

"ம்ம்.... நதிமா... நீ எப்ப ஊருக்கு கிளம்பற?", அகரன்.

"நாளைக்கு காலைல கிளம்பினா தான் மதியம் போய் சேர முடியும்", நதியாள்.

"சரி நாங்களும் காலைல கிளம்பறோம். எங்க கூட வந்துடு நதிமா. நாங்க உன்ன டிராப் பண்ணிடறோம்", அகரன்.

"ஓகே அகன்", என முன்னே நடந்தாள்.

பின் அவர்கள் இருவரும் சாப்பிட அமர நதியாள் பரிமாறினாள். மூவரும் அங்கிருந்து விருந்து நடக்கும் தோப்பிற்குச் சென்றனர்.

அங்குக் கிட்டதட்ட நூற்றிற்கும் மேற்பட்டவர்கள் சமையல் செய்துக் கொண்டிருந்தனர்.

ஊருக்கே சமைக்கணும்னா சும்மாவா? வாங்க என்ன என்ன சமைக்கறாங்கன்னு பாக்க-லாம்....

ஒரு பக்கம் நம்மூரு பாய் கையால மட்டன் பிரியாணி ரெடி ஆகிட்டு இருக்கு, இன்னொரு பக்கம் நாட்டுக்கோழில வறுவல் பண்ணிட்டு இருக்காங்க. அந்த பக்கம் ஆத்துல பிடிச்ச மீன குழம்பு வச்சிட்டு பாதிய பொறிக்க மசாலா தடவி காயவச்சி இருக்காங்க. அடடே இந்த பக்கம் மட்டன்ல நல்லி எலும்பு தனியா செஞ்சிட்டு இருக்காங்க. எத்தனை கெடா வெட்டுனாங்கன்னு தெரியலயே....

இங்க நாட்டுக்கோழி முட்டை வேகுது. அதுக்கு பக்கம் நெல்லுச்சோறு வேகுது. அடடா இது என்ன களி தானே? களிகூட மட்டன் கொழம்பு பிரட்டி சாப்பிட்டா டேஸ்ட் அப்படி இருக்கும்....

இது என்ன சிக்கன்ல ஏதோ பச்சையா எண்ணெய்ல பொறிக்க ஊறவச்சு இருக்காங்க. சைவத்துல முருங்ககாய், முள்ளங்கில இருந்து இன்னும் நாலு வகை காய் போட்டு சாம்பார் வச்சிட்டாங்க. மிளகு ரசம் கூடவே கூட்டு பொறியல்னு சைவக்காரங்களுக்கு ரெடியாகிட்டு இருக்கு. நமக்கு இந்த பக்கம் வேலை இல்ல நாம அந்த பக்கமா போவோம்...

தலைகறி, கொடல்கறி, ஆட்டுக்கால் சூப்னு தாறுமாறா எல்லாம் தயாராகிட்டு இருக்கு ஊர் விருந்துக்காக. வாங்க எல்லாரும் ஒரு பிடி பிடிக்கலாம். புரட்டாசி மாசமெல்லாம் பாத்தா கெடாவிருந்து நிக்காதுப்பா.....

வாங்க முதல் பந்திலு உக்காந்துக்கலாம். எல்லாம் செட்டிநாட்டு மசாலாவுல இருந்து எல்லா ஊரு வகை சமையலும் ஒவ்வொன்னுல செய்யறாங்கப்பா...

நம்ம அப்பா, பெரியப்பா, மாமாங்க, சித்தப்பாங்க, பங்காளிங்கன்னு எல்லாம் ஆளுக்கொரு அடுப்புகிட்ட நின்னுட்டு டேஸ்ட் பாக்கறேன்னு இப்பவே சாப்பிட கேக்கவும், அத பாத்த மகளிர் அணி சமைக்கறவங்கள அதட்றாப்புல சாமிக்கு படையல் வச்சிட்டு தான் யாருக்கா இருந்தாலும் குடுக்கணும்னு சத்தம் போட்டுகிட்டு இருக்காங்க.

"ஹாஆஆஆஆஆ...... செம வாசனை.... அகன் சரணா.... உங்களுக்கு பசிக்குது தானே?", நதியாள் அங்குத் தயாராகிக் கொண்டு இருந்தவற்றைப் பார்த்தவாறே கேட்டாள்.

"இப்பத்தானே சாப்டோம் நதிமா", அகரன்.

"எனக்கு செம பசி யாள் வா அப்படியே போய் டேஸ்ட் பாக்கலாம்", எனச் சரண் அவளை இழுத்துக்கொண்டுச் சென்றான்.

"டேய்.... விருந்த பாத்ததும் என்ன கழட்டி விடறீங்களே உங்களுக்கே அநியாயமா இல்ல?", அகரன் கேட்டுக்கொண்டே அவர்களுக்கு பின்னால் சென்றான்.

"பசிக்கலன்னு சொல்லிட்டல்ல...", சரண்.

"மச்சான்.... ", அகரன் அழைத்து முறைக்கவும்.

"சரி சரி வா", சரண்.

"எலேய் யாள் குட்டி....", மாந்தோப்பு தாத்தா.

"என்ன தாத்தா?", நதி.

"அந்த பக்கம் உன் பாட்டி இருக்கா அங்க போங்க", மாந்தோப்பு தாத்தா.

"சரி தாத்தா", நதி.

இந்த பக்கம் நம் வீட்டு மகளிர் அணி அனைத்தும் ஆளுக்கொரு ஐட்டம் செய்துக் கொண்டிருந்தனர்.

"இங்க என்ன தனி விருந்து ரெடி ஆகுது?", சரண்.

"தெர்ல. வா கேட்போம்", நதி.

"தேவி....சரோஜா ....." , என அழைத்து ஓடிச்சென்று அவரைக் கட்டிக்கொண்டாள் நதி.

"வாடா தங்கம். இன்னிக்கு புடவை கட்டலியா?", சரோஜாதேவி.

"இல்ல பாட்டி. இது தான் எனக்கு வசதி", நதி.

"சரி இங்கயே மூனு பேரும் உக்காருங்க. முதல் படையல் போட்டுட்டு சூடா எல்லாத்தையும் போட்டுத்தர சொல்றேன்", சரோஜாதேவி.

"இது என்ன தனி விருந்து பாட்டி?", சரண்.

"இது சாமிக்கு படைக்கறதுக்காக தனியா சமைப்போம்யா. ஊரு விருந்துல எல்லா வகையும் செஞ்சி போட முடியாது அதனால இங்க காடை கவுதாரில இருந்து இருபது வகை அசைவம் சமைச்சி போடுவோம். அங்க சமைக்கிறது போக இங்க சமைக்கிறது தனி. இங்க அளவு கம்மியா தான் செய்வோம். செய்ய செய்ய படையலுக்கு குடுத்தனுப்பிடுவோம் ", சரோஜாதேவி.

"ஓ•••.", நதி.

"இந்தாங்க இந்த ஆட்டுக்கால் சூப்ப குடிங்க. படையலுக்கு அனுப்பியாச்சி", என மூவருக்கும் கொடுத்தார் சரோஜாதேவி.

"ஹாய் சரண்", என அழைத்தபடிதேவ் அங்கு வந்தான்.

"வா தேவ். இந்தா சூப் குடி", என சரண் ஒரு கப்பை எடுத்து அவனுக்குக் கொடுத்தான்.

"இப்பதான் வீட்ல சாப்பிட்டுட்டு வந்தேன். கொஞ்ச நேரம் போகட்டும். ஹாய் அகர் நதி", தேவ்.

"குடிய்யா••• படையலுக்கு குடுத்தது போக கொஞ்சம் தான் இருக்கு. இந்த இரண்டு நாள்ல எத்தனை வேலை செஞ்சீங்க உடம்புல தெம்பு ஏறனும்ல", சரோஜாதேவி.

"சரி பாட்டி", தேவ்.

"உங்க பாட்டி எங்க இன்னும் வீட்ட விட்டு கிளம்பலியா?", சரோஜாதேவி.

"கிளம்பிட்டு இருக்காங்க. அப்பா முன்னமே வந்துட்டாரு. நான் அம்மாவ அழைச்சிட்டு வந்தேன் பாட்டி", தேவ்.

"சரி. அப்படியே காலார ஆத்து பக்கம் நடந்துட்டு வாங்க இன்னும் நாலு ஐட்டம் தயாராகிடும் சுட சுட குடுக்கறேன் சாப்பிடுங்க", சரோஜாதேவி கூறிவிட்டு, அந்தப் பக்கம் ஆட்களை ஏவிக் கொண்டிருந்தார்.

செல்லம்மாளும், ராதாவும் படையலுக்கு அனுப்புவதைப் பார்த்துப் பார்த்து எடுத்து அனுப்பிக்கொண்டு இருந்தனர்.

திலகவதியும், மதியும் சமைப்பவர்களிடம் பேசிக்கொண்டே வேலை வாங்கிக்கொண்டு இருந்தனர்.

ஐயனாருக்கு சமைக்கறதுன்னா சும்மாவா? எல்லாத்தையும் ரெடி பண்ணி படையல் போட எல்லாரும் கோவிலுக்கு போயிட்டு சாராயம்ல இருந்து சமைச்ச அத்தனை அசைவ வகையும் பெரிய தலைவாழை இலைல போட்டு பூஜைய பண்ணாங்க.

அதுக்கப்பறம் ஊரு மக்கள எல்லாம் விருந்துக்கு அழைச்சிட்டு வந்து தோப்புல டேபிள் சேர் போட்டு இலைல எல்லாம் பறிமாற ஆரம்பிச்சாங்க.

நம்ம நதி அகன் சரண் தேவ் நாலு பேரும் சூடா சில பல ஐட்டங்கள வாயில தள்ளிகிட்டே பரிமாறிட்டு இருக்காங்க. படையல் வச்சது போக மீதி இருந்தத இவங்களுக்கு பெரியவங்க பரிமாற திருப்தியா எல்லாத்தையும் சாப்பிட்டாங்க.

இலைல இடமே இல்ல அந்த அளவுக்கு ஐட்டம். ஆட்டுக்கால் பாயா, இடியாப்பம், வஞ்சரமீன் ரோஸ்ட், நெத்திலி மீன் வறுவல், ஆரா மீன தோச கல்லுல மசாலா தடவி சுட்டது, சிக்கன்ல நாலு வைரைட்டி, கொத்துக்கறி, வயல் நண்டு வறுவல், நண்டு பொறிச்சது, இன்னொரு பக்கம் இறால் வறுவல், ரோஸ்ட், காடை ரோஸ்ட், வான்கோழி பிரைனு சாப்பிட சாப்பிட விருந்து முடிவேனாங்குது••••••• சாப்பிட்டு முடிச்சதும் எல்லாருக்கும் வெத்தலை பாக்கு ஒரு பக்கம் குடுக்கறாங்க. கிழவிங்க எல்லாம் ஆளுக்கொரு கௌளி வாங்கிட்டு போகுதுங்க... சாப்பிட்டது ஜீரணம் ஆகணும்ல நாமலும் நல்லதா நாலு வெத்தலைய போடலாம்....

யப்பா•••..

கண்ணுல தண்ணியா வருது••••.

பெப்பர் தூக்கலா போட்டு சிக்கன பிரை பண்ணிட்டாங்க••••.

சூப்பர் விருந்துப்பா•••.. திருவிழால இராப்பகலா கண்ணுமுழிச்சி வேலை செஞ்சவங்களுக்கு வயிராற சாப்பாடு போடுறத தவிர வேற என்ன திருப்தி வந்துட போகுது நமக்கும் அவங்களுக்கும்••••. இப்படி விருந்து போட்டா மூனு மாசத்துக்கு ஒரு தடவை திருவிழா வச்சாலும் வேலை செய்வோமே••••.

விருந்து எல்லாம் நல்ல படியா முடிஞ்சி நம்ம வானர கூட்டம் எல்லாம் பிரியா விடை குடுத்து தேவ்-அ வழியனுப்பி வச்சாச்சி••••.

அடுத்த நாள் காலைல எழுந்து ஊருக்கு போக மனசே இல்லாம நதி ரெடியாகி கீழ வந்து

அப்பா அம்மாகிட்ட சொல்லிட்டு ஊருக்கு கிளம்பிட்டா.

அகரனும் சரணும் நதிய பிக்அப் பண்ணிட்டு மறக்காம சரோஜாதேவி பாட்டி செஞ்ச கருவாட்டு குழம்ப வாங்கிட்டு பட்டணத்துக்கு புறப்பட்டுட்டாங்க....

20

மரகத கம்பளி போன்ற ஊரை விட்டுச் சென்றுக் கொண்டிருந்த வாகனத்தில், நதியாள் ஜன்னலுக்கு வெளியே தலையை நீட்டியபடிக் கண்களில் ஒருவித ஏக்கத்துடன் பின்னால் பார்த்தபடி வந்தாள்.

"என்ன வண்டி சைலண்ட்ஆ வருது", சரண் கூறியபடி பின்னால் திரும்பிப் பார்த்தான்.

நதியாள் ஜன்னலுக்கு வெளியே தலையை நீட்டியபடி வேடிக்கைப் பார்த்துக்கொண்டு வருவதைப் பார்த்துவிட்டு, "ஓய் யாள்.... என்ன அமைதியாகிட்ட? ஊரை விட்டு வர மனசு இல்லையா?", சரண்.

"ஆமா சரணா..... ரொம்ப வருஷம் கழிச்சி இந்த தடவை தான் ஊருல ரொம்ப சந்தோஷமா நிறைவா இருந்தேன். மறுபடியும் இந்தமாதிரி எப்ப இருக்கும்னு தெரியாதுல்ல", நதியாள்.

"ஏன் நதிமா இப்படி சொல்ற? நம்ம ஊருக்கு எப்ப வந்தாலும் சந்தோஷம் தானா வந்துடும்ல. ஏன் எப்ப வருமோன்னு சொல்ற?", அகரன் காரை ஓட்டிக்கொண்டே கேட்டான்.

"அப்படி இல்ல அகன். சந்தோஷம் வேற நிறைவு வேற. எப்பவும் சந்தோஷம் இருக்கும். இரண்டும் இந்த தடவை கிடச்சது தான் ஸ்பெஷல். நாம ஸ்கூல்ல படிச்சப்ப இருந்த சந்தோஷமும், நிறைவும் உங்கள பாக்காத இத்தனை வருஷத்துல நான் அனுபவிச்சதா நியாபகம் இல்ல. அதே ஊரு அதே வீடு தான். ஆனா ஒவ்வொரு சமயமும் மனசுக்கு ஒவ்வொரு மாதிரி இருக்கும். இந்த தடவை ரொம்பவே ஹேப்பி. இனிமே நாம ஒன்னா தானே இருக்கப்போறோம். பாத்துக்கலாம்", எனத் தனக்குத் தானே சமாதானம் கூறிக்கொண்டுத் தன்னை உற்சாகம் படுத்திக்கொண்டாள் நதி.

"சரி. உனக்கு என்ன என்ன பிராஜெக்ட் டைடில் குடுத்து இருக்காங்க?", அகரன்.

"அப்படி எதுவும் சொல்லல அகன். எந்த டைட்டிலா இருந்தாலும் கம்பெனில அலோவ் பண்ணா செஞ்சிகோங்கன்னு சொல்லிட்டாங்க. சோ யோசிச்சிட்டு இருக்கேன்", நதியாள்.

"டேய் சரண்... நதிகிட்ட இன்டீரியர் அண்ட் எக்டீரியர் டிசைன் பண்ண சொல்லலாமா?", அகரன்.

"ம்ம்.... அவ ஆல்ரெடி செஞ்ச டிசைன்ஸ் இருந்தா பாத்துட்டு பேசிக்கலாம் அகர். அதுவும் இல்லாம அவள இன்டிபென்டண்ட்ஆ ஓவர்ஆல் டிசைனிங் செய்ய வைக்கலாம்ல", சரண்.

"ம்ம்.... அதுவும் பண்ண வைக்கலாம். இந்த செம்ல இன்டர்ன்ஷிப் இருந்து இருக்குமே நதிமா. அது எங்க பண்ண?", அகரன்.

"அப்படி எதுவும் பண்ணல அகன். பிரண்டுக்கு தெரிஞ்ச கம்பெனில செர்டிபிகேட் மட்டும் வாங்கி குடுத்துட்டோம்", நதியாள்.

"இப்படி பண்ணா எப்படி நீ பீல்ட் பத்தி தெரிஞ்சிப்ப யாள்? அரியர்ஸ் வச்சாலும் பரவால்ல பட் நம்ம இன்டஸ்ட்ரில பீல்ட் வர்க் தான் ரொம்ப முக்கியம். இனிமே நம்ம கம்பெனில பிராஜெக்ட் பண்ணு. அடுத்து ஹையர்ஸ் எங்க போடலாம்னு இருக்க?", சரண்.

"தெர்ல சரணா... பர்ஸ்ட் ஒரு வருஷம் வர்க் எக்ஸ்பீரியன்ஸ் கெயின் பண்ணிட்டு தான் அப்ராட்ல போடணும். நீங்க அப்ராட்ல தானே செஞ்சீங்க எங்க பண்ணீங்க இரண்டு பேரும்?", நதியாள்.

"அப்படின்னா த்ரீ இயர்ஸ் வர்க் பண்ணிட்டு பேரிஸ்ல இருக்க காலேஜ்ல ஹையர்ஸ் போட-லாம். இல்லைன்னா லண்டன் ஆர் யூஎஸ்ல போடலாம். எல்லாமே பெஸ்ட் காலேஜ் ஆர்-கிடெட்க்கு", அகரன்.

"அப்ப மூனு வருஷம் உங்க கம்பெனிலயே வர்க் பண்ணிகலாமா?", நதியாள் ஆர்வத்துடன் கேட்டாள்.

"இந்த மூனு வருஷம் மட்டுமில்ல யாள் நீ படிச்சிட்டும் நம்ம கம்பெனில வர்க் பண்ணணும். பாண்ட் சைன் பண்ணிட்டு தான் உன்ன சேத்துக்குவோம்", சரண்.

"பாண்ட் லாம் நான் சைன் பண்ணமாட்டேன் போடா", நதியாள்.

"அது அப்ப பாத்துக்கலாம். நீ செம் முன்னாடி எனக்கு உன்னோட டிசைன்ஸ் எல்லாம் அனுப்பு. அத பாத்துட்டு தான் உனக்கு என்ன பிராஜெக்ட் குடுக்கறதுன்னு டிசைட் பண்ண முடியும். நம்மலோடது இப்ப தான் வளர்ந்துட்டு இருக்கற கம்பெனி சோ நீ நிறைய கத்-துக்கலாம் நதிமா. அட் த சேம் டைம் உன்னோட ஐடியாஸ்யும் டைரக்ட்டா எங்ககிட்ட சொல்லலாம். பட் ஆபீஸ்ல அந்த ஹையர்ஆர்கி படிதான் நடந்துக்கணும். சரணையும் மரி-

யாதையா தான் கூப்பிடணும்", அகரன்.

"அது மட்டும் தான் ரொம்ப கஷ்டம் அகன். உங்க இரண்டு பேரையும் நான் மரியாதையா கூப்பிட்டா யாரோ மாதிரி பீல் ஆகுமே", நதியாள் முகத்தைச் சுருக்கிக் கூறினாள்.

"ஆபீஸ்ல கொஞ்ச நாள் அப்படி தான் இருக்கணும் நதிமா. நீ பிராஜெக்ட் ஸ்டூடண்ட்ஆ தான் உள்ள வரப்போற, சோ இதுலாம் மன்டேடரி யூ நோ", அகரன் அவளுக்குப் புரியும்படிக் கூறினான்.

"ஓகே அகன். என் பிரண்டஸ்யும் வரலாம்ல?", நதியாள்.

"மேக்ஸிமம் பத்து பேர் தான் அலோவ் பண்ண முடியும் நதிமா. அத நீங்களே டிசைட் பண்ணிக்கோங்க", அகரன்.

"அது போதும் அகன் நாங்க பேசி அரேஞ்ச் பண்ணிக்கறோம்", நதியாள்.

இப்படி வளவளத்தபடியே மூவரும் ஊரிற்குள் வந்து சேர்ந்தனர்.

"நதிமா... லன்ச் சாப்டுட்டு போலாமா?", அகரன்.

"இல்ல அகன். நான் ரூம் போய் பிரண்ட்ஸ் கூட சாப்டுக்கறேன். எல்லாரும் இந்த கருவாட்டு குழம்புக்காக வையிட் பண்ணிட்டு இருப்பாங்க. நானும் அவங்கள எல்லாம் பாத்து ஒரு வாரம் ஆச்சி. கைன்டா மிஸ்ஸிங் தெம்", நதியாள்.

"சரி. இவள டிராப் பண்ணிட்டு நாம சாப்டுட்டு வீட்டுக்கு போலாம்", சரண்.

"சரி. எந்த பக்கம் போகணும் நதிமா?", அகரன்.

நதியாள் வழி கூற அவளின் ஹாஸ்டலுக்கு வந்து சேர்ந்தனர்.

"இத பாத்தா காலேஜ் ஹாஸ்டல் மாதிரி இல்லையே நதிமா", அகரன் சந்தேகமாக அந்த இடத்தைப் பார்த்துக்கொண்டுக் கேட்டான்.

"இது இனிமே நாங்க தங்கப்போற வீடு அகன். பிராஜெக்ட் டைம்ல ஹாஸ்டல் செட் ஆகாதுன்னு வீடு எடுத்துட்டோம். வாங்க வாங்க கேட் ஓபன் பண்ணிட்டாங்க", நதியாள் காரில் இருந்துக் குதித்தபடி அந்த காம்பவுண்டிற்குள் ஓடினாள்.

"மச்சா..... என்னடா இது? நாம படிக்கறப்ப ஒரு ரூம் தான் எடுத்து தங்கி படிச்சோம்.

இவங்க ஒரு பங்களாவ எடுத்து தங்கறாங்க.... என்னடா நடக்குது?", சரண்.

"வா. உள்ள போய் பாக்கலாம். கண்டிப்பா இந்த வீட்டுக்கு வாடகை குடுத்து தங்க முடியாது. யாராவது தெரிஞ்சவங்க வீடா இருக்கணும். அப்படியே இவங்களுக்கு செக்யூரிட்டி அரேஞ் பண்ணனும்", அகரன்.

இவங்க இவ்வளவு பீல் பண்ணி பேசற அளவுக்கு வீடு எப்படி இருக்குன்னு நாமலும் பாக்கலாம் வாங்க....

அந்த தெருவில் இருந்தவை அனைத்துமே பங்களா டைப் வீடுகள் தான். பணத்தில் குளிப்பவர்கள் தான் இந்த ஏரியாவில் சென்னையில் இடம் வாங்கி இப்படி வீடு கட்டமுடியும்.

இவர்கள் வீடு அந்த தெருவின் கடைசி இரண்டு வீடுகளுக்கு முன்னால் இருந்தது. அந்த வீடு முடிந்த சிறிது தூரத்தில் கடல். மதிய நேரமென்பதால் வெப்பம் அதிகமாகவே இருந்தது.

நதியாள் தங்கியிருக்கும் வீடு முன்பக்கம் தோட்டம் பின்பக்கம் நீச்சல் குளம் என ஓரளவு விஸ்தீரனமாகவே இருந்தது.

பிரம்மாண்டம் எனக் கூற முடியாத, சற்றும் வசதி குறைவில்லாத வீடு தான். கேட்டில் ஒரு செக்யூரிட்டி, தோட்ட வேலை செய்பவர்கள், வீட்டு வேலையாட்கள் என ஐந்து பேர் இருந்தனர்.

"ஹேய் மீரா.....", என நதியாள் ஓடிச்சென்று அவளைக் கட்டிக்கொண்டாள்.

"யாள் குரங்கே", என மீராவும் கட்டிக்கொண்டாள்.

"ம்க்கும்... நாங்களும் இங்க தான் இருக்கோம்", என ஸ்டெல்லா சற்றே புகைச்சலுடன் கூறினாள்.

"ஹாய் ஸ்டெல்.... ஐ மிஸ்டு யூ டூ ", என அவளையும் கட்டிப்பிடித்து சமாதானம் செய்தாள் நதி.

"போதும் போதும் கொஞ்சம் இந்த பக்கம் பாக்கறது", என சஞ்சயும் திலீப்பும் வந்து நின்றனர்.

"ஹாய் மச்சீஸ்.... நான் இல்லாம செம ஃபன்னா?", நதியாள் இருவரின் கைகளையும் தட்டிக் கேட்டாள்.

"எங்க? நீ இல்லாம இந்த காட்டேரி எங்கள படாதபாடு படுத்திட்டா யாள்", என திலீப் ஸ்டெல்லாவை கூற," அவன் என்ன பண்ணான்னு முதல்ல கேளு யாள்", ஸ்டெல்லா கேட்டுக்கொண்டே முன்வந்தாள்.

"வந்ததும் உங்க பஞ்சாயத்த ஆரம்பிக்காதீங்க டா. அவ பர்ஸ்ட் போய் குளிச்சிட்டு வரட்டும்", மீரா.

"அதுல்லாம் முடியாது. நியாத்த சொல்லிட்டு குளிக்கட்டும்", திலீப்.

"நான் சொல்றத கேளு யாள்", ஸ்டெல்லா.

"இல்லா நான் சொல்றத முதல்ல கேளு யாள்", திலீப்.

"நான் தான் சொல்வேன்...", ஸ்டெல்லா நதியின் கையைப் பற்றி தன் பக்கம் இழுக்க, "இல்ல நான் தான்", என திலீப் அவன் பக்கம் இழுத்தான்.

இருவரும் அவளை இழுத்துச் சண்டைப் போடுவதை சரணும் அகரனும் பார்த்துக்கொண்டே உள்ளே வந்தனர்.

"டேய் டேய்.... என் தங்கச்சிய என்னடா பண்றீங்க? விடுடா... இந்தாம்மா நகரு. அவ கைய விடு முதல்ல", என சரண் உள்ளே புகுந்து நதியாளை தன் பக்கம் இழுத்தான்.

"டேய் எல்லாரும் சேர்ந்து என்னை ஏன்டா பிச்சி எடுக்கறீங்க? விடுங்கடா எருமைங்களா", நதியாள் ஒரு பக்கம் கத்தினாள்.

அத்தனை நேரம் அமைதி பூங்காவாக காட்சியளித்த வீடு இப்பொழுது களேபரமாக மாறி இருந்தது.

"ஹேய்.... நீங்க எப்படி இங்க? ஹேய் யாள்... யாரு இவங்க?", மீரா ஒரு பக்கம் நதியை இழுத்துக் கேட்டாள்.

"முதல்ல இந்த இரண்டு பிசாசுங்களையும் பிடிச்சு இழு டி. என்னை உயிரோட பிச்சிடுங்க போல. டேய் சஞ்சய் பொம்மை மாதிரி நிக்கற இவன இழு டா அந்த பக்கம்", நதியாள் கத்தினாள்.

மீரா ஸ்டெல்லாவையும் , சஞ்சய் திலீப்பையும் இழுக்க சரண் நதியாளை இழுக்கவென ஆறு பேரும் சுற்றி சுற்றி வருவதைக் கண்டு அகரன் புன்னகையுடன் அங்கிருந்த சோபாவில் அமர்ந்துப் பார்த்துக்கொண்டு இருந்தான்.

அந்த சமயம் மாடியிலிருந்து ஒருவன் கீழே வந்தான். கூடவே ரிஸ்வானாவும் உடன் வந்தாள்.

"வாட்ஸ் ஹேப்பனிங் ஹியர்? ஸ்டாப் பிளேயிங்", என அவன் சத்தம் போட்டான்.

அவன் போட்ட சத்தத்தில் அனைவரும் கப்சிப்பாகினர்.

"ஹாய் நதியாள் .... எப்ப வந்தீங்க? வெல்கம் டு யுவர் நியூ ஹோம்", எனக் கைக்குலுக்கி வரவேற்றான்.

"ஹாய் பையா..... எப்படி இருக்கீங்க? நீங்க அடுத்த வாரம் தான் வரதா ரிஸ் சொன்னா. என்ன அதுக்குள்ள வந்துட்டீங்க. உங்க ரிஸ்அ பாக்காம இருக்க முடியலியா?", நதியாள் அவனின் தோளில் தட்டியபடிக் கேட்டாள்.

"வேலை முடிஞ்சது அதான் கிளம்பி வந்துட்டேன். இந்த வாரம் வந்ததால தானே உங்களுக்கு இந்த வீடு அரேஞ்ச் பண்ண முடிஞ்சது. வீடு பிடிச்சி இருக்கா நதியாள்?", அவன்.

"வெளியே இருந்து பாத்தேன் பையா. ஐ லவ் இட். பக்கத்துல கடல், முன்னாடி கார்டன் பின்னாடி ஸ்விம்மிங் பூல். இதுக்கு மேல என்ன வேணும்?", நதியாள்.

அருகில் நின்ற சரணை பார்த்தவன்," இவங்க?", எனச் சரணையும் அகரனையும் கேட்டான்.

"ஹோ... சாரி பையா.. இந்த பிசாசுங்க பண்ண இம்சைல இவங்கள இன்ட்ரோ குடுக்க மறந்துட்டேன்", நதியாள்.

"இவர் என்னோட அண்ணன் மிஸ்டர். சரண். அவர் மிஸ்டர். அகரன் என் கஸின். அகரன் ஆர்கிடெக் ஓனர்ஸ்", என இருவரையும் அறிமுகப்படுத்தி வைத்தாள் நதி.

"ஹலோ மிஸ்டர் அகரன் அண்ட் சரண். உங்களப்பத்தி கேள்வி பட்டு இருக்கேன். நான் அப்துல் ரஹீம். ரஹீம் குரூப் ஆப் கம்பெனிஸ் எம்.டி", என அவன் தன்னை அறிமுகப்படுத்திக்கொண்டான்.

"ஹலோ மிஸ்டர் ரஹீம்", அகரனும் சரணும் கைக்குலுக்கிக் கொண்டனர்.

"ஹேய் யாள். இவன் கூட தானே அன்னிக்கு சண்டை போட்ட. இப்ப அண்ணன்னு சொல்ற. என்ன நடக்குது?", ஸ்டெல்லா நதியின் காதைக் கடித்தாள்.

"நான் சொல்வேன்ல சரணா அகன்னு. ஸ்கூல்ல கூட அவங்க கூடவே இருப்பேன்னு மீரா சொல்வாளே. அவங்க தான் இது. ஊருக்கு போனப்ப தான் எனக்கே தெரிஞ்சது. இத்தனை வருஷம் பாக்காததுனால அடையாளம் தெரியல", நதியாள்.

"ஓஓஓஓ•••... அவங்களா•••. ", என மீராவும் ஸ்டெல்லாவும் கோரசாய் கூறினர்.

"போதும் வாய மூடுங்க. பையா எப்ப வந்தாரு? யாரும் என்கிட்ட சொல்லவே இல்ல. அவர் முன்னாடி இத்தனை அலப்பறை பண்ணா நம்மல நம்பி வீட்ட எப்படி விடுவாரு?", நதியாள்.

"அதுல்லாம் ரிஸ் கேட்டதும் குடுத்துட்டாரு. இந்த வீடு அவங்க கெஸ்ட் ஹவுஸாம். நாம எத்தனை நாள் வேணா இருந்துக்கலாம். ரிஸ் அப்பப்ப இங்க தங்குவா. மத்தபடி நாம மூனு பேரு அந்த இரண்டு வானரமும் தான் இங்க. வீட்டு வேலைக்கு ஆளுங்களும் இருக்காங்க. இங்க ஆறு ரூம் இருக்கு. நம்ம மூனு பேருக்கும் மேல. இவனுங்களுக்கு கீழ. எல்லாம் செட் பண்ணியாச்சி. ஹாஸ்டல்ல போய் லெட்டர் குடுத்தா வேலை முடிஞ்சது. வீட்ல சொல்லியாச்சி. என் அப்பா அம்மா நாளைக்கு வராங்க", ஸ்டெல்லா.

"கொஞ்சம் மூச்சு விடு டி. அதையும் குடுத்து இருக்க வேண்டியது தானே?", நதியாள்.

"ஆமா அதுவும் நாங்க பண்ணிட்டா உனக்கு வேலை இல்லைல. மகாராணி வந்து ஜாலியா ரூம்ல தலையணைய கட்டிபிடிச்சிட்டு தூங்குவ. ஆல்ரெடி வார்டன் கிட்ட பேசி லெட்டர் குடுக்காம திங்க்ஸ்ஆ தூக்கிட்டு வரதுக்குள்ளவே போதும் போதும்னு ஆகிரிச்சி. லெட்டர் எழுதி வார்டன் கிட்ட சைன் வாங்கிட்டு பிரின்ஸி கிட்ட சைன் வாங்கிட்டு வந்தா தான் அங்க இருக்கற மிச்ச மீதி பொருள தூக்கிட்டு வர முடியும்", ஸ்டெல்லா.

"சரி விடு. என் அப்பா இரண்டு நாள்ல வராங்க. அவர வச்சி எல்லாம் முடிச்சிக்கலாம். நீ நாளைக்கி முடிச்சிக்க. எக்ஸாம் அடுத்த வாரம் தானே. அதுக்குள்ள ஹாஸ்டல் வேலைய முடிச்சிக்கலாம்", நதியாள்.

"சரி. மீரா உங்க வீட்ல வராங்களா இல்லையா?", ஸ்டெல்லா.

"தெர்ல ஸ்டெல். இவங்க அப்பா தானே எனக்கும் கார்டியன் சோ அவர் மட்டும் தான் வருவாரு. அம்மா வயல விட்டு இப்ப வரமுடியாது", மீரா.

"சரி விடு பாத்துக்கலாம். அப்பாக்கு எப்ப திதி?", நதியாள்.

"நம்ம செம் முடிஞ்சி தான் வருது", எனக் கூறி மீரா அமைதியாகிவிட்டாள். அவள் முகத்தில் தாளமுடியாத வலி தெரிய, சிரமப்பட்டுத் தன் முகத்தை சரி செய்துக் கொண்டாள்.

நம் மீராவின் தந்தை இரண்டு ஆண்டுகளுக்கு முன்னர் உடல்நிலை சரியில்லாமல் திடீரென இறந்துவிட்டார். பின் நதியாள் தன் அப்பாவை வைத்து மீராவின் குடும்பத்தை ஒழுங்குபடுத்தி கொடுத்துவிட்டு, அவளின் அம்மாவிடம் வயல் தோட்ட பொறுப்புகளை கொடுத்துவிடச் செய்தாள். அவருடன் மீராவின் அம்மாச்சி இருக்கிறார். வேறு துணை யாரும் இல்லை. அதனால் மீராவின் படிப்பு விசயம் மட்டுமின்றி வேறு ஏதேனும் உதவி என்றாலும் நதியாளின் தந்தை கண்ணன் தான் செய்வார். அவர்களுக்கு வேலை செய்ய மற்றும் பாதுகாப்பிற்கு தன் பண்ணையில் பல வருடமாக விசுவாசமாக இருக்கும் ஒரு குடும்பத்தை அங்கே குடியமர்த்தி உதவும்படி செய்தார்.

கண்ணன் மற்றும் ராதாவை பொறுத்தவரையில் மீராவும் தங்கள் மகள் தான். அதனால் எந்த வேறுபாடும் காட்டாமல் அவர்கள் கேட்காமலேயே அனைத்தும் செய்துக் கொடுத்தனர்.

"ஹேய்... நம்ம பிராஜெக்ட் இவங்க கம்பெனிலயே செஞ்சிக்கலாமா?", சஞ்சய்.

"கேட்டு இருக்கேன். நம்ம டிசைன் மத்த விஷயமெல்லாம் பாத்துட்டு சொல்றதா சொல்லி இருக்காங்க சஞ்சய்", நதியாள்.

"மூனு பேரும் பிஸ்னஸ் மேன் எதேதோ பேசிட்டு இருக்காங்க. எனக்கு பசிக்குது போய் சாப்பிடலாமா?", திலீப் நடுவில் வந்து சீரியசாக முகத்தை வைத்துக்கொண்டுக் கேட்டான்.

"உன்னை எல்லாம்....", நதியாளும் ஸ்டெல்லாவும் அவன் முதுகில் பலமாக அடித்தனர்.

"அய்யோ... அம்மா.... காப்பாத்துங்க", என திலீப் கத்தினான்.

"என்னாச்சி காய்ஸ்?", ரஹீம்.

"ஒன்னுமில்ல பையா. நான் உங்களுக்கு சாப்பிட எதாவது ஏற்பாடு பண்றேன்", ஸ்டெல்லா.

"இல்லம்மா... எதுவும் வேண்டாம். ரிஸ் வீட்ல சாப்பாடு சொல்லிட்டாங்க. அப்படியே நிக்கா சாப்பிங் பத்தி பேசி முடிவு பண்ணனும்", ரஹீம்.

"ஓஓஓ..... அப்ப எங்களுக்கு பிரியாணி?", ஸ்டெல்லா.

"வரும் டி. அம்மா ரெடி பண்ணதும் குடுத்து அனுப்புவாங்க. மானத்த வாங்காதீங்க அவர் முன்னாடி", அத்தனை நேரம் அமைதியாக இருந்த ரிஸ்வானா ஸ்டெல்லாவை அதட்டினாள்.

"பார்ரா.... மேடம் அவங்க ஹஸ்பண்ட் கிட்ட கேட்டா அவருக்கு முன்ன நீங்க பதில் குடுக்கறீங்க. ம்ம்... நல்லா இருந்தா சரி... சீக்கிரம் சாப்பாடு அனுப்பி வை. கிளம்பு", ஸ்டெல்லா.

ரிஸ்வானா தலையில் அடித்துக்கொண்டு ரஹீம் அருகில் சென்றாள்.

"வாப்பா கால் பண்ணிட்டே இருக்காங்க நாம கிளம்பலாமா. நேரம் ஆச்சி", ரிஸ்வானா.

"இதோ கிளம்பலாம். ஓகே சரண் அகரன். கண்டிப்பா இன்னொரு நாள் மீட் பண்ணலாம். நீங்க இருங்க சாப்பிட்டு தான் கிளம்பணும்", ரஹீம்.

"இவங்க?", என சரண் ரிஸ்வானாவைக் காட்டிக் கேட்டான்.

"இவங்க ரிஸ்வானா பேகம் என்னோட வருங்கால மனைவி. அடுத்த மாசம் கல்யாணம். கண்டிப்பா நீங்க வரணும். வீட்டுக்கு வந்து இன்வைட் பண்ணுவேன்", ரஹீம்.

"கன்கிராட்ஸ் ரஹீம். கண்டிப்பா வருவோம்", அகரன் வாழ்த்துக் கூறி கைக்குலுக்கினான்.

சரணின் நிலை தான் நமக்கு தெரியுமே....

"இதுவும் போச்சா?", என ரிஸ்வானாவையும் ரஹீமையும் மாறி மாறிப் பார்த்துக்கொண்டு இருந்தான்.

அகரன் அவனின் தோளில் தட்டவும் தன்னைச் சமாளித்து, அவர்களுக்கு வாழ்த்து கூறி-னான் சரண்.

"சரி நாங்க கிளம்பறோம். நைஸ் மீட்டிங் யூ போத். நதியாள் நாங்க கிளம்பறோம். லன்ச் உங்களுக்கு இன்னும் பத்து நிமிஷத்துல வந்துடும். எதாவது தேவைபட்டா எனக்கே கால் பண்ணு. ரிஸ் வாய தொறந்து சொல்லமாட்டா. அப்பறம் மீட் பண்ணலாம்", என அங்கிருந்-தவர்களிடம் விடைபெற்று கிளம்பினர் ரிஸ்வானாவும் ரஹீமும்.

"அகன்.... சரணா.... இவங்க தான் என் பிரண்ட்ஸ்.... இது மீரா... உனக்கு நியாபகம் இருக்கா?", நதியாள்.

"இன்னும் அந்த பொண்ணு உன்கூட தான் இருக்கா? பாவம் ரொம்ப அமைதியான பொண்ணு. எப்படிம்மா இன்னும் இவகூட இருக்க?", சரண்.

"டேய் சரணா......", நதியாள் பல்லைக் கடித்தாள்.

"சரி சரி. சண்டை போடாதீங்க. மீரா எப்படிடா இருக்க? வீட்ல எல்லாரும் நல்லா இருக்-காங்களா?", அகரன் அக்கறையுடன் விசாரித்தான்.

"நல்லா இருக்கேன் வீட்ல எல்லாம் நல்லா இருக்காங்க அண்ணா. நீங்க எப்படி இருக்கீங்க இரண்டு பேரும்?", மீரா.

"நல்லா இருக்கோம்மா...", அகரன்.

"இது ஸ்டெல்லா..... அவன் சஞ்சய் இது திலீப்", என அனைவரையும் அறிமுகப்படுத்தி வைத்தாள் நதி.

"ஹாய் ....", என அனைவரிடமும் கைக்குலுக்கிக் கொண்டனர் சரணும் அகரனும்.

"வாங்க பாஸ் உள்ள போலாம்", என சஞ்சய் உள்ளே அழைத்தான்.

"அப்ப இது உள்ள இல்லையா?", சரண்.

"இல்ல இது ரிசப்சன்", ஸ்டெல்லா வெடுக்கென்று கூறி உள்ளே சென்றாள்.

"உன்கூட இருக்கற எல்லாமே இப்படி தான் இருக்குமா யாள்?", சரண்.

"அவ என்னவிட ஒருபடி மேல டா சரணா. சோ வாய அடக்கி வாசி", நதியாள்.

"யாருமே பொண்ணுங்க இல்ல மொத்தத்துல", சரண்.

"மூடு. உக்காரு. இன்னும் கொஞ்ச நேரத்துல சாப்பாடு வந்துடும் சாப்டப்பறம் நீங்க கிளம்-பலாம். அகன் முக்கியமான வேலை எதாவது இருக்கா? இங்க கொஞ்ச நேரம் இருக்கலாம் தானே", நதியாள்.

"நோ பிராப்ளம் நதிமா. ரெஸ்ட்ரூம் எங்க இருக்கு? கொஞ்சம் பிரஸ் ஆகணும்", அகரன்.

சஞ்சய் அகரனையும் சரணையும் அழைத்துச்சென்றான். நதியாள் தன்னறைக்கு சென்று முகம் கழுவி வேறு உடை மாற்றிக்கொண்டு வந்தாள்.

"காலேஜ்ல எதாவது ஸ்பெஷலா இந்த ஒரு வாரத்துல?", நதியாள் கேட்டபடி மீராவின் மடி-யில் படுத்துக்கொண்டாள்.

"இல்ல யாள். நீ இல்லாம செம போர். பேசாம நாங்களும் உன்கூடவே வந்து இருக்கலாம்னு இருந்தது", ஸ்டெல்லா.

"கிளம்பி வர வேண்டியது தானே? செமையா இருந்தது திருவிழா. ஐ ஹேவ் நெவர் பீன் டிட் தீஸ் திங்ஸ் யெட் மீரா. இட் வாஸ் எ பிக் ரெஸ்பான்ஸிபிலிட்டி", எனத் திருவிழா பற்றிக் கூறிக்கொண்டு இருந்தாள் நதி.

சஞ்சயிடம் சரண்,"எப்படி சஞ்சய் இத்தனை பொண்ணுங்கள சமாளிக்கறீங்க?", எனக் கேட்டான்.

"ஹாஹா... நான் சமாளிக்கல சார். நதியாள் தான் சமாளிக்கறா. நாங்க ஆறு பேரும் கேங் பட் காலேஜ் புல்லா அவளுக்கு பிரண்ட்ஸ் இருக்காங்க. ஷீ ஸ் ஸ்பெஷல் பார் அஸ்", சஞ்சய்.

"அப்படி இல்லைன்னா தான் அதிசயம். இவ வாய் பேசறதுக்கு ஊருக்கே அவள தெரிஞ்சி இருக்கும். காலேஜ்ல தெரிஞ்சி இருக்கறது பெரிய விஷயம் இல்ல", சரண்.

"நீங்க யாளோட அண்ணன்னு சொன்னா பட் அன்னிக்கு சண்டை போட்டீங்க யாருன்னு தெரியாத மாதிரி", சஞ்சய்.

"நாங்க பாத்தது அவ பத்து வயசு பொண்ணா இருந்தப்ப. அதுக்கப்பறம் நாங்க படிக்க வெளியூர் போயிட்டோம். அவளும் ஹாஸ்டல் ஜாயின் பண்ணிட்டா சோ வி டிண்ட் மீட் ஈச் அதர் பார் லாங் டைம்", அகரன்.

"ஹோ....", சஞ்சய்.

பின் அனைவரும் சாப்பாடு வந்ததும் சாப்பிட்டுவிட்டு, சரோஜாதேவி பாட்டி கொடுத்த கருவாட்டு குழம்பும் அனைவருக்கும் பரிமாறிக்கொண்டு, பேசியபடியே சாப்பிட்டு முடித்தனர்.

அகரன் நதியாளை கண்களால் தொடர்ந்தபடியே இருந்ததை ஸ்டெல்லாவும் சஞ்சஜையும் கவனித்தனர்.

அகரனின் மனதில் இந்த ஒரு வாரம் நடந்த அனைத்தும் ஆழமாக பதிவாகி இருந்தது. இன்றும் நதியாள் தன் நண்பர்களைக் கண்டது முதல் அவளின் நடவடிக்கை முகபாவம் என அனைத்தும் தன்னுள் பதுக்கி வைத்துக்கொண்டு இருந்தான்.

ஒரு வழியாக சாப்பிட்டு முடித்து அகரனும் சரணும் தங்களின் இல்ல முகவரி போன் நம்பர் கொடுத்துவிட்டு, அங்கிருந்த செக்யூரிட்டியிடம் கூறிவிட்டு அவரின் நம்பரும் வாங்-

கிக்கொண்டு, அங்கிருந்து கிளம்பி தங்களின் இல்லம் வந்து சேர்ந்தனர்.

வீடு வந்த அகரன் தன் மனதில் பதிந்த நினைவுகளை இதமாக நினைத்துப் பார்த்துக்கொண்டு இருந்தான். நதியாளுடன் இந்த ஒரு வாரம் அவன் சற்றும் எதிர்பார்க்காத வண்ணம் அமைந்து இருந்தது. அவளின் அருகாமையில், அவளின் நெருக்கத்தில், அவளின் அக்கறையில், விளையாட்டில் , அவளின் கோபத்தில், என மொத்தமாக அவளை தன்னுள் நிறைத்துக் கொண்டான்.

இந்த இதமான இம்சையும் மேலும் இனித்தது அவளை நினைக்க நினைக்க. மேலும் வாழ்நாள் முழுவதும் அவள் தன்னுடன் இருந்தால், இந்த எண்ணமே அவனை மேலும் பொலிவுற வைத்து சந்தோஷத்தை முகத்தில் பிரதிபலித்தது.

நதியாளிடம் தன் காதலைக் கூற வேண்டும்.. அவளுக்கு தன் மேல் உள்ள காதலை உணர்த்த வேண்டும்..... இப்படி பலவாறாக யோசித்தவன் நதியாளும் அவனும் சேர்ந்து எடுத்துக்கொண்ட போட்டோவை தன் மொபைல் வால் பேப்பர் மற்றும் லாக் ஸ்க்ரீனாக வைத்தான்.

அவளை மொபைலில் பார்த்தபடியே உறங்கியவன் கனவிலும் நதியாளே வந்து மேலும் அவனைத் திணறடித்தாள்.

இதமான இம்சையாகிப் போனாள் அவனின் நதி அவனுள் உயிர்நதியாக.....

21

அடுத்த நாளில் இருந்து அகரனும் சரணும் தங்களது அலுவலக பணியில் மும்முறமாகினர்.

நதியும் காலேஜ் ஹாஸ்டலில் இருந்து அதிகாரபூர்வமாக வெளியேற வேண்டிய ஏற்பாடுகள் செய்துக் கொண்டே பரிட்சைக்கு தயாராகிக் கொண்டு இருந்தாள்.

ஸ்டெல்லா ஹாஸ்டல் பணியை முடித்துக் கொண்டு பெற்றோர்களை, தாங்கள் தங்கி இருந்த வீட்டிற்கு அழைத்து வந்தாள்.

"ஸ்டெல்லா இவ்வளவு பெரிய வீட்லயா இருக்கப்போறீங்க?", தாய் மேரி.

"ஆமாம்மா. இது ரிஸ் கட்டிக்க போறவரோட கெஸ்ட் ஹவுஸ்.. சும்மா தான் இருக்குன்னு அவங்க வீட்லயே எங்கள இங்க தங்க சொல்லிட்டாங்க. அடுத்த மாசத்துல இருந்து கம்பெனிக்கு போகணும் அதனால வெளியே தங்கினா தான் பரவால்லன்னு இங்க வந்துட்டோம்", ஸ்டெல்லா.

"வாடகை ? சும்மா தங்க கூடாதுல்ல அவங்க சொன்னாலும்", தந்தை ஜோசப்.

"வாடகை பணத்தை எனக்கு அனுப்பிடுங்க அப்பா", எனக் கூறியபடி நதி வெளியே வந்து அவர்களை வரவேற்று உள்ளே அழைத்துச் சென்றாள்.

"வாங்க அப்பா வாங்க அம்மா. குடிக்க ஜூஸ் கொண்டு வரேன்", மீரா.

சஞ்சயும் திலீப்பும் அறையில் இருந்து வெளியே வந்து வரவேற்றனர்.

"உனக்கு எதுக்கு அனுப்ப சொன்ன பணத்தை?", ஸ்டெல்லா நதியைப் பார்த்துக் கேட்டாள்.

"எதுக்கோ சொன்னேன். வரத ஏன் வேணாம்னு சொல்லணும்?", நதியாள்.

"அப்பா அதுல்லாம் ஒன்னுமா வேணாம். ரிஸ் கோச்சிக்குவா அப்பறம்", ஸ்டெல்லா.

"இல்லைம்மா. வீட்டு வேலைக்கு ஆட்களை எல்லாம் ஏற்பாடு செய்து குடுத்து இருக்காங்க. அவங்க வேணாம்னு சொன்னதால நாம அப்படியே விடக்கூடாது இல்லியா?", ஜோசப்.

"அப்பா அதுல்லாம் வேணாம். நாங்க இந்த காலேஜ் சேர்ந்ததுல இருந்து ஒரே குடும்பமா பழகிட்டு இருக்கோம். ரிஸ் மட்டும் இல்ல, ரிஸ்ஸோட ஹஸ்பண்ட்ம் கோச்சிப்பாங்க. பணம் எங்களுக்கு நடுவுல வரத நாங்க யாருமே விரும்பறது இல்ல", சஞ்சய்.

"சரிப்பா. சங்கடம் வராமா இருந்துக்கோங்க. நீங்களும் இங்க தான் தங்கறீங்களா?", ஜோசப்.

"ஆமாம்பா... நாங்க கீழ இரண்டு ரூம்ல இருக்கோம். இவங்க மூனு பேரும் மேல ரூம்ல தங்கிப்பாங்க. எந்த பயமும் இல்லை இங்க. வேலைக்கும் ஆட்கள் இருக்காங்க. சமையலுக்கு வேற மேல் செலவுக்கு தான் நாங்க பண்ணிக்கறோம். அதுவும் பிராஜெக்ட் பண்ண கம்பெனில சேர்ந்தா ஸ்டைபன் குடுக்க வாய்ப்பு இருக்கு. நீங்க சிரமம் படாதீங்க", திலீப்.

"சரிப்பா. ஜாக்கிரதையா இருங்க. இந்த தெருவுல யாரும் வெளியே வரமாட்டாங்க போல. பொம்பள புள்ளைங்கள பத்திரமா பாத்துக்கோங்க. யாரும் தப்பா எதுவும் சொல்லிடக்கூடாது. சரியா?", மேரி.

"சரிம்மா. நாங்க பாத்துக்கறோம். இப்ப யாளோட அண்ணனும் கஸினும் கூட இந்த ஊர்ல தான் இருக்காங்க அதனால தெரிஞ்ச ஆளுங்க இருக்காங்க பயம் இல்ல", சஞ்சய்.

மீரா ஜூஸோடு வந்து அனைவருக்கும் கொடுத்தாள்.

"இன்னிக்கு தான்டா ஆம்பள பசங்கமாதிரி பொறுப்பா பேசி இருக்கீங்க", ஸ்டெல்லா.

"ஏன் இத்தனை நாள் பேசலியா நடந்துக்கலியா?", திலீப்.

"இல்லன்னு தானே சொல்றேன்", ஸ்டெல்லா.

"உன்ன...", திலீப் பல்லைக் கடித்தான்.

"ஸ்டெல்லா கம்முன்னு இரு. திலீப் அவ சொல்றத காதுல வாங்காத. ஊர்ல எல்லாரும் நல்லா இருக்காங்களாப்பா?", நதியாள்.

"எல்லாம் நல்லா இருக்காங்க மா. அப்பா எப்ப வராங்க இங்க?", ஜோசப்.

"நாளைக்கு இல்லைன்னா நாளை மறுநாள் வந்துடுவாங்கப்பா", நதியாள்.

"சரி. கம்பெனி பாத்துட்டீங்களா பிராஜெக்ட் பண்ண?", ஜோசப்.

"என் அண்ணா கம்பெனில கேட்டு இருக்கேன்பா. இன்னும் எங்க சைட் பேப்பர் அனுப்பி-னப்பறம் தான். அவங்க யோசிச்சி சொல்றதா சொல்லி இருக்காங்க", நதியாள்.

"சரி எல்லாரும் படிக்கறத நல்லபடியா செஞ்சி முன்னுக்கு வாங்க. படிச்ச படிப்பு வீணா போகக்கூடாது. நாம கிளம்பலாமாங்க?", மேரி ஜோசபை கேட்டார்.

"ம்ம்... கிளம்பலாம். தினம் போன் பண்ணுங்க. சஞ்சய் திலீப் ஜாக்கிரதை. நதியாள் மீரா பத்திரமா இருங்க. அவள கடிவாளம் போட்டு உங்க கைல வச்சிகோங்க. ஊர் வம்பு இழுக்-கக்கூடாது ஸ்டெல்லா", ஜோசப்.

"டேய் நதியாள் கிட்ட கடிவாளம் குடுத்தா இரண்டும் ஊர வித்துட்டு தானே வரும்", திலீப்.

"வாயமூடு. அப்பறம் உன்ன காலி பண்ணிடுவாங்க இரண்டு பேரும். நீ ஒளிய கூட முடியாது இங்க", சஞ்சய் திலீப் காதைக் கடித்தான்.

"ஆமா. இதுக்கு தான் ஒரே வீடு வேணாம் சொன்னேன். கேட்டியா நீ? நாம மைக்கேல் வீட்டு மாடி ரூம் போய் இருக்காலாம்", திலீப்.

"அம்மா அப்பா கிளம்பறாங்க அங்க பாரு", சஞ்சய்.

"சரி நாங்க வரோம். எல்லாரும் ஜாக்கிரதையா இருங்க", என ஜோசபும் மேரியும் வீட்டை விட்டு வெளியே வந்து, வாட்ச்மேன் மற்றும் அங்கு வேலை செய்பவர்களிடம் பிள்ளைக-ளைப் பார்த்துக்கொள்ளும்படிச் சொல்லிக்கொண்டுச் சென்றனர்.

வீட்ல வேலை செய்யறவங்க கூட நம்ம வானரப்படை நல்லா பழகவும், அவங்களுக்கு இவங்க மேல பாசம் வந்துடிச்சி. அதனால வீடு எப்பவும் கலகலப்பா இருந்தது.

"மீரா.... மீரா....", நதியாள்.

"என்னடி... ஏன் கத்தற?", மீரா கேட்டுக்கொண்டே அவள் அறைக்கு வந்தாள்.

"என் பிளாக் சர்ட் எங்க?", நதியாள்.

"நீ தான்டி ஊருக்கு கொண்டு போன. என்னை கேட்டா?", மீரா.

"ஓ ஷிட்... ராதா..... இந்த சட்டையும் போச்சு", எனத் தலையில் கைவைத்து அமர்ந்தாள் நதி.

ராதாவிற்கு முழு கருப்பு கலர் ஆடை அணிவது பிடிக்காது, குடும்பத்தில் பழக்கம் இல்லை-யென கூறி எடுக்கவிடமாட்டார். நதியாள் மீறி எடுத்தாலும் அதை அணிய விடாமல் அந்த ஆடையை தன்னிடம் எடுத்து வைத்துக் கொள்வார். இந்த முறையும் அதே நடந்தது.

"ஹாஹா.... அம்மாவுக்கும் உனக்கும் இந்த சண்டை முடியாது எப்பவும்", மீரா சிரித்தபடிக் கூறி அமர்ந்தாள்.

"போடி. ஆசையா எடுத்தேன். ஊருக்கு வரப்ப போட்டுட்டு வரலாம்னு", நதியாள்.

"விடு. நீயும் சொல் பேச்சு கேக்கறது இல்ல. கருப்பு வேணாம் சொன்னா விடறியா?", மீரா.

"தாயே மீராதேவி நீ உன் சொற்பொழிவ ஆரம்பிக்காத. நான் கண்டிப்பா பிளாக் சர்ட் எடுத்தே தீருவேன். சரண் இருக்க பயமேன்", எனச் சிரித்தபடி கூறினாள் நதி.

"சரண் அண்ணா மட்டும் பிளாக் கலர் எடுத்து குடுப்பாரா?", மீரா.

"எடுத்து குடுத்து தான் ஆகணும். நான் கேக்கறப்ப எல்லாம், கேக்கறது எல்லாம்", எனக் கண்ணைச் சிமிட்டிக் கூறினாள் நதி.

"யார் உன்கிட்ட மாட்டினது ?", எனக் கேட்டபடி ஸ்டெல்லா வந்தாள்.

"சரணா தான்", நதியாள்.

"ஏன் மிஸ்டர் அகரன் எடுத்து குடுக்கமாட்டாரா?", ஸ்டெல்லா நதியாளிடம் அகரனைப் பற்றிய மனநிலை அறியக் கேட்டாள்.

"என் அகன் கிட்ட கேட்கவே வேணாம் கண் காட்டினா போதும் உடனே வாங்கி குடுப்பான். நாங்க ஸ்கூல் படிக்கறப்ப தினம் எதாவது வாங்கி குடுப்பான். பிரியாணி பரோட்டாலாம் அவங்க சாயந்திரம் வாங்கி சாப்பிடறப்ப, எனக்கு ஊட்டாம சாப்பிடமாட்டான். ஹீ இஸ் சோ ஸ்வீட்", பழைய நினைவுகளில் கண்கள் மின்ன நதியாள் கூறினாள்.

"இன்னும் அதே மாதிரியா இருக்காங்க?", ஸ்டெல்லா.

"ஆமா ஸ்டெல். திருவிழால கோவில்ல செய்யவேண்டிய வேலை எல்லாம் நானும் அகனும் தான் செஞ்சோம். ஸ்டில் ஹீ ஸ் சோ ஸ்வீட் அண்ட் கேரிங். பழைய நாட்களுக்கு போயிட்டு

வந்த பீல் எனக்கு அகன் கூட. எதிர்பார்க்கவே இல்லை ஒன்னா இருக்க இப்படி ஒரு சந்தர்ப்பம் அமையும்னு ", நதியாள்.

"இன்னும் அவங்க அதே அன்போட தான் இருக்காங்களா யாள்?", ஸ்டெல்லா.

இந்த கேள்வியில் மீரா ஸ்டெல்லாவைப் பார்த்தாள். ஸ்டெல்லா கண்களால் அமைதியாகக் கவனிக்கும்படி கூறி நதியாளைக் கண்டாள்.

"ஆமா ஸ்டெல். அந்த அன்பு குறையவே இல்லை. சரணும் அகனும் அலங்காரம் பண்ணி விட்டாங்க. ஹால்ல தூங்கின என்னை அகன் தூக்கிட்டு போய் அவன் ரூமில் படுக்க வைத்து போர்வை எல்லாம் போர்த்திவிட்டான். சரண் தேவ் கூட வேலை செய்யறப்போ எல்லாம் போயிட்டான். நானும் அகனும் தான் ஒன்னாவே இருந்தோம் திருவிழா முழுக்க", நதியாளின் குரலில் அத்தனை உற்சாகம், அவனைப்பற்றி பேசப்பேச கண்கள் மின்னியது.

ஸ்டெல்லாவிற்கு ஒருவாராக விளங்க ஆரம்பித்தது. அந்த நேரம் சஞ்சையும் திலீப்பும் மேலே வர அனைவரும் மொட்டைமாடிக்கு சென்றனர்.

"யாள் அங்க எடுத்த போட்டோஸ் காமி", ஸ்டெல்லா.

"இந்தா இந்த போல்டர் புல்லா அங்க எடுத்த போட்டோஸ் தான். நான் கீழ போய் சாப்பிட எதாவது எடுத்துட்டு வரேன்", என மொபைலைக் கொடுத்துவிட்டுக் கீழேச் சென்றாள்.

"என்ன ஸ்டெல்? ஏன் அகரன் அண்ணாபத்தி விசாரிக்கற?", மீரா.

"அவர் கண்ணு இங்க இருந்து கிளம்பற வரை யாள் மேல மட்டுமே இருந்தது மீரா. கள்ளத்தனம் இல்லை தான் ஆனாலும் எப்படி நடந்துக்கறாங்கன்னு தெரிஞ்சிக்கத்தான் கேட்டேன். இங்க பாரு இந்த போட்டோஸ் எல்லாம்", என ஸ்டெல்லா சரண், அகன், நதி மூவரும் மாடியில் எடுத்த போட்டோஸைக் காட்டினாள்.

மீரா சஞ்சய் திலீப் மூவரும் அகரனின் பார்வை நதியை விட்டு விலகாமல் இருந்ததையும், அவன் கண்களில் காதல் வழிவதையும் கண்டனர்.

"ஸ்டெல்... அகன் அண்ணா", மீரா.

"நதியாள லவ் பண்றாங்க ஆனா இன்னும் நதிகிட்ட சொல்லல போல. நானும் கவனிச்சேன் இங்க இருந்தப்ப ", சஞ்சய்.

"வாவ்... இரண்டு பேரும் நல்ல ஜோடி தான். அகரன் அண்ணா நதியாள கல்யாணம்

பண்ணிகிட்டா நல்லா தான் இருக்கும்", மீரா.

"ம்ம்... நதியாளுக்கு அந்த எண்ணம் இருக்கற மாதிரி தெரியலியே", ஸ்டெல்லா.

"அகரன் சார் ப்ரபோஸ் பண்ணா நதியாளுக்கு அந்த எண்ணம் வரலாம்", சஞ்சய்.

"இருக்கலாம். யாள் அவங்க இரண்டு பேர் கிட்டயும் நிறைய அன்பு வச்சி இருக்கா. அகரன் அண்ணா எப்ப ப்ரபோஸ் பண்ணுவாங்க பாக்கலாம் , அதுக்கப்பறம் தான் யாளோட மனசுல என்ன இருக்குன்னு தெரியும்", மீரா.

"சரி நாம பிராஜெக்ட் பண்ண அங்க தானே போறோம். அங்க பாத்துக்கலாம்", திலீப்.

"ம்ம்... அதுவரை நடக்கறதை கவனிக்கலாம்", ஸ்டெல்லா.

"என்ன கவனிக்க போறீங்க எல்லாரும்?", எனக் கேட்டபடி நதியாள் ஜூஸ் மற்றும் ஸ்நாக்ஸ் கொண்டு வந்தாள்.

"பிராஜெக்ட் பண்றதுல தான் கவனிச்சு பண்ணணும்னு சொல்லிட்டு இருந்தா. நாம எப்ப நம்ம பேப்பர்ஸ் டிசைன்ஸ் உங்க அண்ணாக்கு அனுப்பனும்?", சஞ்சய்.

"ஆமா. இன்னிக்கு நாம ரெடி பண்ணிட்டு அகன் கிட்ட கேக்கலாம். அனுப்ப சொன்னா உடனே அனுப்பலாம் இல்லைன்னா நேர்ல போய் குடுத்துட்டு வரலாம்", நதியாள்.

"சரி கேளு யாள். அவங்க ஆபீஸ்ஸ நாமலும் பாத்தமாதிரி இருக்கும்", ஸ்டெல்லா.

"ஓகே. மொபைல் குடு", நதியாள்.

"இந்தா",என மீரா தன் மொபைல் கொடுத்தாள்.

நதியாள் வாங்கி அகனின் நம்பர் அழுத்தி அழைத்தாள்.

"அகரன் அண்ணா நம்பர் மொபைல் பாக்காம தெரியுமா யாள்?", மீரா.

"ம்ம்.... ஒரு டைம் பாத்ததும் மனசுல பதிஞ்சிரிச்சு மீரா", நதியாள்.

"எங்க நம்பர் பாக்காம சொல்லு", திலீப்.

"அது.... இரு", என தன் மொபைல் வாங்க முயற்சி செய்தாள் நதி.

"ஹேய்... பாக்காம சொல்லு..", திலீப்.

"போடா நியாபகம் இல்ல", என அகரனுடன் பேசச் சென்றுவிட்டாள்.

"ஹலோ அகன்.... பிஸியா இருக்கியா?", நதியாள்.

"இல்ல நதிமா.... சொல்லு. வீடு எல்லாம் செட் ஆகிடிச்சா?", அகரன்.

"ம்ம்... வீடு சூப்பர். ரொம்ப பிடிச்சி இருக்கு. நாங்க பிராஜெக்ட் பண்றதுக்கு பர்மிசன் லெட்டர் மத்த டிசைன் பேப்பர்லாம் எப்ப அனுப்பறது?", நதியாள்.

"இந்த வீக் நாங்க கொஞ்சம் பிஸிடா. நீங்க அனுப்புங்க நானும் சரணும் ஒன் வீக்ல சொல்றோம்", அகரன்.

"சரி. உன் ஆபீஸ் அட்ரஸ் அனுப்பு அகன். நேர்லயே குடுக்க வரேன்", நதியாள்.

"சரண் உனக்கு குடுக்கலியா டா?", அகரன்.

"இல்ல அகன். ஏரியா நேம் மட்டும் சொன்னான்", நதியாள்.

"சரி நான் அனுப்பறேன். நாளைக்கு வாங்க . இன்னிக்கு சைட் பாக்க வெளியே போறோம்", அகரன்.

"ஓகே அகன். நாங்க ஆறு பேர் தான். சோ உன் கம்பெனினா ஒன்னா கத்துப்போம் , இருப்போம்", நதியாள்.

"நம்ம கம்பெனி நதிமா. ஆறு பேர் தான் பைனல் அகைன் இன்னும் ஒருத்தர் இரண்டு பேருன்னு கேக்கக்கூடாது. சரியா?", அகரன்.

"ஓகே. இது பைனல்", நதியாள்.

"சரி நாளைக்கு மீட் பண்ணலாம் நதிமா. டேக் கேர். இப்ப மீட்டிங் இருக்கு. அப்பறம் பேசறேன்", அகரன் கூறி வைத்துவிட்டான்.

அகரனுக்கு மனதிற்குள் சந்தோஷம் பொங்க ஆரம்பித்தது. நதியாளின் நினைவில் இருந்தவன் அவளே அழைத்து இப்பொழுது பேசவும் உற்சாகம் ஊற்றாய் பெருகியது.

"அகர்... டேய் அகர்...", என சரண் பின்னிருந்து அழைத்தான்.

அகரன் அமைதியாக இருக்கவும் அருகில் வந்து முதுகில் தட்டி அழைத்தான்.

"டேய்... கூப்டுகிட்டே இருக்கேன் எங்கடா இருக்கு உன் நினைப்பு ?", சரண்.

"நதி கிட்ட டா", அகரன்.

"ஸ்ஸ்சப்பபாஆஆஆஆ.... முடியல டா உன்ன வச்சிட்டு. சீக்கிரம் கல்யாணம் பண்ணிகிட்டு இரண்டு பேரும் என்னமோ பண்ணுங்க. இப்ப வேலைய பாக்கலாம் வா", சரண்.

"டேய்... நதிக்கு நிறைய கனவு இருக்கு. அதுல முக்கியமானது சுயமா நிக்கணும்ங்கிறது. அத அவ பண்ணப்பறம் தான் கல்யாணம் அதுவரை அந்த பேச்சு எடுக்க கூடாது. காதல் காலம் முழுக்க பண்ணுவேன். இப்ப தான்டா நான் உணர்ந்து அந்த பீல்ல என்ஜாய் பண்ணிட்டு இருக்கேன். அவள நினைச்சிட்டு இருந்தப்ப அவ கால் பண்ணதும் ரொம்ப ஹேப்பி ஆகிட்டேன். அதான் நீ கூப்டத கவனிக்கல", அகரன்.

"பார்ரா... இந்த அளவுக்கு நல்லவனா நீ? இப்ப மீட்டிங்கு டைம் ஆச்சி கிளம்பு", சரண்.

"நதிய நாளைக்கு ஆபீஸ் வர சொல்லி இருக்கேன். அவங்க கேங் ஆறு பேர் மட்டும் பிராஜெக்ட் பண்றாங்க இங்க. அவங்களுக்கு எல்லாம் வர்க் பிரிச்சி குடுத்து வேலை வாங்கணும். அவங்க இங்கிருந்து போறப்ப ஓரளவு கத்துகிட்டு தான் வெளியே போகணும்", அகரன்.

"சரி ஸ்வப்னா கிட்ட சொல்லிடறேன். இன்டீரியர் அவங்கள ட்ரையல் டிசைன் பண்ண சொல்லலாம்ல அந்த ஹோட்டலுக்கு?", சரண்.

"அது கொஞ்சம் ரிஸ்க் தான். பட் டிரையல் குடுக்கலாம். அவங்க மேஜர்ல ட்ரை பண்ண சான்ஸ் குடுத்தா நல்லது தான்", அகரன்.

"சரி. வா. கிளைண்ட் வந்துட்டாங்க", சரணும் அகரனும் மீட்டிங் அறைக்குச் சென்றனர்.

இங்கே நதியாள் அகரனிடம் பேசிவிட்டு தன் நண்பர்களிடமும் தோழிகளிடமும் நாளை அகரன் அலுவலகம் செல்ல வேண்டும் எனக் கூறி அதற்கான பேப்பர், டிபார்ட்மெண்டில் கொடுக்க வேண்டிய பேப்பர் எல்லாம் தயார் செய்தனர்.

தாங்கள் ஏற்கனவே செய்த டிசைன்ஸ், கிளாஸ் ஆக்டிவிட்டிஸ்ல் வரைந்த அனைத்தும் எடுத்து வைத்தனர்.

"ஹே யாள்... அகரன் சார் ஓகே சொல்லிட்டாரா?", சஞ்சய்.

"ம்ம்... ஆறு பேர் தான் அதுக்கு மேல முடியாதுன்னு சொல்லிட்டான். நானும் சரின்னு சொல்லிட்டேன். நம்ம ஆறு பேரும் ஒரே கம்பெனில. பிராஜெக்ட் டைட்டில் மட்டும் அவங்க தான் பைனலைஸ் பண்ணுவாங்க. நாம நாலஞ்சு டைட்டில் பிக் பண்ணி வச்சிக்கணும்", நதியாள்.

"சரி. அப்படின்னா எக்ஸாம் முடிஞ்சதும் ஜாயின் பண்ணிக்கலாம். ஸ்டைபன் குடுப்பாங்க தானே?", திலீப்.

"தெரியல திலீப். பேசிக்கலாம். குடுப்பாங்கன்னு தான் நினைக்கறேன்", நதியாள் யோசனை-யுடன் கூறினாள்.

"சரி . அப்பா நாளைக்கு தானே வராங்க?", மீரா.

"ஆமா. அப்பா கார்ல தான் வருவாங்க அவர் கூடவே போயிடலாம் அவரும் ஆபீஸ்ஸ பாத்தமாதிரி இருக்கும்", நதியாள்.

"சரி. வாங்க கீழ போலாம். இன்னும் நாலு நாள்ல எக்ஸாம். வச்சி இருக்கற அரியர் எல்-லாம் இந்த தடவை க்ளியர் பண்ணிடணும்", ஸ்டெல்லா.

"நீ பேப்பர் குடுத்தா நாங்க பாஸ் ஆகிடுவோம். எல்லாரும் ஒரே ஹால் தானே வருவோம்?", திலீப்.

"இந்த வருஷம் பர்ஸ்ட் இயர்ஸ் வந்துடுவாங்க நமக்கு நடுவுல. பாக்கலாம். பட் க்ளியர் பண்ணா தான் பிராஜெக்ட் மார்க் வரும்", நதியாள்.

"இவனுக்கு புக் குடுத்தாலும் பையில் தான் ஆவான் யாள். அகரன் சார் கிட்ட சொல்லி அவங்க ஆபீஸ்ல ப்யூன் வேலை வாங்கி குடுத்துடு அதாவது வருமானம் வரும்", ஸ்டெல்லா.

"ஹேய்... ஓவரா பேசற ஸ்டெல். வாய் இருக்காது அப்பறம்", திலீப்.

"உண்மைய சொன்னா கோவம் வருதா? போன செம்ல என் பேப்பர் குடுத்தேன்ல பாத்து தானே எழுதின எப்படி அரியர் வந்துச்சி?", ஸ்டெல்லா.

"அது நான் தூங்கிட்டேன். லாஸ்டா தான் உன்கிட்ட பேப்பர் வாங்கி எழுத எழுத டைம் முடிஞ்சி போச்சி", திலீப்.

"நீ இப்படி பண்ணா அவ அப்படி தான் திட்டுவா", சஞ்சய்.

"பிட் கொண்டு போய் மாட்டிக்காதீங்க டா பர்ஸ்ட் இயர்ஸ் முன்னாடி மானம் போயிறும்", மீரா.

"அதுல்லாம் கொண்டு போக மாட்டேன் மீரா. நீ தானே எனக்கு அப்பறம் வருவ. நீ இந்த தடவை என்னை தூங்கவிடாம எக்ஸாம் எழுத வச்சிடு போதும்", திலீப்.

"மூஞ்சிலயே குத்துவேன் உன்ன. இவன் தூங்காம எக்ஸாம் எழுத நான் உனக்கு எழுப்பி-விட்டுட்டு பேப்பர் வேற குடுக்கணுமா? நான் எப்ப எழுதறது? நான் பாட்டுக்கு எழுதுவேன் நீ முழிச்சிட்டு இருந்தா பேப்பர் வாங்கி எழுது இல்லையா ப்யூன் வேலைக்கு நான் கூட அகரன் அண்ணா கிட்ட சிபாரிசு பண்றேன்", மீரா.

"மீரா... இந்த கேங்லயே நீதான் அமைதியான பொண்ணுன்னு நினைச்சேன். நீயுமா இப்-படி?", திலீப் சிவாஜி போல எக்ஸ்பிரஸன் கொடுத்து அழுவதைப் போல முகத்தை வைத்-தான்.

"சகிக்கல. வாங்க கீழ போலாம்", நதியாள்.

பின் அனைவரும் கீழே வந்து அவரவர் வேலையைக் கவனித்தனர்.

அடுத்த நாள் காலை கண்ணன் நதியாளை போனில் அழைத்தார்.

"நதிக்குட்டி. நான் வந்துட்டேன். நீ எங்க இருக்க?", கண்ணன்.

"அப்பா நானும் காலேஜ் வந்துட்டு இருக்கேன் பத்து நிமிஷம் வையிட் பண்ணுங்க நானும் மீராவும் வந்துடறோம்", நதியாள்.

"சரி பாத்து வாங்க டா", எனக் கூறி அழைப்பை முடித்தார்.

சிறிது நேரத்தில் காலேஜின் உள்ளே வந்த நதியும் மீராவும் கண்ணன் அருகில் சென்றனர்.

"அப்பா....", என நதியாள் அவரைக் கட்டிக்கொண்டாள்.

"வாடா. வா மீரா. எப்படி இருக்க?", கண்ணன்.

"நான் நல்லா இருக்கேன் பா. நீங்க எப்படி இருக்கீங்க? அம்மா எப்படி இருக்காங்க?", மீரா.

"நல்லா இருக்கேன் டா. அம்மா தான் உன்மேல கோவமா இருக்காங்க திருவிழாக்கு வரலன்னு. ஏன்டா வரல நீ?", கண்ணன்.

"இங்க படிக்கற வேலை இருந்ததுப்பா. அங்க வந்தா ஊருக்கு போயிட்டு தான் காலேஜ் கிளம்ப முடியும் அப்பறம் பரிட்சை வந்துடும். அடுத்த திருவிழால பாத்துக்கலாம் பா", மீரா.

"சரி. வாங்க இப்ப முதல் எங்க போகணும்?", கண்ணன்.

"ஹாஸ்டல்ல நீங்க சைன் பண்ணணும் பா. அப்பறம் நாங்க பிரின்ஸி கிட்ட சைன் வாங்கிட்டு ஹாஸ்டல் வந்து கொஞ்சம் திங்ஸ் தான் இருக்கு அத எடுத்துட்டு நாங்க தங்கி இருக்கற வீட்டுக்கு போலாம் பா. அப்பறம் நாங்க பிராஜெக்ட் அகன் சரண் நடத்தர கம்பெனில தான் பண்ணப்போறோம். சாயந்திரம் அங்க போய் அவங்கள பாத்துட்டு தான் நீங்க ஊருக்கு கிளம்பணும்", நதியாள்.

"சரி டா", கண்ணன்.

பின் நதியும் மீராவும் மலமலவென்று தங்கள் வேலைகளை முடித்தனர்.

கண்ணன் அனைத்து தாள்களிலும் கையெழுத்திட்டதும் பொருட்களை எடுத்துக்கொண்டு, அவர்கள் தங்கி இருந்த இல்லத்திற்கு அழைத்து வந்தார்.

மதியம் ரிஸ்வானாவும் ஸ்டெல்லாவும் அங்குச் சாப்பாட்டைத் தயார் செய்திருந்தனர்.

சஞ்சயும் திலீப்பும் கண்ணனை தங்கள் அறைக்கு அழைத்து சென்று சற்று நேரம் ஓய்வெடுக்கக் கூறி பிரஸ் ஆக கூறினர்.
சிறிது நேர ஓய்விற்கு பின் கண்ணன் எழுந்து சாப்பிட வந்தார்.

இதற்கு நடுவில் மீராவும், நதியும் தங்களது பொருட்களை அறைகளில் வைத்து அனைத்தும் சரியாக இருக்கிறதா என ஒருமுறை சரிபார்த்துக் கொண்டனர். அனைத்து பொருட்களும் இருக்க நிம்மதியாக உணவருந்த வந்தனர்.

"என்னடா இவ்வளவு ஐட்டம்? கம்முன்னு ஹோட்டல்ல வாங்கி இருக்கலாம். எவ்வளவு சிரமம்?", கண்ணன் ஸ்டெல்லாவையும் ரிஸ்வானாவையும் பார்த்துக் கேட்டார்.

"அதுல்லாம் ஒன்னும் சிரமம் இல்லப்பா. சமைக்கற அம்மா கூட வச்சிட்டு தானே செஞ்சோம். நான் பர்ஸ்ட் டைம் சமைச்சி இருக்கேன் சாப்பிட்டு பாத்து எப்படி இருக்குன்னு சொல்லுங்கப்பா", ஸ்டெல்லா.

"அச்சோ அப்பா வேணாம். நாம ஹோட்டலே போய் சாப்டுக்கலாம். இத சாப்டு உடம்பு கெட்டா கஷ்டம்", திலீப் அலறினான்.

"வாய மூடு. அப்பறம் உனக்கு தனியா ஸ்பெஷல் ஐட்டம் சாப்பிட வச்சிடுவேன். ரிஸ் நல்லா சமைப்பாப்பா. நான் இந்த ஒரு ஐட்டம் தான் செஞ்சேன். அவன் சொல்றத கேக்காதீங்க", ஸ்டெல்லா.

"கம்முன்னு இருங்க இரண்டு பேரும் எப்ப பாரு சண்டை போட்டுகிட்டு. நீங்க சாப்பிடுங்கப்பா. போன தடவை பிரியாணி கேட்டீங்க. இன்னிக்கு செஞ்சி இருக்கேன். சாப்பிடுங்கப்பா", ரிஸ்வானா.

"அவங்க சண்டை கடல் அலை மாதிரி ரிஸ் எப்பவும் ஓயாது", எனக் கூறியபடி நதியும் அவளின் பின் மீராவும் வந்தனர்.

"ஆமா. பேசினா நமக்கு தான் எனர்ஜி வேஸ்ட். ரிஸ் வாசம் ஆள இழுக்குது. அண்ணாவ வர சொல்லு அவரும் உன் சமையல இன்னிக்கு டேஸ்ட் பண்ணுவாருல்ல", மீரா.

"அவர் ஊர்ல இல்ல மீரா. நாளைக்கு தான் வருவாரு", ரிஸ்.

"சரி வாங்க எல்லாரும் உக்காந்துக்கலாம். ஸ்டெல் சமையலம்மா மத்த ஆளுங்க எல்லாருக்கும் சாப்பாடு தனியா எடுத்து குடுத்துட்டியா?", நதியாள்.

"எடுத்து வச்சிட்டேன் யாள். அவங்க நாம சாப்பிட்ட அப்பறம் சாப்பிடறோம்னு சொல்லிட்டாங்க. தோட்ட வேலை செய்யற அண்ணா எங்கயோ வெளிய போய் இருக்காங்கலாம். அவங்க வந்தப்பறம் சேர்ந்து சாப்பிட்டுக்கறாங்களாம்", ஸ்டெல்லா.

"சரி. உக்காரு. ரிஸ் இங்க உக்காரு. எல்லாரும் அப்படியே பரிமாறிக்கலாம்", நதியாள்.

"என்னடா எல்லாருக்கும் பத்துமா இந்த ஐட்டம் எல்லாம்?", கண்ணன்.

"எல்லாருக்கும் சேர்த்து தான் எடுப்போம் அப்பா. அவங்க ஐஞ்சு பேர் இருக்காங்க. அவங்கள விட்டுட்டு நாங்க மட்டும் சாப்பிட எங்களுக்கு இஷ்டம் இல்ல அதான் எடுக்கறத சேர்த்து எடுத்து செஞ்சிடுவோம். மிச்சம் ஆனாலும் அவங்க வீட்டுக்கு எடுத்துட்டு போக சொல்லிடுவோம்", நதியாள்.

"அது தான் நல்ல பழக்கம் நதிக்குட்டி. நம்மகிட்ட வேலை செய்யறவங்களும் மனுசங்க தான்ங்கிற நினைப்பு இருந்தா போதும். இது ரிஸ்ஸோட வுட்பீ வீடு தானே?", கண்ணன்.

"ஆமாப்பா. இது அவங்க கெஸ்ட் அவுஸ். வாடகை தான் வாங்கவே மாட்டேன்னு அந்த அண்ணா சொல்லிட்டாங்க. அதே மாதிரி இங்க வேலை செய்யறவங்க சம்பளம்ல ஒரு பகுதி அப்பறம் மத்த மேல் செலவு நாங்க பண்ணிக்கறோம்", நதியாள்.

"பணம் தேவைபட்டா உடனே போன் பண்ணு டா அக்கவுண்ட்ல போட்டுவிடறேன். எப்படி-யும் செலவு அதிகம் ஆகும் இங்க", கண்ணன்.

"சரிப்பா. எல்லாரும் ஷேர் பண்ணி தான் போட்டுக்கறோம். அதிகமா தேவைபட்டா கேக்க-றேன் மத்தபடி எப்பவும் போல போடுங்க போதும்", நதியாள்.

"சரி டா. எத்தனை மணிக்கு சரண் ஆபீஸ் போகணும்?", கண்ணன்.

"நான் அகன்கிட்ட கேட்டு சொல்றேன் பா. அப்பா... நம்ம வீடு அகன் தானே அல்டர் பண்ணதா சொன்னீங்க?", நதியாள்.

"ஆமாடா. அகரனும் சரணும் தான் பண்ணாங்க. சரண வச்சே நான் அப்ப முடிச்சிட்டேன். அகரன் ஒன்னு இரண்டு தடவை வந்ததோட சரி. நான் அவங்க ஆபீஸ் வந்தது இல்ல", கண்ணன்.

"சரிப்பா. அங்க தான் பிராஜெக்ட் செய்யலாம்னு இருக்கோம். ஓகே தானே பா?", நதியாள்.

"டபுல் ஓகே நதிகுட்டி. அகரனும் சரணும் நல்ல உழைப்பாளிங்க. நல்ல வித்தை தெரிஞ்சு வச்சி இருக்காங்க. அவங்க கிட்ட நீங்களும் நிறைய கத்துக்கலாம்", கண்ணன்.

"சரிப்பா", நதியாள்.

பின் அனைவரும் உண்டபின் நதியாள் அகரனைத் தொடர்புக் கொண்ட , பிறகு நான்கு மணி அளவில் அகரனின் ஆபீஸ் நோக்கிப் பயணித்தனர்.

"ஹலோ. நான் நதியாள். இந்த கம்பெனில பிராஜெக்ட் பண்ண பர்மிஷன் வாங்க வந்து இருக்கோம். மிஸ்டர் அகரன் அண்ட் சரண் சார மீட் பண்ணனும்", நதியாள்.

"வையிட் பண்ணுங்க. நான் கூப்பிடறேன்", ரிசப்ஷனிஸ்ட்.

அந்த பிரம்மாண்ட கட்டிடத்தில் நான்காவது தளத்தில் அகரனின் அலுவலகம் அமைந்து இருந்தது. அந்த தளத்தை அழகாக வடிவமைத்து இருந்தனர். தனித்தன்மையும், அழகும், கலைநயமும், புதுமையும் கலந்தக் கலவையாகக் காட்சியளித்தது.

அகரனும் சரணும் ஸ்வப்னாவிடம் எதையோ கூறிக்கொண்டே அறையில் இருந்து வெளியே வந்தனர்.

ஸ்டெல்லாவும், மீராவும், நதியை அழைத்துக் காட்ட அங்கே அகரனைக் கண்ட நதியா-ளுக்கு மனதில் ஏதோ தடம் மாறியது. இதுநாள் வரை சிறுபிள்ளையென தனக்கு நிகராக தன்னுடன் பேசி விளையாடி, தன் சேட்டைகளை சகித்தவன், இங்கே பெரும் ஆளுமை-யுடனும், கண்களில் கண்டிப்பும், நடையில் கம்பீரமும் என முழுதாக வேறு ஒருவனாகத் தெரிந்தான்.

வெள்ளை சர்ட் நேவி புளூ கோர்ட் அதே நிறத்தில் பேண்ட் என ஆறடியில் ஆண்மகனாக இன்றே அவனை உணர்ந்துக் காண்கிறாள்.

ஊரில் திருவிழா சமையத்தில் வேஷ்டி சட்டையில் அவனுக்கு இருந்த கம்பீரம், அந்த சமயம் நதியின் மனதில் வந்து சென்றது.

இரண்டிலும் சிறிதும் கம்பீரமும், அழகும், வலிமையும் குறையவில்லை அகரனுக்கு. இத்-தனை நாள் நாம் தான் சரியாக அவனைக் கவனிக்கவில்லையோ என்ற எண்ணம் வந்தது.

அகரன் ஆணழகன் தான். நதியாளுக்கு மனதில் இனம்புரியாத இன்பமும் இதமும் பரவி-யதைக் கட்டுபடுத்தமுடியவில்லை. இதுவரை எந்த ஆண்மகன் மீதும் வராத உணர்வு அவளின் அகன் மேல் வந்துவிட்டது...

அவளின் அகன் ....
அவள் அகம் கண்டுகொள்வானா?
தன் அகத்தை வெளிபடுத்துவானா?

22

அறையில் இருந்து வெளியே வந்த அகரனைக் கண்ட நதியாள் தன்னை மறந்து அவனை இரசிப்பதை முதல் முறையாக உணர்ந்தபடி அவனை ஆராய்கிறாள்.

ஆறடிக்கும் அதிகமான உயரம், சற்றே அழுந்த கிள்ளினால் கூட சிவந்துவிடும் நிறம், ஆட்களை துளைத்தெடுக்கும் கண்கள், திடகாத்திரமான உடல், அகன்ற தோள்கள், நடந்து வரும் தோரணையில் நிச்சயம் அனைவரையும் கொள்ளை கொள்ளும் கள்வன் தான்.

இத்தனை நாட்கள் பள்ளியில் இருந்த அகரனாக பார்த்தவள் இன்று முழு ஆண்மகனாக எதிரில் வருபவனைக் கண்களால் அளந்தபடி இரசித்துக்கொண்டு இருந்தாள்.

"வாங்க மாமா. வா நதிமா.. வாங்க எல்லாரும்", என அருகில் வந்து அனைவரையும் வரவேற்றான் அகரன்.

"வரேன் தம்பி. எப்படி இருக்கீங்க? பிரயாணம் சௌக்கியமா இருந்துச்சா?", கண்ணன்.

"நல்லா இருந்தது மாமா. நதி பக்கத்துல இருக்கறப்ப நமக்கு என்ன குறைச்சல்?", அகரன் கூறி அழகாய் அவளைக் கண்டுப் புன்னகைத்தான்.

அவனது புன்னகையில் தன்னைத் தொலைத்தவள் அடுத்த நொடி அதே புன்னகையில் தன்னை மீட்டும் கொண்டாள்.

"ப்பா.... என்னா ஸ்மைல்.... நதி இது ரொம்ப தப்பாச்சே.... இத்தனை நாள் இல்லாத அட்ராக்சன் இப்ப ஏன் அகன் மேல வருது? தப்பு தப்பு.... கான்சென்டிரேட். டைவர்ட் ஆகாத", எனத் தனக்குள் தன்னைத் திட்டிக்கொண்டாள் நதி.

"ஆமா. அவ இருந்தா பேசிட்டே வருவா நமக்கும் அலுப்பு தெரியாது. சரண் என்னாச்சி அமைதியா நிக்கற?", கண்ணன்.

"ஒன்னுமில்ல சித்தப்பா. வாங்க உள்ள போலாம். நதி உன் பிரண்ட்ஸ்அ கான்பிரன்ஸ் ரூம்ல

உக்கார வச்சிட்டு டாகுமென்ட்ஸ் கலெக்ட் பண்ணிட்டு வா", எனக் கண்ணனை அழைத்துக் கொண்டு தங்களின் அலுவலக அறைக்குச் சென்றான் சரண்.

"இப்படி வாங்க மிஸ் நதியாள். நான் ஸ்வப்னா", எனக் கை நீட்டினாள்.

"ஹாய். நைஸ் டு மீட் யூ", என நதியாளும் கைக்குலுக்கினாள்.

மற்றவர்களையும் அறிமுகப்படுத்தி விட்டு சரண் கூறியதைப் போல, அவர்கள் கொண்டு வந்த டிசைன்ஸ் மற்ற டாகுமென்ட்ஸ் ஐ வாங்கிக்கொண்டு, ஸ்வப்னாவுடன் அகரனின் அறைக்குச் சென்றாள் நதி.

"மே ஐ கம் இன்", நதியாள்.

"எஸ்", சரண்.

உள்ளே வந்த நதியைக் கண்ட அகரன், "ஹே நதிமா நீ பெர்மிஷனெல்லாம் கேக்க வேணாம். வா வா", என அழைத்துத் தன்னெதிரில் அமர்த்தினான்.

"என்ன சாப்பிடறீங்க மாமா?", அகரன்.

"ஒன்னும் வேணாம்ப்பா. மதியம் சாப்டதே இன்னும் அப்படியே இருக்கு. குழந்தைங்க நல்லா சமைச்சி இருந்தாங்க நானும் சேத்தி சாப்டுட்டேன்", கண்ணன்.

"அதுல்லாம் முடியாது சித்தப்பா. முதல் தடவை நம்ம ஆபீஸ் வந்து இருக்கீங்க. எதாவது சாப்டே ஆகணும். நான் ஜூஸ் சொல்றேன்", என சரண் இன்டர்காமில் அழைத்து ஜூஸ் அனைவருக்கும் கொடுக்கச் சொன்னான்.

"அப்பறம் தொழில் எப்படி போகுது?", கண்ணன்.

"நல்லா போகுது மாமா. இப்ப 3 ஸ்டார் ஹோட்டல் கட்ட பிராஜெக்ட் கிடச்சி இருக்கு", அகரன்.

"ரொம்ப சந்தோஷம். நல்லா தரமா வேலை செஞ்சி குடுத்து வாடிக்கைகாரங்கள திருப்தி படுத்தினா என்னிக்கும் நம்மள தான் தேடி வருவாங்க", கண்ணன்.

"எல்லாம் உங்கள மாதிரி பெரியவங்க ஆசிர்வாதம் சித்தப்பா", சரண்.

"உங்க இரண்டு பேரோட உழைப்பு தான் சரண் முக்கிய காரணம். உங்கப்பா எவ்வளவு

கவலை பட்டுட்டு இருந்தாரு தெரியுமா உன்னபத்தி. இப்ப உன்னபத்தி கவலையே இல்லை ஜாலியா அண்ணன் வயலை பாத்துட்டு அண்ணிகூட சந்தோஷமா இருக்காரு. இதே போல நீங்க இரண்டு பேரும் கடைசி வரைக்கும் ஒத்துமையா இருக்கணும்", கண்ணன்.

"நிச்சயமா மாமா. என் மச்சான விட்டுட்டு என்னாலயும் இருக்கமுடியாது", என நதியைப் பார்த்தபடிக் கூறினான் அகரன்.

"அடேய் வார்த்தை எனக்கு அர்த்தமும் பார்வையும் அவளுக்கா?", சரண் அகரனின் காதைக் கடித்தான்.

"கம்முனு இருடா", அகரன்.

"என்ன தம்பி சரண் என்ன சொல்றான்?", கண்ணன்.

"ஒன்னுமில்ல மாமா. நதியாள் கொண்டு வந்த பைல் பாக்கலாமான்னு கேட்டான்", அகரன் சமாளித்தான்.

"ஆமா. முதல்ல அத பாருங்க. வந்ததே அதுக்காக தானே. உங்க பார்வையில இருந்தா எங்களுக்கும் பயம் இல்ல. பசங்கள நல்லா பாத்துக்கோங்க. கத்துக்க தயாரா இருக்காங்க கத்துகுடுங்க", கண்ணன்.

"கண்டிப்பா மாமா. நதிமா நீ இங்க வச்சிட்டு முன்ன போ. நாங்க கொஞ்ச நேரத்துல வரோம்", அகரன்.

"சரி", எனக் கூறிவிட்டு நதியாள் விட்டால் போதுமென வெளியே ஓடினாள்.

"ஏன் இப்படி ஓடறா? ஏதோ சரியில்லை", சரண் தனக்குள் கூறிக்கொண்டான்.

"சரண்", அகரன்.

"ம்ம். சித்தப்பா... நதியாளையும் நம்ம கம்பெனில பார்ட்னரா சேத்துக்கலாம்னு நாங்க விருப்பப் படறோம். உங்க அபிப்ராயம் என்ன?", சரண்.

"என்னப்பா திடீர்னு? அவ இன்னும் படிப்பையே முடிக்கல. மேல படிக்கணும்னு சொல்லிட்டு இருக்கா", கண்ணன் சற்றுத் தடுமாறினார்.

"அது எல்லாம் நாங்க பாத்துக்கறோம் மாமா. அவ ஆசைபட்டது படிக்கட்டும் செய்யட்டும். படிச்சிட்டு இன்னொருத்தர்கிட்ட அவ வேலை செய்றத விட சொந்த இடத்துல வேலை

செஞ்சா நல்லது. அவளுக்கு எல்லாம் சொல்லி குடுக்க நாங்க இருக்கோம். அவ சொந்த கால்ல நிக்கணும்னு ஆசைபடறா. இந்த ஒரு வாரத்துல அத நாங்க நல்லா புரிஞ்சிகிட்டோம். அவளுக்கும் நிறைய திறமை இருக்கு. அவளும் இதுல பார்ட்னரா இருந்தா இன்னும் நல்லா வருவா", அகரன் .

"அதில்லை தம்பி . இந்த தொழில் முழுக்க முழுக்க உங்க இரண்டு பேரோட உழைப்பு இதுல திடீர்னு நதியாள பார்ட்னரா சேத்தா சரி வருமான்னு யோசிக்கறேன்", கண்ணன்.

"சித்தப்பா. நதியாள எப்பவும் நாங்க எங்க பக்கத்துலயே வச்சி பாக்கணும்னு ஆசைபடறோம். எதிர்காலத்துல அவ புதுசா எத்தனை தொழில் எத்தனை கம்பெனி ஆரம்பிச்சாலும் எங்களுக்கு சந்தோஷம் தான். ஆனா இதுல அவளும் எங்க கூட இருந்தா நாங்க ரொம்பவே சந்தோஷப்படுவோம். யாள் குட்டி எப்பவும் எங்க கூடவே இருப்பா", சரண்.

"வீட்ல ராதாகிட்ட கலந்து பேசிட்டு சொல்றேன். நீங்களும் வீட்ல பெரியவங்கள கேளுங்க. எல்லாம் கலந்து பேசி அப்பறம் முடிவுக்கு வரலாம். இப்ப என்ன அவசரம் ?" கண்ணன்.

"மாமா. இப்ப அவ கம்பெனில பார்ட்னர் ஆனாலும் அத உடனே நாங்க சொல்லப்போறது இல்ல. இங்க அடிமட்டத்துல இருந்து வேலை பாத்து அவ கத்துக்க வேண்டியது நிறைய இருக்கு. அப்ப தான் நிர்வாகம் பண்ண முடியும் எதிர்காலத்துல. இப்ப மத்த லீகல் ப்ரொசீஜர் எல்லாம் முடிச்சிட்டு அவ படிப்ப முடிச்சிட்டு கம்பெனிய தனியா நடத்தற அளவுக்கு வந்தப்பறம் சொல்லிக்கலாம். அவ உழைப்புக்குன்டான ஊதியமும் மதிப்பும் அவளுக்கு முழுசா கிடைக்கும். வெளியே உழைப்ப வாங்கிட்டு பாதி ஊதியம் கூட குடுக்க மாட்டாங்க. அவளுக்கு பெரிய கனவு இருக்கு அதுக்கு இந்த சம்பாத்தியம் உதவியா இருக்கும்", அகரன்.

"நாங்க ஏற்கனவே வீட்ல பேசிட்டு தான் இத உங்ககிட்ட கேக்கறோம் சித்தப்பா", சரண்.

"என்னப்பா இப்படி தடாலடியா கேட்டா நான் என்ன சொல்றது? நான் ஊர்ல எல்லார்கிட்டயும் பேசிட்டு சொல்றேன். அப்பதான் எனக்கும் மனசுக்கு நிம்மதியா இருக்கும்", கண்ணன் அத்துடன் இந்தப் பேச்சை முடித்து கொள்ளலாம், மேலும் வளர்க்க வேண்டாம் எனத் தனது பேச்சை முடித்தார்.

"என்னிக்கு இருந்தாலும் நதியாள் எங்க கம்பெனி பார்ட்னர் தான். நாங்க முடிவு பண்ணிட்டோம். டாகுமென்ட்ஸ் ரெடி பண்ணிட்டு நதியாள் இங்க ஜாயின் பண்றப்போ சைன் வாங்கிடுவோம். எந்த மறுப்பும் நீங்க சொல்லக்கூடாது", என சரணும் அகரனும் கோரசாய் கூறினர்.

கண்ணன் என்ன சொல்வதென புரியாது யோசனையாக அமர்ந்து விட்டார். பின் அகரனும்

சரணும் தனது அலுவலக ஆட்களை வைத்து நதியாள் கொண்டு வந்த பைல்களை பிரித்து, யார் யாருக்கு எந்த எந்த கேடகிரியில் பிராஜெக்ட் குடுத்து வேலை வாங்கலாம் எனக் கலந்துப் பேசி, அதைத் தனியாக சார்ட்லிஸ்ட் செய்து வைத்தனர்.

அங்கிருந்து சென்ற நதியாள் தன் நண்பர்கள் கூட்டத்துடன் ஐக்கியமாக முடியாமல் தனக்குள்ளே தவித்தபடி அவர்கள் பேசியதைக் கவனியாமல் அமர்ந்து இருந்தாள்.

"ஹேய்... யாள்.... யாள்.... இங்க பாரு", மீரா.

"ஹேய் யாள்.... என்னாச்சி ஏன் அமைதியா இருக்க?", ஸ்டெல்லாவும் ரிஸ்வானாவும் அவளை உலுக்கினர்.

"ஹான்... என்ன ரிஸ்?", நதியாள் திடுக்கிட்டுக் கேட்டாள்.

"எந்த உலகத்துல இருக்க நீ? நாங்க இவ்வளவு நேரம் உன்கிட்ட தானே பேசிட்டு இருக்கோம். எதையும் நீ கவனிக்கலையா?", மீரா.

"இல்ல. வேற யோசனைல இருந்தேன். என்ன விஷயம் இப்ப சொல்லு", நதியாள்.

"திலீப் எருமைக்கு ஸ்டைபன் இருபது ஆயிரம் வேணுமாம். உன்ன சரண் சார்கிட்டயும் அகரன் சார்கிட்டயும் பேசுன்னு சொல்லிட்டு இருக்கான்", ஸ்வப்னா.

"ஏன் கம்மியா கேக்கற திலீப்? இன்னும் ஐம்பது ஆயிரம் சேத்தி கேக்கலாம்ல?", நதியாள் உதட்டில் சிரிப்பையும் கண்களில் கோபத்தையும் நிறுத்திக் கேட்டாள்.

"அது கொஞ்சம் அதிகமா இருக்கும் யாள். நீ இருபது ஆயிரம் மட்டும் பிக்ஸ் பண்ணிட்டன்னு வை உனக்கு ஸ்பெஷல் ட்ரீட் தருவேன்", திலீப்.

"சஞ்சய் அவன கொஞ்சம் பிடிச்சிகோவேன்", எனக் கூறியபடி எழுத்து திலீப் அருகில் வந்தாள் நதி.

"ஏய்.... பேச்சு பேச்சா தான் இருக்கணும். இப்ப எதுக்கு நீ சட்டைய மடக்கற? நான் என்ன கேட்டுட்டேன் இப்ப?", திலீப் திக்கித் திக்கித் தப்பிக்க வழியறிய துலாவியபடிக் கூறினான்.

எங்கே தப்பிக்க? சஞ்சய் தான் இறுக்கி பிடித்தபடி அவனை கட்டியிருந்தான், ஒரு பக்கம் ஸ்டெல்லா அவன் தப்ப முடியாதபடி அங்கிருந்த சேர்களை அவனைச் சுற்றி அடுக்கினாள்.

"ஏன் இந்த கம்பெனியவே கேளேன்.... போனா போகுதுன்னு இருக்கற அரியர்ஸ்-அ கண்டுக்காம பிராஜெக்ட் செய்ய உனக்கு ஒரு இடத்த காட்டினா இருபது ஆயிரம் கேப்பியா நீ? பிஹெச்டி பண்றவனுக்கே பத்தாயிரம் கிடைக்கறது இல்ல இப்ப. உனக்கு டிவன்டி கேக்குதா?", என நதியாள் அவனின் முதுகில் தபேளா வாசித்தாள். அவளைத் தொடர்ந்து மற்றவர்களும் தபேளா வாசித்தனர்.

"அய்யோ அம்மா.... நான் குடுக்கறத கொஞ்சம் சேத்தி குடுத்தா நம்ம வீட்டு செலவுக்கு ஆகும்னு தானே கேட்டேன். அதுக்கு இப்படி அடிக்கறீங்க... உங்களுக்கும் சேத்தி தானே யோசிச்சி கேட்டேன். ஸ்டெல்லா உனக்கு சாப்பிங்க்கு ஆகும். மீராக்கு கார்டனிங் திங்ஸ் வாங்க யூஸ் ஆகும். உனக்கு இன்னும் நிறைய பேருக்கு ஹெல்ப் பண்ண ஆகும். இப்படி பொதுத்துவமா யோசிச்சி பேசற என்னை இப்படி அடிக்கறீங்களே நியாயமா?", திலீப் அடியை வாங்கிக்கொண்டே பேசினான்.

"உனக்கு எதுக்கு ஆகும்னு சொல்லவே இல்லையே மச்சி நீ?", சஞ்சய்.

"அவனுக்கு பீர் வாங்க யூஸ் ஆகும். வாரத்துல ஒரு நாள் குடிக்கறதுக்கு பதிலா வாரம் பூரா குடிக்க ஆகும்", ஸ்வப்னா.

"ஹேய் சரவெடி.... நான் கவர்மென்ட்க்கு சர்வீஸ் பண்றேன். அதுல தான் நம்ம நாட்டுக்கு வருமானமே வருது", திலீப்.

"உன் ஹேர் சர்வீஸ கொஞ்சம் நிறுத்தினா உனக்கு நல்லது. இல்லைன்னா இப்பவே உன் அப்பாக்கு கால் பண்ணி டிசி வாங்கிட்டு போக சொல்லி, ஊருல மாடு மேய்க்க விட சொல்லிடுவேன். இன்னும் அரியர்ஸ்-அ க்ளியர் பண்ணல குடிக்க கிளம்பிட்டான். அதுக்கு ஒரு நியாயத்த இவனே சொல்லிக்கறது", நதியாள்.

"யாரு அரியர்ஸ் வச்சி இருக்கறது?", என்று கேட்டபடி அகரன் உடன் சரண் மற்றும் அலுவலக ஊழியர்கள் நான்கு பேர் உள்ளே வந்தனர்.

"இவன் தான் சார்", என ஸ்டெல்லா திலீப்பைக் காட்டினாள்.

"அப்படின்னா உங்களுக்கு இங்க பிராஜெக்ட் பண்ண அலோவ் பண்ண முடியாது", அகரன்.

"சார்....", திலீப் அகரன் அருகில் வந்தான்.

"என்ன சார்? இங்க பிராஜெக்ட் பண்ணனும்னா ஆல்க்ளியர் பண்ணி இருக்கணும். இந்த எக்ஸாம்ல க்ளியர் பண்ணிட்டா நோ இஸ்யூஸ் மிஸ்டர் திலீப்", அகரன்.

"ஓகே சார். பண்ணிடுவேன். இந்த அஞ்சு பேரையும் பேப்பர் குடுக்க சொல்லுங்க பண்ணி-டறேன்", என மீரா, ஸ்டெல்லா, நதியாள், ரிஸ்வானா மற்றும் சஞ்சயைக் கைக்காட்டினான் திலீப்.

"உனக்கு தில் அதிகம் தான்டா. இங்க வேலைக்கு சேரறதுக்கு முன்ன எக்ஸாம் வச்சி தான் எடுப்போம். அப்ப பாஸ் பண்ணா தான் சம்பளம், இல்லைன்னா காலம் முழுக்க பியூன் வேலை தான் அதுவும் பாதி சம்பளம் தான். எப்படி வசதி தம்பி?", சரண்.

"சார் நீங்க யாள் அண்ணன்னு ப்ரூப் பண்றீங்க. எப்படியாவது பாஸ் பண்ணிடறேன். எனக்கு ஸ்டைபன் எவ்வளவு குடுப்பீங்க?", திலீப்.

"இவன் அடங்கமாட்டான்", சஞ்சய் நதியாள் காதில் கூறினான்.

"விடு சரண் என்ன பதில் சொல்லுவான்னு பாக்கலாம்", நதியாளும் கிசுகிசுத்தாள்.

"ஸ்டைபன்னா? அப்படி எதுவும் இங்க விக்கறது இல்ல தம்பி. பிராஜெக்ட் முழுசா நீயே செஞ்சா நீ தான் செஞ்சன்னு செர்டிபிகேட் உன் டிபார்ட்மெண்ட் ஹெட்க்கு அனுப்புவோம் இல்லைன்னா இங்க பியூன் வேலைக்கு உன்ன அப்பாயிண்ட் பண்ணிட்டு சம்பளத்த உன் அப்பாக்கு அனுப்பிடுவோம்", சரண்.

"சார் உங்க கிட்ட வாய் குடுத்தது தப்பு தான். நீங்க வந்த வேலைய ஆரம்பிங்க", என வாயைப் பொத்தியபடி ஓரமாகத் தள்ளி நின்றான் திலீப்.

அவன் செயலில் அனைவரும் சிரித்தனர். இப்பொழுதும் நதியாள் அகரனின் சிரிப்பில் தன்-னைத் தொலைத்தாள்.

நதியாள் வந்ததில் இருந்து அவளைக் கவனித்துக்கொண்டு இருந்த சரண், அவளின் பார்-வையின் மாற்றத்தையும் அது நின்ற இடத்தையும் கண்டான்.

"ஆஹா.... சிங்கம் புலிகிட்ட மாட்டிரிச்சி போலவே. சரி கவனிப்போம் என்ன நடக்கு-துன்னு. இவ பாக்கறத பாத்த சீக்கிரமே மாப்பிள்ளை ஆக்கி அவனை மேடைல உக்கார வச்சிருவா போலவே என் தங்கச்சி", சரண் தனக்குள் பேசிச் சந்தோஷித்துக்கொண்டு இருத்-தான்.

"அழகன் இப்படி சிரிச்சி சிரிச்சி கொல்றானே ... டேய் அகன் உன்னை இத்தனை நாள் நான் கவனிக்கவே இல்லையே. உன்ன இப்படி சைட் அடிக்கறேனே. குட் கேர்ள்-ஆ இருக்க விடு டா என்னை", நதியாள் தனக்குள் பேசிக்கொண்டாள் அவனை இரசித்துக்கொண்டே.

"நதி பேபி.... என்னா கண்ணு உனக்கு? அப்படியே உள்ள விழுந்துடறேன் பாக்கறப்ப எல்லாம். ரொம்ப நாள் வெயிட் பண்ண வைக்காத பேபி. உன்ன அப்படியே தூக்கி என் கைக்குள்ள வச்சிட்டு கொஞ்சனும்னு மனசு பரபரக்குது. சீக்கிரமே நம்ம லவ்அ ரியலைஸ் பண்ணிடு பேபி", அகரன் நதியாளைப் பார்த்தபடி மனதிற்குள் பேசிக் கொண்டான்.

இப்படி மூவரும் ஒரே விஷயத்தை வெவ்வேறு விதமாக தனக்குள் பேசிக்கொண்டு, அடுத்த வேலையைக் கவனிக்க ஆரம்பித்தனர்.

சரணும் அகரனும் அவர்களுக்கு அவரவரின் கம்பர்ட் ஜோன் என்ன? கடிமான விஷயம் என்ன? என்று அனைத்தும் அலசி ஆராய்ந்து அவர்கள் கடினமென ஒதுக்கும் வேலையைப் பிராஜெக்டாகச் செய்யக்கூறினர்.

ஒருவாராக அனைவரும் அகரனின் சொல்லிற்கு இணங்கிப் பரிட்சை முடிந்து எப்பொழுது வந்து கம்பெனியில் சேர வேண்டும் என்பது வரைக் கூறி அனுப்பி வைத்தனர்.

"நதிமா..... நீயும் மாமாவும் எங்க கூட டின்னர் வாங்களேன்?", அகரன்.

"இல்ல அகன். அவங்கள விட்டுட்டு எப்படி?", நதியாள் தன் நண்பர்களை விட்டு வருவது ஒருபக்கமும், அகரனின் மேல் தன் பார்வை மாறியுள்ளதை அவன் அறிந்து கொள்ளக்கூடாது என்பதையும் மனதில் வைத்துக் கூறினாள்.

"எங்களுக்கு ஒன்னும் பிரச்சினை இல்ல யாள். நீயும் அப்பாவும் போயிட்டு வாங்க. எங்களுக்கும் கொஞ்சம் வர்க் இருக்கு வீட்ல", சஞ்சய்.

“இல்ல... அது...", நதியாள் தயங்கினாள்.

"இல்லைன்னா எல்லாரும் வாங்க ஹோட்டல் போலாம்", சரண்.

"இல்ல சார். மதியம் நாங்க புல்லா சாப்டோம். இப்ப சாப்பிட முடியாது. இன்னொரு நாள் வரோம். இப்ப நதியும் அப்பாவும் உங்ககூட வருவாங்க", எனக் கூறி நண்பர்கள் பட்டாளம் கிளம்பியது.

"சரி. இந்தாங்க என் பைல். நான் வந்து வாங்கிக்கறேன்", என நதியாள் நண்பர்களை வழியனுப்பிவிட்டு அகரனின் அறைக்கு வந்தாள்.

"ஹேய் மீரா இன்னிக்கு என்ன யாள் புதுசா தடுமாறுறா? என்னாச்சி அவளுக்கு?", ஸ்டெல்லா.

"தெர்ல டி. வீட்டுக்கு வந்தப்பறம் கேக்கலாம்", மீரா.

"ஒரு வேல அகரன் சார் மேல லவ் வந்து இருக்குமோ?", ஸ்டெல்லா.

"என்ன டி சொல்ற? அகரன் சார் மேல லவ்வா?", ரிஸ்.

"உனக்கு தெரியாதுல்ல.. இங்க பாரு", என சஞ்சய் தன் மொபைலில் அகரன் நதியாள் இருக்கும் போட்டோஸை காட்டி, அகரன் தங்கள் வீட்டிற்கு வந்தது முதல் பார்வையால் நதியாளைத் தொடர்ந்தது, தங்களின் யூகம் என அனைத்தும் கூறினான்.

"இவ்வளவு நடந்து இருக்கா? யாள் அகரன் சார லவ் பண்றாளா?", ரிஸ்.

"நேத்து வரைக்கும் இல்ல. இப்ப டவுட் தான்", சஞ்சய்.

"டேய் சஞ்சய் எப்படி டா சொல்ற?", திலீப்.

"நாம அங்க போனதுல இருந்து நதியாள் நார்மலாவே இல்ல. டிஸ்டர்ப்பா தான் இருந்தா. அகரன் சார்-அ பாக்கற பார்வையே வித்யாசமா இருந்ததோன்னு தோணுது. கொஞ்ச நாள் கழிச்சி தான் கன்பார்ம் பண்ண முடியும்", சஞ்சய்.

"நல்லது நடந்தா சரி தான்", ஸ்டெல்லா.

"ஆமா. அகரன் சாரும் பாக்க நல்லவரா தான் தெரியறாரு... நம்ம யாள நல்லா பாத்துப்பாருல்ல?", ரிஸ்.

"பாத்துப்பாரா? தங்க தட்டுல தாங்குவாரு", மீரா.

"அப்படின்னா அகரன் சார் என்ன ஹெல்ப் கேட்டாலும் இந்த விஷயத்துல நாம செய்யணும்", ரிஸ்.

"அது ஹெல்ப்ப பொறுத்து தான் ரிஸ்", ஸ்டெல்லா.

"ஏன்டி அப்படி சொல்ற?", மீரா.

"நம்ம யாள் ஹர்ட் ஆக கூடாதுன்னு தான்", ஸ்டெல்லா.

"லூசு சரவெடி... அவர் அவளுக்கு கண்டிப்பா கெட்டது நினைக்க மாட்டாரு. அப்படியே அவள ஹர்ட் பண்ணாலும் அவளோட நல்லதுக்கா தான் இருக்கும்", திலீப்.

"அவ்வளவு நம்பிக்கை வந்துரிச்சா அவர் மேல?", ஸ்டெல்லா.

"ஆமா. இவ்வளவு சார்ட் பீரியட்ல இந்த பீல்ட்ல நேர்மையா சக்சஸ் பண்ணி இருக்காரு. சரண் சாரும், அவரும் ரொம்பவே மெனகெட்டு கஷ்டப்பட்டு தான் இந்த நிலமைக்கு வந்து இருக்காங்க. தவிர யாள் மேல இரண்டு பேரும் அன்பு எக்கசக்கமா வச்சி இருக்காங்க. இதுக்கு மேல என்ன வேணும்?", சஞ்சய்.

"சரி. நல்லதே நடக்கும். இப்ப எக்ஸாம்-அ பாஸ் பண்ண வழிய தேடலாம்", ஸ்டெல்லா.

"பேப்பர் குடு பாஸ் பண்ணிடறேன் நான்", திலீப்.

"உங்க இம்சை ஆகாது டா", என மற்றவர்கள் கூறி அமைதியாகிவிட்டனர். திலீப்பும் ஸ்டெல்லாவும் விடாமல் விவாதித்துக் கொண்டு வீடு வந்து சேர்ந்தனர்.

இங்கே அகரனின் அறையில்.....

"வாங்க சித்தப்பா ஆபீஸ பாக்கலாம்", என சரண் நதிக்கும் அகரனுக்கும் தனிமைத் தந்துச் சென்றான்.

அறைக்குள் வந்ததில் இருந்து நதியாள் அங்கு நடப்பதை கவனிக்கவில்லை. சரண் தன் தந்தையை அழைத்து சென்றது கூட கவனியாமல் தனக்குள்ளேயே உழன்றுக் கொண்டு இருந்தாள்.

அகரனும் வைத்த கண் வாங்காமல் அவளையே பார்த்துக்கொண்டு இருந்தான். அவள் இன்று மெரூன் கலர் சர்ட் வித் பேடட் புளூ ஜீன் அணிந்து இருந்தாள்.

அடர்த்தியான முடியை கிளிப்பிட்டு நான்கு பின்னல் இட்டு படறவிட்டு இருந்தாள். கண்களில் லேசான மை, திருத்தப்பட்ட புருவங்கள், சற்றே சிவந்த இதழ்கள், கூர் நாசி, கொலு கொலு கன்னம் என அவளை கண்களால் அளந்தபடி இரசித்துக்கொண்டு இருந்தான்.

"ஹம்ம்.... இப்படியே இருந்தா வேலைக்கு ஆகாது. எதாவது நாமலே பேச ஆரம்பிக்கலாம்", அகரன்,"என்ன நதிமா பயங்கர யோசனைல இருக்க போல?", எனக் கேட்டான்.

"ஹான்... ஆமா அகன்... என்ன டைட்டில் எடுத்தா பரவால்லன்னு யோசிச்சிட்டு இருந்தேன். அப்பா எங்க?", நதியாள்.

"சரண் கூட்டிட்டு போய் இருக்கான் ஆபீஸ் சுத்திகாட்ட. நாம எந்த ஹோட்டல் போலாம்

நதிமா? உனக்கு எங்க ரொம்ப பிடிக்கும்?", அகரன்.

"ம்ம்....... பீச் ரெஸ்டாரெண்ட் போலாமா?", நதியாள்.

"ஓ யஸ்.... உன் சாய்ஸ் தான் டார்லிங்", அகரன்.

"என்ன சொன்ன?", நதியாள்.

"உன் விருப்பம்னு சொன்னேன். சரி வா அவங்க வந்துட்டாங்க. கிளம்பலாம்", என அவளை மேல யோசிக்கவிடாமல் அழைத்துச் சென்றான் அகரன்.

"சாரி மாமா. வீட்ல சமைக்க இன்னிக்கு ஆள் இல்லை அதான் வெளியே போறோம்", அகரன்.

"பரவால்ல தம்பி. அடிக்கடி வெளிய சாப்பிடுவீங்களா?", அகரன்.

"இல்ல மாமா. க்ளைண்ட் மீட்டிங் மதியம் வந்தா வெளியே தான் சாப்பிட்டாகணும். மத்தபடி எப்பயாவது தான் வெளியே சாப்பிடுவோம். சமைக்க ஆள் இருக்காங்க", அகரன்.

"நல்லது. முடிஞ்ச அளவு வீட்டு சாப்பாடு சாப்பிடறது தான் உடம்புக்கு நல்லது. நம்ம ஊர்ல பிரச்சினை இல்லை நாம விளைவிக்கறோம் சத்தா இருக்கும். இங்க பட்டணத்துல அப்படி எதிர்பார்க்க முடியாது. ஆரோக்கியம் முக்கியம் அத பாத்துக்கோங்க இரண்டு பேரும்", கண்ணன்.

"நிச்சயம் சித்தப்பா. இவனுக்கும் வெளி சாப்பாடு அவ்வளவா ஒத்துக்காது அதனால வீட்டு சாப்பாடு தான் அதிகம் எடுத்துப்போம்", சரண்.

மூவரும் பேசிக்கொண்டே ரெஸ்டாரெண்ட் வந்து சேர்ந்து அவரவர் விரும்புவதை அகரன் கேட்டுக் கேட்டு ஆர்டர் செய்தான்.

"ஓய் வாலு... என்ன ஒரே அமைதியா இருக்க? என்னாச்சி?", சரண்.

"ஒன்னுமில்ல சும்மா தான். எக்ஸாம் பத்தி யோசிச்சிட்டு இருந்தேன்", நதியாள் சமாளித்தாள்.

"ஏன் அரியர்ஸ் வந்துடும்னு நினைக்கறியா?", சரண் சீண்டினான்.

"அரியர்ஸ்லாம் இதுவரை வச்சதே இல்ல. நான் உன்னமாதிரி இல்ல டா சரணா", நதியாள்.

"அப்பறம் என்ன பலத்த யோசனை... எப்படி மாட்டிக்காம பிட் அடிக்கறதுன்னா?", சரண்.

"நீ பிட் எடுத்துட்டு போய் மாட்டினமாதிரிலாம் எதுவும் நடக்காது", நதியாள் நக்கலாகக் கூறினாள்.

"யாரு சொன்னா நான் பிட் எடுத்துட்டு போய் மாட்டினேன்னு", சரண் கேட்டான்.
நதியாள் அகரனைப் பார்க்க, அகரன் வேறு பக்கம் திரும்பிக்கொண்டான்.

"கிராதகா.... நம்ம கூடவே இருந்து எல்லாத்தையும் போட்டு குடுத்து மானத்த வாங்கிட்டான்", என மனதிற்குள் திட்டியபடி, “அப்படியெல்லாம் நடக்கல. இதுல்லாம் நம்பாத", எனக் கூறினான் சரண்.

"ஆஹான்....", வடிவேலு பாணியில் நதியாள் கேட்க , "ஹான் ..", எனப் பாண்டு பாணியில் பதில் கொடுத்தான் சரண்.

"சரி சரி சண்டை போடாம இருங்க. நதிகுட்டி அண்ணன் கூட சண்ட போடாம இருக்கணும்", கண்ணன்.

"அது கஷ்டம் மாமா. இரண்டு பேருக்கும் சாப்பிடற சாப்பாடு ஜீரணம் ஆகுதோ இல்லையோ சண்டை போடாம நேரம் நகராது", அகரன் சிரித்தபடிக் கூறினான்.

"அது என்னமோ உண்மை தான் தம்பி. பாத்து உங்க காதுல இரத்தம் வந்துட போகுது.. இரண்டும் ஒரே இடத்துல இருந்தா ரணகளம் ஆகும். கம்பெனில எல்லாரும் பத்திரமா இருந்துக்க சொல்லுங்க இவங்க கிட்ட", கண்ணன்.

"அப்பா.....", நதியாளும் சரணும் கோரசாய் கூறினர்.

"ஒன்னும் சொல்லல டா", என சாப்பிடுவதில் மும்முறமானார் கண்ணன்.

அதன் பின் அனைவரும் சாப்பிட்டு முடித்து இவர்களை அவர்களின் இல்லத்தில் விட்டுவிட்டு தங்களின் இல்லம் சென்றனர் அகரனும் சரணும்.

அதன் பின் வந்த நாட்களில் பரிட்சை ஆரம்பிக்க, அந்த அலுவலில் நதியாள் மும்முறமாகிட, அகரனும் சரணும் 3 ஸ்டார் ஹோட்டல் கட்டிட வேலையில் மும்முறமாகிவிட்டனர்.

ஒருவாராக நதியாளுக்கு பரிட்சை முடிந்தது. அடுத்து எப்பொழுது பிராஜெக்ட் செய்ய சென்று சேரலாம் எனக் கேட்க போன் செய்தாள் நதி. எதிர்முனையில்.......

23

"ஹலோ... அகன் எப்படி இருக்க?", நதியாள்.

"ஹலோ.... ஹூ இஸ் திஸ்?", எதிர்முனையில்.

"இஸ் திஸ் அகரன்ஸ் போன்?", நதியாள் குழப்பத்துடன் கேட்டாள்.

"எஸ்... இட்ஸ் அகரன்ஸ் நம்பர். ஹூ ஆர் யூ?", எதிர்முனையில்.

"ஐ ம் நதியாள் . ஐ வான்ட் டூ ஸ்பீக் வித் அகரன். இஸ் ஹீ தேர்?"

"யா..... ஒன் மினிட்....", என நதியாளிடம் கூறிவிட்டு," அகர் சம்படி கால்ஸ் யூ", என அகரனை அழைத்தது அந்த குரல்.

"தேங்க்யூ டியர்", எனக் கூறி அகரன் தன் மொபைலைப் பெற்றான்.

"ஹலோ", அகரன்.

"யார் அவ? உன் மொபைல் எடுக்கறா?", நதியாளின் குரலில் பொறாமை இருந்ததோ என யோசிக்க வைத்தது.

"அது என் க்ளைண்ட் மைரா. மீட்டிங் முடிஞ்சி லன்ச்காக வந்து இருக்கோம் நதிமா. எப்படி இருக்க? எக்ஸாம் எப்படி பண்ண?", அகரன்.

"ஹான்.. பைன். நான் எப்ப... ஐ மீன் நாங்க எப்ப வந்து கம்பெனில ஜாயின் பண்றது?", நதியாள் தடுமாறியபடிக் கேட்டாள்.

"நான் சரண் கிட்ட டிஸ்கஸ் பண்ணிட்டு சொல்றேன். அதுவரை ஜாலியா இருங்க. ஓகே அப்பறம் பேசறேன் மைரா எனக்காக வையிட் பண்ணிட்டு இருக்கா. பாய்", என நதியாளின் பதிலுக்காக காத்திராமல் வைத்துவிட்டான் அகரன்.

இந்த பக்கம் நதியாளுக்கு கோபம் தலைக்கு ஏறிக்கொண்டு இருந்தது.
"என்ன அவசரம் இப்படி கால் கட் பண்ணிட்டு போற அளவுக்கு? நான் எத்தனை நாள் கழிச்சி பேசறேன் அந்த சந்தோஷம் கூட அவன்கிட்ட இல்லை.. அந்த மோராவோ மைராவோ அவ வையிட் பண்றான்னு ஓடறான். என்ன நினைச்சிட்டு இருக்கான் இவன்?", என மனதிற்குள் அவனை அர்ச்சித்துக்கொண்டு இருந்தாள் நதி.

"அப்படி என்ன அவ அவ்வளவு முக்கியமா? டியர்னு கூப்பிடறான். நம்மல கூட அப்படி கூப்பிடறது இல்லை. அவ யாருன்னு பாத்தே ஆகணும். உடனே கிளம்பணும்", என யோசித்துவிட்டு சரணுக்கு அழைத்தாள்.

"ஹாய் வாலு... எப்படி பண்ண எக்ஸாம் எல்லாம்?", சரண்.

"அகன் எந்த ஹோட்டல் போய் இருக்கான்?", நதியாள்.

"ஏன்? அவன் க்ளைண்ட் கூட ******** ஹோட்டல் போய் இருக்கான்", என சரண் கூறியதும் கால் கட் செய்து விட்டு வீட்டை விட்டு வெளியே வந்தாள் நதி.

அப்பொழுது தான் சஞ்சய் உள்ளே வந்து பைக்கை நிறுத்த, அப்படியே வண்டியை ஸ்டார்ட் செய்து சரண் கூறிய ஹோட்டலை நோக்கிச் சென்றாள். பின்னால் திலீப் அமர்ந்து இருந்தான். அவனை இறக்கிவிட கூட அவள் நிற்கத் தயாராயில்லை.

"ஹேய் யாள்.. எங்க இவ்வளவு வேகமா போற?", திலீப் வண்டியை இறுக்கிப் பிடித்தபடிக் கேட்டான்.

"பேசாம கம்முன்னு வா இல்லை கீழ உருட்டி விட்றுவேன்", நதியாள்.

பதினைந்து நிமிடத்தில் வரவேண்டிய இடத்திற்கு 5 நிமிடத்தில் வந்து சேர்ந்தாள்.

ஹெல்மெட்டை கழற்றி திலீப்பின் தலையில் கவிழ்த்து விட்டு அந்த பிரம்மாண்டமான ஹோட்டலின் உள்ளே சென்று அகரனைத் தேடத் தொடங்கினாள்.

ரெஸ்டாரெண்ட் பகுதியைக் கண்டறிந்து அவள் வேகமாக முன்னே நடக்க, திலீப் ஏதும் புரியாமல் அவளின் பின்னே ஓடினான்.

"ஹேய் யாள்.. நில்லு ... பசிக்குதுன்னா இவ்வளவு வேகமா வந்த? நானும் சஞ்சயும் உங்களுக்கு சாப்பாடு வாங்கிட்டு தான் வந்தோம். இப்ப நீ ஏன் இங்க என்னை கூட்டிட்டு வந்த?", திலீப்.

ரெஸ்டாரெண்டின் உள்ளே சென்றவள் அங்கிருந்தவர்களின் நடுவில் அகரன் தென்படாததுக் கண்டு, அங்கிருந்த பேபரிடம் விசாரித்து அகரன் இருக்கும் அறைக்குச் சென்றாள்.

பெரும் நட்சத்திர ஹோட்டல்களில் பேமிலி டைனிங் ரூம்கள் ஆட்கள் உட்கார எண்ணிக்கை கூடியும் குறைத்தும் தனிமையான சூழலுடன் அமைந்திருக்கும். அதில் தொழில் தொடர்பு சந்திப்பும் பல சமயம் நிகழும். அகரனும் மைராவும் அன்று அந்த பேமிலி டைனிங்கில் அமர்ந்திருந்தனர்.

நதியாள் கதவைத் திறந்துக் கொண்டு உள்ளே வரவும், மைரா அகரனின் வாயில் இனிப்பைத் திணிக்கவும் சரியாக இருந்தது. அதைக் கண்ட நதியாள் (நம்ப சொல்லனுமா புள்ள பொறாமைல பொங்கோ பொங்குன்னு பொங்கிரிச்சி) விழிகளை விரித்தபடி அப்படியே நிற்க திலீப் எட்டிப் பார்த்தான்.

"ஹாய் அகரன் சார்.... எப்படி இருக்கீங்க?", திலீப் கேட்டுக்கொண்டே நதியாளைக் கடந்து உள்ளே வந்தான்.

"யாள் சார பாக்க தான் இவ்வளவு அவசரமா வந்தியா? லன்ச்சுக்கு வர சொன்னாரா? முன்னயே சொல்லி இருந்தா எல்லாரும் இங்க வந்து இருக்கலாம்ல", திலீப் பாட்டிற்குப் பேசிக்கொண்டே அகரனின் அருகில் வந்து நின்றான்.

நதியாளைக் கண்ட அகரன் சற்றே பிரம்மித்து தான் போனான். தொலைபேசியில் உரையாடிய சில நிமிடங்களில் அவளைக் காண்போம் என அவன் நிச்சயம் எதிர்பார்க்கவில்லை. கிட்டதட்ட இருபது நாட்கள் கழித்து அவளைக் காண்கிறான். சற்றே முகத்தில் சோர்வு இருந்தது. உடலும் சற்றே நூலளவு இளைத்தே இருந்ததோ என்று தோன்றியது. ஆனால் அவளின் முகத்திலும் , கண்களிலும் ஏதோ வித்தியாசமாக உணர்ந்தான் அகரன்.

இன்னும் சிறிது நேரம் அவளை ஆழப்பார்த்து இருந்தால் அப்பொழுதே அறிந்திருப்பான் தன்மீதான அவளின் காதலை, ஆனால் விதி மைரா மற்றும் திலீப்பின் உருவில் அவர்களின் மோனநிலையைக் கலைத்தது.

"அகர் யார் இவங்க?", மைரா.

அவள் கேட்டதும் நதியாள் மைராவைக் கண்டாள். மைரா மெழுகு பொம்மை என அமர்ந்திருந்தாள். வெண்மை நிறம், மெல்லிய தேகம், ஹேர் கலரிங் செய்து அளவாக வெட்டப்பட்ட கூந்தல், அவளின் நிறத்திற்கு கருப்பு கோட்டும் ஸ்கர்டும் அவள் பார்த்துப் பார்த்துச் செதுக்கிய சிலையென எடுத்துக் காட்டியது. நிச்சயம் ஐந்தரை அடிக்கும் அதிகமான உயரத்துடன் யாரையும் தன் வசம் இழுக்கும் அழகியாக இருந்தாள்.

"இது திலீப். ஷி இஸ் மை ஸ்வீட் ஹார்ட் நதி. வா நதிமா", அகரன் உள்ளே அழைத்தான்.

"ஸ்வீட் ஹார்ட் ஆ?", மைரா நதியாளை அளந்தபடிக் கேட்டாள்.

"எஸ். சின்ன வயசுல ஸ்கூல்ல என் கூடவே இருப்பா. ரொம்பவே லவ்விங். சேட்டையும் அதிகம். இப்ப இன்டீரியர் பைனல் இயர் பண்ணிட்டு இருக்கா. பிராஜெக்ட் எங்க கம்பெனில தான் பண்ணப்போறா. இவர் திலீப் நதியோட பிரண்ட். ஆல்சோ சரணோட சிஸ்டர்", என அறிமுகப்படுத்தி வைத்தான்.

"இஸ் இட்... சரண் சொல்லவே இல்ல தங்கச்சி இருக்கானு. அவன்கிட்ட அப்பறம் பேசிக்கறேன். ஹாய் நதி ஹாய் திலீப்", மைரா.

"ஹாய் ", எனப் பொத்தாம் பொதுவாக கூறிவிட்டு அகரனின் அருகில் சேரை இழுத்துப் போட்டு அமர்ந்தாள் நதி.

"சரண் ஏன் வரல?", நதியாள்.

"அவனுக்கு கொஞ்சம் வேலை இருந்தது வரலன்னு சொல்லிட்டான். நீ என்ன சாப்பிடற? திலீப் உனக்கு?", அகரன்.

"எனக்கு நீ சாப்பிடறதே ஆர்டர் பண்ணு அகன்", நதியாள்.

"இது அவ்வளவா நல்லா இல்ல மிஸ் நதி. யூ கேன் ஆர்டர் சம்அதர் புட்", மைரா அகரனின் தட்டில் இருந்ததை எடுத்து சாப்பிட்டுப் பார்த்துவிட்டுக் கூறினாள்.

"கால் மீ நதியாள். அகன் ஆ...", என வாயை திறந்தாள் நதி.

அகரனும் தன் கைகளால் அவளுக்கு உணவை ஊட்டினான். இதைக் கண்ட மைரா உள்ளுக்குள் புகைந்தாள்.

"எனக்கு பிடிச்சி இருக்கு மிஸஸ்.மைரா. அகன் கையால டேஸ்ட் அதிகமா இருக்கு", நதியாள்.

"ஐ ம் மிஸ் மைரா. ஐ ம் சிங்கிள்", மைரா கண்களில் சிவப்பேறக் கூறினாள்.

"ஹோ.... அகன பேர் சொல்லி கூப்பிட்டீங்க அதான் மேரீடோன்னு நினைச்சேன்", நதியாள்.

"யூ டூ காலிங் ஹிம் பை ஹிஸ் நேம். சோ டு யூ டூ?", என மைரா திமிராகப் புருவத்தை உயர்த்தி வினவினாள்.

"ஹீ இஸ் மை அகன். ஐ கால் ஹிம் வித் ஸ்பெஷல் நேம் மிஸ்.மைரா", நதியாள்.

"ஓகே ஓகே ரிலாக்ஸ் கேர்ல்ஸ்", அகரன்.

நதியாளையும் அகரனையும் மாறி மாறி பார்த்துவிட்டு மைரா ஏதோ சிந்தனையில் ஆழ்ந்-தாள்.

பின் திடீரென ,"டியர் ஐ ஹேவ் டு கோ நவ். ஐ கால் யூ அட் நைட். பாய்", என அகரனை அணைத்துவிட்டு அங்கிருந்துக் கிளம்பினாள்.

"என்னாச்சி டியர்?", அகரன்.

"எனக்கு முக்கியமான மீட்டிங் இருக்கு இன்னும் ஒன் ஹவர்ல. ஐ ஹேவ் டு கோ. நைட் கூப்பிடறேன்", எனக் கூறிவிட்டு நிற்காமல் சென்றுவிட்டாள் மைரா.

"ஓகே . டேக் கேர் டியர். பாய்", அகரன் எழுந்து நின்று அவளை வழியனுப்பி வைத்தான்.

"யாள் பிரியாணி சூப்பரா இருக்கு. பசங்களுக்கு வாங்கிட்டு போலாமா?", திலீப்.

"திங்கறதுலயே இரு. எரும எரும. எதுக்கு வந்தோம் நீ என்ன பண்ணிட்டு இருக்க?", என நதியாள் அவனை மொத்தினாள்.

"நான் எங்க வந்தேன்? நீ தான் என்னை இறங்கவிடாம இழுத்துட்டு வந்த அவ்வளவு வேகமா. எனக்கு உயிரே இல்லை இங்க இறங்கற வரைக்கும்", திலீப் தலையைத் தேய்த்தபடி பதிலளித்தான்.

"வாய மூடு. எதாவது பேசின கொன்னுடுவேன். திண்ணிபண்டாரம் ", என மீண்டும் அடித்-தாள்.

"நதி.... நதி... ஏன் அவன அடிக்கற?", அகரன் அவளின் கைகளைப் பிடித்துத் தடுத்-தான்.

"உன்ன அடிக்கணும் ஆனா முடியல அதான் அவன அடிக்கறேன்", என தனக்குள் முணு-முணுத்தவள் பின் சத்தமாக, "ஒன்னும் இல்ல கிளம்பறோம்", என எழுந்தாள்.

"ஹேய்... இப்பதானே வந்த அதுக்குள்ள ஏன் கிளம்பற? சாப்பிடு அப்பறம் போலாம்", அகரன் அவளை இழுத்து அமரவைத்து சூடாக வேறு உணவை ஆர்டர் செய்தான் (அவளுக்கு பிடிச்ச ஐட்டம்ஸ் தான்).

"சொல்லு. இருபது நாள் உன்னை பாக்கவே இல்ல. எவ்வளவு மிஸ் பண்ணேன் தெரியுமா?", அகரன்.

"நிஜமா என்னை மிஸ் பண்ணியா அகன்", கண்களில் ஆர்வம் பொங்க கேட்டாள் நதி.

"ஆமா. நீயும் சரணும் போடற சண்டையும் தான் ரொம்ப மிஸ் பண்ணேன். நீ நாளைக்கே ஆபீஸ் வந்துடு நதிமா", அகரன் தனக்குள் இருக்கும் தவிப்பை மறைத்தபடிக் கூறினான்.

"நாங்க சண்டை போட்டா உனக்கு அவ்வளவு என்டர்டெயினிங்கா இருக்கா? இனிமே சண்டை போடமாட்டேன் அவன்கிட்ட", நதியாள் சிறுகுழந்தைப் போல முகம் திருப்பினாள்.

"அது உங்களால முடியாது பேபி", அகரன்.

"வை நாட். வீ கேன்", நதியாள்.

"சரி. இப்ப என்கூட வா. நைட் வரைக்கும் எங்க கூடவே இரு. நீ இன்னிக்கு சண்டையே போடலன்னா நீ என்ன கேட்டாலும் தரேன். டீலா?", அகரன் சுவாரஸ்யமானப் பார்வையுடன் கேட்டான்.

"சரி டீல். திலீப் நீ பைக் எடுத்துட்டு போயிடு. நைட் நான் வந்திடறேன்", நதியாள்.

"முதல்ல சாப்பிடு அப்பறம் மத்தது பேசிக்கலாம்", என அகரன் உண்ண ஆரம்பித்தான்.

"ம்ம்..", என கூறிவிட்டு மூவரும் எதை எதையோ சலசலத்தபடி உண்டு முடித்துக் கிளம்பினர்.

"திலீப் மீராகிட்ட சொல்லிடு என்னை தேடுவா", நதியாள்.

"சரி. பாய் சார். பாய் யாள்", என திலீப் பைக்கைக் கிளப்பிக்கொண்டு சென்றான்.

"நதிமா.... வரப்ப யார் டிரைவ் பண்ணது?", அகரன்.

"நான் தான்", நதியாள்.

"எவ்வளவு ஸ்பீட்ல வந்த?", அகரன் காரை நோக்கி நடந்தபடிக் கேட்டான்.

"தெரியல. மே பீ 100", நதியாள்.

"எப்படி தெரியும்? கண்ணுமண்ணு தெரியாம அவ்வளவு வேகமா வந்து இருக்க. நடுவுல யாராவது வந்து இருந்தா என்ன ஆகி இருக்கும். ஏன் இவ்வளவு வேகம்? பதினைந்து நிமிஷத்துல வர இடத்துக்கு ஐந்து நிமிஷத்துல வந்து இருக்க. ஏன்?", அகரன்.

"அது.... அது வந்து.... உன்கிட்ட பேச பேச நீ கட் பண்ணிட்ட அதான்", என நதியாள் தடுமாறினாள்.

"அதுக்குன்னு இவ்வளவு வேகமா வருவியா நதிமா? இனிமே இப்படி பண்ணாத. உனக்கு கார் டிரைவ் பண்ண தெரியுமா?", அகரன்.

"தெரியாது", நதியாள் தனிந்தக் குரலில் கூறினாள்.

"ம்ம்.. உட்கார்", அகரன் முகத்தை இறுக்கமாக வைத்தபடி கூறினான்.

பின் இருவரும் எதையும் பேசவில்லை, அமைதியாகப் பயணத்தைத் தொடர்ந்தனர். அந்த அமைதியில் அகரனின் கோபம் புரிய, நதியாள் மனம் வாடினாள். ஆனால் அவனைக் காணத்தானே வந்தோம் என அவளும் முகத்தைத் திருப்பிக் கொண்டாள்.

ஆபீஸின் உள்ளே வந்ததும் அகரன் தன் அறை நோக்கி சென்றுவிட்டான். எதிரில் வந்த சரண் நதியாளைக் கண்டு அவளை நிறுத்தினான்.

"ஹேய் வாலு. என்ன அகர் கூட வர? எப்படி இருக்க? எக்ஸாம் முடிஞ்சதா?", சரண்.

"ம்ம்", நதியாள்.

"என்னாச்சி மேடம்? இவ்வளவு அமைதியா இருக்கறது நதியாள் தானா?", சரண்.

"அகன் என்மேல கோவமா இருக்கான்", நதியாள்.

"ஓஓஓ... உன் அமைதிக்கான காரணம் இது தானா? என்னாச்சி? நீ என்ன பண்ண?", சரண்.

"அவன் என்ன பண்ணான்னு கேக்கமாட்டியா?", நதியாள்.

"சாதாரணமா அவனுக்கு கோவமே வராது. அவனுக்கு கோவம் வந்து இருக்குன்னா நீ ஏதோ செஞ்சி இருக்க. என்னனு சொல்லு", சரண்.

"அவன பாக்க ஹோட்டல் போனேன்", நதியாள்.

"அவ்வளவு தானா?", பின்னிருந்து அகரனின் குரல் வந்தது.

"என்னடா பண்ணா இவ?", சரண்.

"உள்ள வாங்க இரண்டு பேரும்", அகரன்.

"குட்டி பிசாசே என்ன பண்ணி தொலைச்ச? உன்னால என்னை இப்ப ஏறப்போறான்", சரண் நதியாளிடம் பதட்டத்துடன் கேட்டான்.

"நான் பாக்கத்தான் போனேன். ஒன்னும் பண்ணல", நதியாள்.

அகரனின் அறைக்குள் சென்றதும், "சரண் நீ மட்டும் உட்கார்", அகரன்.

நதியாள் முகத்தைப் பாவமாக வைத்துக்கொண்டு உதட்டைப் பிதுக்கி அகரனைப் பார்த்தாள்.

"என்னடா பண்ணா? க்ளைண்ட் கிட்ட எதாவது பிரச்சனை பண்ணிட்டாளா?", சரண் பதற்றமாகக் கேட்டான்.

"ஏன் உன் பாசமலர் இன்னும் உன்கிட்ட சொல்லலியா?", அகரன்.

"இல்லடா. உன்ன பாக்க வந்ததா தான் சொன்னா", சரண்.

"எப்படி வந்தான்னு கேளு", அகரன்.

"எதுல போன யாள்?", சரண்.

"பைக்ல", நதியாள்.

சரண் புரிந்துக் கொண்டுத் தலையை ஆட்டினான். ஏற்கனவே அவள் பைக் எவ்வளவு வேகமாக ஓட்டுவாள் என்பதை அறிந்தவன் தானே.

"15 நிமிஷம் ஆகற இடத்துக்கு 5 நிமிஷத்துல என்னை தேடி டைனிங்கிட்ட நிக்கறா டா.

எதுக்கு இவ்வளவு வேகமா வரணும்?", அகரன்.

"உன்ன பாக்கத்தான்", நதியாள்.

"அதுக்கு பொறுமையா வரலாம்ல. நடுவுல எதாவது அசம்பாவிதம் நடந்திருந்தா என்ன ஆகி இருக்கும் இப்ப?", அகரன்.

"இன்னேரம் சங்கூதி மூனாம் நாள் பால் ஊத்தி இருப்பீங்க. அவ்வளவு தான்", நதியாள் சிரித்தபடிக் கூற அகரன் அவளை அறைந்திருந்தான்.

நதியாள் தன் கன்னத்தில் ஏற்பட்ட எரிச்சலை உணர்ந்து பின் தான் அறை வாங்கியதையே உணர்ந்தாள்.

"டேய் ஏன்டா அடிச்ச?", சரண் அதிர்ச்சியில் கேட்டான்.

"சரண். அவள இங்கிருந்து போகச் சொல்லு. என் கண் முன்னாடி நின்னா நான் மனுசனா இருக்கமாட்டேன்", எனத் திரும்பிக் கொண்டான் அகரன்.

"அவ சின்ன பொண்ணுடா. விளையாட்டுக்கு சொல்லிட்டா", சரண்.

"அவள கூட்டிட்டு போ. என் கண் முன்னாடி வந்தா நடக்கறதே வேற", அகரன் உறுமியபடி கூறினான்.

"நீ வா யாள்", சரண் நதியை அழைத்துச் சென்றான்.

"அகன். சாரி. உன்ன பாக்கணும்னு வேகம் அதான் அவ்வளவு வேகமா வந்தேன்", நதியாள் அழுகையை அடக்கியபடிக் கூறினாள்.

"நீ வா அவன்கிட்ட அப்பறம் பேசிக்கலாம்", என சரண் நதியை இழுத்துச் சென்று தன் காரில் அமர்த்தினான்.

"அகன் ஏன் இவ்வளவு கோவப்படறான்?", நதியாள்.

"நீ சொன்ன வார்த்தைக்கு நானே உன்ன அடிச்சி இருப்பேன். விளையாட்டு அதிகமா இருக்கு உனக்கு", என மனதில் நினைத்துவிட்டு, "ஒன்னுமில்ல டா. பிஸ்னஸ் டென்சன் போல. நீ தப்பா எடுத்துக்காத. எங்க கன்னத்தை காட்டு", சரண்.

விரல் பதியவில்லை ஆனால் நன்றாக சிவந்திருந்தது நதியின் கன்னம். நிச்சயமாக எரிச்சல்

அதிகம் இருக்கும் நதி அழுகையைக் கட்டுப்படுத்திக் கொண்டிருந்தாள்.

"வா உன்ன வீட்ல டிராப் பண்ணிடறேன். நாளைக்கு இருந்து ஆபீஸ் வந்துடுங்க எல்லாரும். கேன்டீன்ல லன்ச்சுக்கு சொல்லிக்கலாம். சார்ப் 9.00 இங்க இருக்கணும்", சரண் பேசியபடி வீட்டை வந்தடைந்தான்.

"வந்திடறோம்", நதியாள் இறங்க சரண் அவளின் கையை பிடித்தான், "அகரன நாளைக்கு சமாதானம் பண்ணிக்கலாம். கன்னத்துல கொஞ்சம் ஐஸ் வை எரிச்சல் குறையும் . சாரி டா அவன தப்பா எடுத்துக்காத", சரண் வருத்தத்துடன் கூறினான்.

தங்களது அனைவர் வீட்டிலும் இளவரசி என வலம் வருபவளை அகரன் அடித்தது கோபம் தான் என்றாலும், அவள் அறியாமல் பேசிய வார்த்தையின் வலி தான் அவனையும் அறியாமல் கையோங்க வைத்தது என்பதையும் புரிந்துக் கொண்டு நதியாளிடம் தன் நண்பனுக்காக மன்னிப்பு வேண்டினான் சரண்.

"என் அகனுக்கு எல்லா உரிமையும் இருக்கு. நீ எங்களுக்கு நடுவுல வராத டா சரணா", என உள்ளே சென்றாள் நதி.

"இந்த பொண்ணுங்கள புரிஞ்சிக்கவே முடியாது போலவே. அவன் அடிச்சதுக்கு நான் சாரி கேட்டா எங்களுக்கு நடுவுல வராதன்னு என்னை திட்டிட்டு போறா. அவன் அங்க என்ன பண்றானோ நைட் என்ன பண்ணுவானோ தெர்லயே", என சரண் புலம்பிக்கொண்டே அலுவலகம் வந்து சேர்ந்தான்.

சரண் அலுவலகத்திற்கு வந்து பார்த்தபோது அகரன் அறைக்குள் இருந்த சாய்வான சோபாவில் படுத்திருந்தான்.

"என்னடா டிராப் பண்ணிட்டியா?", அகரன்.

"ம்ம். ஏன்டா அடிச்ச? சின்ன பொண்ணு. இப்ப காலேஜ்ல இந்த பேச்சு எல்லாம் சகஜம் தானே. அழுகைய அடக்கிட்டு போறா. கன்னம் நல்லா சிவந்துரிச்சி", சரண்.

"இல்ல மச்சான். அவகூட எப்படி எல்லாம் வாழனும்னு நான் கனவு கண்டுட்டு இருக்கேன்.. அவ அசால்டா சொன்னதும் என்னையே அறியாம அடிச்சிட்டேன். என் கண்மணிக்கு வலிக்கும்ல", அகரன்.

"அடிச்சிட்டு என்ன கேட்டா. போய் அவளையே கேளு. ஆனா இது தான் முதலும் கடைசியும் இனிமே என் தங்கச்சிய கைநீட்டினா அவளோட அண்ணனா தான் நான் நடந்துப்பேன்", சரண் எச்சரிக்கைக் குரலில் கூறினான்.

"சாரி டா மச்சான். இப்ப அடிச்சதுக்கே எனக்கு மனசு கஷ்டமா இருக்கு. அவகிட்ட சாரி கேக்கணும் தான் பட் அவ பேசினத உணரனும் அதுவரைக்கும் பேசமாட்டேன்", அகரன்.

"ஏன்டா இந்த காதல் வந்துட்டா இப்படி தான் சின்னபுள்ளத்தனமா நடந்துக்க தோணுமா? எவ்வளவு மெசூர்டா பேசற நீயே இப்படி பேசற?", சரண்.

"காதலிச்சா தான்டா நான் படற அவஸ்தை உனக்கு தெரியும். அவள நெருங்கவும் முடியாம, விலகவும் முடியாம தவிக்கறேன். இதுல அவளுக்கு என்மேல காதல் இருக்கான்னு கூட எனக்கு இன்னும் தெரியல. அத தெரிஞ்சிக்கலாம்னு தான் அவள உன்கூட இன்னிக்கு சண்டை போடாம இருந்தா என்ன கேட்டாலும் தரேன்னு டீல் பேசி கூட்டிட்டு வந்தேன். நைட் வரைக்கும் நம்ம கூடவே இருப்பான்னு. லாஸ்டா எல்லாமே சொதப்பிட்டேன்", அகரன்.

"விடு. நாளைக்கு இருந்து ஆபீஸ் வர சொல்லிட்டேன். இனிமே காலைல இருந்து சாயந்திரம் வரை நம்ம கண் பார்வைல தான் இருப்பா. இப்ப நீ வேலைய பாரு. அந்த மெழுகு பொம்மை டிசைன்ஸ் கேட்டு இருக்கு. இன்னும் ஒரு மாசத்துல முடிவு பண்ணா தான் எல்லாத்தையும் வாங்க முடியும். ஓஎம்ஆர்ல தான் சைட்ங்கிறதால பொருள கொண்டு வரது எல்லாம் ஈஸி தான். டிசைன ரெடி பண்ணு", சரண்.

"மச்சான். இந்த இன்டீரியர் டிசைன்ஸ் எல்லாம் நதிய பண்ண சொல்லு", அகரன்.

"டேய் அவ படிச்சிட்டு இருக்கா. இவ்வளவு பெரிய பிராஜெக்ட்க்கு பண்ணமுடியுமா அவளால?", சரண்.

"டிரை பண்ணட்டும் டா. நாம தான் இருக்கோமே பாத்துக்கலாம். அவங்க ஆறு பேரையும் பிரிச்சிவிட்டு வேலை குடு. ஒன்னா இருந்தா ஒரு வேலையும் பண்ணமாட்டாங்க ஆளுங்களையும் செய்ய விடமாட்டாங்க", அகரன்.

"சரி. அவள உன் பக்கத்துல உக்கார வைக்க பிளான் போட்டுட்ட. நீ நடந்து...", சரண் கூறிவிட்டு வெளியே வந்து மற்ற வேலைகளை ஆட்களிடம் மும்முறப்படுத்தினான்.

"ஏன் நதிமா இப்படி பேசின? சாரி. வலிக்குதா. உன் அகன் இனிமே உன்னை அடிக்கவே மாட்டேன். உம்மா ", என தன் மொபைல் ஸ்க்ரீனைப் பார்த்து பேசி முத்தம் கொடுத்துக்கொண்டு இருந்தான்.
(நல்ல ஹீரோ டா நீ. ஏற்கனவே ரொமான்ஸ் இல்லைன்னு என்னை திட்டிட்டு இருக்காங்க நீ மொபைல்லயே கொஞ்சிட்டு இருந்தா எப்படா அடுத்த கட்டத்துக்கு போறது?)

அங்க நதிய இறக்கிவிட்டுட்டு அப்படியே வந்துட்டோம். வாங்க போய் பாக்கலாம்....

"ஏய் என்னாச்சி முகம் வாடி இருக்கு? அகரன் அண்ணாவ தானே பாக்க போன?", மீரா.

"ஆமா", நதியாள்.

"ஏன் கன்னம் சிவந்து இருக்கு? கண்ணும் கலங்கி இருக்கு", மீரா.

"அகன் என்னை.... அகன் திட்டிட்டான்", நதியாள் அகரன் அடித்ததை கூறாமல் மறைத்தாள்.

"ஏன்? அந்த அண்ணாக்கு உன்மேல கோவமே வராதே. நீ என்ன பண்ண?", மீரா.

"எல்லாரும் இப்படியே கேளுங்க. நான் பைக்ல கொஞ்சம் வேகமா போனேன் அதுக்கு", நதியாள் சலித்தபடிக் கூறினாள்.

"கொஞ்ச வேகம் ... நீ? நம்பிட்டேன். வாங்கு இப்படி திட்டினாவாது நீ வேகத்தை குறைக்கறியான்னு பாக்கறேன். நானும் எத்தனை வருஷமா சொல்லிட்டு இருக்கேன் கேக்கறியா. அண்ணாவே இப்ப சொல்றாங்க இப்ப என்ன பண்ணுவ?", மீரா.

"குறைச்சிக்கறேன். போதுமா. நாளைக்கு ஆபீஸுக்கு வரச்சொல்லிட்டாங்க. எல்லார் கிட்டயும் சொல்லிடு. நான் தூங்கறேன்", எனப் படுத்துக்கொண்டாள் நதி.

"ம்ம்.. சரி சீக்கிரம் ரெடி ஆகி போலாம். அங்க போய் அண்ணவோட கோவத்தை குறை. அவர் சொல்றத கரெக்டா பண்ணு. அண்ணா கோவம் போயிடும்", மீரா.

மீரா சொன்னதைக் கேட்டதும் டக்கென ஒரு யோசனை தோன்ற, தனது லேப்டாப் மற்றும் பேப்பர் பென்சிலை எடுத்து வரைய ஆரம்பித்தாள்.

"ஹேய் தூங்கறேன்னு சொன்ன?", மீரா நதி வரைவதைப் பார்த்துக் கேட்டாள்.

"அப்பறம் தூங்கிக்கறேன். தேங்க்யூ டார்லிங்", என அவளை அருகில் அழைத்து அவளது கன்னத்தில் முத்தமிட்டாள் நதி.
(வௌங்கிடும் இரண்டும் இப்படியே இருக்குதுங்க)

பின் அடுத்தநாள் அனைவரும் தயாராகி காலை 8.00 மணிக்கு அலுவலக வளாகத்தில் இருந்தனர்.

நதியாள் முகத்திலும், உள்ளத்திலும் புதுவிதமான உணர்வுடனும், உற்சாகத்துடனும் அலுவலகத்தில் தன் காலை எடுத்து வைத்தாள்.

24

நதியாளின் வானரப்படை ஆபீஸ் திறக்கும் சமயமே வந்துக் காத்திருந்தது. பின்ன நதி விட்-ருவாளா? அத்தனை பேரையும் ஐஞ்சு மணிக்கே எழுப்பிவிட்டு ரெடியாக சொல்லி இழுத்-துட்டு 8.00 மணிக்கு வந்துட்டாளே.

"அடியே இம்சைஅரசி... உனக்கே இது அடுக்குமா? 9.30மணிக்கு வரவேண்டிய ஆபீ-ஸுக்கு 8 மணிக்கே இழுத்துட்டு வந்துட்ட. அந்த ஆயாவே இப்ப தான் கூட்டிட்டு இருக்கு. எங்களையும் இந்த வேலை பாக்க வைக்கதான் இப்பவே இழுத்துட்டு வந்தியா?", ஸ்டெல்லா பொறிந்துத் தள்ளினாள், அவளின் தூக்கத்தைக் கெடுத்தக் காரணத்தால்.

"அந்த வேலைக்கும் குவாலிபிகேஷன் கேப்பாங்க ஸ்டெல் அது உனக்கு இல்லை. சோ அவ்வளவு பேராசை படாத", திலீப்.

"டேய் திண்ணிபண்டாரம் . வாய மூடு இல்லை குரல் வளைய கடிச்சி எடுத்துடுவேன்", ஸ்டெல்லா.

"முடியாதே உன்னால", திலீப் ராகமாக இழுத்தபடிக் கூறினான்.

"டேய் வாய மூடு டா. விடு ஸ்டெல். வாங்க உள்ள போலாம். கேன்டீன் எந்த ப்ளோர்ன்னு கேட்டு போய் அங்க இருக்கலாம்", சஞ்சய் சமாதானம் செய்து அழைத்துச் சென்றான்.

"நீங்க போங்க. நான் இங்க சுத்தி பாத்துட்டு இருக்கேன்", நதியாள்.

"நீ மட்டும் தனியா இங்க நின்னுட்டு இருக்க போறியா? அண்ணா வரப்ப நீ அங்க வாசல்ல நின்னா போதும். வா பேசாம", மீரா அவளையும் கையைப் பிடித்து இழுத்துக்கொண்டுச் சென்றாள்.

மனமே இல்லாமல் மீராவின் பின்னால் நடந்தாள் நதி.

"அகன் எத்தனை மணிக்கு நீ வருவ? உனக்காக நான் இங்க வையிட் பண்ணிட்டு இருக்-

கேன். சீக்கிரம் வந்துடு டா. இந்த எரும மாடு சரண் உன்னை இழுத்துட்டு வராமா இன்னும் என்ன பண்றான்?", மனதிற்குள் பேசியபடி நடந்தவள் கேன்டீனின் உள்ளே நுழைந்தாள் நதி.

"மச்சான்... எனக்கு மசாலா தோசை வாங்கி தாடா", திலீப்.

"இப்பதானே டா வீட்ல பத்து இட்லி நாலு தோசைய முழுங்கின.. இங்க வந்து மறுபடியும் கேக்கற. உனக்கு இருக்கறது வயிறா இல்லை போர்வெல்லா?", ஸ்டெல்லா.

"நான் உன்ன கேக்கல. என் மச்சான்கிட்ட தான் கேட்டேன். நீ உன் வேலைய பாரு", திலீப்.

"அவன் வாங்கி தரமாட்டான்", ஸ்டெல்லா.

"வாங்கி தருவான்", திலீப்.

"மாட்டான்", ஸ்வப்னா.

"தருவான்", திலீப்.

ரிஸ்வானா சிரிப்புடன் இவர்களைப் பார்த்துக் கொண்டு இருந்தாள்

"அடச்சீ வாய மூடுங்க. எங்க வந்தாலும் உங்க இம்சை பெருசா இருக்கு. யாள் இவங்கள பாரு", மீரா அவர்களை அதட்டினாள்.

"ஹான்.... என்ன மீரா?", கனவிலிருந்து தன்னிலைக்கு வந்தாள் நதி.

"சுத்தம். டேய் ஜெய் இதுங்க மூனும் சரியே இல்லை. நாம தான் மேய்க்கணுமா?", மீரா.

"அவங்கள கண்டுக்காத மீரா. இங்க வா உன்கிட்ட ஒரு விஷயம் சொல்லணும்", சஞ்சய்.

மற்றவர்கள் அவரவர் வேடிக்கையில் மூழ்கிட மீரா சஞ்சயுடன் நான்கு டேபிள் தள்ளிச் சென்று அமர்ந்தாள்.

"என்ன ஜெய்?", மீரா.

"யாள் ஏன் நேத்து இருந்து ஒரு மாதிரியா இருக்கா? யார்கிட்டயும் பேசல. இன்னிக்கு இவ்வளவு சீக்கிரம் இங்க கூட்டிட்டு வந்து இருக்கா", சஞ்சய்.

"நேத்து பைக்ல வேகமா போனதுக்கு அகரன் அண்ணா திட்டிட்டாங்கன்னு சொன்னா. அதுக்கப்பறம் எதுவும் பேசாம டிரா பண்ண ஸ்டார்ட் பண்ணிட்டா. அவர சமாதானம் பண்ண

தான் நம்மளையும் சீக்கிரம் கூட்டிட்டு வந்து இருக்கான்னு நினைக்கறேன்", மீரா தனக்குத் தெரிந்த வரையில் கூறினாள்.

"அதான் ஏன் அவ அவ்வளவு வேகமா போகணும்? நான் பைக்க நிறுத்தரதுக்குள்ள திலீப்ப கூட இறங்கவிடாம மத்தியம் கிளம்பினா. வரப்ப முகமே சரியில்லை. திலீப் அவ நைட் தான் வருவான்னு சொல்ல சொன்னதா சொன்னான். ஆனா கொஞ்ச நேரத்துல சரண் சார் டிராப் பண்ணிட்டு போனாரு. நேத்து கண்ணுமண்ணு தெரியாம அவ்வளவு ஸ்பீடா போனா-ளாம் திலீப் சொன்னான். அகரன் சார பாத்துட்டு பக்கத்துல இருந்த மேடம முறைச்சிட்டு இருந்தாளாம். அவ பிஹேவியரே புதுசா இருந்ததுன்னு சொன்னான்", சஞ்சய்.

"அப்படியா? போறப்ப அவளும் என்கிட்ட சொல்லிட்டு போகல. அகரன் அண்ணா கூட யார் இருந்தாங்களாம்?", மீரா.

"யாரோ க்ளைண்ட் இருந்தாங்களாம். பொண்ணு தான். அகரன் சார் கூட சகஜமா பேசிட்டு இருந்தாங்களாம். இவளும் அந்த பொண்ணும் பேசினது நார்மலா இல்லைன்னு சொன்னான் திலீப். அப்பறம் அந்த பொண்ணு உடனே வேலை இருக்குன்னு சொல்லிட்டு கிளம்பிட்-டாங்களாம்", சஞ்சய்.

"ஓஓ.... இவ்வளவு நடந்து இருக்கா? அப்ப அந்த பொண்ணு கூட அகரன் அண்ணா இருக்காங்கன்னு தெரிஞ்சி தான் சொல்லாம போனாளா இவ?", மீரா.

"அப்படி தான் எனக்கும் தோணுது. ஐ திங் யாள் அகரன் சார லவ் பண்ண ஸ்டார்ட் பண்ணிட்டா", சஞ்சய்.

"என்னடா சொல்ற?", மீரா.

"ஆமா மீரா. நாம யாள்அ இத்தனை நாளா பாக்கறோம். நீ சின்ன வயசுல இருந்து பாக்கற அவளோட பிஹேவியர் இப்ப சேஞ்ச் ஆகி இருக்கறது உனக்கு தெரியுதா?", சஞ்சய்.

"ஆமா ஜெய். முன்ன சொன்னதே தான் நான் இப்பவும் சொல்றேன் அவங்க இரண்டு பேரும் நல்ல ஜோடி. அண்ணா இவள நல்லா பாத்துப்பாங்க.. இரண்டு பேரும் கல்யாணம் பண்ணிகிட்டா முதல் சந்தோஷம் படற ஆள் நான் தான்", மீரா.

"ஏன் நாங்க எல்லாம் சந்தோஷம் படமாட்டோமா? சரி நடக்கறத வேடிக்கை பாப்போம். அவளா எப்ப நம்மகிட்ட சொல்றான்னும் பாக்கலாம். அதுவரை அவகிட்ட இதபத்தி கேக்-காத", சஞ்சய்.

"சரி ஜெய். வா அங்க போலாம். நம்மல பாக்கறாங்க பாரு", மீரா.

"அவனுக்கு ஒரு மசால் தோசை, ஸ்டெல்லுக்கு தூக்கம், ரிஸ்க்கு ரஹீம் சார், யாளுக்கு அகரன் சார பார்சல் பண்ணிட்டா போதும் நாம நிம்மதியா இருக்கலாம்", சஞ்சய் சிரித்தபடிக் கூறினான்.

"ஹாஹா", மீராவும் சிரித்தபடி நதியின் அருகில் அமர்ந்தாள்.

"என்ன மீரா சிரிச்சிட்டே வரீங்க?", நதியாள்.

"ஒன்னும் இல்ல தினம் இப்படி வந்தா இங்க கேன்டீன் ஆரம்பிக்கறதுக்கு முன்ன காலியா-கிடும் மொத்த குத்தகையும் நாம தான் எடுக்க வேண்டி வரும்னு ஜெய் சொன்னான்", மீரா.

நதியாள் திருதிருவென்று விழித்தபடி அவர்களைப் பார்த்தாள். அவள் தானே இத்தனைச் சீக்கிரமாகக் கிளப்பிகொண்டு வந்தது. தான் ஏதாவது கூறினால் நம்மை இவர்கள் ஒருவழி செய்துவிடுவார்கள் என்று நன்கு அறிந்திருந்ததால் சிரித்தே மலுப்பினாள்.

"ஸ்டெல்லா ரிஸ் இந்த டிசைன் பாருங்க. இந்த கலர் ஷேட் நல்லா இருக்குமா சொல்லு", என தனது லேப்டாப்பை அவசரமாக ஆன்செய்து அவர்களருகில் சென்றாள்.

"எஸ்கேப்பா ஆகற.. இத்தனை வருஷம் எங்கள எவ்வளவு படுத்தியிருக்க இப்ப எங்க டர்ன் பேபி.... உன்னால பதில் சொல்ல முடியாதபடி கேள்வி கேட்டு அப்பப்ப டென்சன் பண்ணு-வோம்", என மீரா மனதிற்குள் சந்தோஷமாக சிரித்தபடிக் கூறிக்கொண்டாள்.

"என்ன மீரா ஓடிட்டா?", சஞ்சய்.

"அப்பப்ப இப்படி இவள கேள்வி கேட்டு டென்சன் பண்ணலாம் ஜெய். நல்ல சான்ஸ் இப்-பதான் நமக்கு கிடச்சி இருக்கு", மீரா.

"அப்படிங்கற? ஆனா யாள் பாவம் மீரா", சஞ்சய்.

"பாவம் தான். இதுல்லாம் சின்ன சின்ன ஃபன் தானே. அப்பப்ப நாம ரெக்கார்ட் பண்ணி வச்சிக்கலாம். பின்னாடி எதுக்காவது யூஸ் ஆகும். ஏன் அகரன் அண்ணா நதியாள் கல்-யாணத்துக்கு கிப்டா கூட குடுக்கலாம்", மீரா.

"ஹே... சூப்பர் ஐடியா மீரா. இன்னிக்கே ரெக்கார்டிங் ஸ்டார்ட் பண்ணிடலாம் நாம", சஞ்-சய்.

பின் மணி 9 ஆனதும் அனைவரும் தங்களின் ஆபீஸ் தளத்திற்குச் சென்றனர்.

அப்பொழுது தான் ப்யூன் ஆபிஸைத் திறந்துக் கொண்டு இருந்தார். அவருக்கு சுமார் நாற்பத்தைந்து வயது இருக்கும். நடுத்தர குடும்பத்தை சேர்ந்தவர். அகரன் வேறு கம்பெனியில் இருந்தபொழுது அங்கே வேலைப் பார்த்துக்கொண்டு இருந்தவர், அகரன் அழைத்ததும் இங்கு வந்துவிட்டார். அகரனின் நேர்மையும் அன்பும் அவரை அந்த அளவிற்கு ஈர்த்து இருந்தது என்று சொல்லலாம்.

"அண்ணா.... ஆபீஸ் எப்ப ஸ்டார்ட் ஆகும்?", திலீப் அவரைக் கேட்டான்.

"9.30க்கு தம்பி. நீங்க யாரு புதுசா இருக்கீங்க?", அவர்.

"என் பேரு திலீப். இங்க பிராஜெக்ட் பண்ண வந்து இருக்கோம் இன்னிக்கு வர சொன்னாங்க".

"சரி தம்பி உக்காருங்க. ஸ்வப்னா மேடம் வந்ததும் பாருங்க", எனக் கூறி அவர் அவரின் வேலையைக் கவனிக்கச் சென்றுவிட்டார்.

தண்ணீர் கேன் கொண்டு வருவது, அங்கு வேலை செய்யும் பெண்களை வைத்து ஆபீஸை கூட்டச் செய்தார். பின் வழக்கமான வேலைகளை அங்கிருந்த கேபினில் பார்த்துவிட்டு அகரன் மற்றும் சரணின் அறைக்கு மத்தியில் அமர்ந்து விட்டார்.

அவரின் தினசரி இதுதான் போல. தன் வேலைகளில் கவனமாக நேர்த்தியாக இருக்க வேண்டும் என்கிற சிரத்தை தெரிந்தது அவரிடம். நம் வானரப்படைக்கு அவரின் மீது மதிப்பு வந்தது.

சரியாக 9.20க்கு ஸ்வப்னா வந்தாள். இவர்களை பார்த்துக் காலை வணக்கம் கூறிவிட்டு அவர்களைக் கான்பிரன்ஸ் ஹாலில் அமரச் சொன்னாள்.

சிறிது நேரத்தில் அந்த அலுவலக தொழிலாளர்கள் வந்துவிட்டிருந்தனர். சுமார் 9.45க்கு சரண் மட்டும் வந்தான்.

"குட் மார்னிங் சார் அந்த காலேஜ் ஸ்டூடண்ட்ஸ் வந்துட்டாங்க", ஸ்வப்னா.

"ஓ சரி... அவங்கள கொஞ்ச நேரம் உக்கார வைங்க. அகர் வந்தப்பறம் பீல்டு பிரிச்சிக்கலாம் அதுவரை எதாவது டிசைன் டிரை பண்ணிட்டு இருக்க சொல்லுங்க. அந்த ****** கன்ஸ்டரக்ஷன் பைல் உடனே வேணும்", சரண்.

"ஓகே சார். உடனே கொண்டு வரேன். இன்னிக்கு மதியம் ஒரு மீட்டிங் இருக்கு சார்",

ஸ்வப்னா.

"யாரோட?", சரண்.

"******** ரெஸ்டாரெண்ட் கூட சார்", ஸ்வப்னா.

"அது அகர் தான் அட்டன் பண்ணணும். ஏற்பாடு பண்ணிடுங்க. அப்பறம் அகர் 12 மணிக்கு மேல தான் வருவான் சோ அவனோட அப்பாயிண்ட் எல்லாம் போஸ்ட்போன் பண்ணுங்க. அவன் வந்தப்பறம் அகெய்ன் ஷெடூல் போட்டுக்கலாம்", சரண் கூறிவிட்டு தன் வேலைக-ளில் மூழ்கிவிட்டான்.

ஸ்வப்னா சரண் கூறியது போல அன்றைய வேலைகளைப் பிரித்து வைத்து அனைவருக்கும் கொடுத்தாள். நம் வானரப்படையை டிசைன்ஸ் போட சொல்லிவிட்டுச் சென்றுவிட்டாள். சரணும் வேலைப் பளு காரணமாக நதியை வந்து சந்திக்கவில்லை வெகுநேரம் வரையிலும்.

இங்கோ நதிக்கு பொறுமை உருகிக்கொண்டு இருந்தது கொஞ்சம் கொஞ்சமாக. அகரனைக் காண வேண்டும் என்கிற தவிப்பும், ஏக்கமும் அதிகமாக சரணை மனதில் திட்டிக்கொண்டு இருந்தாள். சரண் அலுவலகத்தில் இருந்தும் தன்னைப் பார்க்க வராதது அவளின் சினத்தை அதிகப்படுத்தியது.

பொறுத்து பொறுத்து பார்த்தவள் 11.30 மணி அளவில் சரணின் அறை நோக்கி சென்றாள்.

"என்ன நினைச்சிட்டு இருக்க மனசுல நீ? வந்து எங்கள பாத்துட்டு ஒரு வார்த்தை பேசிட்டு போகமாட்டியா? காலைல 8 மணில இருந்து இங்க இருக்கோம். உன் மொகரய காட்டினா என்ன ஆகிடுவ?", என நதியாள் பொறிந்து தள்ளிவிட்டு பார்க்க அகரன் எதிரில் நின்றி-ருந்தான்.

அவனைக் கண்டதும் அவளின் கோபம் சொல்லாமல் விடைபெற்று சென்றுவிட, அனுமதி இல்லாமல் படபடப்பும் தடுமாற்றமும் அவளிடத்தில் தஞ்சம் புகுந்தது.

"என்ன சரண் மேடம் ரொம்ப கோவத்துல இருக்காங்க போல?", அகரன்.

"அப்படித்தான் போல அகர். நீயே என்னனு கேளு", சரண்.

"என்ன விஷயம் மிஸ்.நதியாள். ஏன் இவ்வளவு கோவம்?", அகரன்.

"ஏன் எங்கள இன்னும் பாக்கவரல? பிராஜெக்ட் டைட்டில் சொல்லி வேலைய பிரிச்சிவிட்டா நாங்க ஆரம்பிச்சிருவோம்", நதியாள்.

"வருவோம். அதுக்கு முன்ன இதுல சைன் போடுங்க மிஸ்.நதியாள்", என அகரன் சில டாக்குமெண்ட்ஸை டேபிலில் போட்டான்.

"எதுக்கு? என்ன இது?", நதியாள் சரணைப் பார்த்துக் கேட்டாள்.

"அதான் அப்பவே சொன்னேனே உன்கிட்ட பாண்ட்ல சைன் வாங்கிட்டு தான் சேத்திக்குவோம்னு. அதுதான் இது. எங்க வேணா போய் படிக்கலாம் ஆனா வேலை இங்க தான் செய்யணும். பர்ஸ்ட் ப்ரியாரிட்டி இங்க தான் குடுக்கணும். சைன் பண்ணிட்டு போ நாங்க வரோம்", சரண்.

"நான் பண்ணமாட்டேன்", நதியாள்.

"ஏன்?", அகரன் புருவத்தை உயர்த்திக் கேட்டான்.

"எனக்கு விருப்பம் இல்ல", நதியாள்.

"பிராஜெக்ட் செய்ய கேட்டப்பவே உங்க கிட்ட சொல்லிட்டோம் மிஸ். நதியாள். இப்ப அபீஸியலா நீங்க இங்க ஜாயின் பண்ணியாச்சி பிராஜெக்ட்காக, அது உங்க டிபார்ட்மெண்ட்க்கும் சொல்லியாச்சி சோ நீங்க இப்ப டெர்மினேட் பண்ண முடியாது", அகரன்.

"எல்லாருக்குமா இந்த பாண்ட்?", நதியாள்.

"உங்களுக்கு மட்டும் இப்பயே பாண்ட். மத்தவங்க விருப்பப்பட்டா இங்கயே பிராஜெக்ட் முடிஞ்சி ஜாயின் பண்ணிக்கலாம்" , அகரன்.

"எங்க சைன் போடணும்?", நதியாள்.

"இங்க", என அகரன் ஐந்து ஆறு பக்கங்களைக் காட்டினான்.

அனைத்தும் முடிந்து நதியாள் வெளியே வந்து சிரித்தாள். உள்ளே அவர்கள் இருவரும் சிரித்தனர்.

(இந்த மூனும் என்னா பண்ணுதுங்க? அதுங்க உள்ள சிரிக்குது இவ வெளிய வந்து சிரிக்கறா?)

பின் நதியாள் தன் நண்பர்களிடம் சென்று உட்கார்ந்துக் கொண்டாள். அவள் முகத்தில் காலையில் இருந்த குழப்பம் இல்லாமல் சற்றே தெளிந்து இருந்ததை மீராவும் சஞ்சயும்

கண்டனர்.

ஸ்வப்னா சரணும் அகரனும் வருவதாக கூறிச் செல்ல இவர்கள் தயாராக உட்கார்ந்தனர்.

மீரா சஞ்சயிடம் ரெக்கார்ட் செய்யச் சொல்ல சஞ்சயும் தயாராகத் தன் மொபைலை எடுத்து கேமரா ஆன் செய்தான்.

"ஹாய் காய்ஸ்... சாரி கொஞ்சம் வர்க் அதான் உங்கள வையிட் பண்ண வச்சிட்டோம். உங்களோட டைட்டில் இதுல இருந்து நீங்க சூஸ் பண்ணிக்கலாம். நதியாள் அகரன் கூட இருந்து அவன் சொல்றது எல்லாம் செய்யனும். மீரா அண்ட் ரிஸ்வானா அட்மினிஷ்டி-ரேசன்ல பண்ணிக்கலாம். ஸ்டெல்லா அண்ட் திலீப் நீங்க இன்டீரியர் டிசைனிங்க்கு யூஸ் பண்ற மெடீரியல்ஸ் அண்ட் கார்டனிங்ல சூஸ் பண்ணிக்கலாம். சஞ்சய் நீ ஓவர்ஆல் ஆர்-கனைஸ்ல ஆல்ரெடி மினி பிராஜெக்ட் பண்ணி இருக்க சோ வாட் யூ வாண்ட் டு டூ நவ்?", சரண்.

"வாட்எவர் யூ சே சார். ஐ ம் ரெடி டு லேர்ன் வாட் ஐ டோன்ட் நோ", சஞ்சய்.

"தட்ஸ் குட். யூ டூ ஜாயின் வித் நதியாள். உங்களுக்கு இங்க தனி கேபின் குடுக்க சொல்-றோம். கண்டிப்பா சைட் சீயிங் பண்ணணும். மீரா ரிஸ்வானா நீங்களும் அப்பப்ப செய்ய-ணும். ஸ்டெல்லா அண்ட் திலீப் இன்னும் 3 டேஸ்ல கோர்ட்யார்ட் கார்டன் அண்ட் டெரஸ் கார்டன் டிசைன் குடுக்கணும். அது சின்ன பிராஜெக்ட் நமக்கு கிடச்சி இருக்கு.. இது நீங்க பெட்டரா செஞ்சா உங்களுக்கு நல்ல எக்ஸ்போஸர் கிடைக்கும். இன்டீரியர் மத்த ப்ராடெக்ஸ் எல்லாமே டிசைன் பண்ணிட்டு கோட் பண்ணிட்டு 3ர்ட் டே மதியம் எனக்கு குடுக்கணும். இப்ப அகரன் கூட அந்த ரெஸ்டாரெண்ட்க்கு மீட்டிங் யார் யார் போறீங்க. ஓன்லி டூ கேன் கோ நவ். அப்பறம் நீங்க அங்க இடம் பாத்துட்டு எது எது மாத்தலாம்னு சொல்லலாம்", சரண்.

"நான் போறேன் அகன் கூட", நதியாள்.

"கால் ஹிம் சார் அட் ஆபீஸ் யாள். வேற யார் கூட போறீங்க. இப்ப இருந்து இந்த மீட்டிங் எல்லாம் பாத்து கத்துகோங்க உங்களுக்கு யூஸ் ஆகும்", சரண்.

"நான் போறேன் சார்", சஞ்சய் முன்வந்தான்.

"ஓகே பைன். 12.30க்கு மீட்டிங் சோ 12க்கு ரெடியா இருங்க. ஸ்வப்னா கிட்ட டீடைல்ஸ் கேட்டுகோங்க யாள் அண்ட் சஞ்சய். யுவர் பிராஜெக்ட் ஸ்டார்ட்ஸ் நவ். ஆல் த பெஸ்ட் காய்ஸ்", வாழ்த்துக் கூறி சரண் அங்கிருந்துச் சென்றான்.

"மிஸ் நதியாள் நீங்க ஸ்வப்னா கிட்ட என் ஷெடூல் கேட்டுகோங்க. மீரா நீங்க பிரோகிராம் மீட்டிங்லாம் எப்படி ஷெடூல் பண்ணணும்னு ஸ்வப்னா கிட்ட கேட்டுகோங்க. உங்க எல்லா-ருக்கும் எப்ப என்ன சந்தேகம் வந்தாலும் என்னையும் சரணையும் கேக்கலாம். ஆல் த பெஸ்ட்", எனக் கூறி அகரனும் தன்னறைக்குச் சென்றுவிட்டான்.

இங்கு நடந்த அனைத்தும் சஞ்சய் தன் மொபைலில் பதிவு செய்தும் இருந்தான். அது பின்-னாடி நாமலும் அந்த பையன ஓட்ட சொல்லி பாத்துக்கலாம் பிரண்ட்ஸ்•••..

"யப்பா••• படபடன்னு பட்டாசா ஆர்டர்ஸ் குடுத்துட்டு போயிட்டாங்க", ஸ்டெல்லா.

"ஆமா. நம்மல வேலை வாங்காம இவங்க விட மாட்டாங்க போலவே", திலீப் தீவிரமான முகபாவனையில் கூறினான்.

"பின்ன குடுக்கற ஸ்டைபனுக்கு வேலை வாங்காமலா இருப்பாங்க?", மீரா.

"ஹேய் ஸ்டைபன் இருக்கா?", ஸ்டெல்லா.

"ஆமா. ஆனா எவ்வளவுன்னு தெரியல", ரிஸ்.

"மீரா ரிஸ்••••. நமக்கு ஒரு முப்பது இல்ல நாப்பது குடுக்க சொல்லுங்க", திலீப்.

"ஏன் கம்மியா கேக்கறீங்க மிஸ்டர் திலீப் ரவுண்ட் பிகரா ஐம்பது பண்ணிடலாம்", ஸ்வப்னா கூறிக்கொண்டே உள்ளே வந்தாள்.

"சாரி உங்கள பாக்க சொன்னாங்க ஐஞ்சு நிமிஷம் லேட் ஆனதும் நீங்களே வந்துட்டீங்க", சஞ்சய்.

"இட்ஸ் ஓகே சஞ்சய். உங்க கேபின் போகலாம் வாங்க", ஸ்வப்னா அனைவரையும் அழைத்துக்கொண்டு சென்றாள்.

அந்த தளத்தின் கடைசியில் ஒரு தடுப்பு எழுப்ப பட்டு கேபினாக மாற்றி இருந்தனர். இவர்-கள் ஆறுவருக்கும் தனி தனி டேபில் சேர் போடப்பட்டு இருந்தது. பின்னால் பால்கனி போல செட்டப் போடப்பட்டு அங்கே பூ ஜாடிகள் வைக்கப்பட்டு இருந்தன. எதையோ செய்ய ஆரம்பித்து பாதியில் விட்டது போல இருந்தாலும் பார்வைக்கு நன்றாகவே இருந்தது அந்த கேபின்.

"நைஸ். தேங்க்யூ மிஸ் ஸ்வப்னா", நதியாள்.

"யூ ஆர் வெல்கம் மேம்", ஸ்வப்னா.

நதியாள் ஸ்வப்னாவைப் பார்க்க ," நீங்க சரண் சாரோட சிஸ்டர் ஆல்சோ அகரன் சாருக்கும் க்ளோஸ் ரிலேட்டிவ். ஐ மஸ்ட் கால் வித் ரெஸ்பெக்ட்", எனக் கூறினாள்.

"நோ சச் பார்மாலிட்டீஸ் . கால் மீ பை நேம். நானும் உங்கள பேர் சொல்லி கூப்பிடலாம்ல?", நதியாள்.

"கண்டிப்பா. சரி காய்ஸ். இங்க உங்க திங்ஸ் வச்சிட்டு அவங்கவங்க வர்க் ஏரியாக்கு போகலாம். சஞ்சய் நதியாள் வாங்க உங்களுக்கு சார் மீட்டிங்கு தேவையான டைடல்ஸ் சொல்றேன்", என அங்கிருந்து அவர்களை அழைத்துக் கொண்டு சென்றாள் ஸ்வப்னா.

"அவங்க போய்டாங்க நாம எங்க போறது?", திலீப்.

"கண்ணுங்களா.... வாங்க உங்களுக்கு இடத்த காமிக்க சொல்லி இருக்காங்க", ப்யூன்.

"ஹாய் அண்ணா. உங்க பேர் என்ன? நான் திலீப், இது மீரா அது ஸ்டெல்லா அது ரிஸ்வானா", திலீப் அவரிடம் கைக்குலுக்கினான்.

"என்ன தம்பி நீங்க என் கைய பிடிச்சி குழுக்கறீங்க. என் பேரு முருகப்பன். எல்லாரும் முருகான்னு கூப்பிடுவாங்க", ப்யூன் முருகன்.

"முருகண்ணே.... இங்க கேன்டீன்ல எந்த எந்த ஐட்டம் நல்லா இருக்கும். அசைவம் கிடைக்குமா?", திலீப்.

"முதல்ல வேலைய பாரு. அண்ணா எங்களுக்கு எங்க யார பாக்க சொல்லி இருக்காங்கன்னு சொல்லுங்க", மீரா.

"மீராவும் ரிஸ்வானா பொண்ணுக்கும் ஸ்வப்னா மேடம்கிட்ட வேலை, மத்த ரெண்டு பேரையும் வரைய சொல்லி இருக்காங்களாம். எதாவது தேவைபட்டா ஷீலா மேடத்த பாக்க சொன்னாங்க. வாங்க கைகாட்றேன்", முருகன்.

"போலாண்ணா....", என ஸ்டெல்லாவும் மீராவும் முன்னே செல்ல திலீப் ரிஸ் பின்னே சென்றனர்.

"மேடம் இந்த பசங்க தான் உங்க பொறுப்பு. சரண் சார் சொன்னாரு", ஷீலாவிடம் அவர்கள் இருவரையும் விட்டுவிட்டு மீராவையும், ரிஸ்வானாவையும் ஸ்வப்னாவின் கேபினுக்கு அழைத்துச் சென்றார்.

ஸ்வப்னாவின் கேபின் காலியாக இருக்க சிறிதுக் காத்திருக்கக் கூறிவிட்டு முருகன் சென்றுவிட்டார்.

அகரனின் அறையில் சஞ்சய், நதியாள், ஸ்வப்னா, அகரன் நால்வரும் மீட்டிங்குக்கு தேவையான விஷயங்களை வரிசைபடுத்திப் பார்த்துவிட்டுக் கிளம்பத் தயாராகினர்.

"ஓகே ஸ்வப்னா. நாங்க கிளம்பறோம். அந்த ***** கன்ஸ்டரக்ஷன் கம்பெனி கிட்ட இருந்து கால் வந்தா சரண பாக்க சொல்லுங்க", எனக் கூறி தன் கோர்ட்டை எடுத்துக் கொண்டு அகரன் வெளியே செல்ல, நதியும் சஞ்சயும் பின்னே தொடர்ந்தனர்.

"சார் எங்க போறோம்?", சஞ்சய்.

"******** ரெஸ்டாரெண்ட", எனக் கூறி டிரைவிங் சீட்டில் அமர்ந்தான் அகரன்.

"சார் நான் டிரைவ் பண்ணட்டுமா?", சஞ்சய்.

"நோ தேங்கஸ் சஞ்சய். நீங்க உக்காருங்க. நதியாள் பின்னாடி உட்காரட்டும்", அகரன்.

"ஏன் சார் நீங்க டிரைவர் போட்டுக்கல?",சஞ்சய்.

"ஐ லவ் டு டிரைவ் சஞ்சய்", அகரன் கண்ணாடி வழியே நதியைப் பார்த்துவிட்டு, "ஆனாலும் ஸ்பீட்ல கன்ட்ரோலா இருப்பேன்", எனக் கூறினான்.

"ஆமா சார் கன்ட்ரோல் இருந்தா தான் நல்லது. ஆனா யாள் பயங்கர ஸ்பீடா போவா.... பாக்கவே எங்களுக்கு பயமா இருக்கும் பட் அவளோட டிரைவிங்லயும் நிதானமும் கன்ட்ரோலும் இருக்குன்னு அவபின்னாடி உக்காந்துட்டு போனா தான் தெரியும்", சஞ்சய்.

"அதிக வேகம் எப்பவும் ஆபத்து தான் சஞ்சய். கொஞ்சம் பொறுமையா போகலாமே", அகரன்.

"அதுவும் சரிதான் சார்", சஞ்சய்.

இருவரின் உரையாடலும் கேட்டும் கேட்காதது போல நதியாள் உட்கார்ந்து இருந்தாள். எதாவது பேசினா விட்டதுல இருந்து பூஜை ஆரம்பமாகும். பத்தாததுக்கு சஞ்சயும் இருக்கான் நல்லா சாம்பிராணி போடுவான்னு புள்ள சைலண்ட்-ஆ வருது.

"என்ன யாள் அமைதியா இருக்க?", சஞ்சய்.

"நீங்க இரண்டும் பேரும் பேசறப்ப நான் என்ன பேச?", நதியாள்.

"பேசறதே உன்னபத்தியா இருக்கறப்ப பேசலாம்", அகரன்.

"நான் தான் நேத்தே சாரி சொல்லிட்டேன். இன்னும் என்ன?", நதியாள்.

"எதுக்காக நீ சொன்ன சாரிய நான் அலாட் பண்றது?", அகரன்.

"ஸ்பீடா வந்ததுக்கு", நதியாள்.

"அப்பவும் நீ பேசினதுக்கு இல்ல", அகரன்.

"நான் விளையாட்டா தான் சொன்னேன். அதுக்கு தண்டனையும் நீங்க நேத்தே குடுத்துட்-டீங்க அப்பறம் அதை ஏன் இப்ப இழுக்கறீங்க?", நதியாள் எரிச்சலுடன் கூறினாள்.

"இப்பவும் பேசினது தப்புன்னு உணரலியா", அகரன் கோபத்துடன் கேட்டான்.

"உங்களுக்கு இப்ப என்ன? மன்னிப்பு கேக்கணும் அவ்வளவு தானே. மன்னிச்சிடுங்க சார். இப்ப வந்த வேலைய பாக்கலாம் ரெஸ்டாரெண்ட் வந்துடிச்சி", எனப் பேச்சை அத்தோடு முடித்தாள் நதி.

இப்படி கூறிவிட்டு அவள் முதலில் இறங்கி விறுவிறுவென நடந்து வாசலை அடைந்திருந்-தாள்.

"சார்... தப்பா நினைக்கலன்னா யாள் என்ன சொன்னான்னு நான் தெரிஞ்சிக்கலாமா?", சஞ்சய்.

"அப்பறம் சொல்றேன் சஞ்சய். இந்த பைல் மட்டும் எடுத்துக்கோங்க", எனக் கூறி அகரனும் முன்னே நடந்தான்.

"ம்ம்... நேத்து என்னமோ நடந்து இருக்கு போல", மனதில் நினைத்து விட்டு இவனும் நடந்தான்.

அகரனும் நதியும் அந்த விளையாட்டு இடத்தைப் பார்த்துவிட்டு ஒருவரை ஒருவர் பார்த்துக் கொண்டனர். இன்றும் அகரன் கருநீல நிற கோர்ட்டை அணிந்து இருந்தான். ஆனால் நதியாள் இளமஞ்சள் நிற சல்வாரில் பார்ப்பதற்கே பாந்தமாக கண்களில் நிறைந்து நின்றாள்.

இருவரின் இதழிலும் மென்னகைப் படர்ந்தது. பின் மீட்டிங் நடக்கும் இடம் சென்று காத்திருந்தனர். அப்பொழுது அங்கே.......

25

அகரன், நதியாள், சஞ்சய் மூவரும் அந்த ரெஸ்டாரெண்டின் உள்ளே நுழையும் சமயம் சக்ரதேவ்வும், சரிதாவும் உள்ளிருந்து வெளியே வந்தனர்.

"ஹேய் அகர்... எப்படி டா இருக்க? ஹாய் நதியாள் எப்படி இருக்க?", சக்ரதேவ்.

"நல்லா இருக்கேன் டா. நீ எப்படி இருக்க? ஹலோ சிஸ்டர்", என அகரன் தேவ்விடம் பேசிவிட்டு சரிதாவிடம் நலம் விசாரித்தான்.

"சிஸ்டரா..... மிஸ்டர் நான் உங்களுக்கு சிஸ்டர் இல்லை. என்னை பேர் சொல்லி கூப்பிட்டா போதும்", சரிதா அவசரமாகக் கூறினாள்.

"இப்ப என்ன தப்பா சொல்லிட்டாங்க. ஏன் இவ்வளவு பதட்டம் மிஸ்.சரிதா? ஹாய் தேவ். நான் நல்லா இருக்கேன். அத்தை மாமா பாட்டி எல்லாம் எப்படி இருக்காங்க?", நதியாள்.

"முறை மாறி கூப்பிடக்கூடாது அதுக்காக சொன்னேன். நீ எங்கள விட சின்ன பொண்ணு தானே. பேர் சொல்லி கூப்பிடற... வீட்ல மரியாதை குடுக்க சொல்லித் தரலியா உனக்கு?", சரிதா.

"யாருக்கு எப்ப தரணும்னு சொல்லி குடுத்து இருக்காங்க மிஸ்.சரிதா", நதியாளின் குரலில் அழுத்தம் கூட்டிக் கூறினாள்.

சரிதா ஏதோ பேச வாயெடுக்கும் முன், "சரிதா. அவ கேஸுவலா கூப்பிடறா. இத ஏன் பெரிசு பண்ற விடு. அகர் நம்ம ஷோரூம் ஓபனிங் வச்சி இருக்கேன். கண்டிப்பா நீங்க வரணும். நேர்ல வந்து கூப்பிடலாம்னு தான் வந்தேன். வீட்டுக்கு வரவா ஆபீஸுக்கு வரவா ?", சக்ரதேவ்.

"ஆபீஸ் வாடா. நதியும் அங்க ஜாயின் பண்ணிட்டா ஒரே இடத்துல நீ இன்வைட் பண்ணிடலாம். டைம் இருந்தா வீட்டுக்கு வா ஒன்னும் பிரச்சினை இல்லை எங்களுக்கு", அகரன்.

"அப்படியா. சரிதாக்கு இங்க பிரண்ட் வீட்டுக்கு போகணுமாம். அவள டிராப் பண்ணிட்டு நான் ஈவினிங் வரேன். அப்படியே வீட்டுக்கும் வரேன். நாளைக்கு தான் ரிட்டர்ன். சரிதா அவ பிரண்ட் வீட்ல தங்கிப்பா. நான் உங்ககூட தங்கிக்கவா?", சக்ரதேவ்.

"கண்டிப்பா டா. சரி இப்ப எங்களுக்கு ஒரு மீட்டிங் இருக்கு. நீ சரணுக்கு கால் பண்ணு. நான் ஆபீஸ் வரதுக்கு எப்படியும் இன்னும் 3 ஹார்ஸ் ஆகிடும்", அகரன்.

"சரிடா. நானும் இன்னும் கொஞ்சம் இன்வைட் பண்ணவேண்டியவங்கள பண்ணிட்டு அங்க வந்துடறேன். இப்ப கிளம்பறோம். பாய் டா", என சக்ரதேவ் அகரனை அணைத்து விடைபெற்றான்.

"சரிடா. பாய்", என அகரனும் நதியாளும் பொதுவாக இருவருக்கும் விடைக் கொடுத்தனர்.

அவர்கள் சென்றதும் சஞ்சய் நதியாளிடம், "யார் இவங்க? உன் திருவிழா போட்டோஸ்ல இருந்தாரே அவரா?", என கேட்டான்.

"ஆமா டா. நாலு பேமிலி சொன்னேன்ல அதுல இவங்க பேமிலியும் இருக்கு. அவங்க அப்பா ஆட்டோபார்ட்ஸ் பிஸினஸ் பண்றாரு. இவரு இப்ப கார் ஷோரூம் ஸ்டார்ட் பண்றாரு", நதியாள்.

"ஓஓஓ... அந்த பொண்ணு யாரு?", சஞ்சய்.

"அது அவரோட அத்தை பொண்ணு. எனக்கு பெருசா பழக்கம் இல்ல", நதியாள்.

"ம்ம்.... பார்வையே சரியில்லை", சஞ்சய்.

"யார் பார்வை?", நதியாள்.

"அந்த பொண்ணு பார்வை தான். அகரன் சார் சிஸ்டர்னு கூப்பிட்டதும் அப்படி பதறுது. உன்னையும் மொறச்சி பாக்குது. ஊருல எதாவது அந்த பொண்ணுக்கும் உனக்கும் பிரச்சினையா?", சஞ்சய்.

"இல்ல ஜெய். அப்படி ஒன்னும் இல்ல. பாத்தேன் ஒரு டைம் பேசினேன் அவ்வளவு தான். அந்த பொண்ணும் அவளோட பிரதரும் கொஞ்சம் ஒதுங்கியே தான் இருந்தாங்க திருவிழால அத மட்டும் கவனிச்சேன்", நதியாள்.

"ம்ம்.. சரி பாத்துக்கலாம். எதுக்கும் அந்த பொண்ணுமேல ஒரு கண்ணு வை. அகரன் சார பாத்த பார்வையே சரியில்லை", சஞ்சய்.

"யார் எப்படி பாத்தா என்ன ? என் அகன் யாரையும் பாக்கமாட்டான்", நதியாள்.

"அது எப்படி அவ்வளவு ஸ்டாராங்கா சொல்ற?", சஞ்சய் அழுத்தமாகக் கேட்டான்.

"அது அப்படி தான். வா அகன் போயிட்டான்", எனக் கூறி நதியாள் வேகமாக நடையைப் போட்டாள்.

"மேடம் எத்தனை தூரம் ஓடுவீங்க. ஒரு நாள் உண்மைய சொல்லித்தானே ஆகணும் அப்ப பேசிக்கறேன்", என சஞ்சயும் மனதில் நினைத்தபடிப் பின்தொடர்ந்தான் அவளை.

அந்த ரெஸ்டாரெண்டின் மேனேஜர் மற்றும் ஓனர் இருவரும் அகரனை வரவேற்று மீட்டிங் ஹாலுக்கு அழைத்துச் சென்றனர்.

அந்த ரெஸ்டாரெண்டில் சிறியதாக இரண்டு மீட்டிங் ஹாலும் இருந்தது. அதில் ஒன்றில் இவர்கள் உள்ளே நுழைந்து தங்களின் வேலைகளை ஆரம்பித்தனர்.

அந்த ரெஸ்டாரெண்டின் ஓனர் தன் ரெஸ்டாரெண்டில் எந்த எந்த மாதிரியான கட்டிட அமைப்புகள், வசதிகள் தேவைப்படும், எதை எல்லாம் குறிப்பாக மாற்றவேண்டும் எனக் கூறினார். மேனேஜரின் ஆலோசனைகளையும் அகரன் கேட்டுக்கொண்டு எப்படி மாற்றியமைக்கலாம், எந்த அளவிற்கு பழமையும் புதுமையும் கலந்தக் கலவையாக உருமாற்றலாம் என விவாதித்தனர்.

ஸ்வப்னாவின் வழிகாட்டுதல்படி நதியாளும் சஞ்சயும் அகரனுக்கு தேவையானதை எடுத்துக் கொடுத்து ஓரளவு உதவியாகவும் இருந்தனர். பின்னர் இவர்களின் ஆலோசனைகளும் கேட்கப்பட்டது.

குறிப்பிட்ட தொகைக்குள் சிறப்பாக வேலையை முடித்து தருவதாக அகரன் வாக்களித்தான்.

குறைந்தது ஆறு முதல் எட்டு மாதங்கள் தேவைபடலாம் எனவும் அவர்களின் வழக்கப்படி நல்ல நாள் பார்த்து வேலையைத் தொடங்கலாம் எனவும் கூறினான் அகரன்.

டிசைன்கள் அனைத்தும் இன்னும் இரண்டு வாரங்களில் அவர்களிடம் காட்டி, ஒப்புதல் பெற்ற பின்பு வேலையை ஆரம்பிக்கலாம் எனக் கூறி அந்த மீட்டிங்கை முடித்துக்கொண்டனர்.

"ரொம்ப சந்தோஷம் சார். இந்த ரெஸ்டாரெண்ட் நான் இப்ப சார்ஜ் எடுத்து இருக்கேன். இதுல சிறப்பா நான் வியாபாரம் செஞ்சி தான் என்னை நிரூபிக்கணும். உங்களோட அனு-

குமுறை எனக்கு ரொம்பவே திருப்தியா இருக்கு. நான் எதிர்பார்த்த மாதிரி செய்து குடுப்பீங்கன்னு நம்பறேன்", ஓனர்.

"கண்டிப்பா சார். உங்களோட திருப்தியும் சந்தோஷமும் தான் எங்க வேலைக்கு கிடைக்கற வெகுமதி. கண்டிப்பா குடுப்போம். நாங்க கிளம்பறோம் சார்", அகரன்.

"இருங்க சார். சாப்பிடற நேரத்துல சாப்பிடாம கிளம்பினா எப்படி? சாப்பிட்டுட்டு தான் போகணும். நீங்க எப்ப வேணா உங்க ஆளுங்கள அனுப்பி இங்க இடத்த பாக்க சொல்லலாம். வேற எதாவது தேவைன்னா மேனேஜர கான்டாக்ட் பண்ணிக்கோங்க", ஓனர்.

"ஓகே சார். இல்ல வீட்டுக்கு கெஸ்ட் வராங்க. லன்ச் அங்க சொல்லிட்டேன். இன்னொரு நாள் கண்டிப்பா வந்து சாப்பிடறேன். நான் ரெகுலரா வரது இங்க தானே", அகரன்.

"சரிங்க சார். தேங்க்யூ", என ஓனர் கைக்குலுக்கி வழியனுப்பினார்.

நதியாளும் சஞ்சயும் விடைபெற்று அகரனின் பின்னால் ஓடினர்.

"ஏன் இப்படி ஓடறான்...? பசிக்குது. இங்க ஐட்டம்லாம் நல்லா இருக்கும் சாப்பிட்டுட்டு போனா என்னவாம்?", நதியாள் முனகியபடி நடந்தாள்.

"சார்கிட்ட சொல்லவா?", சஞ்சய்.

"ஒன்னும் சொல்லவேணாம். வா", என எரிந்துவிழுந்தாள்.

"ஏன் யாள் இவ்வளவு டென்சன் ஆகற?", சஞ்சய்.

"வேண்டுதல். கம்முன்னு வாடா", நதியாளுக்கு பசியில் வெறி வர ஆரம்பித்திருந்தது.

"சீக்கிரம் வாங்க. எவ்வளவு நேரம் நடந்து வருவீங்க. ஸ்பீடா வரணும்", அகரன்.

"சாரி சார்", என சஞ்சய் ஓடி வந்து முன்னால் ஏறிக்கொண்டான்.

நதியாளும் முணுமுணுத்தபடி பின்னால் அமர்ந்து கார் கதவை அடித்து சாத்தியதில் தெரிந்தது அவளின் கோபம்.

அகரன் தனக்குள் புன்னகைத்துக்கொண்டுக் காரை எடுத்தான்.

கார் ஆபீஸ் செல்லும் பாதையில் செல்லாமல் வேறு பாதையில் செல்வதை கவனித்த சஞ்-

சய், "சார் இப்ப எங்க போறோம்?", எனக் கேட்டான்.

"போனதும் தெரியும் சஞ்சய். உங்க நதியாள் மேடம் ஏன் உம்முன்னு வராங்க?", அகரன்.

"தெரியல சார். பசி எடுத்து இருக்கும்னு நினைக்கறேன்", சஞ்சய் நதியாளைத் திரும்பிப் பார்த்தபடிக் கூறினான்.

"பசி வந்தா மேடம் உம்முன்னு ஆகிடுவாங்களா?", அகரன்.

"ஆமா சார். பசி தாங்கமாட்டா", சஞ்சய்.

"அப்படின்னு நான் எப்பவாது சொன்னேனா ஜெய்? நீங்களா ஒரு முடிவுக்கு வரக்கூடாது. எதுவா இருந்தாலும் பேசி க்ளியர் பண்ணிக்கணும்", நதியாள் அகரனை ஓரக்கண்ணால் பார்த்தபடிக் கூறினாள்.

"அப்படி என்ன இருக்கு க்ளியர் பண்ணிக்கறதுக்குன்னு கேளுங்க சஞ்சய்?", அகரனும் அவளிடம் வம்பிலுத்தான்.

"நேரடியா கேட்டா தான் சொல்லமுடியும்னு சொல்லு ஜெய்", நதியாள்.

"அத நேரடியா சொன்னா தான் கேள்வியும் வரும்னு உங்க மேடமுக்கு ஏன் புரியல சஞ்சய்?", அகரன்.

"பேசறப்ப வேணாம்னு சொல்லிட்டு இப்ப மட்டும் வாய் கிழிய கேள்வி கேக்கறது நியாயமான்னு கேளு ஜெய்?", நதியாள்.

இவர்கள் இருவருக்கும் நடுவில் சஞ்சய் தான் மாட்டிக்கொண்டு முழித்துக்கொண்டு இருந்தான்.

"இன்னிக்கு இப்படி சிக்கிட்டனே.... அவளுக்கு ஆப்போஸிட்டா பேசினா அடிச்சே நம்மல காலி பண்ணிடுவா. இவருக்கு ஆப்போஸிட்டா பேசினா என்ன பண்ணுவாருன்னு தெர்லயே", என மனதினில் தன் நிலைமை இன்று என்ன ஆகும் என அவனுக்கு அவனே பட்டிமன்றம் நடத்திக்கொண்டு இருந்தான்.

"என்ன சஞ்சய் தீவிரமா யோசிச்சிட்டு இருக்கீங்க?", அகரன்.

"ஒன்னுமில்ல சார். திலீப் காலைல ஸ்டைபன் பத்தி பேசிட்டு இருந்தான்ல அதைபத்தி யோசிச்சிட்டு இருந்தேன்", சஞ்சய் சமாளித்தான்.

"ஹோ... அது வேற இருக்கா? உங்க மேடம் எவ்வளவு எதிர்பாக்கறாங்க ?", அகரன்.

"அது சாரோட கம்பெனி ஜெய் அவர் தான் முடிவு பண்ணனும். நாம எவ்வளவு கேட்டாலும் குடுப்பாரா என்ன?", நதியாள்.

"சுத்தம். டாபிக்க மாத்தினாலும் இரண்டு பேரும் டைவர்ட் ஆக மாட்டேங்கறாங்களே.... ஆண்டவா என்னை எப்படியாவது இவங்க கிட்ட இருந்து காப்பாத்திரு", சஞ்சய் மனதில் வேண்டுதல் வைத்துக்கொண்டான் திருதிருவென விழித்தபடியே.

"சார் ப்ளீஸ் .... உங்களுக்குள்ள என்ன சண்டைன்னு எனக்கு தெரியாது. என்னை இதுல பலி குடுத்துறாதீங்க. வீட்டுக்கு ஒரே பையன் நான். எதாவது ஏடாகூடமா நடந்தா எனக்கு தான் வீட்டுக்கு போனதும் பூஜை நடக்கும்", என அகரனின் காதில் கிசுகிசுத்தான் சஞ்சய்.

"ஹாஹா.... அவ்வளவு பயமா மேடம் மேல? அப்படி என்ன பண்ணுவாங்க அவங்க கோவம் வந்தா?", அகரன் ஆர்வமுடன் கேட்டான்.

"சார். மெல்ல பேசுங்க. அவளுக்கு கோவம் வந்தா என்ன பண்ணுவான்னு நாம நினைச்சிக்கூட பாக்கமுடியாது அப்படி எதாவது பண்ணிடுவா. அப்பறம் கஷ்டம் நம்மளுக்கு தான். ஒன்னு அவளே அடிப்பா இல்லையா அடிவாங்க வச்சிருவா. மொத்தத்துல அடி மட்டும் கன்பார்ம்", சஞ்சய் மெல்லமாகக் கூறினான்.

"ரொம்ப ஜாக்கிதையா இருக்கணுமோ?", அகரன் யோசனையுடன் கேட்டுக்கொண்டே ஒரு பீச் ரெஸ்டாரெண்டில் நுழைந்தான்.

"ஆமா சார். சார் இங்க எதுக்கு வந்து இருக்கோம்?", சஞ்சய்.

"பசி வந்தா தான் உங்க மேடம் அவங்களா இருக்கமாட்டாங்களே.. அதான் சாப்பிட கூட்டிட்டு வந்தேன்", எனக் காரைவிட்டு இறங்கினான்.

அந்த ரெஸ்டாரெண்ட் ஊரை தாண்டி அமைதியான இடத்தில் கண்ணிற்கு ரம்மியமாக அமைத்து இருந்தனர்.

கடல் அலைகளை இரசித்தபடி அமர்ந்து சாப்பிட வாகாக டேபிள்களைப் போட்டிருந்தனர்.

அகரன் அவர்களுக்காக ஸ்பெஷலாக ஒரு டேபிளை புக் செய்து இருந்தான். நேற்று அவளை அடித்ததில் இராத்திரி எல்லாம் சரணிடம் புலம்பித் தள்ளிவிட்டான்.

இரவில் தூங்காமல் உருண்டுப் பிரண்டு சரணிடம் நான்கு அடிகளை வாங்கிய பின்னே, அவனை உறங்கவிட்டான். நாளை அவளிடம் மன்னிப்பு கேட்டுவிட வேண்டும் என்று தான் இந்த பீச் ரெஸ்டாரெண்டில் டேபிள் புக் செய்தான்.

அதன்படி அவளை அழைத்தும் வந்து விட்டான்.

"என்ன சஞ்சய் உங்க மேடமுக்கு இந்த இடம் பிடிச்சி இருக்கா?", அகரன்.

இந்த இடைப்பேச்சு போதுமென நதியாள் சஞ்சயை அங்கிருந்து வேறு இடத்திற்கு செல்லும்படி கண்களால் செய்கை செய்ய, அவனும் இதோ வருகிறேன் என அகரனிடம் கூறிவிட்டு அங்கிருந்து நகர்ந்துச் சென்றான்.

"என்ன கேக்கணும் அகன் உனக்கு?", நதியாள் நேரடியாகக் கேட்டாள்.

"அவன ஏன் தூரமா அனுப்பின?", அகரன் எதிர்கேள்வி கேட்டான்.

"நம்ம பிரச்சினை அவனுக்கு தெரியனும்னு அவசியம் இல்ல. என் பிரண்ட் தான் இருந்தாலும் அவனுக்கு தெரியறது எனக்கு இஷ்டம் இல்ல", நதியாள்.

"ஏன்?", அகரன்.

"ஏன்னா என்ன சொல்றது நம்ம இரண்டு பேருக்கு நடுவுல யார் வரதும் எனக்கு பிடிக்கல", நதியாள்.

"அதான் ஏன்? நேத்து சரண் கிட்டயும் இதயே தானே சொன்ன?", அகரன்.

"ஆமா. உனக்கு பதிலா அவன் மன்னிப்பு கேட்டான் அதான் சொன்னேன்", நதியாள்.

"அவன் உன் அண்ணன். எனக்கு க்ளோஸ் பிரண்ட். ஸ்கூல்ல இருந்து ஒன்னா இருக்கோம். என் சார்பா அவன் கேட்டதுல என்ன தப்பு?", அகரன்.

"நான் தப்பு சரிங்கற பேச்சுக்கு வரல அகன். நமக்கு நடுவுல யாரும் வரக்கூடாது. எதுவா இருந்தாலும் நாமதான் நேரடியா பேசிக்கணும். அவ்வளவு தான்", நதியாள்.

"இதே சரண்கிட்டயோ இல்ல உன் பிரண்ட்ஸ் கிட்டயோ சண்டை வந்து அவங்களுக்கு பதில் நீ சமாதானம் பண்றதோ அபாலஜி கேக்கறதோ செஞ்சி இருக்கியா?", அகரன்.

"ம்ம்... செஞ்சி இருக்கேன்", நதியாள்.

"அப்ப நம்ம இரண்டு பேருக்கு நடுவுல மட்டும் உன் அண்ணனும் வரக்கூடாது, உன் பிரண்ட்ஸும் வரக்கூடாதுன்னு ஏன் சொல்ற?", அகரன்.

"எனக்கு பிடிக்கல", நதியாள்.

"இப்படி சொன்னா அத என்னால ஒத்துக்க முடியாது நதி", அகரன் விடாப்பிடியாக அவனது கேள்வியில் நின்றான்.

"இப்ப ஏன் இதுல இவ்வளவு பிடிவாதமா கேக்கற அகன்? எனக்கு புரியல", நதியாள் குழப்பத்துடன் கேட்டாள்.

"சரி நதி. நேரடியா கேக்கறேன். உன் மனசுல எனக்கான இடம் என்ன?", அகரன் அவள் கண்களைப் பார்த்துக் கேட்டான்.

(என்ன இப்படி கேட்டுட்டான்? அந்த புள்ள என்ன சொல்லுமோ தெர்லயே)

"இந்த கேள்வியை திருவிழாவில் கேட்டு இருந்தால், நிச்சயமாக யோசிக்காமல் பதிலளித்திருப்பாள் என் தோழன், நலம்விரும்பி இப்படி.... ஆனால் இப்பொழுது..... அவனின் மேல் ஏற்பட்டு இருக்கும் ஈர்ப்பு..... இப்பொழுது தான் அதைப் புதிதாக உணர்ந்திருக்கிறாள். அவனை ஆண்மகனாக இரசிக்க ஆரம்பித்து இருக்கிறாள். அவனின் கண்கள், சிரிப்பு, நடை, கம்பீரம், நிர்வாகத்திறன் இப்படி அவனின் அத்தனையும் அவளைக் கவர்ந்திழுத்துக் கொண்டு இருக்கிறது. இதற்கான விடை இன்னும் அவளுக்குமே தெரியவில்லை. இப்பொழுது என்ன பதில் அவனுக்கு கூறுவது???", என மனதிற்குள் குழம்பியபடி அவனைப் பார்த்தாள்.

அவனும் அவளின் முகபாவங்களைக் கண் இமைக்காமல் கூர்ந்து கவனித்தபடிப் பார்த்துக்கொண்டு தான் இருந்தான். அவளின் மனம் அவளுக்கே இன்னும் புரியவில்லை என்று நன்கு அவன் உணர்ந்தபின் தானே இப்படி ஒரு கேள்வியைக் கேட்டான். இந்த கேள்வி அவளை யோசிக்க வைக்கும். அவளுக்கு அவளின் மனம் தெளிய வைக்கும். பார்க்கலாம் எப்பொழுது தெளிகிறதென.....

"நீ என் அகன். இதுக்கு மேல என்ன சொல்றதுன்னு தெரியல", நதியாள்.

"ஹ்ம்ம்..... உனக்கு இன்னும் புரியல நதி. சரி விடு. பொறுமையா யோசிச்சி பதில் சொல்லு. சஞ்சய கூப்பிடறேன் சாப்பிட்டு கிளம்பலாம்", எனக் கூறிவிட்டு சஞ்சயை அழைத்து அவர்களுக்கு வேண்டியதை ஆர்டர் செய்து விட்டு, அந்த ரெஸ்டாரெண்டில் என்ன என்ன மாற்றங்கள் கொண்டு வரலாம் எனப் பேச ஆரம்பித்துவிட்டனர் அவர்கள்

இருவரும்.

நதியாள் அவர்களின் பேச்சில் கலந்துக் கொள்ளாமல், தன்னைத் தானே கேள்வி கேட்டுக்கொண்டு இருந்தாள். அகரன் யார் நமக்கு? அவனுக்கான இடம் என் மனதில் என்ன? ஏன் யாரும் எங்களுக்கு நடுவில் வரக்கூடாது? இப்படி பல கேள்விகள் அவள் மனதில் ஓடிக்கொண்டிருந்தது.

சாப்பிட்டு முடித்துவிட்டு அங்கிருந்து கிளம்பி ஆபீஸ் வந்து சேர்ந்தனர். அகரனின் அறையிலேயே நதியாளுக்கு ஒரு இடம் ஒதுக்கப்பட்டு இருந்தது. சஞ்சய்க்கு சரணின் அறையில் ஒரு இடம் ஒதுக்கப்பட்டு இருந்தது. மீரா, ரிஸ் ஸ்வப்னாவுடனே அழைந்தபடி இருக்க, ஸ்டெல்லாவும் திலீப்பும் சண்டை பிடித்தபடி சரண் கூறிய டிசைன்ஸ் வரைந்தபடி இருந்தனர்.

நதியாள் அகரனின் அறையில் யோசனையுடனே அமர்ந்து ஏனோ தானோவென வேலைகளைச் செய்துக் கொண்டு இருந்தாள். அவளை அவ்வப்பொழுதுக் கவனித்த அகரன், இப்படியே இருந்தாள் அவள் ஒரு வேலையும் செய்யமாட்டாள் என அவளை அழைத்து அவன் கூறும் அனைத்துப் பணிகளையும் செய்யவைத்தான்.

அவன் கொடுத்த வேலையில் நதியாள் சற்றே சிந்தனையில் இருந்து வெளியே வந்திருந்தாள்.

அந்த ஆபீஸில் முதல் நாள் அனைவருக்கும் நன்றாகவே கழிந்தது. நதியாள் செல்லும்போது அவளை அழைத்தான் அகரன்.

"நதிமா.... இங்க வா", அகரன்.

"சொல்லுங்க சார்", நதியாள்.

"ஆபீஸ் டைம் முடிஞ்சது நதிமா. எப்பவும் போல கூப்பிடு", அகரன்.

"இல்ல பரவால்ல சார். ஆபீஸ்ல இந்த ரெஸ்பெக்ட் மஸ்ட். வெளிய பாக்கறப்ப எப்பவும் போல பேசிக்கலாம்", நதியாள்.

"ம்ம். மேடம் கொஞ்சம் ஸ்ரிக்ட் தான் போல", என மனதிற்குள் நினைத்துவிட்டு, "சரி. இங்க வா பக்கத்துல", என அருகில் அழைத்தான்.

அவள் அருகில் வந்ததும் அவளது முகத்தை கைகளில் ஏந்தி கன்னத்தைத் திருப்பித் திருப்பிப் பார்த்தான்.

"என்ன பாக்கறீங்க?", நதியாள்.

"இல்ல. நேத்து அடிச்சதுல கன்னம் சிவந்து போச்சின்னு சரண் சொன்னான் அதான் இன்னும் சிவந்திருக்கான்னு பாத்தேன்", அகரன்.

அவனின் கைகளை தட்டிவிட்டு, "அடிச்சதுக்கு இன்னும் சாரி கேக்கணும்னு தோணல இதுல என்ன அக்கறை?", நதியாள்.

"ப்பா.... அவ்வளவு கோவமா நதிமா?", அகரன்.

"ஆமா...", நதியாள் திரும்பி நின்றுக் கொண்டாள்.

"இந்த பக்கம் திரும்பு. இங்க பாரு", என அவளைத் தன் பக்கம் திருப்பினான் அகரன்.

அவளும் அமைதியாக மேலே வேறெங்கோ பார்த்தபடி நின்றாள்.

"சாரி கேக்கணுமா?",அகரன் ஒருமாதிரி மென்மையானக் குரலில் கேட்டான்.

"ஆமா", வெடுக்கென்று பதில் வந்தது நதியாளிடம்.

"சரி", எனக் கூறி அவளின் முகத்தை அருகில் இழுத்துக் கன்னத்தில் இதழ் பதித்தான். சாரி எனக் கூறிவிட்டு இன்னொரு கன்னத்திலும் இதழ் பதித்தான்.

நதியாள் அப்படியே சிலையாக நின்றுவிட்டாள் அவனின் இதழ் ஸ்பரிசத்தில். இது முதல் முறை அல்ல தான்..... ஆனாலும் மனதில் தோன்றிய ஈர்ப்பிற்கு பின் கிடைத்த முதல் இதழ் ஒற்றல். வயதிற்கு உரிய மின்சார பரிமாற்றம் உடலில் ஓடிக்கொண்டிருக்க, அவளின் மனநிலை தான் என்னவென்று புரியவில்லை.

"என் சாரி அக்சப்ட் பண்ணிட்டியா பேபி?", அகரன்.

நதியாள் அவனை இமைக்க மறந்து விழி விரித்துப் பார்த்தபடி நின்றுத் தலையசைத்தாள்.

"சரி. நாளைக்கு பாக்கலாம் பாய் நதிமா. பத்திரமா போங்க", என தன் இடத்திற்குச் சென்று அமர்ந்துகொண்டான் அகரன்.

இவையனைத்தையும் கண்ட இன்னொரு ஜீவன் கதவின் அருகிலேயே அதிர்ச்சியில் சிலையாக நின்றது........

26

அகரன் நதியாளிடம் மன்னிப்பு கேட்கும் விதத்தைப் பார்த்துக் கதவருகில் நின்ற உருவம் அதிர்ச்சியில் உறைந்து நின்றது.

நதியாள் கதவை நோக்கித் திரும்பும் சமயம் தான், அந்த உருவத்தைக் கவனித்தாள். சட்-டென்று அகரனை திரும்பிப் பார்க்க இன்னும் நதியாள் அப்படியே நிற்பதைக் கண்டு, அவனும் அவளை பார்த்துவிட்டு அவளின் பார்வைக் கதவருகில் நிற்பதைக் கண்டு, அவனும் பார்க்க அந்த உருவத்தைக் கண்டான்.

"தாத்தா..... எப்ப வந்தீங்க?", அகரன் எழுந்து அவர் அருகில் சென்றான்.

அங்கே நின்றது வேரு யாரும் இல்லை நம் சுந்தரம் தாத்தா தான். வேறு ஒரு வேலையாக சென்னை வந்தவர், அகரனை கண்டுவிட்டு செல்லலாம் என அவனின் ஆபீஸிற்கு வந்தார். வந்த இடத்தில் அகரன் நதியாள் இடையில் நடந்தக் காட்சிகளைக் கண்டு ஆனந்த அதிர்ச்சியில் நின்றிருந்தார்.

"இப்பத்தான் வந்தேன். இங்க என்ன நடக்குது? அந்த புள்ளைய என்ன பண்ணிட்டு இருந்த நீ?", சுந்தரம் .

"ஒன்னுமில்ல தாத்தா. சின்னதா ஒரு பைசல். உள்ள வாங்க. சரண் ஜூஸ் கொண்டு வர சொல்லு. நீங்க மட்டும் தான் வந்தீங்களா?", அகரன்.

"நானும் உன்ற அப்பனும் பரமசிவமும் வந்து இருக்கோம். பரமசிவம் மில்லுக்கு புதுசா ஏதோ மிஷின் வாங்கணும்னு சொன்னான்.. சரி நாமலும் பாத்துட்டு தேவைப்பட்டா வாங்கலாம்னு வந்தோம்", என அகரனிடம் கூறிவிட்டு," என் இளவரசி எப்படி இருக்கீங்க? இங்க வேலை ரொம்ப வாங்கினா சொல்லு அடிச்சு தோல உரிச்சுடலாம் இவனுங்கள", என நதியாளை தோளில் சாய்த்துக் கொண்டார்.

நதியாள் தான் திணறிக்கொண்டு இருந்தாள் எப்படி அவரிடம் பேசுவதென. ஆனால் அவரோ சர்வசாதரணமாகப் பேசி அவளை சகஜநிலைக்கு திருப்ப முயற்சிக்கிறார் என்பதை

உணர்ந்து, சற்றே மூச்சை ஆசுவாசப்படுத்திக் கொண்டு நின்றாள்.

அவள் அப்படியே நிற்பதைக் கண்டு சுந்தரம் தாத்தா, " என்னடா கண்ணு ஏன் ஒருமாதிரி இருக்க?".

"இல்ல தாத்தா.... அது வந்து.... அகன்....", என அவனை கண்டாள்.

"அவன் பண்ணத நானும் பாத்தேன் அதான நீ இப்படி இருக்க? தப்பு பண்ண அவனே எப்படி நிக்கறான் பாரு நீ ஏன்டா இப்படி தயங்கி நிக்கற?", சுந்தரம்.

"அது... அகன்.... இப்படி பண்ணுவான்னு ....", வார்த்தைகளைத் தேடிக்கொண்டு தடு-மாறினாள் நதி.

"என் நதியாள் தானே இது? ஏன் இப்படி தயங்கற கண்ணு?அவன் பண்ணது தப்புன்னா இன்னேரம் நீயே அவன் கழுத்த திருப்பி இருப்ப. நீ அமைதியா இருக்கன்னா அதுக்கும் ஒரு காரணம் இருக்கும், அவன் மேல வச்சி இருக்கற அன்பு உன்னை யோசிக்க வைக்குது அதானே?", சுந்தரம் .

"ஆமா தாத்தா. நான் எதிர்பாக்கல ஆனா அகன தப்பா நினைக்க என்னால முடியல. நீங்க நிக்கவும் எனக்கு என்ன பண்றது பேசறதுன்னு தெரியல", ஒருவழியாக தடுமாற்றம் நீக்கி வார்த்தைகளைக் கோர்க்கத் துவங்கிவிட்டாள் நதி.

"சரி விடு. உன் பெரியப்பனும் மாமாவும் வந்து இருக்காங்க போய் பாரு. இன்னிக்கு நாம ஓரே வீட்ல இருக்கலாம். சரியா?", சுந்தரம்.

"நீங்க நான் இருக்கற வீட்டுக்கு வந்துடுங்க தாத்தா. என் பிரண்ட்ஸ் ம் இருக்காங்க நல்லா ஜாலியா இருக்கும். அகனையும் சரணையும் வரசொல்லிடலாம். ஓக்கே வா?", நதியாள்.

"சரி டா. இங்க இரண்டு நாள் வேலை இருக்கும். நான் உங்க கூட இருக்கேன்", சுந்தரம்.

"ஐ... ஜாலி.... சூப்பர் சுந்தா... நான் மாமாவையும் பெரியப்பாவையும் பாத்துட்டு வரேன் ", என வெளியே ஓடினாள்.

அவள் குதித்தபடி ஓடுவதைக் கண்டு அகரன் மென்னகைப் புரிந்தான். அவனைக் கண்ட சுந்தரம் தாத்தா, "டேய்... என்னடா உன் பார்வை செயல் எதுவுமே சரி இல்லை. என்ன விஷயம்?"

"நான் நதிய விரும்பறேன் தாத்தா. அவள கல்யாணம் பண்ணிக்க ஆசைபடறேன்", அகரன்

பட்டென உடைத்துக் காட்டினான் அவன் மனதை.

"அடேய் என்னடா பெரியவங்கன்ற மரியாதை பயம் எதுவுமே உனக்கு இல்லையா? இப்படி சொல்ற... உன் அப்பனுக்கு தெரிஞ்சா என்ன ஆகும்ன்னு தெரியுமா?", சுந்தரம் தாத்தா முகத்தை கோவமாக வைத்துக்கொண்டு மிரட்டும் தொனியில் பேசினார்.

"தெரிஞ்சா என்ன? உடனே கல்யாண ஏற்பாடு நடக்கும் . அதனால இப்போதிக்கு தெரியவேணாம். நதி அவ ஆசைபட்ட மாதிரி ஒரு நிலமைக்கு வந்தப்பறம் தான் கல்யாணம் எல்லாம். அதுவரைக்கும் ஜாலியா நாங்க லவ் பண்ணப்போறோம்", அகரன் முகம் முழுக்க சிரிப்புடன் கூறினான்.

"நதியும் உன்னை காதலிக்கறாளா அகரா?", சுந்தரம் தாத்தா ஆவலுடன் கேட்டார்.

"காதலிக்கறான்னு தான் நினைக்கறேன் தாத்தா. ஆனா இன்னும் முழுசா தெரியல", அகரன் தோளைக் குலுக்கியபடிக் கூறினான்.

"அப்பறம் என்னடா கல்யாணம் வரைக்கும் காதலிக்கபோறோம்னு சொல்ற? அந்த புள்ளைக்கு உன்னை பிடிக்கணும், விரும்பனும், இன்னும் எவ்வளவு இருக்கு", சுந்தரம் தாத்தா.

"அது என் பாடு. நான் சொல்றப்ப கல்யாண வேலைய ஆரம்பிங்க போதும்", அகரன் கூறினான்.

"யாருக்கு கல்யாண ஏற்பாடு பண்ணனும்?", என்று கேட்டபடி பரமசிவமும் சிதம்பரமும் உள்ளே வந்தனர்.

"வாங்க மாமா. வாங்கப்பா", என அகரன் அவர்களை வரவேற்று அமரவைத்தான்.

சரணும் நதியாளும் அவர்களுக்குக் குடிக்க ஜூஸும், ஸ்நாக்ஸ்ம் கொண்டு வந்துக் கொடுத்தனர்.

"என்ன யாள் குட்டி அகரன் ஆபீஸ்ல வேலை எப்படி போகுது?", சிதம்பரம்.

"இன்னிக்கு தான் சேர்ந்தேன் மாமா. நல்லா இருக்கு. அதுவும் அகன் சரண் கூட இருக்கறது ரொம்பவே ஹேப்பி", என நதியாள் கூறினாள்.

"நல்லது. வேலைய கத்துகிட்டு அப்பாவுக்கும் அம்மாவுக்கும் பெருமை தேடி தரணும். உன் பெரியப்பா தான் அதிகமா கொண்டாடுவாரு நீ பெருசா வந்துட்டன்னா... ", சிதம்பரம்.

"கண்டிப்பா மாமா. அகனும் சரணும் என்கூட இருக்கறப்ப எனக்கு என்ன கவலை? ", நதியாள்.

சரணும் அகரனும் ஒரு நிமிடம் மலைத்து தான் போயினர், அவளுக்கு அவர்கள் மேல் இருக்கும் நம்பிக்கையைப் பார்த்து.

"யாள் எல்லாரையும் கூட்டிட்டு வீட்டுக்கு போகலாம்", எனக் கூறியபடி ஸ்டெல்லா உள்ளே வந்தாள்.

"தாத்தா மாமா பெரியப்பா இது ஸ்டெல்லா என் பிரண்ட். நீங்க எங்க கூட தான் தங்கப்போறீங்க. இவங்க இரண்டு பேரும் பின்னாடி வந்துடுவாங்க. போலாமா?", நதியாள்.

"அது இல்லடா. நாங்க வந்தா சிரமமா இருக்க போகுது. பசங்களா இருக்கீங்க இடம் பத்துமா ••••..", பரமசிவம்.

"பெரியப்பா உங்க இளவரசி எப்பவும் அரண்மனைல தான் இருப்பா. வாங்க போகலாம். எதுவும் பேசக்கூடாது", என சுந்தரம் தாத்தாவை எழுப்பிக்கொண்டு முன்னே நடந்தாள் நதி.

"தம்பி. அங்க எப்படி நாம?", சிதம்பரம் அகரனிடம் கேட்டார்.

"முன்னாடி போய் பாருங்கப்பா. இடம் பத்தி பிரச்சினையும் இல்ல, சாப்பாடு பத்தின பிரச்சினையும் இல்ல. அப்படியே இருந்தாலும் அவ விடமாட்டா", எனச் சிரித்தபடி கூறி, அவர்களை முன்னே அனுப்பிவைத்தான் அகரன்.

நதியாள் தன் சகாக்களை முன்னே அனுப்பிவிட்டு பெரியவர்களுடன் காரில் பின்னால் தொடர்ந்தாள்.

"ஏன்டா கண்ணு நீங்க அத்தனை பேரும் ஒரே வீட்லயா இருக்கீங்க?", பரமசிவம்.

"ஆமா பெரியப்பா. அது என் பிரண்டோட கெஸ்ட் அவுஸ் தான். நாங்க பிராஜெக்ட் பண்ண வெளிய போய் வர காலேஜ் ஹாஸ்டல் வசதி படாதுன்னு சொன்னோம், உடனே அவ அவளோட வீட்டுகாரர் கிட்ட சொல்லி இந்த வீட்ட ஏற்பாடு பண்ணிட்டா. நாங்களும் தெரிஞ்ச இடமா இருந்தா பரவால்லன்னு வந்துட்டோம்", நதியாள்.

"ஆம்பள பசங்களும் அங்கயா இருக்காங்க?", பரமசிவம்.

"ஆமா பெரியப்பா", நதியாள்.

"அது எப்படி டா? ஊர்ல இருக்கறவங்க எதாவது சொல்லப்போறாங்க?", பரமசிவம் சுந்தரம் தாத்தாவையும், சிதம்பரத்தையும் அவஸ்தையுடன் பார்த்தபடிக் கூறினார்.

"பெரியப்பா பெரியப்பா.... காலேஜ் ஹாஸ்டல்ல பாதுகாப்பு பத்தி பிரச்சினை இல்லை. தனியா வீடு எடுத்து தங்கறப்ப பாதுகாப்பு பிரச்சினை இருக்கு. தங்கற ஏரியா, வீடு பக்கத்துல இருக்கறவங்கன்னு நிறைய உங்களுக்கே தெரியும். எங்க கூட படிக்கற பசங்க இருக்கறப்ப எங்களுக்கு அந்த பிரச்சினையே இல்ல. நாங்க படிக்கற இத்தனை வருஷத்துலயும் எங்க கூட படிக்கற பசங்கள தான் நம்பறோம். அவங்க எங்களுக்கு எந்த கெடுதலும் செய்யமாட்டாங்க. கூட படிக்கறவங்க மேல வராத நம்பிக்கை வேற யார் மேலயும் அவ்வளவு சீக்கிரம் வராது பெரியப்பா. எங்களுக்கு பாதுகாப்பு எங்க கூட படிக்கற பசங்க தான். நீங்க எப்படி வீட்ல இருக்கறப்ப எங்கள பாதுகாக்கறீங்களோ அப்படி தான் அவங்களும் எங்கள பாதுகாப்பாங்க", நதியாள் கூறிச் சிரித்தாள்.

"புள்ள சொல்றது சரிதான். கூட படிக்கற பசங்கள நம்பாம யாரோ தெரியாதவன நம்ப முடியாது. நம்ம புள்ளைங்க பாத்து தான் பழகும் சிவம். நீ குழப்பிக்காத", சுந்தரம் தாத்தா பரமசிவத்திற்கு ஆறுதல் கூறினார்.

"மாமா நீங்க என்ன நினைக்கறீங்கன்னு எங்களுக்கு புரியுது. நம்ம வளர்ப்பு எப்பவும் தப்பாகாது. விடுங்க. இதுல எந்த வீடு டா?", சிதம்பரம் நதியாளிடம் கேட்டார்.

"அதோ கடைசில இருந்து மூனாவது வீடு மாமா", நதியாள் வீட்டை அடையாளம் காட்டினாள்.

"இந்த பக்கமெல்லாம் பங்களா வீடா இருக்கு. வாடகை எவ்வளவு கண்ணு?", சுந்தரம்.

"தாத்தா.... இத என் பிரண்ட் கேட்டா என்னை கொலை பண்ணிடுவா. அதுல்லாம் வாங்கமாட்டேன் சொல்லிட்டா. வீட்டு செலவு மட்டும் நாங்க பாத்துக்கறோம்", நதியாள்.

வீட்டிற்குள் கார் வந்ததும் நம் வானரங்கள் அவர்களின் பைகளை எடுத்துக் கொண்டு அவர்களை உள்ளே அழைத்து விருந்துபச்சாரம் செய்தனர்.

"ஏலே தம்பி இங்க வா", என சுந்தரம் தாத்தா சஞ்சயை அழைத்தார்.

"சொல்லுங்க தாத்தா. எதாவது வேணுமா?", எனக் கேட்டபடி அருகில் வந்தான் சஞ்சய்.

"எனக்கு கீழ அறைல ஒன்னு குடுங்க. அவங்களுக்கு மாடில குடுத்துடுங்க. நான் இப்ப கொஞ்ச நேரம் சாயணும்", சுந்தரம்.

"அதுல்லாம் கவலையே படாதீங்க தாத்தா. யாள் எங்க கிட்ட முன்னயே சொல்லி அனுப்பிட்டா. எல்லாம் ரெடி பண்ணிட்டோம். வாங்க ரெஸ்ட் எடுங்க. கொஞ்ச நேரம் கழிச்சி பீச் போலாம்", சஞ்சய் தாத்தாவை அவருக்கு ஒதுக்கப்பட்ட அறையில் கொண்டு விட்டு, வேண்டிய சவுகரியங்களைச் செய்துக் கொடுத்துவிட்டு வந்தான்.

"மச்சான். புள்ளைக்கு இந்த வீட்டுகாரங்க நல்லா தான் வசதி செஞ்சி குடுத்து இருக்காங்க. நான் கூட புள்ள தனியா கஷ்டப்படுதோன்னு நினைச்சி சரண திட்டினேன் உங்க கூட தங்க வச்சிக்க மாட்டியான்னு", பரமசிவம்.

"நம்ம புள்ள மட்டும்னா பரவால்ல மாமா. இத்தனை புள்ளைங்க இருக்கறப்ப அவங்கவங்க வீட்ல யோசிப்பாங்கல்ல. இங்கயும் பிரச்சினை ஒன்னும் இல்லையே. வேலைக்கும் ஆள் வச்சி குடுத்து இருக்காங்க, பாதுகாப்புக்கும் காவலுக்கு ஆள் இருக்காங்க. இதுக்கு மேல என்ன வேணும்? நாளைக்கு இரண்டு பேருக்கும் கல்யாணம் பண்றப்ப அவங்களுக்கு பிடிச்சாப்புல அவங்களே வீட்ட கட்டிகிட்டும்", எனக் கூறி சிரித்தார் சிதம்பரம்.

"அதுவும் சரிதான். கொஞ்ச நேரத்துல கடலுக்கு போகலாம்னு சொல்லி இருக்காங்க புள்ளைங்க. கொஞ்சம் சாயலாம் இப்ப. அகரனும் சரணும் எப்ப வராங்க ?", பரமசிவம்.

"வேலை முடிச்சிட்டு மாத்து துணி எடுத்துட்டு வரேன்னு சொன்னாங்க மாமா. வந்துடுவாங்க", சிதம்பரம்.

இருவரும் சிறிது நேரம் கண்ணயர்ந்தனர். நம் வானரப்படை இரவிற்குத் தடபுடலாக விருந்தைத் தயாரித்துக்கொண்டு இருந்தனர்.

"தாத்தா... தாத்தா.... எந்திரிங்க. கடலுக்கு போகலாம். சீக்கிரம் பிரஸ் ஆகி வாங்க", என நதியாள் சுந்தரம் தாத்தாவை எழுப்பினாள்.

"நான் எதுக்கு டா? நீங்க போயிட்டு வாங்க. நான் வீட்லயே இருக்கேன்", சுந்தரம் தாத்தா.

"அதுல்லாம் முடியாது. எங்க கூடவே இருக்கேன்னு சொல்லி இருக்கீங்க. சோ நீங்க வந்து தான் ஆகணும். இங்க பக்கத்துலயே இருக்கு நம்ம வீட்ல இருந்து தென்னந்தோப்பு தூரம் கூட இல்ல. நல்லா இருக்கும் வாங்க தாத்தா. என் செல்ல சுந்தா ல்ல", எனக் கொஞ்சி அவரைக் கிளப்பிவிட்டு இன்னும் இரண்டு பெரியவர்களை எழுப்பச் சென்றாள்.

இரவு உணவு ஸ்டெல்லாவும், மீராவும் சமையல் செய்பவர்களை வைத்து என்ன என்ன ஐட்டம் என மெனு கூறி தயார் செய்துவிட்டு முகம் கழுவி உடை மாற்றச் சென்றனர்.

அனைவரும் கடற்கரைக்கு கிளம்பும் வரையிலும் அகரனும் சரணும் வரவில்லை. நதியாள்

மனதில் ஏக்கமும் எதிர்பாப்பும் இருந்தாலும், அதை வெளியே காட்டிக்கொள்ளாமல் நடமாடிக்கொண்டு இருந்தாள்.

நேரம் ஆவதை உணர்ந்து இவர்கள் கடற்கரைக்குச் சென்றனர். அங்கு சிறியவர்கள் பெரியவர்களுடன் கலகலப்பாக உரையாடிக்கொண்டும், அலைகளில் கால் நனைத்துக்கொண்டும் மகிழ்ந்தனர். அந்த சந்தியாவேலை அனைவருக்கும் இனிமையாகவே கழிந்தது. அகரன் அருகில் இருந்திருந்தால் நதியாளுக்கும் மிக ரம்மியமாகக் கழிந்திருக்கும்.

சுந்தரம் தாத்தா நதியாளைக் கவனித்தபடியே இருந்தார். அவள் முகத்தில் இருக்கும் எதிர்பார்ப்பு, ஏக்கம் , ஏமாற்றம் என அனைத்தும் கவனித்தவர் மனதில் சந்தோஷம் பொங்கவே செய்தது. அகரனுக்கும் நதியாளுக்கும் முடிந்தவரை சீக்கிரமே நிச்சயம் செய்து விட அவர் உள்ளம் துடித்தது. திருமணம் ஒரு வருடத்திற்கு மேல் தான் என கூறியதால் குறைந்தது நிச்சயம் முடிந்துவிட்டால் அகரனின் முழு பொறுப்பில் நதியாள் வந்து விடுவாள். அகரனுக்கும் அதே பொருந்தும்.

இன்னும் சிறிது நாட்களில் கண்டம் இருக்கிறதென்று ஜோதிடர் கூறியது, ஒருபக்கம் அவர் மனதை அரித்துக்கொண்டு தான் இருந்தது. நிச்சயம் முடிந்துவிட்டால் அந்தக் கண்டத்தில் இருந்து தப்பிக்கலாம் எனவும் கூறியதை நினைத்தே அவரின் மனம் துடித்தது.

"ஆண்டவா.... எல்லாம் நல்லபடியா நடக்கணும். நீ தான் துணை", என மனதில் இறைவனைப் பிராத்தித்துவிட்டு சிறியவர்களின் உற்சாகத்தையும், விளையாட்டையும் கவனித்தார் சுந்தரம் தாத்தா.

கடற்கரையில் இருள் மங்கும் வரையிலும் ஆடிப்பாடிக் களைத்தவர்கள் பெரியவர்களுடன் வீட்டிற்கு வந்தனர்.

அங்கு அகரனின் காரைக் கண்ட நதியாள் உற்சாகத்துடன் உள்ளே சென்றவள், அகரனின் மேல் வைத்த கண் வாங்காமல் பார்த்தபடி இருந்த சரிதாவை தான் முதலில் கண்டாள்.

காலையில் சஞ்சய் கூறியது நியாபகம் வர, கோபத்தை மீறிய ஒன்று நதியாளின் மனதில் தோன்றியது. அவள் எப்படி அகரனை அப்படி பார்க்கலாம்? காதலுக்கே உரிய பொறாமை நதியாளின் மனதில் முழுதாய் கொழுந்துவிட்டு எரிந்தது.

"ஹாய் தேவ்... வா சரண்... ", என இருவரை மட்டும் அழைத்துவிட்டு அகரனை முறைத்தவள் சரிதாவை எரிக்கும் பார்வைப் பார்த்தாள் நதி.

"ஹாய் ஆல்...... வாவ்.... பிரண்ட்ஸ் கூட இருக்கன்னு அகர் சொன்னான், இத்தனை பேரும் ஒரே வீட்ல செம ஜாலி தான். ஐ மிஸ் மை காலேஜ் டேஸ் பேட்லி உங்கள பாக்க-

றப்ப", தேவ்.

"நீயும் எங்க கூட ஜாயின் ஆகிக்க நோ பிராப்ளம் தேவ். டின்னர் சாப்பிட்டு தான் போகணும்", நதியாள்.

"கவலையே படாத யாள்குட்டி அவன் இங்க தங்கிட்டு தான் ஊருக்கு போவான். நீயே கிளம்ப சொன்னாலும் கிளம்பமாட்டான்", சரண் கூடுதல் தகவல் கொடுத்து, நதியாளின் பொறாமையில் எண்ணெய் ஊற்றினான்.

"ஓஓ…. இவங்களும் இங்க தான் தங்கப்போறாங்களா சரண்?", என சரிதாவை காட்டிக் கேட்டாள் நதி.

"ஆமா யாள். அவளோட பிரண்ட் ஊர்ல இல்லை. சரிதா அங்க ஸ்டே பண்றமாதிரி தான் இருந்தது பட் அவங்க எமர்ஜென்ஸி வர்க்-ஆ வெளியூர் போயிட்டாங்களாம். அதான் இங்கயே கூட்டிட்டு வந்துட்டேன். உங்களுக்கு ஒன்னும் பிராப்ளம் இல்லையே?", தேவ்.

"நோ பிராப்ளம் தேவ். ஸ்டெல்லா இவங்களுக்கு ரூம் குடுத்துடு. சரண் அகன் தேவ் உங்களுக்கு கீழ ரூம் சஞ்சய் காட்டுவான். பிரஸ் ஆகிட்டு வாங்க எல்லாரும் சாப்பிடலாம்", எனக் கூறிவிட்டு தன்னறைக்குச் சென்று விட்டாள் நதி.

"என்னடா என் தங்கச்சி அமைதியா போறா…. உன்னையும் கண்டுகிட்டமாதிரி தெரியல", சரண் அகரனின் காதைக் கடித்தான்.

"அவளோட கவனிப்பு எனக்கு எப்பவும் ஸ்பெஷலா தான் இருக்கும் மச்சான். அவ கண்ல இன்னிக்கு பொறாமைய பாத்தேன். அத வச்சே அவள வழிக்கு கொண்டு வந்துடுவேன். உன் தங்கச்சிய பக்கத்துல வச்சிட்டு நல்லவனா நடிக்கறது ரொம்பவே கஷ்டமா இருக்குடா. சீக்கிரம் லவ் ஓகே பண்ணி வீட்லயும் சொல்லிடனும்", அகரன்.

"டேய் நான் பொண்ணுக்கு அண்ணன் டா. என்கிட்டயே இப்படி பேசற. சாயந்திரம் உன் ரூம்ல என்ன நடந்தது? தாத்தா கூட நான் வந்தப்ப கதவை தொறந்ததும் சாக்காகி என்னை உள்ள வரவிடாம அனுப்பிட்டாரு. என்னடா பண்ண?", சரண்.

"நதி கிட்ட சாரி கேட்டுட்டு இருந்தேன் அத பாத்துட்டு உன்ன அனுப்பி இருப்பாரு", அகரன்.

"சாரி கேட்டதுக்கு என்னை ஏன் அனுப்பனும்? ஏதோ நடந்து இருக்கு பயபுள்ள மறைக்கிறான். பாத்துக்கறேன்", என மனதில் கூறியபடி திலீப்பின் தோள் மேல் கைபோட்டபடி அறைக்குச் சென்றான்.

"ஹாய் நான் ஸ்டெல்லா.... நீங்க?", சரிதாவிடம் அறிமுகப்படுத்திக் கொண்டாள்.

"அதான் அவ சொன்னாளே அப்பவே. நான் குளிக்கணும் ஹாட்வாட்டர் வருமா? பாத் டப் இருக்கா?", சரிதா இளக்காரமாக அவளைப் பார்த்துக் கேட்டாள்.

"வரும் வரும் நல்லா வெந்து போறளவுக்கு ஹாட்டா இருக்கும். நீங்க குளிச்சிட்டு வாங்க", என ஸ்டெல்லாவும் நக்கலாக பதிலளித்துவிட்டு மீராவின் அறைக்கு வந்தாள்.

"ஏய்.... யாருடி அவ? ஓவரா பண்றா?", ஸ்டெல்லா.

"யாரு? இப்ப ஒரு பொண்ணு வந்திருக்கே அதுவா?", மீரா.

"அவ தான். ஓவரா பேசறா. இவ இங்க தங்கப்போறான்னு சொன்னதும் யாள் முகமே சரியில்லை ", ஸ்டெல்லா.

"தெரியல ஸ்டெல். அப்பறம் யாள கேட்டுக்கலாம். நீ வந்து பிரஸ் ஆகு. நாம பர்ஸ்ட் ரெடி ஆகி போய் எடுத்து வைக்கணும். அவனுங்கள ஸ்வீட் வாங்கிட்டு வர சொன்னேன் போனாங்களா இல்லையா?", மீரா.

"சமையல்காரக்காவே செஞ்சிட்டாங்களாம். அவனுங்க கிட்ட வேணாம்னு சொல்லிட்டேன் ", ஸ்டெல்லா கூறிவிட்டு முகம் கழுவி இரவு உடைக்கு மாறினாள்.

அனைவரும் பிரஸ் ஆகி இரவு உடைக்கு மாறி இருந்தனர்.

சுந்தரம் தாத்தா, சிதம்பரம், பரமசிவம் அமரவைத்து மூவருக்கும் முதலில் பரிமாறினர். அகரனும் சரணும் தேவ்வும் இவர்களுடன் அமர்வதாகக் கூறியதால், பெரியவர்களுக்கு முதலில் கொடுத்து அவர்களை ஆசுவாசமாக இருக்கக் கூறினர்.

பின் சிறியவர்கள் அனைவரும் ஒன்றாக அமர்ந்து உணவருந்தத் தொடங்கினர். அகரனின் பார்வை நதியாளைத் தொடர்வதைக் கண்டு சரிதா வெறுப்புடன் அங்கிருந்து சரியாக உண்ணாமல் அங்கிருந்து எழுந்துவிட," ஏன் சரிதா எந்திரிச்சிட்டீங்க?", சரண் கேட்டான்.

"இல்ல. எனக்கு போதும். டயர்டா இருக்கு நான் தூங்கப்போறேன்", எனக் கூறி அங்கு நிற்காமல் தன்னறைக்கு வந்து சேர்ந்தாள்.

அரட்டை அடித்தபடியே உணவுண்டு அனைவரும் அளவுக்கு அதிகமாகவே உண்டிருந்தனர். இத்தனை அரட்டையிலும் நதியாள் அகரனிடம் நேரடியாக உரையாடவோ, அவனை

நோக்கவோ இல்லை. கண்ணாமூச்சி ஆடியபடி தான் இருந்தாள்.

அகரனும் அவளின் செய்கையை உள்ளுக்குள் இரசித்தபடி, முகத்தில் எந்த உணர்ச்சியும் காட்டாது மற்றவர்களுடன் பேசிக்கொண்டு இருந்தான்.

"யப்பா.... எவ்வளவு நாள் ஆச்சி இப்படி ஜாலியா பேசிட்டே சாப்பிட்டது.... யாள் உனக்கு தான் நான் தேங்க்ஸ் சொல்லணும்", தேவ்.

"பிரண்ட்ஸ்குள்ள தேங்க்ஸ் சொல்லக்கூடாது தேவ். நீ என்னை பிரண்டா நினைச்சா சொல்லமாட்ட" , நதியாள்.

"கண்டிப்பா நீ என் பிரண்ட் தான். தேங்க்ஸ்-அ வாபஸ் வாங்கிக்கறேன்", தேவ் கையை மேல் தூக்கிச் சரணடைந்தான்.

"ஹாஹா.... இப்படியாடா சரண்டர் ஆவ?", சரண்.

"பின்ன..... இதுக்குலாம் கவுரவம் பாத்தா வாழமுடியாது. நதியாள் பிரண்ட்ஷிப் கிடைக்கறதுன்னா சும்மாவா சரண்?", தேவ்.

"பாஸ் இது வஞ்சப்புகழ்ச்சி அணி மாதிரி இருக்கு", திலீப்.

"அப்படின்னா?", தேவ்.

"நீங்க தமிழ் இலக்கணம் படிச்சது இல்லையா?", சஞ்சய்.

"இல்ல. நான் படிச்சது சென்ட்ரல் போர்ட்ல, சோ தமிழ் படிக்கத்தெரியும் பேசத்தெரியும் அவ்வளவு தான் கிராம்மர் லாம் தெரியாது", தேவ்.

"அப்ப உங்களுக்கு மீராவ கிளாஸ் எடுக்கவிட்றலாம் போலவே", திலீப்.

"அவங்க தமிழ் கிளாஸ் எடுக்கறாங்களா அடிசனல்லா?", தேவ்.

"இல்லை. எங்கள்ள அவளுக்கு தான் ஓரளவு தமிழ் தெரியும். எங்களுக்கு எக்ஸாம் வந்தா அவகிட்ட கதை கேட்டு தான் பாஸ் பண்ணுவோம். என்னை பாஸ் பண்ண வச்ச குலசாமி பாஸ் அவ", என திலீப் மீராவை நோக்கி முகபாவனையுடன் கூற, மீரா அவனை அங்கிருந்து தலையனைத் தூக்கி எறிந்தாள்.

"அப்படியெல்லாம் இல்லை சார். அவன் கலாய்க்கறான்", மீரா.

"கால் மீ பை நேம். நோ சார்", தேவ்.

"தேவ் தானா பாஸ் உங்க புல் நேம்?",சஞ்சய்.

"சக்ரதேவ்", தேவ்.

"நைஸ் நேம்", திலீப்.

"சரி நீங்க எல்லாரும் என்னோட ஷோரூம் ஓபனிங்க்கு திருச்சி வரணும்", தேவ்.

"எப்ப பாஸ்? ", சஞ்சய்.

"வந்தா ஆளுக்கு ஒரு கார் ஆபர்ல ப்ரீயா தருவீங்களா பாஸ்?", திலீப்.

"அவர் இப்ப தான் ஓபன் பண்ண கூப்பிடறாரு அதுக்குள்ள நீ மூடறதுக்கு வழி சொல்ற", ஸ்டெல்லா.

"குடுக்கலாம் திலீப் பட் நீங்க மன்த்லி டார்கெட்ட விட இரண்டு அதிகம் சேல் பண்ணி ஒரு பத்து மாசம் காட்டினா நான் ப்ரீயா உங்களுக்கு ஒரு கார் தரேன். வந்து ஜாயின் பண்ணிக்கறீங்களா?", தேவ் சிரித்தபடிக் கேட்டான்.

"பத்து மாசமா? என்னை பிரசவம் பண்ண கூப்பிடறிங்களா பாஸ்? இந்த டார்கெட்ல எனக்கு செட் ஆகாது பாஸ். நான் அகரன் சார், சரண் சார் கிட்டயே என் காலத்த கழிக்கலாம்னு இருக்கேன்", திலீப்.

"நாங்க மட்டும் உன்னை வச்சி சோறு போடுவோமா தம்பி? வேலை பாத்தா தான் உனக்கு டிகிரி செர்டிபிகேட் வரும். நியாபகம் வச்சிக்க. ஓபி அடிக்கற எண்ணெமெல்லாம் இருந்தா ஆபீஸ் பக்கம் வந்துடாத", சரண்.

"சார்... நாம அப்படியா பழகறோம்? இப்படி சொல்லிட்டீங்களே சார்", திலீப் கண்ணைக் கசக்கித் துடைத்தான்.

"போதும் டா உன் நடிப்பு", நதியாள்.

"சரி வாங்க தூங்கப்போகலாம். டைம் ஆச்சி", சஞ்சய்.

"பொறுப்பான புள்ள டா இவன் உங்க கேங்ல. எப்படி இவன் மட்டும் இப்படி இருக்கான்?",

சரண்.

"அது வியாதி சார். எவ்வளவோ நான் மாத்த பாத்தேன் முடியல. அதான் விட்டுட்டேன்", திலீப்.

"தம்பி திலீப்.. உனக்கு இந்த வியாதி இல்லைன்னா ரொம்ப கஷ்டம், அப்பறம் ப்யூன் வேலை கூட கிடைக்காது", அகரன்.

"தெய்வமே உங்களையும் நதியாளையும் நம்பி தான் என் எதிர்காலமே இருக்கு. வீட்ல வேலை கெடச்சிரிச்சினு சொல்லிட்டேன். அப்ப தான் என் அப்பா சொத்த எனக்கு குடுப்பாரு", திலீப் அகரனின் கைகளைப் பிடித்துக்கொண்டுக் கூறினான்.

"கூடவே அத்தை பொண்ணு மாமா பொண்ணுன்னு எதாவது இருக்காடா ?", சரண்.

"இருக்கு சார் ஆனா எல்லாமே இப்பதான் எல்கேஜி படிக்குது", திலீப் சோகமாக முகத்தை வைத்துக்கொண்டுக் கூறினான்.

அனைவரும் சிரித்தபடி குட்நைட் கூறிவிட்டு, அங்கிருந்து எழுந்து அவரவர் அறைக்குச் சென்றனர்.

நதியாள் மொட்டை மாடிக்குச் செல்வதைக் கண்ட அகரன் சத்தமில்லாமல் அவளின் பின்னால் சென்றான்.

மாடியில் இருந்த பூச்சாடிகளுக்கு மத்தியில் நதியாள் வளர்பிறை நிலவைப் பார்த்தபடி நின்றிருந்தாள்.

"ஹார் டியர்.... தூக்கம் வரலியா?", அகரன்.

"ஹான்ன்.... இல்ல ", நதியாள் அவனைப் பார்த்துவிட்டு மீண்டும் திரும்பி நின்றுக்கொண்டாள்.

"என்னாச்சு நதி?", அகரன் மெதுவாக அவளின் அருகில் வந்து நின்றான்.

நதியாள் அமைதியாக நின்றிருந்தாள்.

"சொல்லு பேபி", அகரன்.

".........", அதே அமைதி நதியாளிடம்.

"நதிமா.....", அகரன் அவளின் தோள் பற்றி திருப்பினான்.

நதியாள் அவனை நோக்கி ஒரு கேள்வியை கேட்டாள்.

அகரன் அவளின் கேள்வியில் திகைத்து நின்றான்...

நதி அப்படி என்ன கேட்டா ???

27

வளர்பிறை நிலவை இரசித்தபடி நின்றிருந்த நதியாளை அகரன் கண்ணிலும் இதயத்திலும் நிறைத்துக் கொண்டான்.

முகில் மறைத்த நிலவின் ஒளியில் நதியாளும் அகரனும் காதல் சிற்பங்கள் ஊடலில் லயித்திருப்பதைப் போல நின்றிருந்தனர்.

உண்மையில் ஊடல் தானோ இருவருக்கும்?

"என்னாச்சி நதி? ஏன் அமைதியா இருக்க?", அகரன் நதியை தோள் திருப்பிக் கேட்டான்.

"என்னை கல்யாணம் பண்ணிக்கறியா அகன்?", நதியாள் அவனின் கண் பார்த்துக் கேட்டாள்.

அவளின் கேள்வி நிஜம் தானா? இல்லை கனவா?

அகரன் திகைத்து அவளைப் பார்த்தான்.

"நான் நிஜமா தான் கேக்கறேன் அகன். என்னை கல்யாணம் பண்ணிக்கறியா?", நதியாள் அதே கேள்வியை மீண்டும் கேட்டாள்.

"ஏன் இந்த திடீர் கேள்வின்னு தெரிஞ்சிக்கலாமா நதியாள்?", அகரன்.

"உன்னை யாரும் என்கிட்ட இருந்து பிரிச்சிடுவாங்களோன்னு பயமா இருக்கு அகன். அன்னிக்கு மைரா, இன்னிக்கு இந்த சரிதா... யார் பார்வையும் சரியில்லை. அவங்க உன்ன அப்படி பாக்கறத என்னால சகிச்சிக்க முடியல. கோவமா வருது. உன்னை எப்படி அவங்க அப்படி பாக்கலாம்னு அவங்க மேலயும் உன்மேலயும்......", நதியாள்.

"என் மேல என்ன கோவம் உனக்கு?", அகரன்.

"அவங்க பாக்கற மாதிரி நீ ஏன் உட்கார்ந்து இருக்க? உன்ன யாரும் சைட் அடிக்க கூடாது", நதியாள்.

"ஏன்? யார் என்னை சைட் அடிச்சா உனக்கு என்ன?", அகரன் சற்றே குரலில் கடுமை கூட்டிக் கேட்டான்.

"எனக்கு பிடிக்கல", நதியாள்.

"ஏன் பிடிக்கல? காரணம்?", அகரனின் குரலில் அழுத்தம் கூடி இருந்தது.

"அதுல்லாம் எனக்கு தெரியாது. உன்னை யாரும் அப்படி பாக்கக்கூடாது. நீயும் யாரையும் அப்படி பாக்கக்கூடாது. என்கூடவே தான் நீ இருக்கணும்", நதியாள் சிறுகுழந்தையைப் போலக் கூறினாள்.

"எப்படி பாக்கக்கூடாது?", அகரன்.

"ம்ச்ச்.... ", நதியாள் சலித்துக் கொண்டாள்.

"காரணம் தெரியாம உன் கேள்விக்கு நான் பதில் சொல்ல முடியாது", அகரன்.

"நீ எப்பவும் என்கூடவே இருக்கணும். எனக்கு பக்கத்துலயே இருக்கணும். யாரும் உன்னை முழுங்கற மாதிரி பாக்கறத என்னால அலோ பண்ணமுடியாது", நதியாள்.

"அப்ப உன் மனசுல எனக்கான இடம் என்ன?", அகரன் மதியம் கேட்டக் கேள்வியை மீண்டும் கேட்டான்.

நதியாளுக்கு தான் பதில் சொல்ல முடியவில்லை. தன் மனமே இன்னும் தனக்கு சரியாக புரியவில்லை இதில் இதற்கு என்ன பதில் சொல்ல?

நதியாள் அமைதியாக நிற்பதைக் கண்டு அகரன்," என் கேள்விக்கு பதில் சொன்னா தான் உன் கேள்விக்கு என்ன பதில் சொல்றதுன்னு நான் யோசிப்பேன் நதி. நீ எப்படி ? எதனால ? இந்த கேள்வி கேக்கறன்னு எனக்கு புரியல. எனக்கு முதல்ல உன் கேள்விக்கான காரணம் புரிய வை, அப்பறம் நான் பதிலைப் பத்தி யோசிக்கறேன்", அகரன் தெளிவாகக் கூறினான்.

"சாரி அகன். நான் ஏதோ குழப்பத்துல உன்னை இப்படி கேட்டுட்டேன். குட் நைட்", என அங்கிருந்து விறுவிறுவென தன்னறைக்குச் சென்றுவிட்டாள்.

அகரன் அவளை பார்த்தபடி இதழில் சிறு புன்னகையைப் படரவிட்டவாறு, தனக்கு ஒதுக்-

கப்பட்ட அறைக்கு வந்து சேர்ந்தான்.

இவர்கள் பேசியதை இருவர் மறைந்திருந்து கேட்டனர்.

சரிதா நேராக நதியின் அறைக்கு வந்து, "ஏய்... அகரன் எனக்கு தான் சொந்தம். அவரும் நானும் லவ் பண்றோம். கல்யாணமும் பண்ணிக்கப்போறோம். இப்படி அவர்கிட்ட பேச உனக்கு வெக்கமா இல்ல? அவர் பதில் சொல்லாதப்பவே உனக்கு புரியல அவர் மனசுல நீ இல்லைன்னு", வேகமாகக் கூறி முச்சிறைத்தாள்.

ஸ்டெல்லாவும் மீராவும் சரிதாவின் பின்னால் நின்று அவள் கூறியதைக் கேட்டனர். அவர்கள் இருவருக்கும் அதிர்ச்சிதான் என்றாலும் நதியாள் பதில் கூறாமல் இருப்பது சற்றே யோசிக்க வைத்தது.

முதலில் சரிதா பேசியதை நதியாள் கவனிக்கவில்லை. கடைசியாக கூறிய வார்த்தையில் சுயநினைவுக்கு வந்தவள், "என்ன சொன்ன இப்ப?", எனக் கேட்டாள்.

"அவர் மனசுல நீ இல்லன்னு சொன்னேன்", சரிதா.

அவள் கூறி முடிக்கும்முன் அவளின் உதட்டின் ஓரம் இரத்தம் கசிந்திருத்தது. நம் நதியாள் தான் அவளை அடித்து இருந்தாள்.

"என் அகன் மனசுல நான் இல்லன்னு நீ பாத்தியா?", நதியாள்.

"அவர நீ கல்யாணம் பண்ணிக்கலாமான்னு கேட்டப்ப பதில் சொல்லாம இருந்தப்ப உனக்கு புரியலியா?", சரிதா கன்னத்தில் கை வைத்தபடிக் கூறினாள்.

"நான் கேட்டதுக்கு அவர் பதில் கேள்வி கேட்டாரே அது உனக்கு காதுல விழலியா? உன் மனசுல எனக்கான இடம் என்னன்னு? இதை மதியமே என்கிட்ட கேட்டாரு நான் தான் இன்னும் பதில் சொல்லாம இருக்கேன்", நதியாள்.

சரிதா அமைதியாக நின்றிருந்தாள்.

"என்ன அமைதியாகிட்ட? இங்க பார் இனிமே என் அகன் பக்கம் உன் கண்ணு திரும்பிச்சி முகத்துல கண்ணு இருக்காது ஓட்டை தான் இருக்கும். நாளைக்கு முதல் பஸ்ல இங்கிருந்து போற இல்லையா இங்கிருந்து கிளம்புற வரைக்கும் அகன் பக்கம் திரும்பாம அப்படியே ஓடிறு. இன்னொரு வாட்டி இப்படி என்கிட்ட திமிறா பேசினா, உனக்கு வாய் இருக்காது. போ", என நதியாள் உறுமினாள்.

"வாரே வா.... சூப்பர் யாள்... இவள இப்படி நீ கவனிக்கறது இதுதான் முதல் தடவையா? சாயந்திரம் இவ பேசினதுக்கு எனக்கும் இப்படி ஒன்னு குடுக்கணும்னு தோணிச்சி. இப்ப நீ குடுத்துட்ட. ஓய் போய் ரூம்ல பொத்திட்டு படு. போ", ஸ்டெல்லா.

"என்ன யாள் இது? ", மீரா.

"எது?", நதியாள்.

"அகரன் அண்ணாகிட்ட கல்யாணம் பண்ணிக்கலாமான்னு கேட்டியா?", மீரா.

நதியாள் அமைதியாக இருந்தாள்.

"பதில் சொல்லு யாள்", மீரா.

"ஆமா", நதியாள்.

"அவர நீ லவ் பண்றியா யாள்?", ஸ்டெல்லா.

"தெரியல ஸ்டெல்", நதியாள்.

"இப்படி சொன்னா எப்படி? அப்பறம் ஏன் அண்ணாகிட்ட அப்படி கேட்ட?", மீரா.

"என் அகன் எனக்கு மட்டுமே சொந்தமா இருக்கணும். அதான் கேட்டேன். ஆனா என் மனசுல என்ன இருக்குன்னு எனக்கே புரியல மீரா", என மீராவின் மடியில் படுத்துக்கொண்டாள் நதி.

"யாள்.... நீ முதல்ல தெளிவாகு. அப்ப தான் எல்லாருக்கும் நல்லது. உங்க லவ்வுக்கு உங்க வீட்ல யாரும் அப்போஸ் பண்ணப் போறது இல்ல தான். ஆனாலும் இந்த மாதிரி சில்வண்டுல்லாம் பிரச்சினை பண்ணவிடாம பாத்துக்கணும். அகரன் சார்கிட்ட முதல்ல மனச விட்டு தெளிவா பேசு", ஸ்டெல்லா.

"என்னால அகன் முகத்த பாத்து முன்னமாதிரி பேச முடியல ஸ்டெல். தயக்கமா இருக்கு. மனசு படபடன்னு அடிச்சிக்குது. அகன்-அ பாக்காமையும் என்னால இருக்க முடியல", நதியாள்.

"இதுக்கு பதில் உனக்கு தான் தெரியும் யாள். யோசி. அண்ணா கேட்ட கேள்வியோட பதில்ல தான் நீ அண்ணாவ கேட்ட கேள்வியோட பதிலும் இருக்கு. அண்ணாவ பொருத்தவரைக்கும் நீ எப்பவும் ஸ்பெஷல் தான். ஆனா முழுசா உன் மனசு என்னனு புரியாம

அண்ணா எந்த பதிலும் சொல்லமாட்டாங்க. அவர் உன்னை லவ் பண்றாரு. இது எங்க எல்லாருக்குமே புரியுது. உனக்கு புரியலியா?", மீரா நதியின் தலையைக் கோதியபடிக் கேட்-டாள்.

"நிஜமா மீரா. அகன் என்னை லவ் பண்றானா?", கண்கள் மின்னக் கேட்டாள் நதி.

"ஹாஹாஹாஹா.... நல்ல கேள்வி யாள். அத நீ தான் உணரனும். நாங்க சொல்லி நீ தெரிஞ்சிக்கறது நாட் பேர் வி திங். எப்பவும் நீ சொல்வியே மனச அமைதியா வச்சிட்டு யோசின்னு. அத இப்ப நீ தான் செய்யணும் பேபி. குட் நைட். வா மீரா", ஸ்டெல்லா.

"குட் நைட்", நதியாள் யோசனையுடன் மெத்தையில் படுத்தாள்.

"நான் அகன லவ் பண்றேனா? ஏன் அகன யாரும் பாத்தா எனக்கு கோவம் வருது? ஏன் பொறாமை வருது? அவன் மதியம் கேட்டப்ப ஏன் என்னால பதில் சொல்ல முடியல? அவன் முத்தம் குடுத்தப்ப ஏன் ப்ரீஸ் ஆகி நின்னேன்? அவன் கண்ண பாத்து ஏன் அப்-படியே உறைந்து நிக்கறேன்? அவன ஏன் இரசிக்கறேன்? அவனுக்கும் எனக்கும் நடுவுல ஏன் யாரும் வரக்கூடாதுன்னு சொல்றேன்?", இப்படி இப்படியாக பல கேள்விகள் நதியாள் தன்னைத்தானே கேட்டபடிப் படுத்திருந்தாள்.

இவங்க பேசிட்டு இருந்தத பாத்த இன்னொரு ஆள் நம்ம தேவ்....

அகரன் அறைக்கு வந்ததும் பின்னால் வந்த தேவ், "அகர்... டூ நதியாள் லவ்ஸ் யூ?",எனக் கேட்டான்.

"எஸ் ", அகரன்.

"அப்பறம் ஏன் அவ கேட்டதுக்கு பதில் சொல்லாம வந்த?", தேவ்.

"அவ மனசு அவளுக்கு இன்னும் புரியல. அவ என்னை லவ் பண்றத உணரணும். அதுக்-கப்பறம் தான் இத கேக்கணும்", அகரன்.

"இது எப்படா நடந்துச்சு?", சரண்.

"அவ உன்ன லவ் பண்ணாமயா கல்யாணம் பண்ணிக்கலாமான்னு கேப்பா?", தேவ்.

"என்ன என் தங்கச்சியா இப்படி கேட்டா?", சரண் அதிர்ச்சியுடன் கேட்டான்.

"ஆமா மச்சான். உன் தங்கச்சி தான் கல்யாணம் பண்ணிக்கலாமான்னு கேட்டா", அகரன்

சிரித்தபடிக் கூறினான்.

"நீ என்ன சொன்ன?", சரண்.

"அவ மனசுல இவனுக்கான இடம் என்னனு திருப்பி கேள்வி கேக்கறான் டா", தேவ்.

"என்னடா குழப்பற?", சரண்.

"இங்க பாருங்க . நதியாள் என்னை லவ் பண்றா அதனால தான் இப்படி கேட்டா.... பட் அவ லவ் பண்றத அவளே இன்னும் உணரல, அதான் அவள அந்த கேள்வி கேட்டேன். அவ யோசிச்சி அவளோட காதல உணர்ந்து வந்து கேட்டா அடுத்த நிமிஷம் கல்யாணம் பண்ணிப்பேன்", அகரன்.

"இரண்டுக்கும் என்னடா வித்தியாசம்? கல்யாணம் பண்ணிக்கலாமான்னா லவ் பண்றேன்னு சொல்றது தானே ?", சரண்.

"இல்ல மச்சான். அவளுக்கு என்மேல லவ் இருக்கு. அதனால தான் நான் யாரோ ஒரு பொண்ணு கூட நேத்து லன்ஞ்ல இருக்கேன்னு தெரிஞ்சதும் அவ்வளவு வேகமா வந்தா. மைரா கூட நான் ப்ரீயா பழகறத கூட அவளால பொறுத்துக்க முடியல. அது பொசசீவ்னெஸ். அந்த பொசசீவ்னெஸ் எதனால வந்துச்சின்னு நதிக்கு புரியணும். அதுக்காக தான் அப்படி கேட்டேன். உங்களுக்குப் புரியுதா?", அகரன்.

" என் தங்கச்சிய எப்ப கல்யாணம் பண்ணிப்ப?", சரண்.

"கல்யாணம் உடனேலாம் முடியாது மச்சான். நாங்க கொஞ்ச நாள் லவ் பண்ணனும். அதுக்கப்பறம் தான் கல்யாணம் பத்தி யோசிக்கணும்", அகரன்.

"ரியலி ஐ ம் சோ ஹேப்பி அகர். நதி நம்ம பேமலிலயே இருப்பா எப்பவும். சீக்கிரம் கல்யாணம் பண்ணிக்க அகர். நதிய ரொம்ப காக்க வைக்காத", தேவ்.

"தேவ் நீ இன்னும் நதியாள்-அ சரியா புரிஞ்சிக்கலன்னு நினைக்கறேன். அவ இவன காக்க வைக்காம இருந்தா போதும் எங்களுக்கு", சரண் சிரித்தபடிக் கூற மூவரும் ஏதேதோ பேசியபடி உறங்கிவிட்டனர்.

அடுத்த நாள் காலைப் பொழுது விடிய நதியாள் ஒருவழியாகத் தன் மனதை உணர்ந்திருந்தாள்.

அதனாலேயே எப்பொழுதும் இருக்கும் பொலிவு இரண்டு மடங்காக அதிகரித்து இருந்தது.

எழுந்தவள் வழக்கமாக செய்யும் உடற்பயிற்சியை முடித்துவிட்டு, குளித்து வந்து எந்த உடை அணிவதென யோசித்துக்கொண்டு இருந்தாள்.

அப்பொழுது உள்ளே வந்த மீரா," ஏய்... கதவை லாக் பண்ணமாட்ட? இப்படியா நிப்ப டவலோட? வீட்ல கெஸ்ட் இருக்காங்கல்ல", எனக் கூறிக் கதவை லாக் செய்தாள்.

"மீரு.. எனக்கு ஒரு நல்ல டிரஸ் சாய்ஸ் சொல்லேன்", நதியாள்.

நதியாள் முகத்தில் இருந்த தெளிவும், பொலிவும் மீராவுக்கு ஏதோ உணர்த்த ஹேங்கரில் தொங்கிக்கொண்டு இருந்தவற்றில் மைல்ட் க்ரீன் டாப்பும் ,நேவி புளூ ஜீனும் எடுத்துக் கொடுத்தாள்.

"சூப்பர்வ் சாய்ஸ் மீரு. இரு ரெடி ஆகிட்டு வரேன். கீழ போலாம். என்ன டிபன்?", நதியாள் மறைவிற்குச் சென்று உடையணிந்தபடிக் கேட்டாள்.

"பூரி, பொங்கல், வடை", மீரா.

"ஓகே. தாத்தாக்கு அதிகம் ஆயில் சேக்கக்கூடாது. அவருக்கு மட்டும் தோசை ஆர் இட்லி வைக்கச்சொல்லு. பூரி ஒன்னு இரண்டு வச்சா போதும். பொங்கலும் கம்மியா வைக்கலாம்", நதியாள்.

"சரி. நான் முன்ன போறேன். நீ கிளம்பி வா", மீரா.

"ஓகே", எனக் கூறி மிதமான ஒப்பனையுடன் மிகவும் எளிமையாகத் தயாராகி கீழே வந்தாள் நதி.

அவள் படியிறங்கி வருவதற்கும் அகரன் அறையில் இருந்து வெளியில் வருவதற்கும் சரியாக இருந்தது. அவனும் அன்று பிஸ்தா க்ரீன் சர்ட் அணிந்து இருந்தான். தோராயமாக இருவரும் ஒரே நிறத்தில் உடை அணிந்து இருந்தனர்.

அகரனும் நதியும் ஒருவரை ஒருவர் கண்களால் இரசித்தபடி நகர்ந்தனர்.

நதியாளின் பின்னே வந்த சரிதா இந்த காட்சியைக் கண்டு எரிச்சல் பட்டுக்கொண்டு அமைதியாக அவர்களை கடந்து சோபாவில் சென்று அமர்ந்தாள்.

"தேவ்... எப்ப கிளம்பறோம்?", சரிதா தேவ்விடம் கேட்டாள்.

"இன்னிக்கு வேலை முடிஞ்சா கிளம்பிடலாம் சரிதா", என்று கூறியபடி அவளைக் கண்டவன்," என்னாச்சி உதடு வீங்கி இருக்கு? காயமும் ஆகி இருக்கு? ", எனக் கேட்டான்.

"அது... ", சரிதா இழுக்க," கதவுல இடிச்சிட்டு இருந்திருப்பாங்க தேவ் சார். ஆயில்ன்மென்ட் போட்டா சரி ஆகிடும். சரிதா மேம் உங்களுக்கு வேணுமா ஆயில்ன்மென்ட்?", ஸ்டெல்லா நக்கலாகக் கேட்டாள்.

"வேணாம். என்கிட்ட இருக்கு ", சரிதா அவசரமாக நதியாளைப் பார்த்துக் கூறினாள்.

"மச்சான்....", திலீப்.

"சொல்லு மச்சான்...", சஞ்சய்.

"நேத்துல்லாம் அந்த பொண்ணு வெறப்பா இருந்தது. இன்னிக்கு நதியாள பாத்துட்டு பம்புது. என்ன நடந்து இருக்கும்?", திலீப்.

"விருந்தாளிய நல்லா யாள் கவனிச்சி இருப்பான்னு நினைக்கறேன் மச்சான்..", சஞ்சய்.

"இருக்கலாம்.. இருக்கலாம்... அது பார்வை நேத்து அகரன் சார விட்டு நகரல, இப்ப அவர் எதிர்லயே உக்காந்து இருக்காரு தலை தூக்கி பாக்க மாட்டேங்குது", திலீப்.

"இத நீ எப்ப கவனிச்ச?", சஞ்சய்.

"நம்ம யாள் நேத்து பீச்ல இருந்து வீட்டுக்குள்ள வந்தப்ப இவள பாத்து தான் அப்படி கோவப்பட்டு நின்னா... அதுக்கப்பறமும் கவனிச்சேன் மச்சான். நீ?", திலீப்.

"நான் சார் கூட மீட்டிங் போனேன்ல அங்க கவனிச்சேன்", சஞ்சய்.

"ஓஓஓ... அப்ப யாள் பலமா தான் கவனிச்சி இருப்பா அந்த பொண்ண", திலீப்.

"ககககபோ", சஞ்சய் கூறிவிட்டுச் சிரித்தான்.

"சரி வா சாப்பிடலாம் பசிக்குது", திலீப்.

"பெரியவங்க எல்லாம் சாப்பிட்டப்பறம் தான் நாம சாப்பிடணும் மச்சான்", சஞ்சய்.

"முதல்ல சின்ன குழந்தை தான் சாப்பிடணும், உனக்கு யாரும் சொல்லிக்குடுக்கலியா மச்சான்?", திலீப்.

"நானும் இப்ப உன்ன யாள் ஸ்டைல்ல கவனிக்கலாம்னு நினைக்கறேன். நீ என்ன நினைக்கற?", சஞ்சய்.

"ஓகே விடு. நான் தாத்தாவ கூட்டிட்டு வரேன். நீ மத்த இரண்டு பேரையும் கூட்டிட்டு வா", திலீப் கூறிவிட்டு தாத்தா இருந்த அறைக்குள் சென்றான்.

"இவன திருத்தவே முடியாது", என தலையில் அடித்தபடி சஞ்சய் சிதம்பரத்தையும், பரமசிவத்தையும் அழைக்கச் சென்றான்.

"அப்பா.... வாங்க சாப்பிடலாம்", சஞ்சய்.

"வரோம் பா... உனக்கு எந்த ஊரு?", சிதம்பரம்.

"நான் திருச்சி பக்கம் பா. அப்பா அம்மா அங்க விவசாயம் பண்ணிட்டு இருக்காங்க", சஞ்சய்.

"நல்லது. எத்தனை மணிக்கு நீங்க கிளம்பனும் ஆபீஸுக்கு?", பரமசிவம்.

"இன்னிக்கு உங்க கூட இருக்கச்சொல்லி அகரன் சார் சொல்லிட்டாரு. எங்க போகணும்னு சொல்லுங்கப்பா. போலாம்", சஞ்சய்.

"உனக்கு ஒன்னும் சிரமம் இல்லையே?", சிதம்பரம்.

"அதுல்லாம் ஒன்னுமில்லப்பா. வாங்க கீழ போலாமா?", சஞ்சய்.

"வரோம் பா", என இருவரும் கீழே வந்தனர்.

"தாத்தா... தாத்தா.... ரெடி ஆகிட்டீங்களா?", திலீப்.

"நான் ரெடி. உங்க ஆபீஸ்ல பொண்ணுங்க எல்லாம் நல்லா இருக்குமா?", என தன் மேலங்கியை சரி செய்தவாறு கேட்டார் சுந்தரம் தாத்தா.

"தாத்தா..... ", திலீப் அதிர்ச்சியுடன் கேட்டான்.

"சொல்லு தம்பி. இந்த டிரஸ் நல்லா இருக்கா? இப்படி வந்தா தான் நாலு பொண்ணுங்கள பாக்க முடியும். ஊருல என் பொண்டாட்டி கூடவே இருப்பா, அந்த பக்கம் இந்த பக்கம் திரும்ப விடமாட்ட", சுந்தரம் தாத்தா.

"பயங்கரமான ஆளு தான் தாத்தா நீங்க.... வாங்க நம்ம ஆபீஸ்ல இல்லைன்னாலும் சாப்பிங் மால் தியேட்டர்னு போலாம். லீவோட பணமும் சாருங்க கிட்ட குடுக்கச்சொல்லுங்க. நான் உங்கள எல்லா இடத்துக்கும் கூட்டிட்டு போறேன்", திலீப்.

"டேய்.....", நதியாளும் சரணும் நின்றிருந்தனர்.

"யாள்... சரண் சார்.. வாங்க வாங்க... எப்ப வந்தீங்க?", திலீப்.

"நீ சாப்பிங் மால்னு ஆரம்பிக்கறப்பவே வந்துட்டோம் தம்பி. அவர் கூட போனா நீ தான் தர்ம அடி வாங்குவ. பாத்துக்க", சரண்.

"தாத்தா.....", திலீப்.

"விட்றா.... நதி கண்ணு நாம இன்னிக்கு எங்க போறோம்?", சுந்தரம் தாத்தா.

"நாம இன்னிக்கு ஆபீஸ் போயிட்டு மதியம் மேல ஊர் சுத்தி பாக்க போகலாம் தாத்தா. இன்னிக்கு காலைல மட்டும் ஆபீஸ்ல சைட் அடிங்க", நதியாள் கூறியபடி அவரை அழைத்துச் சென்றாள்.

"ஊருல பாட்டிகிட்ட போட்டு குடுக்கறேன் இருங்க", சரண்.

"சொல்லிக்கோ... என் பேத்தி இருக்கா டா என்னை காப்பாத்த", சுந்தரம் தாத்தா.

"அவ தானே.... அவ ஆள எவளாவது பாத்தா உங்கள கழட்டி விட்றுவா ஜாக்கிரதை", சரண் சுந்தரம் தாத்தாவின் காதில் கிசுகிசுத்தான்.

"தம்பி திலீப் நீ முன்ன போ. நான் வரேன். நதி நீயும் போய் எடுத்து வைடா", சுந்தரம் அவர்களை அனுப்பிவிட்டு சரணிடம் திரும்பி, "என்னாச்சி?", எனக் கேட்டார் சுந்தரம் தாத்தா.

"நேத்து உங்க பேத்தி உங்க பேரன்கிட்ட கல்யாணம் பண்ணிக்கலாமான்னு கேட்டு இருக்கா", சரண்.

"நிஜமாவா சொல்ற?", சுந்தரம் தாத்தா ஆச்சரியமாகக் கேட்டார்.

"ஆமா. உங்க பேரன் அவள திருப்பி கேள்வி கேட்டுட்டு வந்துட்டான்", சரண்.

"என்ன கேள்வி?", சுந்தரம் தாத்தா.

"அவ மனசுல இவனுக்கான இடம் என்னனு... ஏன்டா இப்படி கேட்டன்னு கேட்டா வியாக்கியானம் பேசறான். நீங்களே கேளுங்க அவன. சீக்கிரம் நாம கல்யாண வேலைய ஆரம்பிக்கலாம்", சரண்.

"அவங்க இரண்டு பேருக்கும் கல்யாணம் ஒரு வருஷம் கழிச்சி தான் பண்ணணும்னு ஜோசியர் சொல்லிட்டாரு டா. நிச்சயம் மட்டும் உடனே பண்ணிக்கலாம்", சுந்தரம்.

"இது எப்ப நடந்துச்சு?", சரண் அதிர்ச்சியுடன் கேட்டான்.

"திருவிழால தான். நாங்க எல்லாரும் போனமே. இவங்க ஜாதகம் பாக்கத்தான் போனோம்", சுந்தரம்.

"அப்ப மொத்த குடும்பமும் ஒரு முடிவோடத்தான் இருக்கீங்க. கடைசில நான் தான் அவுட்டா?", சரண்.

"அவங்க மனசுல ஆசை இருந்தா பண்ணலாம்னு பெத்தவங்க இரண்டு பேரும் சொல்லிட்டாங்க டா. நதி படிப்பு முடியட்டும் அப்பறம் கேக்கலாம்னு இருந்தோம். இப்ப நல்ல விஷயத்த நேத்து வந்ததுல இருந்து பாக்கறேன் கேக்கறேன். உடனே இத மீனு கிட்ட சொல்லனும் போன எடு", சுந்தரம்.

"அப்பறம் சொல்லலாம். இன்னும் உங்க பேத்தி அவன்கிட்ட பதில் சொல்லல. அது என்னனு பாத்துட்டு நீங்க உங்க மீனுகிட்ட சொல்லிக்கோங்க. வாங்க போலாம்", சரண்.

"அவ மனசுல இல்லாமையா இப்படி ஒரு கேள்வி கேட்டு இருக்கா. என் பேரனும் பேத்தியும் தான் ஜோடி நான் முடிவு பண்ணிட்டேன். ஊருக்கு போனதும் நிச்சய வேலைய ஆரம்பிக்கப் போறேன்", சுந்தரம் தாத்தா குஷியாகக் கூறினார்.

"எல்லா குடும்பத்துலயும் லவ் பண்ணா வெட்டு குத்து நடக்கும். நம்ம குடும்பத்துல தான் நிச்சயம் பண்ண ஏற்பாடு நடக்குது. என்ன குடும்பம்டா இது? ஆனா நமக்கு மட்டும் ஒன்னும் செட் ஆக மாட்டேங்குது", சரண் புலம்பியபடி டைனிங் டேபிலுக்கு வந்தான்.

அகரனும் நதியாளும் ஒருவரை ஒருவர் அறியாமல் கள்ளத்தனமாகப் பார்த்தபடி சாப்பிட அமர்ந்தனர்.

பின் அனைவரும் சாப்பிட்டுவிட்டு ஆபீஸ் கிளம்ப, சஞ்சய் சிதம்பரம் மற்றும் பரமசிவத்துடன் அவர்கள் பார்க்க விரும்பும் மிஷினரி க்ஷோ ரூம்களுக்கு அழைத்துச் சென்றான்.

அகரனுக்கு முன் அறைக்குள் நுழைந்த நதியாள் அகரனை எதிர்நோக்கிக் காத்திருந்தாள்.

நதியாள் குறுக்கும் நெடுக்குமாக நடந்தபடி இருக்க, ஆபீஸை ஒருமுறை பார்த்தபடி, ஆட்கள் செய்யும் வேலையைக் கவனித்துவிட்டு தன்னறைக்கு வந்தான் அகரன்.

நுழைந்தவன் சற்றே தடுமாறினான் நதியாளின்.......

28

அகரனின் அறையில் அவனுக்கு முன் காத்திருந்த நதியாள், அவன் உள்ளே நுழையும் சமயம் சரியாக அவளின் போனில் அவனது புகைப்படத்துடன் பேசிக்கொண்டு இருந்தாள்.

"ஏய் அகன்…. நான் கேள்வி கேட்டா நீ பதில் சொல்ல மாட்டியா? என்னைய திருப்பி கேக்கற? உனக்கு அவ்வளவு தைரியம் வந்துரிச்சா ? இந்த நதி மேல பயம் இல்லாம போச்சி உனக்கு. இருடா உன்ன கல்யாணம் பண்ணி ஒரு வழி பண்றேன். அய்யோ அப்பா சாமின்னு நீ அலறிட்டு வந்து என்கிட்ட நான் கேள்வி கேட்டதும் பதில் சொல்-லனும்……இல்லல்ல இன்னும் நான் கேள்வி கேக்கறதுக்கு முன்னயே பதில் சொல்லனும். அப்படி நான் பண்ணல என் பேரு நதியாள் இல்ல ", என கதவின் அருகில் அகரன் நிற்பதை அறியாமல் தன் போக்கில் பேசிக்கொண்டு இருந்தாள்.

அகரனும் முகத்தில் மந்தகாச சிரிப்புடன் அவளையே பார்த்துக்கொண்டு இருந்தான். அவள் இன்னும் என்ன என்ன பேசுவாள் என்பதை ஆவலுடன் கேட்க காத்திருந்தான்.

"அகரன்…. அழகான பேரு. ஆளும் ஏதோ சுமாரா தான்டா இருக்க. ஆனாலும் உன்ன எனக்கு அவ்வளவு பிடிக்குது. அது ஏன்? உன்ன அகன் அகன்னு கூப்டதால ஈஸியா என் மனசுல நுழைஞ்சிட்டியா? என் மனசுல இருக்கற உனக்கு, என் மனசுல உனக்கான இடம் என்னனு உனக்கு புரியலியா டா ? இடியட்…. உன் கேள்விக்கான பதில் நான் புரிஞ்சி-கிட்டேன். ஆனா இப்ப உன்கிட்ட சொல்லமாட்டேன். உன்ன நிறைய சைட் அடிக்கணும், சுத்தல்ல விடனும், நீ செய்யற எல்லாத்தையும் அப்படியே எனக்குள்ள பத்திரமா பதுக்கி வச்சிக்கப்போறேன் தெரியுமா? எனக்கு தெரியும் நான் உனக்கு பதில் சொல்ல லேட் ஆனா நான் கேட்டதுக்கும் பதில் லேட்டா தான் கிடைக்கும். பரவால்ல… இந்த பீலும் நல்லா தான் இருக்கு. ஆனா மவனே… நீ மட்டும் எவளையாவது சைட் அடிச்சன்னு தெரிஞ்சது நீ காலி டா. உன்ன எவ பாத்தாலும் அவளும் காலி. சோ சமத்து பையனா என் அகனா மட்டும் தான் இருக்கணும். புரியுதா டா ஸ்டூப்பிட் ?", நதியாள்.

"அய்யோ….. அவன புலம்ப விடலாம்னு நினைச்சா நானே புலம்பிட்டு இருக்கேனே…. கன்ட்ரோல் நதி. அவன் வந்துடுவான். என்ன பண்றான் வராம, இன்னும் காணோம்? சரி நாம அந்த டிசைன்ன கம்ப்ளீட் பண்ணலாம். கொஞ்சம் கொஞ்சம் டச்அப் குடுத்து

மத்த டிசைன்னையும் புல்பில் பண்ணிடணும். முதல்ல வேலைல நல்ல பேரு எடுக்கணும்", நதியாள் தனக்கு தானே பேசிக்கொண்டு மொபைலை வைத்துவிட்டு தனது லேப்டாப்பில் வேலை செய்ய ஆரம்பித்தாள்.

இதையனைத்தையும் கண்ட அகரனுக்கு மனம் வானத்தையும் தாண்டி பறந்துக் கொண்டு இருந்தது. நதி அவளின் மனதைப் புரிந்துக் கொண்டாள். இந்த எண்ணம் மட்டுமே அவனை சந்தோஷத்தில் திளைக்கச் செய்தது. பின் தன்னை நிதானித்துக் கொண்டு, இரண்டு நிமிடம் கழித்து உள்ளே வந்தான் எதையும் அறியாதவன் போல.

"நதிமா….. அந்த ரெஸ்டாரெண்ட்ல என்ன என்ன சேஞ்ச் பண்ணலாம்னு உன் பிரண்ட்ஸ் கிட்ட டிஸ்கஸ் பண்ணிட்டு இன்னிக்கு மதியம் எனக்கு சொல்லிடு. அப்பறம் அந்த 3 ஸ்டார் ஹோட்டலுக்கு இன்டீரியர் நீ ரெடி பண்ண ஸ்டார்ட் பண்ணிட்டியா?", அகரன்.

"பண்ணிட்டு இருக்கேன் சார். பாக்கறீங்களா சார்? ", நதியாள்.

"தட்ஸ் குட். பாக்கலாம் குடு ", என அகரன் அவளது லேப்டாப்பை வாங்கிப் பார்த்தான்.

நதியாள் அருகில் நின்று அவன் கேட்கும் கேள்விகளுக்கு பதிலளித்துக்கொண்டு இருந்தாள்.

"சரண கூப்பிட்டு வா. ஸ்வப்னாவையும்", அகரன் கூறி அனுப்பினான்.

"ஓகே சார்", எனக் கூறி நதியாள் வெளியே சென்றாள்.

"அகரா.. சிசிடிவில இந்த மொமன்ட்ஸ் மட்டும் தனியா சேவ் பண்ணிக்கணும். சே… மைக் இல்லாம போச்சி இங்க…. எவ்வளவு பீல் பண்ணி என் நதி செல்லம் பேசிட்டு இருந்தா… இனிமே இங்க ஒரு கேமராவ பிக்ஸ் பண்ண சொல்லனும். அப்ப தான் நதி பண்ற எல்லாத்தையும் பாக்க முடியும்", எனத் தனக்குத்தானே பேசிக்கொண்டு, நதியாள் பேசிக்கொண்டு இருந்த நிமிடங்களை தனியாக சேமித்து வைத்தான்.

"சரண்… அகன் கூப்பிடறான்", நதியாள்.

சரண் முறைக்கவும்," சார் உங்கள அகரன் சார் கூப்பிட்டாரு", என மாற்றிக் கூறினாள்.

"வரேன்னு சொல்லு", சரண்.

"ஸ்வப்னா எங்க இருக்காங்க? அவங்க கேபின்ல இல்ல", நதியாள்.

"அவங்க ஷீலா கேபின்ல இருப்பாங்க. இப்பதான் அனுப்பினேன்", சரண்.

"தாத்தா?", நதியாள்.

"அவர் உங்க பிரண்ட்ஸ் கூட இருக்காரு", சரண்.

"ஓகே சார்", நதியாள்.

நதியாள் சென்றதும் சரணுக்கு சிரிப்பு தாங்கவில்லை. சிறிது சிரித்துவிட்டு அகரனின் அறைக்கு வந்தான்.

"ஸ்வப்னா அகரன் சார் கூப்பிடறாங்க", என ஷீலாவின் கேபினில் வந்து அழைத்தாள் நதி.

"ஹாய் நதியாள்.... யூ லுக் சோ கார்ஜியஸ் டுடே. எனிதிங் ஸ்பெஷல்...? ", ஸ்வப்னா.

"நத்திங் ஸ்வப்னா", சிரித்தபடிக் கூறினாள் நதி.

"ஓகே. திஸ் இஸ் ஷீலா. ஷீலா திஸ் இஸ் நதியாள். சரண் சாரோட சிஸ்டர்", என ஷீலாவிற்கு நதியாளை அறிமுகப்படுத்தினாள்.

"ஓஓஓ... நைஸ் டூ மீட் யூ மேம்", என கைநீட்டினாள் ஷீலா.

"கால் மீ நதியாள். நான் இங்க பிராஜெக்ட்காக ஜாயின் பண்ணி இருக்கேன்", நதியாள்.

"யா... ஐ நோ.... உங்க பிரண்ட்ஸ்... ஸ்டெல்லா அண்ட் திலீப்... செம கலாட்டா பண்றாங்க. இரண்டு பேருக்கும் நான் ஒரு வேலை குடுத்து செய்ய வைக்கறதுக்குள்ள சண்டை வந்துடுது. திலீப் இஸ் வெரி நாட்டி", ஷீலா.

"அவங்க எப்பவும் அப்படித்தான் ஷீலா மேம். கொஞ்சம் மெரட்டுங்க அப்பதான் திலீப்ப சமாளிக்க முடியும். இல்லைன்னா அவனோட பிராஜெக்ட் நீங்க தான் பண்ணுவீங்க ", நதியாள் சிரித்தபடிக் கூறினாள்.

"நோ மேம், கால் மீ ஷீலா . தட்ஸ் இனஃப். அவ்வளவு சேட்டை பண்ணுவாங்களா?", ஷீலா.

"ஆமாம். ஓகே. சார் வையிட் பண்ணிட்டு இருப்பாங்க. அப்பறம் மீட் பண்ணலாம். பாய்", என ஸ்வப்னாவை அழைத்துக்கொண்டு அகரனின் அறைக்கு வந்து சேர்ந்தாள் நதி.

"மே ஐ கம் இன்", நதியாள்.

"எஸ். கம் இன்", சரண்.

"வாங்க ஸ்வப்னா... இந்த டிசைன்ஸ் பாருங்க. நாம ஸ்டார் ஹோட்டலுக்கு இந்த ஐடியா ட்ரை பண்ணலாம் தானே?", என அகரன் நதியாளின் டிசைனைக் காமித்தான்.

"ம்ம்... நல்லா இருக்கு அகர். பட் கொஞ்சம் கொஞ்சம் மாடிபை பண்ணி, இன்னும் லூக் ரிச் பண்ணலாம். யாரு டிசைன் பண்ணா?", ஸ்வப்னா.

"நதியாள் தான்", அகரன்.

"ஓஓ... தட்ஸ் ஆவ்சம்.... அப்படின்னா இன்னும் கொஞ்சம் நம்ம இன்டீரியர் டிசைனிங் ஆளுங்களோட நதியாள்-அ டிஸ்கஸ் பண்ண விட்டு பெட்டரா கொண்டு வரலாம். அவங்க காஸ்ட் அனலைஸிங்ல இருந்து எல்லாத்தையும் தெரிஞ்சிக்க ஈஸியா இருக்கும். சைட் விசிட்டும் பண்ணா இன்னும் பெட்டர் ஐடியா வரும்", ஸ்வப்னா.

"சரி. அந்த ரெஸ்டாரெண்ட்க்கு, பிராஜெக்ட்காக வந்து இருக்கற எல்லாரையும் கூட்டிட்டு போங்க. இவங்க ஐடியாஸ் இன்னிக்கு ஈவினிங் சொல்லிட்டு டூ டேஸ்ல டிசைன் பண்ணி காட்டணும் சிஸ்டம்ல. நீங்களும் ஷீலாவும் அவங்கள பாத்துக்கோங்க. அப்பப்ப மத்த வேலையும் சொல்லிக்கலாம். ஓகே ?", சரண்.

"ஓகே சார். இவங்க, மீரா, ரிஸ், சஞ்சய் பிராப்ளம் இல்ல. ஸ்டெல்லாவும், திலீப்பும் தான் நேத்தே ஷீலாவ படுத்திட்டாங்களாம். சோ அவங்கள செபரேட் பண்ணி வேலை வாங்கிக்கலாமா ?", ஸ்வப்னா.

"நோ நோ... அவங்க இரண்டு பேரும் ஒன்னா தான் செய்யணும். பிகாஸ் திலீப் ஈஸியா பேசியே மத்தவங்க கிட்ட வேலை வாங்கி ஓப்பி அடிச்சிடுவான். ஸ்டெல்லா அவன்கிட்ட வேலை வாங்கிடுவா", நதியாள்.

"ஆர் யூ ஸ்யூர்?", ஸ்வப்னா.

"எஸ் ", நதியாள்.

"ஓகே. சரியா அவன் வேலை செய்யலன்னா நோ செர்டிபிகேட். அத சொல்லிடு", அகரன்.

"சொல்லிடறேன் சார்", நதியாள்.

"ஓகே. ஸ்வப்னா நதிக்கு இன்ஸ்ட்ரக்சன்ஸ் குடுத்துட்டு ஆளுங்கள காட்டிடுங்க. சஞ்சய்

இன்னிக்கு வரல, சோ நான் மதியம் நதியாள கூட்டிட்டு மீட்டிங் போறேன். மைரா டின்னர் அரேஞ்ச் பண்ணிட்டாங்களாம். நீங்க வரீங்களா இல்ல சரண கூப்பிட்டுக்கவா?", அகரன்.

"நான் நைட் வர முடியாது அகர். சரண் இப்ப கட்டிட்டு இருக்கற சைட் பாக்க போகணும் ஈவினிங். உங்களுக்கு ஹெல்ப்புக்குன்னா நதியாள் குரூப்ல யாராயாவது கூப்டுக்கலாம்", அகரன்.

"சரண் நீ வரமுடியுமா?", அகரன்.

"வர்க் பொறுத்து தான் சொல்லமுடியும் அகர். நீ எதுக்கும் அவங்கள்ள யாரையாவது கூப்டுக்கோ. நான் பின்னாடி வந்து ஜாயின் பண்ணிக்கறேன். டிசைன்ஸ் டாகுமெண்ட்ஸ் எல்லாம் நதியாள் கிட்ட குடுத்துடுங்க ஸ்வப்னா", சரண்.

"நான் மதியம் தாத்தா கூட வெளியே வரதா சொல்லி இருக்கேன்", நதியாள் தயங்கித் தயங்கி கூறினாள்.

"நாளைக்கு லீவ் எடுத்துக்க. இன்னிக்கு மீட்டிங் வந்தே ஆகணும்", அகரன்.

"ஓகே சார்", நதியாள் .

"ஓகே. ஸ்வப்னா நான் சைட் போயிட்டு வரேன். அதுக்குள்ள மீட்டிங்குக்கு தேவையானதை ரெடி பண்ணிடுங்க", என அகரன் அங்கிருந்து கிளம்பினான்.

சரணும் கிளம்ப, ஸ்வப்னா நதியாளை அழைத்து வந்து இன்டீரியர் செக்சனில் அனைவருக்கும் அறிமுகப்படுத்திவிட்டுச் சென்றாள்.

நதியாளும் தான் செய்த டிசைனில் எப்படி மாற்றங்கள் செய்யலாம்? எவ்வாறு தரத்தை உயர்த்தலாம்? என பல சந்தேகங்கள் கேட்டு அவர்களின் வழிகாட்டுதல் படி மாற்றங்கள் ஏற்படுத்திவிட்டு, தன் படையைக் காணச் சென்றாள்.

அவள் உள்ளே நுழையும் பொழுதே திலீப்பும், ஸ்டெல்லாவும் தாத்தாவிடம் வாயடித்துக் கொண்டு இருப்பதைக் கவனித்தபடிச் சென்றாள்.

"தாத்தா.... மேல பத்தாவது ப்ளோர்ல சூப்பர் சூப்பர் பிகர் இருக்காம்", திலீப்.

"அப்பறம் ஏன்டா என்னை அங்க கூட்டிட்டு போல நீ? வா ஸ்டெல்லா தங்கம் நாம போய் பாத்துட்டு வரலாம்", சுந்தரம் தாத்தா.

"தரன்... பத்தாவது ப்ளோர்ல எல்லாம் வேஸ்ட் பதிநாலாவது ப்ளோர்ல தான் பிரஸ்ஸர்ஸ் வந்து இருக்காங்களாம்", ஸ்டெல்லா.

"அப்படியா? ", திலீப்.

"சி பே... வாங்க தரன்... நாம லன்ச்ல கேன்டீன் போனா எல்லா ப்ளோர் பிகரையும் பாக்கலாம்", ஸ்டெல்லா.

"அப்படியே மீனுக்கு வீடியோ கால்ல அத காட்டவும் செய்யலாம்", எனக் கூறியபடி நதியாள் அங்கு வந்து நின்றாள்.

"நதிக்குட்டி.... நீ எப்ப வந்த?", சுந்தரம் தாத்தா.

"இப்பதான்.... உங்கள சும்மா அவங்கள வேலை வாங்கிட்டே பேசிட்டு இருங்கன்னு சொன்னா அவங்க கூட உட்கார்ந்து அந்த பிகர பாக்கலாம் இந்த ப்ளோருக்கு போகலாம்னு வேலை செய்யாம அரட்டை அடிச்சிட்டு இருக்கீங்க...... திலீப் நீ வேலை செய்யலன்னா உனக்கு செர்டிபிகேட் குடுக்கமாட்டேன்னு அகரன் சார் சொல்லிட்டாரு. ஷீலா குடுத்த வர்க் முடிச்சிட்டீங்களா?", நதியாள் சுந்தரம் தாத்தாவிடம் ஆரம்பித்து திலீப்பிடம் முடித்தாள்.

"இல்லடா தங்கம். சும்மா விளையாட்டுக்கு தான் அப்படி பேசிட்டு இருந்தோம். இதோ ஸ்டெல்லா டார்லிங் வேலைய முடிச்சிட்டா இந்த திருட்டு பையன் திலீப் தான் இன்னும் முடிக்கல", சுந்தரம் தாத்தா நதியாளின் தாடையைப் பிடித்து கொஞ்சியபடிக் கூறினார்.

"என்ன தாத்தா... பேத்திய பயங்கரமா கொஞ்சிட்டு இருக்கீங்க போல? என்ன விஷயம்?", எனக் கேட்டபடி மீரா உள்ளே வந்தாள், உடன் ரிஸ்வானாவும்.

"வாடா கண்ணு... சும்மா தான் பேசிட்டு இருக்கோம். எல்லாரும் இங்க வந்துட்டிங்க. எதாவது முக்கியமான வேலை இருக்கா?", சுந்தரம் தாத்தா.

"ஆமா தாத்தா... ஒரு ரெஸ்டாரெண்ட்-அ ரினோவேட் பண்ணணும். அதுக்கு எங்கள டிசைன்ஸ் ட்ரை பண்ண சொல்லி இருக்காங்க. இரண்டு நாள்ல டிசைன்ஸ் காட்டணும்", நதியாள்.

"இரண்டு நாள்லயா?", திலீப் அதிர்ச்சியில் கேட்டான்.

"ஆமாம்....", நதியாள் தலையாட்டினாள்.

"எந்த ரெஸ்டாரெண்ட்?", ஸ்டெல்லா.

"நாம போனோமே மைக் பர்த்டே அப்ப. அந்த ரெஸ்டாரெண்ட் தான்", மீரா.

"ஓஓ... அதுவா.... ஒரு டைம் பாத்துட்டு வந்து பிளான் பண்ணலாம்ல?", ஸ்டெல்லா.

"இப்ப போலாமா? ", ரிஸ்.

"நான் ஸ்வப்னாகிட்ட கேட்டுட்டு வரேன் மீரா. ஏதோ மீட்டிங்கு மதியம் மேல போகணும்னு சொல்லிட்டு இருந்தாங்க. அகரன் சார் கூட நானும் போகணுமாம்", நதியாள்.

"என்ன கண்ணு அகரன சார்னு கூப்பிடற?", சுந்தரம் தாத்தா.

"இங்க அப்படிதான் கூப்பிடணும் தாத்தா", மீரா.

"ஓஓ.....", சுந்தரம் தாத்தா.

"சரி நீ கேட்டுட்டு வந்தா உடனே போயிட்டு வரலாம்", ஸ்டெல்லா.

"சரி ஸ்வப்னாவை கேட்டுட்டு வரேன். அங்க நாம ஆல்ரெடி போய் இருக்கோம்ல என்ன என்ன மாத்தாலாம்னு யோசிச்சிட்டு நோட் பண்ணி வைங்க", நதியாள் கூறிவிட்டு ஸ்வப்னாவைத் தேடிச் சென்றாள்.

"ஸ்வப்னா...", நதியாள்.

"வாங்க நதியாள்", ஸ்வப்னா உள்ளே அழைத்தாள்.

"எப்ப அகரன் சார் மீட்டிங் போகணும்?", நதியாள்.

"மதியம் ஒன்னு இருக்கு , நைட் டின்னர் டைம். அல்மோஸ்ட் 5.30க்கு இங்க இருந்து கிளம்பணும். டிராபிக் தாண்டி அங்க போறதுக்குள்ள எப்பயும் 6.30 ஆர் 7 ஆகிடும். பட் லேட் ஆகும் மீட்டிங் முடியறதுக்கு", ஸ்வப்னா.

"ஓஓ.... நான் இப்ப அந்த ரெஸ்டாரெண்ட் போயிட்டு வரலாம்ல?", நதியாள்.

"ம்ம்.... யூ ஹேவ் மச் டைம். இப்ப 11 தானே ஆகுது. 1 மணிக்குள்ள வந்துடுங்க. கொஞ்சம் பிரஸ்அப் ஆகிட்டு மதியம் மீட்டிங் கிளம்பலாம். இன்பேக்ட் நீ டின்னர் போனா போதும். பட் அது அகர் தான் டிசைட் பண்ணணும்", ஸ்வப்னா.

"நைட் ரொம்ப லேட் ஆகுமா ஸ்வப்னா?", நதியாள்.

"ஆமாம். மிட் நைட் கூட ஆகலாம். உங்களுக்கு பிரச்சினை இல்ல தானே?", ஸ்வப்னா.

"அகன் கூட தானே இருக்காரு. அவர் கூட வீட்டுக்கு போயிடலாம். பிரச்சினைலாம் இல்ல. சரி நாங்க நாலு பேரும் போயிட்டு வரோம். தாத்தாவையும் கூட்டிட்டு போறோம். சரண் கிட்ட சொல்லிடுங்க", எனக் கூறிவிட்டுக் கிளம்பினாள்.

"இந்தா கார் கீ. ஜாக்கிரதையா போயிட்டு வாங்க", எனச் சரண் தன் கார் சாவியைக் கொடுத்தான்.

"தேங்க்யூ சார். வரேன்", நதியாள்.

"உனக்கு கார் ஓட்டத் தெரியுமா?", சரண்.

"இல்ல. திலீப் ஓட்டுவான்", நதியாள்.

"சரி. ஜாக்கிரதை. லன்ச் அங்கயே முடிச்சிட்டு வந்துடுங்க ", சரண்.

"சரி", எனக் கூறிக் கிளம்பினாள்.

பின் அனைவரையும் அழைத்துக் கொண்டு அந்த ரெஸ்டாரெண்ட் சென்று சேர்ந்தாள்.

"இதுல தான் மாத்தணுமா நதிகுட்டி?", சுந்தரம் தாத்தா.

"ஆமா தரன் டார்லிங்... உங்களுக்கு தோன்றதையும் சொல்லுங்க", ஸ்டெல்லா.

"சரி வாங்க சுத்திப் பாக்கலாம்", என மீரா முன்னே சென்றாள்.

நதியாள் அந்த ரெஸ்டாரெண்ட் மேனேஜரை சந்தித்து அங்கே சுற்றிப் பார்க்கப் போவதாகக் கூறி அனுமதிப் பெற்றாள்.

"ரொம்ப சந்தோஷம் மா. அகரன் சார் கம்பெனில ஜாயின் பண்ணிட்டிங்க... இங்கயே பீல்ட் வர்க் பண்ணவும் வந்துட்டீங்க", மேனேஜர்.

"ஆமா சார். கூட யாராவது அனுப்பினா கொஞ்சம் ஹெல்ப் புல்லா இருக்கும்", நதியாள்.

"அனுப்பறேன் மா. எல்லாத்தையும் பாருங்க. வேற உதவி தேவை பட்டாலும் சொல்லுங்க",

மேனேஜர்.

"ஓகே சார்", எனக் கூறிவிட்டு சுற்றிப் பார்க்க ஆரம்பித்தனர்.

நால்வரும் எங்கெல்லாம் மாற்றலாம்? எப்படி செய்யலாம் என நிறைய விவாதித்தபடி தங்களது நோட்டில் குறித்துக்கொண்டு போட்டோவும் எடுத்துக்கொண்டனர். சுந்தரம் தாத்தாவும் தனக்கு தோன்றியதைக் கூற, அதையும் ஸ்டெல்லாவும் நதியாளும் குறித்துக்கொண்டனர். பின் அங்கே மதிய உணவை முடித்துக்கொண்டு அங்கிருந்துக் கிளம்பினர்.

நேராக அலுவலகம் வந்தவர்கள் தங்களது இடங்களுக்குச் சென்றனர்.

"தாத்தா... இன்னிக்கு நீங்க இவங்களோடவே இருங்க. நாளைக்கு நாம வெளிய போலாம். நான் அகன் கூட முக்கியமான மீட்டிங் போகணுமாம். சோ கோச்சிக்காதீங்க", நதியாள்.

"ஒன்னும் பிரச்சினை இல்ல கண்ணு. நானும் இவங்க கூட எதாவது பண்ணிட்டு இருக்கேன். நீ வேலைய பாரு. சரண மட்டும் இங்க கொஞ்சம் வர சொல்லுடா", சுந்தரம் தாத்தா.

"சமத்து தாத்தா ... அவன வர சொல்றேன் தாத்தா", என நதியாள் சரண் இருக்கும் இடம் நோக்கிச் சென்றாள்.

"சார்..உங்கள தாத்தா கூப்பிட்டாரு", நதியாள்.

"சரி. இன்னிக்கு நைட் டின்னருக்கு பிரஸ்ஸா போகணும். வேற டிரஸ் இருக்கா?", சரண்.

"இல்ல சார். ஐ கேன் மேனேஜ்", நதியாள்.

"சரி. நீட்டா இருக்கணும். மீட்டிங் போறப்ப அதுவும் டின்னர் போறப்ப ரொம்பவே பிரஸ்ஸா இருக்கணும். தேவைபட்டா வீட்டுக்கு போய் பிரஸ் ஆகி ரெடி ஆகிக்கலாம்", சரண்.

"அகரன் சார் பர்மிஷன் குடுத்தா போயிட்டு வரேன்", நதியாள்.

"அகரன் கேபின்ல தான் இருக்கான். போய் பாரு", சரண் கூறிவிட்டு தன் வேலைகளைக் கவனித்தான்.

"ரொம்ப தான் சின்சியரா இருக்கான். இது நம்ம சரண் தானா? ", என மனதிற்குள் நினைத்தாள் நதி.

(நமக்கும் அதே தான் தோணுது)

"மே ஐ கம் இன் சார்", நதியாள்.

"கம் இன்...", அகரன்.

"சார்... நைட் டின்னர் மீட்டிங்க்கு வீட்டுக்கு போய் பிரஸ் ஆகி வரலாமான்னு சரண் சார் உங்கள கேட்டுக்க சொன்னார்", நதியாள்.

"நானே சொல்லணும்னு நினைச்சேன் நதிமா. இப்ப கிளம்பி சைட் பாத்துட்டு , அப்படியே உன் வீட்ல டிரஸ் எடுத்துட்டு, என் வீட்டுக்கு போய் பிரஸ் ஆகிக்கலாம். லன்ச் முடிஞ்சது தானே?", அகரன்.

"ஓகே சார்... என் திங்க்ஸ் எடுத்துக்கவா?", நதியாள்.

"காலைல காட்டின இன்டீரியர்ல எதாவது சேன்ஞ் பண்ணி இருக்கியா?", அகரன்.

"ஆமா. சிலத சேன்ஞ் பண்ணி இருக்கேன் சார்", நதியாள்.

"காட்டு", அகரன்.

"சார்...", என தன் லேப்டாப்பைக் காட்டினாள்.

அதைக் கண்டு அகரன் மகிழ்ந்து," நல்ல ட்ரை நதிமா. இதை இன்னிக்கு மீட்டிங்ல நான் காட்டப் போறேன். இதை எனக்கு மெயில் பண்ணிடு. கிளம்பலாமா?", அகரன்.

"இப்பவேவா?", நதியாள் கண்கள் விரித்துக் கேட்டாள்.

"ஏன் வேற எதாவது வேலை இருக்கா உனக்கு இங்க?", அகரன்.

"இல்ல.... நான் தாத்தாகிட்ட சொல்லிட்டு வரேன்", நதியாள்.

"வா... நானும் அவர பாக்கணும்", அகரன் அவளையும் அழைத்தான்.

"நீங்க முன்ன போங்க சார். நான் மெயில் பண்ணிட்டு வரேன்", நதியாள்.

"சரி. உன் திங்க்ஸ் எடுத்துக்க... மீட்டிங்கு என் லேப்டாப் பேக்ல எல்லாமே எடுத்து வச்சிக்கலாம். ஸ்வப்னாகிட்ட பைல் வாங்கிட்டு வந்துடு", அகரன்.

"சரிங்க சார்", நதியாள்.

அகரன் ஒரு நொடி நின்று அவளைப் பார்த்துவிட்டுச் சென்றான்.

"ஏன் இப்படி பாத்துட்டு போறான்? நாம அப்படி என்ன சொன்னோம்?", என நதியாள் தனக்குதானே பேசிக்கொண்டு வேலையை முடித்துவிட்டு, ஸ்வப்னாவிடம் சென்று பைல் வாங்கிக்கொண்டு சுந்தரம் தாத்தாவை பார்க்கச் சென்றாள்.

"தாத்தா....", என நதியாள் அவரின் அருகில் வந்து அமர்ந்துக் கொண்டாள்.

இன்னொரு பக்கம் அகரன் அமர்ந்து இருந்தான். அவள் தாத்தாவிடம் கொஞ்சி மிஞ்சி பேசுவதை வைத்த கண் வாங்காமல் பார்த்துக் கொண்டு இருந்தான். அவனின் பார்வை நதியாளைத் தவிர அங்கிருந்த சரண், ஸ்டெல்லா, மீரா, திலீப், ரிஸ்வானா என நம் சுந்தரம் தாத்தா கூட கவனித்தார். இந்த நதியாள் மட்டும் அவனைக் கவனிக்காமல் ஓயாமல் வாயடித்துக்கொண்டு இருந்தாள்.

"மச்சான்.... ", சரண் அகரனின் காதருகில் வந்து அழைத்தான்.

"ம்ம்....", அகரன் நதியாளைப் பார்த்தபடியே உம் கொட்டினான்.

"கீழ தரையெல்லாம் நனையுது கொஞ்சம் டேப் க்ளோஸ் பண்ணா பரவால்ல", சரண் சிரிக்காமல் கூறினான்.

"ம்ம்...", அதற்கும் அகரன் உம் கொட்டினான்.

"சார்... அவர் இந்த உலகத்துலயே இல்ல .... நீங்க ஸ்பீக்கர்ல கத்தினாலும் அவருக்கு கேக்காது, இதுல இவ்வளவு மெதுவா சொன்னா கேக்குமா?", திலீப்.

"அதுவும் சரிதான்.... ", எனக் கூறிவிட்டு அகரனை தோளில் தட்டினான்.

"என்னடா?", அகரன் எரிச்சலுடன் கேட்டான்.

"வாய மூடு. கீழ ஊத்துது", சரண்.

"என் பொண்டாட்டி நான் பாக்கறேன் உனக்கென்ன டா?",அகரன்.

"இன்னும் லவ்வே சொல்லல அதுக்குள்ள பொண்டாட்டி....", சரண்.

"அதான் நேத்து கல்யாணம் பண்ணிக்கலாமான்னு கேட்டுட்டால்ல அவ", அகரன்.

"அப்ப கல்யாணம் ஏற்பாடு பண்ணிடவா?", சரண்.

"பண்ணுடா... நல்லவனா ரொம்ப என்னால நடிக்க முடியாது. அப்பறம்.......", அகரன் நதியாளை இரசித்தபடிக் கூறினான்.

"அப்பறம்.....?", சரண் புருவம் உயர்த்திக் கேட்டான்.

"இல்ல வேணாம் நல்லா இருக்காது... ", அகரன் சற்றே வெட்கத்துடன் கூறினானோ??

"சரி கிளம்பு. மீதி ஜொல்லு நைட் வரைக்கும் ஊத்திக்க...", சரண் கடுப்புடன் கூறினான்.

"தங்கச்சி புருஷனுக்கு மரியாதை குடுக்கணும்னு உனக்கு தோணுதா பாரு", எனக் கூறியபடி அகரன் எழுந்து, " நதி நாம கிளம்பலாம்", எனக் கூறினான்.

"வரேன் அகன்... சாரி சார்", நதியாள் நாக்கை கடித்துவிட்டுக் கூறினாள்.

அவளின் செயலில் உள்ளம் தடுமாறி தடம் மாறியதோ என எண்ணத்தோன்றியது அகரனுக்கு. பின் ஆழ்ந்த மூச்சை இழுத்துவிட்டுத் தலையைக் கோதியபடி அங்கிருந்து விடைபெற்றுக் கிளம்பினான்.

"வரேன் காய்ஸ்... வரேன் தாத்தா... மீரா ஸ்டெல் அப்பா தாத்தா மாமாவ பாத்துக்கோங்க. நான் வர லேட் ஆகலாம். டேக் கேர். பாய்", என அவளும் விடைபெற்றுச் சென்றாள்.

"தாத்தா... அகரன் பார்வை பேச்சு எதுவுமே சரியில்லை இன்னிக்கு...", சரண்.

"இன்னிக்கு இல்லடா... திருவிழால நம்ம விட்ல ஒருத்தர் மேல ஒருத்தர் விழுந்தாங்களே அப்பவே சரியில்லை", சுந்தரம்.

"இது எப்ப நடந்துச்சி?", சரண்.

"நீ நதியாள யாருன்னு கேட்டு உன் அப்பன்கிட்ட வசவு வாங்கினியே..... அப்ப தான் நீ வரதுக்கு முன்ன. ஆனா என் பேரனுக்கு அதுக்கப்பறம் தான் புரிஞ்சி இருக்கு... என் பேத்திக்கு இன்னிக்கு புரிஞ்சிரிச்சி", சுந்தரம் தாத்தா கண்ணடித்துக் கூறினார்.

"ம்ம்... இரண்டும் இப்படியே கண்ணாமூச்சி எத்தனை நாள் ஆடுவாங்கன்னு பாக்கலாம்", சரண்.

"பாக்கலாம் பாக்கலாம்.... இன்னிக்கு எனக்கு வெளிநாட்டு சரக்கு வாங்கி குடு டா", சுந்தரம்.

"அத உங்க ஆசை பேரன்கிட்டயும் , பேத்திகிட்டயும் கேளுங்க", சரண் முறைத்தபடிக் கூறினான்.

"நீயும் என் செல்லம் தான்டா... என் ராசா... ஒரு தடவை டா", சுந்தரம்.

"அப்ப சீக்கிரம் எனக்கு ஒரு நல்ல அழகான பொண்ணா பாத்து கட்டி வைங்க", சரண்.

"நீயே தேடிக்க நான் கட்டிவைக்கறேன். தேட்ற வேலைய எனக்கு குடுக்காத", சுந்தரம்.

"அப்படின்னா... இப்படி இத கேக்கற வேலையும் என்கிட்ட வேண்டாம்", எனக் கூறிவிட்டு சரண் சென்றுவிட்டான்.

அகரனைத் தொடர்ந்து சென்று நதியாள் காரில் பின்பக்கம் ஏறினாள்.

"மேடம் ... முன்ன வாங்க", அகரன்.

லேப்டாப் மற்றும் பைல்களை பின்னால் வைத்துவிட்டு நதியாள் முன்னால் அமர்ந்தாள்.

இருவருக்கும் இது முதல் பயணம்.....

இல்லை இரண்டாவது பயணம்...

ஆனாலும் கோபம் இன்றி இருவரும் காதலை உணர்ந்தபின் செல்லும் முதல் பயணம். மனம் தித்திக்கவே செய்தது. இருவரும் முகத்திலும் அத்தனை குஷி, அத்தனை பொலிவு.

அகரன் காரை ஸ்டார்ட் செய்து தன் சீட்பெல்ட் அணிந்து கொண்டு நதியாளுக்கும் அணிவித்தான்.

அந்த நொடிகள் நதியாளுக்கு மூச்சே நின்றுவிட்டது. அத்தனை அருகில் அகரனின் முகத்தை கண்டதும், அவனின் மூச்சுக்காற்று அவளின் முகத்தில் பட்டதும் உடலும் மனமும் தடதடக்கத் தொடங்கியது.

"எப்பவும் சீட் பெல்ட் போட்டுக்கணும் நதிமா...", அகரன் கூறியபடி அவளைப் பார்த்தான்.

அவளோ தன்னை சமன்செய்ய பிரயத்தனப்பட்டுக் கொண்டு இருந்தாள்.

"ம்ம் ...", நதியாள்.

"ஏன் ஒருமாதிரி இருக்க நதிமா? ஆர் யூ ஓகே?", அகரன்.

"ஒன்னும் இல்ல சார். போலாம்", நதியாள்

அகரன் அவளைக் கூர்ந்துக் கவனித்துப் பார்வையை நிலைநிறுத்தினான்.

அவனின் பார்வை இவளின் ஆழ்மனம் வரை பாய்ந்து செல்வதைப் போல தோன்ற, அவனை பார்க்கமுடியாமல் முதல் முறை வேறுபக்கம் தலையைத் திருப்பினாள்.

"என் மேல கோவமா நதி?", அகரன்.

"அதுல்லாம் இல்ல சார். ஏன் கேக்கறீங்க?", நதியாள்.

"இன்னும் சார்னு கூப்பிடற.... நாம ஆபீஸ் விட்டு வெளியே வந்துட்டோம். இனிமே யாராவது இருந்தா மட்டும் சார்னு கூப்பிடு மத்தபடி எப்பவும் போல கூப்பிடு", அகரன்.

"இல்ல... ஆபீஸ்ல இது தான் சரி. வெளியே வந்தா எப்பவுமா போல கூப்பிடறேன் சார்", நதியாளுக்குக் கூறி முடிப்பதற்குள் மூச்சிறைத்தது.

"ஏன் இப்படி மூச்சு வாங்குது நதிமா ? உடம்பு சரியில்லையா ?", அகரன் பதற்றத்துடன் அவளின் நெத்தி கன்னம் கழுத்து என கை வைத்துப் பார்த்தான்.

"ஒன்னுமில்ல அகன். போலாம் டைம் ஆச்சி", நதியாள் அவனின் கையை எடுத்துவிட்டபடிக் கூறினாள்.

"தட்ஸ் குட் கேர்ள்... பர்ஸ்ட் நான் சாப்பிடணும் நதிமா. செம பசில இருக்கேன். போற வழில நல்ல ரெஸ்டாரெண்ட் உனக்கு தெரிஞ்சா சொல்லு", எனக் கூறிக் காரை எடுத்தான்.

"ஸ்ஸ்சப்பாஆஆஆஆ.... என்ன இப்படி தடதடக்குது மனசு? அவன் நம்மல தொட்டு பேசறது ஒன்னும் புதுசு இல்லையே... இன்னிக்கு ஏன் இப்படி பீல் ஆகுது? நேத்து கூட இந்தளவுக்கு இல்லை, ஹார்ட் வெளியே வந்துடும் போல.. இனிமே முடிஞ்சவரைக்கும் டிஸ்டன்ஸ் மெயின்டெயின் பண்ணணும்டா சாமி... ", என மனதிற்குள் நினைத்துக் கொண்டு வேடிக்கைப் பார்க்க ஆரம்பித்தாள் நதி.

"நதிமா சாங் போடவா?", அகரன்.

"போடு அகன்", நதியாள்.

"என் மொபைல்... இல்ல.. உன் மொபைல்ல இருந்து கனெக்ட் பண்ணு ப்ளூடூத்ல..", அகரன்.

"சரி... பென்டிரைவ் எதுவும் இல்லையா கார்ல?", நதியாள்.

"இருந்தது. சரண் கிட்ட இருக்கும்", அகரன்.

வேறென்ன வேறென்ன வேண்டும் பாட்டு மின்னலே படத்துல இருந்து ஓடிட்டு இருந்தது.

"நம்ம சிட்டுவேஷனுக்கு தகுந்தா மாதிரியே ஓடுது இல்லயா நதிமா?", அகரன் நதியாளைப் பார்த்தபடிக் கேட்டான்.

நதியாள் அமைதியாக வந்தாள்.

ஓ மௌனம் மௌனம் மௌனம் மௌனமே மௌனமே வேறென்ன வேண்டும் வேண்டும் செய்கிறேன் செய்கிறேன்.... இந்த வரிகளை அகரன் மிகவும் ஏக்கத்துடன் பாட , நதியாள் திருதிருவென்று முழித்தாள்.

அவளின் முகபாவனைக் கண்டு அகரனுக்கு சிரிப்பு வர சத்தமாக சிரித்துவிட்டான்.

"எதுக்கு சிரிக்கற அகன்?", நதியாள் அகரனை நோக்கித் திரும்பி அமர்ந்துக் கேட்டாள்.

"வந்தது...." , அகரன் இன்னும் சிரித்தபடிக் கூறினான்.

"சிரிக்கறத நிறுத்து...", நதியாள்.

"ஹாஹா ஹாஹா", அகரன்.

"நிறுத்து அகன்...", நதியாள்.

"ஹாஹா ஹாஹாஹா", அகரன்.

சட்டென்று நதியாள் கைநீட்டி அகரனின் வாயை மூடினாள். அகரன் அவளின் கை ஸ்பரிசத்தில் மனம் மயங்கி கைகளுக்கு முத்தம் கொடுத்தான். நதியாள் சட்டென்று தன் கையை

இழுக்க, அது அகரனின் பிடியில் இருந்தது.

"விடு அகன்..."

"ம்ஹூம்"

"ப்ளீஸ் விடு அகன்...."

"ஹ்ம்ம்...", மனமே இல்லாமல் பிடியைத் தளர்த்தினான் அகரன்.

"இனிமே இப்படி பண்ணாத அகன்...", நதியாள்.

"எப்படி?", அகரன்.

"இப்படி சடனா கைய பிடிக்காத", நதியாள்.

"நானேவா இழுத்தேன்? நீ தான் என் வாயை மூடின, நான் பிடிச்சேன்", அகரன்.

"........", நதியாள் மீண்டும் திருதிருவென்று விழிக்க , அதைக் கண்ட அகரனுக்கு தன்னைக் கட்டுப்படுத்துவது சற்றே சிரமமாகி விட்டது.

"நல்ல வேலை ரெஸ்டாரெண்ட் வந்துரிச்சி.... ", என இருவரும் மனதிற்குள் கூறிக் கொண்டனர் ஒரே போல ஒரே நேரத்தில்......

"சாப்பிடறியா நதிமா?", அகரன்.

"வேணாம் அகன். நான் சாப்டேன்", நதியாள்.

"சரி கம்பெனி குடு. ஜூஸ் ஆர் ஐஸ்கிரீம்?", அகரன்.

"லெமன் ஐஸ் சோடா", நதியாள்.

"ஓகே... ", அகரன் தனக்கும் அவளுக்கும் ஆர்டர் கொடுத்து விட்டு அலுவலக விஷயமாகப் பேசிக்கொண்டு இருந்தான்.

நதியாளிடம் சில கேள்விகள் கேட்டு அவளுக்குத் தெரியாததை விளக்கம் கொடுத்தபடி சாப்பிட்டு முடித்துவிட்டு சைட்டிற்குச் சென்றனர்.

பின் அங்கும் வேலை முடிந்ததும் நதியாள் தங்கியிருக்கும் இல்லம் சென்றனர்.

முழு கேஸூவலாக இல்லாமல், பாதி கேஸூவல் பாதி ப்ரொபசனலான உடையை எடுத்துக் கொண்டு அங்கிருந்து அகரனின் இல்லம் நோக்கிப் புறப்பட்டனர்.

அகரனும் சரணும் ஒரு அபார்ட்மெண்டில் தான் குடியிருந்தனர். நிச்சயம் கோடியில் தான் அங்கு வீடுகள் விற்கப்படும். அத்தனை நேர்த்தி, சுத்தம், பாதுகாப்பு வசதிகள் முதல் வீடுகளின் முன் கதவமைப்பு வரை அங்கிருப்பவர்களின் வருமான அளவைக் காட்டியது.

"வெல்கம் டூ ஹவர் ஹோம் பேபி", அகரன் அவளின் கைபிடித்து உள்ளே அழைத்து வந்தான்.

அங்கே அவள் முதலில் கண்டது..........

29

அகரன் வீட்டின் கதவை திறந்ததும், அந்த வீட்டை கண்டவள் அப்படியே ஒரு நொடி திகைத்து நின்று, ஊரில் இருக்கும் தன் அறைக்கு வந்து விட்டோமோ என்று தான் எண்ணினாள்.

அவள் அறைக்கும் இந்த வீட்டின் ஹாலிற்கும் பெரிதாக எந்த வித்தியாசமும் இல்லை என்று தான் கூறவேண்டும். கூர்ந்து கவனித்தால் சிறிதாக ஒன்று இரண்டு பர்னிச்சர் மட்டுமே மாறுபட்டு இருப்பது தெரிந்தது. அத்தனை நேர்த்தியாக இருந்ததோடு, அவளின் அறை சுவற்களுக்கு பூசப்பட்டு இருக்கும் வர்ணம் கூட மாறவில்லை.

"அகன்..... எப்படி இந்த ஹால் என் ரூம் மாதிரியே இருக்கு? ", எனக் கேட்ட நதியாளின் கண்களில் ஆச்சரியம் மின்னியது.

"வீடு புல்லா பாரு", அகரன்.

அகரன் கூற்றுப்படி அவ்வீட்டை முழுதாக சுற்றிப் பார்த்ததும் அவளுக்குள் அத்தனை சந்தோஷம் பொங்கியது.

"என்ன நதிமா வீடு எப்படி இருக்கு?", அகரன் அவளை நோக்கி வந்து கேட்டான்.

"ரியலி ஐ காண்ட் பிலீவ் இட் அகன். அப்படியே ஊருல இருக்கற நம்ம இரண்டு வீடும் தான்னு நினைச்சேன். 80% அப்படியே இருக்கு. மோர் ஆர் லெஸ் இடம் கூட ஒரே அளவு தான் இங்கயும் அங்கயும். ஆமா நீ தானே அங்க நம்ம வீட்டையும் டிசைன் பண்ணி குடுத்த?", நதியாள் அவனின் அருகில் வந்து அவன் கையை பிடித்தபடிக் கேட்டாள் சிறுகுழந்தையென மாறி.

"ஆமா. மாமா கேட்டதும் சரணும் நானும் தான் டிசைன் பண்ணோம். இந்த பிளாட் அந்த டைம்ல தான் வாங்கினோம். நீ சொன்னமாதிரி அந்த வீட்டு அளவுக்கு வெறும் டென் ட்வென்டி பீட்ஸ் தான் கம்மி. அதான் ஒரே டிசைன்ல பண்ணலாம்னு பழமை புதுமை இரண்டும் கலந்து பண்ணியாச்சி. ஊருல நம்ம இரண்டு வீடும் ரொம்பவே அழகா இருக்கும்.

எனக்கு ரொம்ப பிடிக்கும். அதான் அதுகூட கொஞ்சம் புதுமையும் ஏட் பண்ணி மிக்ஸிங்ல இப்படி பண்ணியாச்சி. நல்லா இருக்கா?", அகரன் அவளின் தோளில் கைப்போட்டபடிக் கேட்டான்.

"சூப்பரா இருக்கு அகன். நீ செய்யற எல்லாமே எப்பவும் ஆவ்சம் தான்", நதியாள் அவனின் தோளில் தன் கைகளை மாலையாக்கி அவனின் கழுத்தில் கோர்த்தபடிக் கூறி-னாள்.

இருவரும் பேச்சுவாக்கில் ஒருவரை ஒருவர் நெருங்கி நிற்க, இப்பொழுது இரு ஜோடி கண்-கள் ஒன்றை இன்னொன்று காந்தமாக ஈர்த்தபடி நின்றன.

அவர்களுக்குள் இருக்கும் இடைவெளி கொஞ்சம் கொஞ்சமாக குறையத்தொடங்கியது.

"உனக்கு பிடிச்சி இருக்கா நதி பேபி", அகரன் குரலில் அத்தனை மென்மை கூடி இருந்தது.

"ரொம்பவே... நீ செஞ்சது எப்ப எனக்கு பிடிக்காம இருந்து இருக்கு அகன்?", நதியாளும் ஏதோ மாயத்தில் கட்டுண்டவள் போல அவனின் கண்களை விட்டு வேறெதுவும் உணரமு-டியாமல் நின்றாள்.

"அப்ப நான் எது பண்ணாலும் உனக்கு பிடிக்குமா டார்லிங்?", அகரனின் கண்கள் அவளின் கண்களில் இருந்து நகர்ந்து நெற்றி , கன்னம், நாசி வழியாக இதழில் மையம் கொண்டது.

"ம்ம்", நதியாள் இன்னும் அதே நிலையில் நின்றபடி கூறினாள் அகரனின் பார்வை செல்லும் இடமறியாது.

இன்னும் சில நொடிகளில் அந்த இரு உள்ளங்களும் காதலின் முதல் பறிமாற்றத்தை நடத்த காத்திருந்தது. சரியான தருணம், சரியான இடம் அனைத்தும் அமைந்து வந்திருந்தது.

அகரன் தன் முதல் முத்ததை அவளின் நெற்றியில் கொடுத்தான். அவனின் ஆத்மார்த்த-மான இதழ் ஒற்றல் நதியாளின் ஆத்மாவரையும் சென்றடைந்தது.

நதியாள் இமைமூடி அவனின் அன்பை பெற்றுக்கொண்டு இருந்தாள். அவனின் முன்நெற்றி முத்தம் அவளை மகிழ்ச்சியில் ஆழ்த்தி இருந்தது.

அகரன் அவள் முகத்தை பார்க்க அவளின் முகம் அன்றலர்ந்த மலராய் விகசித்திருந்தது.

அத்தனை ஆனந்தம் அவள் முகத்தில், இலக்கியங்களில் ஏன் பெண்ணின் முகத்தை பூக்-களை கொண்டே வர்ணிக்கின்றனர் என்கிற சந்தேகம் இன்று அகரனுக்கு நிவர்த்தியானது.

ஒரு பெண் தன் மனம் கொண்ட ஆண் அருகில் எத்தனை சந்தோஷம் கொண்டு மனமும் உடலும் பூத்து நிற்பாள் என்பதை தன் கண் கொண்டு அவன் கண்மணியைக் கண்டு உணர்ந்தான்.

"கண்மணி...", அகரன் மிக மென்மையாக அழைத்தான்.

"..................."

"கண்மணி", என்று அழைத்து அவளின் மூடிய இமைகளில் லேசான முத்திரைப் பதித்தான்.

அவனைக் கண்டவள் நொடியிலும் குறைந்த வேலையில் அவனிடம் இருந்து விலகி, முதல்முறையாக வெட்கம் என்கிற உணர்வு பெற்று அவனை நேராகப் பார்க்க முடியாமல் தவித்துப் போனாள்.

"ச்சே... என்ன நதி இப்படி பண்ணிட்ட.... அச்சோ அகன் முகத்த ஏன் பாக்க கூச்சமா இருக்கு? என்ன இது ஆண்டவா... ", என மனதிற்குள் தவித்துக் கொண்டு இருந்தாள்.

அகரன் அவள் தன்னை விட்டு விலகி நின்றதும் அவளின் முகத்தில் அவளின் எண்ணங்களை படித்துவிட்டு அவளின் அருகில் வந்தான்.

"நதிமா ...... ", அகரன்.

"......................."

"கண்மணி", அகரன்.

சடாரென தலை நிமிர்த்தி அகரனைக் கண்டாள்.

"ஹாஹா", சிரிதாக சிரித்துவிட்டு அவளை தன்னருகில் இழுத்து அமர்த்திக் கொண்டான் அகரன்.

"கண்மணி... என்னாச்சி?", அகரன் அவளை தோளோடு அணைத்தபடிக் கேட்டான்.

"இப்படி கட்டிபிடிச்சிட்டே கேட்டா எப்படி பதில் சொல்றது", என தனக்குள் முணுமுணுத்துக் கொண்டாள்.

"சொல்றத கொஞ்சம் சத்தமா சொல்லலாமே கண்மணி", அகரன் அவளின் தலையை

நிமிர்த்திக் கூறினான்.

அக்கண்களில் என்ன தெரிந்ததோ இருவரும் மீண்டும் தன்னிலை இழக்க ஆரம்பிக்க நதியாள் சுதாரித்து அகரனிடம் இருந்து தள்ளி அமர்ந்து வேறுபுறம் திரும்பிக் கொண்டாள்.

"புதுசா இருக்கு கண்மணி", அகரன் அவளை பார்த்தவாறு அமர்ந்தபடிக் கூறினான்.

"எது அகன்?", நதியாள் அவன் முகம் பார்க்காமலே பதிலளித்தாள்.

"நீ என் முகம் பார்க்காம திரும்பி உக்காந்திருக்கறது தான்", அகரன் தன் உடையை தளர்த்தியபடிக் கூறினான்.

"நீயும் தான் என்னை கண்மணினு கூப்பிடறது புதுசா இருக்கு அகன்", இம்முறை அவனை நேருக்கு நேர் பார்த்தபடி பதிலளித்தாள்.

"ம்ம்.. இது தான் என் நதியாள். நேருக்கு நேர் பாத்து பேசறது", அகரன்.

"நாம எப்ப கல்யாணம் பண்ணிக்கலாம் அகன்?", நதியாள் நேரடியாக விஷயத்திற்கு வந்தாள்.

"கல்யாணமா ? எதுக்கு?", அகரன் புரியாதவன் போல கேட்டான்.

"உனக்கு தெரியாதா? ", நதியாள் கண்களில் கோபம் எட்டி பார்த்தது.

"தெரியல. ஏன் கல்யாணம் பண்ணணும்? அதுவும் நம்ம?", அகரன்.

"சரி. நான் போய் ரெடி ஆகறேன். மீட்டிங் போக டைம் ஆச்சி", என எழுந்தவள் அகரனின் மேல் விழுந்திருப்பாள் ஆனால் அகரன் அவள் கைப்பற்றியதும் சுதாரித்து சோபாவை பற்றிக் கொண்டாள்.

"ஓஓ.... மேடம் பலசாலி", அகரன்.

"அப்படியும் வச்சிக்கலாம்", நதியாள் பதிலில் அனல் தெறித்தது.

"எதுக்கு கோபம்னு தெரிஞ்சிக்கலாமா?", அகரன்.

"கேட்டதுக்கு பதில் சொல்லாம இருக்கறதுக்கு", நதியாள்.

"அப்ப நானும் கோபப்படலாம் தானே?", அகரன்.

"பட்டுக்க... நான் ரெடி ஆகப்போறேன் விடு", அவனின் கை உதறி எழுந்தாள்.

இம்முறை அகரன் அவளை தன் இருகைகளில் தூக்கிக் கொண்டு, தன்னறைக்கு வந்து அவளை இறக்கிவிட்டு கதவைச் சாற்றினான்.

அதைக் கண்டவள் தான் பாட்டிற்கு பாத்ரூம் சென்று முகம் கை கால் கழுவி பிரஸ் ஆகி வந்தாள்.

நீர் சொட்டும் முகத்துடன் அவளைக் காண சூரியன் மழையில் நனைந்ததோ என்ற எண்ணம் தோன்றியது.

அவளின் மஞ்சள் முகம் அத்தனை பிரகாசம் கொண்டு செஞ்சூரியனைத் தான் நினைவுறித்தியது.

சூரியன் கடலைப் பிரிந்து மேலெழும்பும் பொழுது வரும் கோபமும், கடலோடு அணைக்கும் சமயம் வரும் சந்தோஷமும் வெட்கமும் செம்மையாக மாறி, அந்த சமயங்களை இரசனைகளின் முக்கிய தருணமாக ஆக்குகிறது.

அதே போல நதியாளும் அகரனுடனான முதல் ஊடலில் கடலைப் பிரியும் ஞாயிறாக கோபத்துடன் கூடிய செம்மைப் பெற்று நின்றாள்.

"என் நதிக்கு என்மேல் இன்னமும் கோபம் நெருப்பாய் கொதிக்கிறது.... இந்த கண்மணிக்கு என்மேல் இன்னமும் கோபம் என் பதிலை கேட்டபின்னும்", என்று அகரன் பாட நதியாள் அவனை முறைத்தாள்.

"அப்பா.... நதிமா நீ என்னை பார்த்து இப்படி முறைக்கிறது இதுதான் முதல் தடவை அப்படியே இரு போட்டோ எடுத்துக்கறேன். இதுலாம் என் லைப் டைம் அசீவ்மெண்ட்", என தன் மொபைலை எடுத்து அவளின் முகத்தை, அவள் நிற்கும் நிலையை என பல ஆங்கிளில் போட்டோ எடுத்துவன்," பேபி ஒரு செல்பீ", என்று அருகில் வந்தான்.

(தப்பு பண்ணிட்டியே ராசா....)

அருகில் வந்தவன் அடுத்த நொடி கட்டிலில் இருந்து கீழே உருண்டிருந்தான்.

"ஏண்டா... எவ்வளவு கொழுப்பு இருந்தா என்னை காண்டாக்கி அத வேற போட்டோ எடுப்ப? அவ்வளவு ஆகிரிச்சில்ல உனக்கு? இங்க வாடா.... வா-ன்னு சொன்னேன்.

என்னை பார்த்த எப்படி தெரியுது உனக்கு? மரியாதையா கல்யாணம் பண்ணிக்கலாமான்னு கேட்டா ஏன் எதுக்குன்னு கேப்பியா? எல்லா கேள்வியும் கேட்டுட்டு ரூமுக்கு தூக்கிட்டு வேற வருவியா நீ? என்னடா நினைச்சிட்டு இருக்க ? இதுல கண்மணி பொண்மணின்னு கொஞ்சல் வேற.... கிட்ட வந்துடு ஓடாத", என அவனை கையில் கிடைத்ததை வைத்து துரத்தித் துரத்தி அடித்தாள் நதியாள்.

நதியாளின் அடிகளில் தப்பிப்பது சற்றே சிரமமாக தான் இருந்தது அகரனுக்கு. அவளின் கையால் விழும் அடியை விட மற்றதைக் கொண்டு அடிப்பதில் அதிக வலி இல்லையென்று தான் அகரன் கூறுவான். கிரிக்கெட் பேட்டிலிருந்து கடப்பாரை வரை எடுத்து வேலை செய்து பழக்கப் பட்டவள் கை சற்று வலு கூடித் தான் இருக்கும்.

"அய்யோ... அம்மா....... காப்பாத்துங்க..... ", என கதறியபடி அந்த அறை விட்டு வீடு முழுக்க ஓடினான் அகரன்.

20 நிமிடமாக அடி வாங்கியும், வாங்காமல் ஓடியவனைக் காக்க ஆபத்பாந்தவனாய் வந்தான் சரண்.

வீட்டுக் கதவை திறந்தவன் இவர்கள் ஓடிப்பிடித்து விளையாடுவதாக நினைத்து உள்ளே புகுந்து நதியாளை நிறுத்தப் பார்த்தான்.

"ஏய்... நில்லு.... உங்கள மீட்டிங் போகச் சொன்னா இப்படி விளையாடிட்டு இருக்கீங்க?", சரண் அவள் கைபிடித்து தன்னை அவளிடம் ஒப்படைத்தான்.

ஒரு கையால் சரணை பிடித்தவள், இன்னொரு கையால் கீழே எதையோ எடுத்தாள்.

அவள் என்ன எடுக்கிறாள் என்று எட்டிப் பார்த்த சரண், "அடியாத்தி கத்தி .... தப்பான நேரத்துல சரியா வந்து சிக்கிட்டேன் போலவே. இந்த மகராசன் என்ன சில்மிஷம் பண்ணாணோ இவ கத்திய வேற எடுக்கறாளே.... யாராவது வந்து என்னை காப்பாத்துனா பரவால்லயே... வந்தவனையும் திருப்பி அனுப்பிட்டேனே. என்ன செய்யறது?", என மனதிற்குள் நினைத்தபடி அகரனையும் நதியாளையும் மாறி மாறி பார்த்தான்.

"என்னாச்சி யாள் குட்டி? அவன் எதாவது பண்ணிட்டானா?", சரண் எச்சிலை விழுங்கியபடிக் கேட்டான்.

நதியாள் பதில் பேசாமல் இருவரையும் முறைத்துப் பார்த்தாள்.

"அய்யய்யோ.... ஏதோ பெருசா இந்த பாவி செஞ்சி இருக்கான். அதான் இப்படி பாக்கறா...", என மனதிற்குள் நினைத்தபடி அகரனை பார்க்க, அவன் நதியாளை இரசித்துக்-

கொண்டு இருந்தான்.

"என்ன இவன் இப்பவும் சைட் அடிச்சிட்டு இருக்கான். இவ கத்திய கைல வச்சிட்டு நிக்கறாளே. கோவத்துல என்னை போட்டுட்டா என்ன பண்ண? இப்ப பேசலாமா வேணாமா?", என மனதிற்குள் நினைத்தபடி சரண் மீண்டும் இருவரையும் பார்த்தான்.

"யாள் குட்டி என்னாச்சிடா? எதாவது பேசு. அண்ணன் கைய விடுடா", என தன் கையை உருவ முயன்றான் சரண்.

"சரண்... வீட்டுல சொல்லி அகரனுக்கும் எனக்கும் நிச்சயம் ஏற்பாடு பண்ண சொல்லு. எவ்வளவு சீக்கிரம் முடியுமோ அவ்வளவு சீக்கிரம்", எனக் கூறிவிட்டு தன் பை இருக்கும் அறை நோக்கிச் சென்றுக் கதவைச் சாற்றினாள்.

"டேய்... மீட்டிங் கிளம்ப சொன்னா நீ என்னடா பண்ணிட்டு இருக்க? என்னடா நடந்தது? ஏன் இப்படி சொல்லிட்டு போறா? கத்திய வேற வச்சிட்டு இருக்கா..... என்னடா நடந்துச்சி?", சரண் அகரனைக் கேட்டான்.

"அது உன் தங்கச்சிக்கு குடும்பம் நடத்தறது எப்படின்னு நான் பாடம் எடுக்க........", என அகரன் கூறி முடிப்பதற்குள் சரணின் முதுகில் பிளவர் வாஷ் சுளீரென விழுந்தது.

"சரண்... போய் ரெடியாகி நீயும் மீட்டிங் வர்ற... மணி 5.... போய் சீக்கிரம் ரெடி ஆகு", என நதியாள் கூறிவிட்டு அறையைச் சாற்றிக்கொண்டாள்.

சரண் முதுகை தேய்த்துக்கொண்டே, "இங்க இருந்தா என் உயிருக்கு ஆபத்து. என் ரூமுக்கு வா", என அவனை இழுத்துச் சென்றான்.

அறைக் கதவை சாற்றிவிட்டு ," என்னடா நடந்தது? ஏன் அவ இவ்வளவு கோவமா இருக்கா?", சரண்.

"ஒன்னும் இல்லடா. நீ ரெடி ஆகு. நான் அவகிட்ட பேசிக்கறேன்", அகரன் கூலாக கூறிவிட்டு விசிலடித்தபடி வாஷ்ரூம் சென்றான்.

"டேய்..... என்னன்னு சொல்லு டா... அவ கத்தியோட வேற நிக்கிறா... எதாவது கோவத்துல பண்ணிடப் போறா", சரண்.

"மச்சான் உன் தங்கச்சி அவ்வளவு கோழை இல்லடா.....", அகரன்.

"அவ கோழைன்னு யார் சொன்னா? அவ யாரையாவது எதாவது பண்ணிடப்போறான்னு

சொன்னேன்", சரண்.

"ஹாஹாஹா... என் பொண்டாட்டி என்னை எதுவும் பண்ணமாட்டா டா", அகரன் சிரித்தபடிக் கூறினான்.

"புருசனும், பொண்டாட்டியும் எங்கள கொல்லாம விடக்கூடாதுன்னு முடிவோட இருக்கீங்க...... அப்படித்தானே?", சரண் முறைத்தபடிக் கேட்டான்.

"மச்சான்..... இதுக்கு பதில் என் பொண்டாட்டி சொன்னா நல்லா இருக்கும்னு நினைக்கிறேன். நீ என்ன நினைக்கிற?", அகரன் சரணின் தோளில் கைப்போட்டபடிக் கேட்டான்.

"நான் ஒரு ******* நினைக்கல. என்னை கொலை பண்ண நீ ஐடியா பண்ணாத. கிளம்பு. டிரஸ் சேஞ்ச் பண்ணு போ", சரண் அவனைத் தள்ளிவிட்டு விட்டு ரெடியாகச் சென்றான்.

"சில்லி பெலோ.....", என அகரன் சரணைப் பார்த்து கூறிவிட்டு தன்னறை நோக்கிச் சென்றான்.

அங்கே நதியாள் தயாராகி ஹாலில் காத்திருந்தாள். அவளின் ப்ரீ ஹேர் , பேஸ் லைட் மேக்அப், லிப் க்ளாஸ், காஜல், கிரே கலர் பிளேசர், பிளாக் சர்ட், கிரே பேண்ட் அவளை மிக மிடுக்காக, தொழில் சக்கரவர்த்தினியின் தோற்றத்தைக் கொடுத்தது.

தன் லேப்டாப்பில் எதையோ தீவிரமாக செய்துக் கொண்டு இருந்தாள். அகரனும் அவளின் உடை நிறத்திலேயே உடை அணிந்து தயாராகி வெளியே வந்தான். சரணும் தயாராகி வர மூவரும் ******* ஹோட்டல் நோக்கிப் புறப்பட்டனர்.

அந்த பயணம் அகரனுக்கு மிகவும் இரசனையுடன் இருக்க, நதியாள் அகரனின் மேல் கோபத்துடன் இருக்க, சரண் இருதலைக்கொல்லி எறும்பாக நடுவில் சிக்கிக்கொண்டு இருந்தான்.

அங்கே மைராவுடன் ஒரு ஆணும் அமர்ந்திருக்க அது யாரென தூரத்தில் இருந்து பார்த்தபடி அகரனும், சரணும் நடக்க, நதியாள் அவர்களைக் கடந்து மைராவின் டேபிளுக்கு அருகில் வந்து பின்னால் திரும்பிப் பார்த்தாள்.

அவள் வருவதை தன் முன் இருந்த கண்ணாடியில் பார்த்தபடி இருந்தவன், அவள் நின்றதும் அவளைக் காண திரும்பிப் பார்த்தான்.

அகரனும் சரணும் முன்னே வந்ததும் பின்னால் அவர்களைத் தொடர்ந்து மைராவின் டேபிளுக்கு வந்தாள்.

அவனும் அவர்களை வரவேற்று அவளிடம் கை நீட்டினான்.

ஹாய் கார்ஜியஸ் .... ஐ ம் மதுரன்..........

30

ஹோட்டல் வந்து சேர்ந்தவர்கள் மைரா இருக்கும் இடம் அறிந்து அங்கே சென்றனர். நதியாள் அகரனையும் சரணையும் கடந்து கோபத்தில் முன்னால் சென்றாள்.

அவள் வருவதை தன்னெதிரில் இருக்கும் கண்ணாடி வழியாக பார்த்துக்கொண்டு இருந்தான் மைராவுடன் அமர்ந்திருந்தவன்.

அவள் நடையின் வேகம், அவளின் வனப்பு என்று அனைத்தையும் தன் முன்னால் இருக்கும் கறி இரசத்தைக் குடித்தபடிக் கண்ணாடியில் இரசித்துக்கொண்டு இருந்தான்.

மைரா பேசுவதை காதில் வாங்காமல் நதியாளைக் கண்களால் களவாடியபடி இருந்தான் அவன்.

மைராவின் டேபில் அருகில் வந்தவள் சட்டென்று நின்று அகரனையும் சரணையும் முன்விட்டு பின்னே வந்தாள். அவர்களை முன்விட்டு வந்ததால் அவளும் இங்கே தான் வருகிறாள் என அறிந்து தன்னை ஒருமுறை சரிபார்த்துக்கொண்டு அவளிடம் உரையாடக் காத்திருந்தான்.

"ஹாய் மைரா.... ", அகரன்.

"ஹேய் அகர்.... வா... வா சரண்..... ஹௌ ஆர் யூ போத்?", என மைரா சரணையும் அகரனையும் வரவேற்றாள்.

"ஹாய்.... மைரா. வீ ஆர் பைன். ஹௌ அபோட் யூ?", என சரண் கேட்டான்.

"பைன்.....", மைரா சிரித்தபடி பதிலளித்துவிட்டு நதியாளைக் கண்டு சிறிதாக புன்னகைத்துவிட்டு அவர்கள் அமர இருக்கையைக் காட்டினாள்.

"இவர்.......", அகரன் அருகில் இருந்தவனை காட்டிக் கேட்டான்.

"ஐ அம் மதுரன்....... மதன் இன்டஸ்ட்ரீஸ் எம்.டி. ", என தன்னை அறிமுகப்படுத்திக் கொண்டான்.

"ஹலோ மிஸ்டர் மதுரன்........உங்கள பத்தி கேள்வி பட்டு இருக்கேன். இப்ப தான் உங்கள பாக்க வாய்ப்பு கெடச்சி இருக்கு", அகரன் கைக்குலுக்கினான்.

சரணும் பரஸ்பர அறிமுகம் மேற்கொண்டு கைகுலுக்கினான்.

"ஹாய் கார்ஜியஸ் .... ஐ ம் மதுரன்...", என நதியாளிடம் கைநீட்டினான்.

"ஹாய்.... ஐ ம் நதியாள்...", நதியாளும் மரியாதை நிமித்தமாக கைக்குலுக்கினாள்.

"யூ லுக் வெரி ப்யூட்டிபுல். ஐ லைக் டு டேக் ஒன் செல்பீ வித் யூ. மே ஐ?", என மதுரன் தன் மொபைலை எடுத்துக்கொண்டே அருகில் வந்தான்.

"சாரி மிஸ்டர் மதுரன். ஐ ம் நாட் இன்ட்ரெஸ்டட். நவ் வீ கேன் ப்ரொசீட் த மீட்டிங் இஃ யூ டோன்ட் மைன்ட்", என நதியாள் அகரனின் அருகில் தன் சேரை எடுத்துப் போட்டுக் கொண்டு அமர்ந்தாள்.

அகரனும் சரணும் ஒருவரை ஒருவர் பார்த்துவிட்டு மைராவை பார்த்தனர்.

"இவர் தான் இந்த ஹோட்டல்ல என் பார்ட்னர். நான் முன்னமே சொல்லி இருந்தேன்ல. மதன் இன்டஸ்ட்ரீஸ் மதனோட ஒன்லி சன்", மைரா அவனைப் பற்றிக் கூறினாள்.

"ஓஓ.... தட்ஸ் பைன். இப்ப டிசைன்ஸ் பாக்கலாமா?", சரண் அடுத்த பேச்சை ஆரம்பித்-தான்.

"சாப்பிட்டுட்டு பாக்கலாமே ... நான் ஆர்டர் பண்ணவா?", மதுரன்.

"அவங்க அவங்க விருப்பப்படறத ஆர்டர் பண்ணிக்கட்டும் மது. நம்ம புட் வந்துரிச்சி", என மைரா அவனை தன்பக்கம் திருப்ப முயன்றாள்.

"எல்லாரும் ஒன்னா உக்காந்து ஷேர் பண்ணிக்கலாம். வீ ஆர் யங்ஸ்டர்ஸ் மைரா. வீ கேன் மூவ் பிரண்ட்லி ஐ திங். வாட் யூ சே மிஸ்டர் அகரன்?", என மதுரன் மைராவிடம் ஆரம்-பித்து அகரனிடம் முடித்தவன் பார்வை மட்டும் நதியாளை வட்டமிட்டுக்கொண்டு இருந்தது.

"ஓக்கே.... நோ ப்ராப்ளம்", என அகரன் சரண் இருவரும் நதியாளுக்கு பிடித்த வகைகளை ஆர்டர் செய்தனர்.

நதியாள் அமைதியாக உட்கார்ந்திருப்பதைக் கண்ட மதுரன், "ஹேய் தியா.... நீ ஏன் அமைதியா இருக்க? உனக்கு பிடிச்சதை ஆர்டர் பண்ணு", எனக் கூறினான்.

"எனக்கு வேணும்கிறதை இவங்க ஆர்டர் பண்ணிட்டாங்க மிஸ்டர்.மதுரன். தேங்க்ஸ் பார் யுவர் கன்சர்ன்", எனக் கூறி வேறுபக்கம் வேடிக்கை பார்ப்பதைப் போல திரும்பிக் கொண்டாள் நதி.

"ஓகே. கால் மீ பை நேம் தியா. நோ பார்மாலிட்டீஸ் பிட்வீன் அஸ்", என மதுரன் அவளிடம் பேச்சை வளர்த்தான்.

"ஐ ம் ஜஸ்ட் அசிஸ்டண்ட் ஆப் அகரன். நீங்க என்கிட்ட இந்தளவுக்கு பேசணும்னு எதுவும் இல்ல மிஸ்டர் மதுரன். வீ ஆர் ஜஸ்ட் அக்குயுன்டன்ஸ் பை திஸ் பிஸ்னஸ் மீட். நத்திங் அதர் தென் தட். அண்ட் கால் மீ நதியாள்", எனக் கூறினாள்.

"உன் எல்லை இதுதான் அதிலேயே நீ நின்று கொள்", என நேரடியாக கூறிவிட்டு அமைதியாக சரணிடம் பேச்சுக்கொடுத்துக் கொண்டு இருந்தாள் நதி.

மைராவிற்கு மதுரனை சமாளிப்பது சிரமமாகத்தான் போய்விட்டது. அவன் யாருக்கும் அடங்கமாட்டான். அவனை எதிர்த்து பேசினாலே அவர்களை ஒருவழி செய்துவிடுவான். அவனாக அனைத்தும் செய்தால் தான், அவனை கட்டாயப்படுத்தவோ, ஒரு கட்டத்திற்குள் நிற்க வைக்கவோ யாராலும் முடியாது. இந்த முப்பது வயதிற்குள் அவனின் அப்பாவின் தொழிலை கையில் எடுத்து பலமடங்கு உயர்த்தி இருக்கிறான்.

பெண் பித்தன் இல்லை தான் அவன். ஆனால் ஒன்றின் மேல் கண் வைத்துவிட்டால் அதை அவனிடம் இருந்து காப்பதும், அவனை தள்ளி நிற்க வைப்பதும் மிகவும் கஷ்டம்.

அவன் வைத்தது தான் சட்டம் அவனின் காலடிகள் பதியும் இடமெங்கும். இளவயதிலேயே இத்தனை அறிய காரியங்களைச் செய்தவனை எவரால் கட்டுப்படுத்த இயலும் ???

இப்படிப்பட்டவனை நதியாள் நேரடியாக உன் எல்லையில் நின்று கொள் எனக் கூறியது மைராவிற்கு சற்றுப் பதற்றத்தைக் கூட்டியது. மைரா இவனிடம் பழகிய இத்தனை ஆண்டுகளில் பொதுவான கலந்துரையாடுதலில் கூட அவனை எதிர்க்க முடியாமல் படிந்து போனது தான் அதிகம்.

அவன் பக்கம் அத்தனை ஆணித்தரமான காரணம் இருக்கும் அவனின் ஒவ்வொரு கூற்றிலும். யாராலும் மறுத்து பேசவே முடியாதபடி தன் வாதங்களையும், செயல்களையும் முன் வைப்பான் எப்பொழுதும்.

அடுத்து என்ன நடக்குமோ என்று பயம் கூட வந்துவிட்டது மைராவிற்கு. அகரனிற்கு இது முதல் ஸ்டார் ஹோட்டல் பிராஜெக்ட். அவனின் திறமையை எடுத்துக்கூறி அகரனிடம் தான் இதை கொடுக்க வேண்டும் என்று இருதரப்பிலும் பேசி முடிவெடுக்க வைத்தாள்.

அகரனின் டிசைன்களும், கோட்-ம் அவர்களுக்கு திருப்தியளித்ததால் மறுப்பின்றி அவனிற்கு இந்த பிராஜெக்டை கொடுக்க மைராவின் தந்தையும் ஒப்புக்கொண்டார்.

இப்பொழுது நதியாளினாள் இந்த பிராஜெக்டை மதுரன் நிராகரித்துவிட்டால், அகரனின் தொழிலிற்கு இது ஆபத்தான பாதிப்பாக அமையும்.

நதியாளின் பதிலைக் கேட்டவன் மௌனமாக புன்னகைத்துவிட்டு, "ஓக்கே மிஸ் நதியாள். நைஸ் டூ மீட் யூ", எனக் கூறிவிட்டுச் சாப்பிட ஆரம்பித்தான்.

பின் அனைவரும் சாப்பிட ஆரம்பிக்க, அகரனும் சரணும் நதியாளுக்கு அனைத்தும் பார்த்துப் பார்த்து செய்வதைக் கவனித்தான்.

"நதிமா.... இந்தா இத சாப்பிடு", என அகரன் தன் தட்டில் இருந்து அவளுக்கு எடுத்து வைக்க, சரண் ஒருபக்கம் அவளிற்கு பரிமாறிவிட்டு தான் உண்டான்.

"இத டேஸ்ட் பண்ணு, அத டேஸ்ட் பண்ணு", என சரண் அகரன் நதியாள் மூவரும் தனி உலகத்தில் அமர்ந்து இருந்தனர்.

அவர்கள் மூவரையும் கவனித்தவன் மைராவை பார்த்தான். அவள் சாப்பிடாமல் அமர்ந்து இருக்கவும், "சாப்பிடு மைரா. நத்திங் டு வொர்ரி", என அவளின் கலக்கத்தைக் குறைத்துச் சாப்பிடக் கூறினான்.

"இல்ல மது. அவ பேசினத.......", மைரா.

"அது ஒன்னும் இல்ல. என் பார்டர சொன்னாங்க அவ்வளவு தானே. நான் ஒன்னும் தப்பா எடுத்துக்கல. சீக்கிரம் சாப்பிடு டிசைன்ஸ் பாக்கனும்", எனக் கைக்கழுவி ரெஸ்ட் ரூம் சென்றான்.

இருபது நிமிடத்தில் அனைவரும் சாப்பிட்டு முடித்து தங்கள் வேலையை ஆரம்பித்தனர்.

"மதுரன் இது எல்லாம் இன்டீரியர்ல நாங்க செய்யலாம்னு இருக்கோம். நீங்க இரண்டு பேரும் பாத்துட்டு ஓகே சொன்னா இதையே பிக்ஸ் பண்ணிக்கலாம்", அகரன் தன் லேப்டாப்பை அவர்களின் முன் வைத்துக் கூறினான்.

மதுரனும் மைராவும் அனைத்து டிசைன்களையும் பார்த்தனர். ஒருசில டிசைன்களில் சந்தேகம் கேட்க, நதியாள் அதை நிவர்த்தி செய்தாள். அகரனும் சரணும் முகத்தில் புன்னகையுடன் அவளைப் பேச அனுமதித்தனர்.

"இது டிசைன் பண்ணது யாரு?", என மதுரன் ஒரு டெரஸ் கார்டன் டிசைனைக் காட்டினான்.

"இது பண்ணது திலீப் அண்ட் ஸ்டெல்லா", நதியாள்.

"நல்ல ட்ரை. அவங்கள என்னை கான்டாக்ட் பண்ணச் சொல்லுங்க. அப்பறம் இந்த சூட் ரூம் டிசைன்ஸ் யாரு பண்ணா?", மதுரன்.

"நான் தான் சார்", நதியாள்.

"ஓ.. ரியலி. இட்ஸ் அமேஸிங். இந்த கான்செப்ட் ரொம்பவே நல்லா இருக்கு. சோ நம்ம ஸ்டார் ஹோட்டல்ல இரண்டு கான்செப்ட்ல சூட் ரூம் குடுக்கலாம் உங்க டிசைன் படி. ரைட்?", மதுரன்.

"நாட் ஒன்லி சூட் ரூம்ல். மத்த ரூம்லயும் ப்ளோர் வைஸ் கான்செப்ட் ரெடி பண்ணலாம். அதுக்கு கொஞ்சம் காஸ்ட் அதிகம் ஆகும். இப்ப இருக்கறதை விட இருபது இல்லைன்னா முப்பது பர்சண்ட் ஆகலாம் மே பீ", நதியாள்.

"நோ நதியாள். அது நம்ம கம்பெனி மேல தப்பான அபிப்ராயம் வர வைக்கும். நம்ம கோட்ல எதுலாம் முடியுமோ அதை செய்யலாம். இப்ப காஸ்ட் அதிகம் பண்றது நம்ம நேம்அ பாதிக்கும்", சரண் நதியாளைக் கண்டித்து மறுத்துப் பேசினான்.

"எஸ் சார். அதனால் தான் நான் இப்பவே சொல்றேன். வழக்கமான ஸ்டார் ஹோட்டலா இல்லாம இது தனிதன்மையோட தெரிய இதுலாம் பண்ணலாம்னு ஐடியா தான். டெசிஷன் இவங்களோடது", என நதியாள் தன்மையாக தன் எண்ணத்தை முன்வைத்தாள்.

"நோ சரண். அவங்க சொல்றது சரிதான். வழக்கமான ஸ்டார் ஹோட்டலா இருக்கறத விட யுனிக்கா இருந்தா அந்த ரீச் லெவல் வேற. காஸ்ட் பத்தி பிராப்ளமே இல்ல. எனக்கு பிடிக்கற மாதிரி டிசைன்ஸ் அண்ட் கான்செப்ட் காமிங்க தாராளமா காஸ்ட் டபுள் கூட பண்ணிக்கலாம். பட் ஐ வான்ட் பெஸ்ட்", மதுரன்.

அகரனும் சரணும் ஒருவரை ஒருவர் பார்த்துவிட்டு," சரி மதுரன். நாங்க டிசைன்ஸ் குடுக்கறோம். உங்களுக்கு பிடிச்சா அப்படியே பண்ணிக்கலாம்", என அகரன் கூறினான்.

"தட்ஸ் கூல் காய்ஸ்.... பை த வே, ஐ லைக் ஆல் யுவர் டிசைன்ஸ். சின்ன சின்ன சேன்ஞ்ஜஸ் தான் எனக்கு பண்ணனும். யார் டிசைன் பண்ணாங்களோ அவங்களே என்னை காண்டாக்ட் பண்ணா நான் என் டிமேண்ட்ஸ் சொல்லி சேஞ்ச் பண்ணிக்குவேன். திஸ் இஸ் மை கார்ட். இது பர்சனல் நம்பர். எனி டைம் யூ கேன் கால்", என மூவருக்கும் கார்ட் கொடுத்து நதியாளைப் பார்த்தபடிக் கூறினான்.

"தேங்க்யூ மது. உனக்கு பிடிக்குமோ பிடிக்காதோன்னு டென்சனா இருந்தேன். உனக்கு பிடிச்சிரிச்சி இனி அகரனும் சரணும் பாத்துக்குவாங்க. எனக்கு இனிமே டென்சன் இல்ல", எனக் கூறி மைரா தன்னை ஆசுவாசப்படுத்திக்கொண்டாள்.

"ஹாஹாஹா.... சோ யூ திங். ஐ வோன்ட் டிஸ்டர்ப் யூ எனி மோர்?", மதுரன் அழகாக சிரித்தபடிக் கேட்டான்.

அடடா..... என்ன அழகான சிரிப்பு? மதுரன்.... பெயருக்கேற்றார் போல தனித்தன்மையானவன் தான். ஆறடிக்கும் சற்றே குறைந்த உயரம், மாநிறம், அலையென பறந்து அவனை மேலும் அழகனாய் காட்டும் தலைமுடி, அடர்த்தியான மீசை, திடமான உடற்கட்டு என பார்ப்பவரை மயக்கும் ஆணழகன் தான். பல் தெரிய சிரிக்கும்பொழுது தாடையில் விழும் குழி அவனை மேலும் கவர்ச்சியாகக் காட்டியது.

"நான் அப்படி சொல்லல மது.....", என மைரா தடுமாறினாள்.

"கூல் மைரா ..... நான் சும்மா ஃபன் பண்ணேன். ஏன் இவ்வளவு டென்சன் ஆகற?", மதுரன்.

"இல்ல. ஒன்னுமில்ல. நீ எப்படி சொல்றியோ அப்படியே இவங்க டிசைன்ஸ் குடுப்பாங்க. அவ்வளவு தான் சொல்ல வந்தேன்", மைரா தடுமாற்றத்தைக் குறைக்க முயன்று பதிலளித்தாள்.

"ஓகே.... பை த வே.... ஐ லைக் யூ ஆல் காய்ஸ்... சோ ஒரு நாள் என்கூட லன்ச் ஆர் டின்னர் அதர் தென் பிஸ்னஸ் மீட் வரணும். அண்ட் மிஸ். நதியாள் நீங்களும். அகரனுக்கு அசிஸ்டண்ட்னு சொல்லிட்டு வராமா இருக்கக் கூடாது. சரணோட சிஸ்டர் இன்பேக்ட் அனதர் ஓனர் ஆப் கம்பெனி. சோ ஒரு பார்ட்னரா நீங்களும் வரணும். நவ் ஐ ஹேவ் டூ லிவ். பாய்", என அனைவருக்கும் பொதுவாக கூறிவிட்டு அங்கிருந்து சென்றான் மதுரன்.

என்ன அவன் பாட்டுக்கு சொல்லிட்டு போயிட்டே இருக்கான். அகரன் சரணோட குட்டையும் உடச்சிட்டுல்ல போய்ட்டான் பாவிப்பய..... நம்ம நதி செல்லம் என்ன ரியாக்ட்

பண்றான்னு பாக்கலாம் வாங்க....

"ஹேய் அகர்.... அவளும் உங்க பார்ட்னரா? ஏன் என்கிட்ட சொல்லவே இல்ல?", மைரா அகரனைக் கேட்டாள்.

"ஆமா மைரா. இதபத்தி அப்பறம் பேசலாம். ஊர்ல இருந்து எங்க அப்பாங்க வந்து இருக்காங்களாம் உடனே நாங்க கிளம்பனும். பாய். சீ யூ", என சரண் இடைபுகுந்து அவளுக்கு பதிலளித்துவிட்டு அகரனையும் நதியாளையும் அழைத்துக் கொண்டு கிளம்பினான்.

மைரா அவர்கள் செல்வதைப் பார்த்துவிட்டு தானும் கிளம்பினாள் தன் இல்லம் நோக்கி.

"ஏன் இப்படி இழுத்துட்டு வர சரண்? நான் அவங்க முன்னாடி உங்கள எதுவும் கேட்கமாட்டேன். கவலை வேணாம்", நதியாள் தன் கையை அவனிடம் இருந்து உருவிக்கொண்டு சொன்னாள்.

"அது வந்து நதிமா.....", அகரன் இழுக்க, "முதல்ல வண்டிய எடு. வீட்டுக்கு போய் பேசிக்கலாம்", சரண் பேச்சை முடித்தான்.

"உங்க வீட்டுக்கு போங்க", நதியாள்.

"நம்ம வீடு", அகரன் அழுத்தமாக கூறிவிட்டு வீட்டை நோக்கி காரைச் செலுத்தினான்.

"ம்க்கும்.... இதுக்கு ஒன்னும் கொறச்சல் இல்ல.... எதையும் சொல்றது கிடையாது. கேட்டாலும் பதில் வராது. உங்க வீடுன்னு சொன்னதும் சாருக்கு பொத்துகிட்டு வந்துரிச்சி. பெரிய இவன்னு நினைப்பு", நதியாள் முணுமுணுத்தாள்.

"திட்றத சத்தமாவே திட்டலாம் நதிமா. நான் ஒன்னும் உன்னமாதிரி கோச்சிக்க மாட்டேன்", அகரன் சிரித்தபடிக் கூறினான்.

"சரணா... அவன வாய மூட சொல்லு. எதாவது பேசினா நா மனுசியாவே இருக்க மாட்டேன் பாத்துக்க", என சரணின் தோளில் அடித்தாள்.

"யப்பா.... நீங்க சண்டை போட்டா நீங்க அடிச்சிங்கோங்கடா. என்னை ஏன்டி அடிக்கற பிசாசே? அவன அடி.... அது முடியாது. அவன அடிச்சா உன் முகம் திரும்பிடும், அந்த பயம் அப்படித்தானே ?", சரண் தன் தோளைத் தடவியபடிக் கூறினான்.

"உன்னை அடிக்கறத விட நூறு மடங்கு அவன அடிப்பேன். இப்ப அவன் கார் ட்ரைவ் பண்ணிட்டு இருக்கான்", நதியாள்.

"அடேங்கப்பா.... சாமி.... என்னா கரிசனம்?", சரண்.

மீண்டும் நதியாள் அவனின் தலையில் குட்ட அவன் அவளிடம் சண்டைக்குச் செல்லவென, காரில் கிளம்பும் சமயம் இருந்த அமைதிக்கு இடமில்லாமல் வீடு வந்து சேர்ந்தனர்.

அகரன் சிரித்தபடி வீட்டைத் திறக்க, "சரண் அவன இருக்கச் சொல்லு", என நதியாள் கூறிவிட்டு ஹாலில் இருந்த சோபாவில் அமர்ந்தாள்.

"ட்ரஸ் சேன்ஞ் பண்ணிட்டு வரேன் சரண். நீயும் போய் சேஞ்ச் பண்ணிட்டு வா", என அகரன் நதியாளை கைகளில் ஏந்தியபடி அவனின் அறைக்குச் சென்றான்.

"டேய் அவள ஏன்டா தூக்கிட்டு போற? விடறா அவள", சரண் கத்திக்கொண்டு இருந்தான்.

அவன் அதை கேட்க ஹாலில் இருந்தால் தானே.... அவன் போய்ட்டான்.... நீ போய் ட்ரஸ் சேஞ்ச் பண்ணிட்டு வாடா சரண். அவங்க என்னமோ பேசிக்கட்டும்....

"விடு அகன்... என்ன கீழ இறக்கி விடு.... விடுடா", நதியாள் அவனை அடித்தபடிக் கத்தினாள்.

"டேய் சரணா.... நீயெல்லாம் ஒரு அண்ணனா டா? உன் முன்னாடி உன் தங்கச்சிய தூக்கிட்டு போறான் நீ கம்முன்னு நிக்கற", என நதியாள் சரணைத் திட்டினாள்.

"இதுங்க கல்யாணம் பண்ணிக்கிட்டாலும் என் உயிரைத் தான் எடுக்குங்க போல.... இப்பவே அடங்கறது இல்லை இரண்டும். இன்னும் கல்யாணம் நடந்தா என்ன என்ன நடக்குமோ தெரல", சரண் புலம்பியபடி தன்னறைக்குச் சென்றான்.

"ஹேய் ராட்சசி.... கொஞ்சம் அமைதியா தான் இரேன். ஏன் இப்படி கத்தற? நீயா இஷ்டப்பட்டு தானே இப்ப என் கைக்குள்ள இருக்க? அப்பறம் என்ன?", அகரன் அவளைக் கட்டிலில் கிடத்திவிட்டு அருகில் அமர்ந்தான்.

நதியாள் தன் குட்டு வெளிப்பட்டுவிட்டதைக் கண்டு தன் உதட்டை கடித்துக்கொண்டாள். அவளின் இதழ் சிவப்பில் அகரன் மனம் தடுமாற, அவளின் முகத்தை கையில் ஏந்தினான்.

"இப்படி உதட்ட கடிக்காத செல்லம். பாரு எப்படி செவந்து போச்சி.... அப்பறம் மாமா எதாவது பண்ணிட்டா நீ என்னை தப்பு சொல்ல முடியாது", அகரன் அவள் காது மடல்களை உரசியபடி இரகசியமாகக் கூறினான்.

"யாருடா மாமா? அதான் கல்யாணம் பத்தி கேட்டா பதில் சொல்லாம ஓட்றல்ல", நதியாள் அவனைத் தள்ளிவிட்டாள்.

"ஹாஹாஹா... நதியாளுக்கு என்மேல கோபம் வருது.... இது எவ்வளவு அழகா இருக்கு தெரியுமா? இத்தனை வருஷத்துல நீ என்மேல கோவப்பட்டு இன்னிக்கு தான் பாக்கறேன். எவ்வளவு நல்ல பீல் தெரியுமா இது?", அகரன் கூறியபடி மீண்டும் அவளை நெருங்கினான்.

"என்ன பீல்? முதல்ல தள்ளி உட்காரு அகன். இட்ஸ் நாட் ஃபேர்", நதியாள் எழுந்து நின்றாள்.

"அதே நானும் சொல்லலாம்ல நதிமா..... இட்ஸ் நாட் ஃபேர் மேரியிங் வித்அவுட் லவ்விங் ஈச் அதர், யூ நோ", அகரன் சோபாவில் அமர்ந்தபடிக் கேட்டான்.

"கல்யாணம் பண்ணிட்டு லவ் எவ்வளவு வேணா பண்ணலாம் அகன்", நதியாளும் அவனை பார்வையால் துளைத்தபடிக் கூறினாள்.

"ஹாஹாஹா... உன்கிட்ட பேசி ஜெயிக்கறது கஷ்டம் தான். பட்..... ", என அவளை அருகில் இழுத்து தன் மேல் போட்டுக்கொண்டான் அகரன்.

அவளின் இடையில் அவன் கைகள் அழுத்தம் கூட்ட இன்னும் அருகில் அவனின் முகத்தைக் கண்டாள்.

"விடு அகன்.... லிவ் மீ பர்ஸ்ட்", நதியாள் கோபத்தில் அவனை விட்டு எழ முயன்றாள்.

"என்னை பாரு நதி", அகரன் அவளை தன்னருகில் அமர்த்தி தலை நிமிர்த்தி அவள் கண்களைப் பார்த்தான்.

நதியாள் அவன் கண்களைக் கண்டு தன்னிலை மறக்க அவனையே பார்த்தபடி அமைதியானாள்.

"டூ யூ லவ் மீ? நீ என்னை காதலிக்கறியா நதி?", அகரன்.

"உன்கிட்ட ஏன் சொல்லனும்? ", நதியாள் முகம் சிவக்க கேட்டாள்.

"என்னை லவ் பண்ணா என்கிட்ட தான் சொல்லணும் பேபி", அகரன் மயக்கும் புன்னகையுடன் கேட்டான்.

"உன்னை ஒன்னும் லவ் பண்ணல. இன்னிக்கு ஹோட்டல்ல பாத்தோமே அவன தான் லவ்

பண்ணப்போறேன்", நதியாள் சிரிப்பை அடக்கியபடிக் கூறினாள்.

"அவனா? அவன லவ் பண்ணுவ சரி, கல்யாணம் ?", அகரன் சற்றே உள்ளுக்குள் பொறாமை எழக் கேட்டான்.

"அது உன்னை பண்ணிக்கறேன்", நதியாள் அவன் பொறாமைப் படுவதைக் கண்டு உள்ளுக்குள் சந்தோஷித்தாள்.

அகரன் உம்மென்று முகத்தை வைத்துக்கொண்டு தள்ளி அமர்ந்தான்.

"என்னாச்சி அகன்? உம்முன்னு உக்காந்துட்ட", நதியாள் அவனை சீண்டி விளையாட எண்ணி நெருங்கி அமர்ந்தாள்.

"தள்ளி உக்காரு", அகரன் அவளைத் தள்ளிவிட்டான்.

"ஏன்? நான் கல்யாணம் பண்ணிக்க போறவன் தானே நீ.... நான் இப்படித்தான் உட்காருவேன். ஏன்...... உன் மடில கூட உட்காருவேன்", நதியாள் அவன் மடியில் அமர்ந்தாள்.

"என்னை லவ்வே பண்ணல, அப்பறம் எதுக்கு கல்யாணம் பண்ணனும்? என்னை லவ் பண்ணா மட்டும் தான் கல்யாணம்", அகரன் கோபமாக இருப்பதைப் போல முகத்தை வைத்துக்கொண்டு அவளை சுற்றிக் கைகளைக் கட்டிக்கொண்டான்.

"சரி ஜோக்ஸ் அபார்ட். கொஞ்சம் சீரியஸா பேசணும். நான் ஹால் போறேன் சீக்கிரம் வா", என வெளியே செல்ல எழுந்தாள் நதி.

"இரு. என் மடில இவ்வளவு நேரம் உட்கார்ந்து இருந்ததுக்கு பீஸ் குடு", அகரன் அவளை எழவிடாமல் பிடித்துக்கொண்டான்.

"உனக்கு பீஸ்ஸா பர்கர் வேணா வாங்கித்தரேன். அது தான் பீஸ்.. விடு", என அவனின் பிடியில் இருந்து தப்பி வெளியே வந்தாள்.

அகரன் சிரித்தபடி உடைமாற்றிக்கொண்டு வெளியே வந்தான்.

சரணும் வெளிரே வர நதியாள் பேச்சை ஆரம்பித்தாள், "எதுக்கு என்னை கம்பெனி பார்ட்னரா சேர்த்தீங்க?"

"நீயும் இருந்தா நல்லா இருக்கும்னு தான்", சரண்.

"அது முழுக்க முழுக்க உங்க இரண்டு பேரோட உழைப்பு. அதை இப்ப வந்த நான் எப்படி உரிமை கொண்டாடறது?", நதியாள்.

"எங்க மேல உனக்கு உரிமை இருக்கா இல்லையா?", அகரன்.

"சரண் மேல அண்ணன்ங்கிற உரிமை இருக்கு. உன்மேல என் வெல்விஷர் என் பெஸ்ட் பிரண்ட்ங்கிற உரிமை இருக்கு", நதியாள்.

"அந்த உரிமைல தான் நாங்களும் உன்னை எங்க பார்ட்னர் ஆக்கினோம். இதுல எங்க சுயநலமும் இருக்கு தான். ஆனாலும் நீ எங்க கூடவே எப்பவும் இருக்கணும். அதான் இப்படி முடிவு எடுத்தோம்", சரண்.

"இது வீட்ல எல்லாருக்கும் தெரியுமா?", நதியாள்.

"இந்த ஐடியா குடுத்ததே அவங்க தான் ஆக்சுவலா. நீ சண்டை போட்றதா இருந்தா அங்க போட்டுக்க. இப்ப கிளம்பு வீட்டுக்கு போலாம். நமக்காக காத்துட்டு இருக்காங்க", என சரண் அவளை கிளம்பச்சொன்னான்.

நதியாள் அமைதியாக அமர்ந்து இருக்க அகரன் அவளின் அருகில் அமர்ந்தான். சரணும் வந்து இன்னொரு பக்கம் அமர்ந்து அவளின் தலையை வருடினான்.

"என்னாச்சி நதிமா? எங்க முடிவு பிடிக்கலியா?", அகரன்.

"சொல்லு யாள். எங்ககூடவே நீ இருக்கணும்னு தான் இப்படி பண்ணோம். உனக்கு எங்க-கூட இருக்க பிடிக்கலியா?",சரண்.

"வாய்லயே அடிப்பேன். உங்கள பாக்காம பேசாம இத்தனை வருஷம் எவ்வளவு அவஸ்தை பட்டேன்னு எனக்கு தான் தெரியும். உங்கள மறுபடியும் பாத்ததும் எவ்வளவு சந்தோஷப்-பட்டேன் தெரியுமா? என்கிட்ட ஒரு வார்த்தை கேட்டு இருக்கலாம். அட்லீட்ஸ்ட் என்கிட்ட சைன் வாங்கும்போதாவது சொல்லி இருக்கலாம்ல? ", நதியாள்.

"உனக்கு சர்ப்ரைஸ் குடுக்கலாம்னு நினைச்சோம்டா நீ படிப்ப முடிச்சதும்", சரண்.

"ஹ்ம்ம்.... எப்படியோ நீங்க நினைக்கறத செஞ்சிக்கிட்டீங்க. நான் தனியா கம்பெனி ஆரம்-பிச்சி போட்டியா வந்துடுவேன்னு பயத்துல தானே இப்படி பண்ணிங்க. சரி பொழச்சி போங்க. கம்பெனி கணக்குலாம் சரியா இருக்கணும். நான் கேட்பேன். என் அக்கவுண்ட்ல எப்ப பணம் போடுவீங்க?", நதியாள் சிரித்தபடிக் கேட்டாள்.

"முதல்ல வேலைய பாத்து டிகிரிய முடி. கணக்கு கேப்பாங்களாமே கணக்கு.... இந்த கம்பெனிக்கு ஆபீசியலா உன்ன எல்லாரும் இன்ட்ரோ குடுத்தப்பறம் தான் நீ கணக்கு வழக்குல கை வைக்கணும். புரிஞ்சதா?", சரண்.

"பாரு அகன் இவன.... ", நதியாள் சிணுங்க அகரன் அவளை தன் கைவளைவில் நிறுத்திக்கொண்டு சரணை மிரட்டவென அந்த இடம் கலகலப்பாக மாறியது.

அந்த சமயம் சரணுக்கு போன் வர, "என்னாச்சி? எப்ப? எங்க? எந்த ஹாஸ்பிட்டல்? சரி உடனே நாங்க வரோம்", என சரண் பதற்றமாகக் கூறவும், உடனே மூவரும் அவசரமாகக் கிளம்பினர்.

31

சரணுக்கு போன் கால் வந்ததும் பதற்றமாய் மூவரும் கிளம்பி ஒரு தனியார் மருத்துவ-மனைக்குச் சென்றனர்.

அங்கு மதுரன் வரவேற்பறையில் நின்றிருந்தான். அவனைக் கண்ட நதியாள் யோசனையாக அகரனைப் பார்க்க, அகரன் சரணைப் பார்த்தான்.

"அவர் தான் கால் பண்ணாரு. அப்பாக்கு ஆக்சிடெண்ட்னு...", சரண் பதில் கொடுத்தபடி அவனருகில் சென்றான்.

"பெரியப்பாக்கா? என்னாச்சி?", நதியாள் பதறிப்போய் கேட்டாள்.

"ஆமா. சஞ்சய், மாமா, அப்பா எல்லாரும் ரோட் ஓரமா நின்னுட்டு இருந்து இருக்காங்க. ஈ.சி.ஆர்ல ஏதோ ரேஸ் நடந்து இருக்கு. அப்ப ஒரு பைக் அப்பா மேல மோதிரிச்சாம். மதுரன் அங்க பக்கத்துல இருந்தப்ப பாத்துட்டு ஹாஸ்பிட்டல் கூட்டிட்டு வந்திருக்காரு. சஞ்-சய் கிட்ட விசாரிச்சப்பறம் எனக்கு கால் பண்ணிருக்காரு", சரண் கூறியபடி மதுரன் அருகில் நிற்க சஞ்சயும் அவர்களைக் கண்டு அருகில் வந்தான்.

"ஜெய் பெரியப்பா எங்க? ", என நதியாள் அவனிடம் கேட்டு அவர் இருந்த அறைக்கு ஓடினாள்.

"நத்திங் டு வொர்ரி மிஸ் நதியாள். சின்ன காயம் தான்", மதுரன் கூறுவதற்குள் அவள் பரமசிவத்தின் அறைக்கு ஓடிவிட்டாள்.

"தேங்க்யூ மிஸ்டர். மதுரன் ", அகரன்.

"இது நம்ம கடமை அகரன். ஒரு மனுசன் காயப்பட்டு இருக்கறப்ப அவங்களுக்கு நாம தான் உதவி செஞ்சி தேத்ததனும். வாங்க போய் அங்கிள்-அ பாக்கலாம்", மதுரன்.

"நீ மாமாவ போய் பாரு. நான் டாக்டர் பாத்துட்டு வரேன்", என அகரன் சரணிடம் கூறி-

விட்டு சஞ்சயை அழைத்துக்கொண்டு டாக்டரைக் காணச் சென்றான்..

"பெரியப்பா உங்களுக்கு ஒன்னும் இல்ல தானே.... அடி பலமா? ரொம்ப வலிக்குதா? பெரியம்மா கிட்ட சொல்லிட்டிங்களா? ஜாக்கிரதையா இருந்து இருக்கலாம்ல?", நதியாள் அவரின் அருகில் அமர்ந்து அவரைக் கண்களால் அளந்தபடி வேறெங்கேனும் அடிபட்டு இருக்கிறதா என்று ஆராய்ந்தாள்.

"எனக்கு ஒன்னும் இல்லடா குட்டி. நான் நல்லா இருக்கேன். கால் தான் கொஞ்சம் வலி மத்தபடி ஒன்னும் இல்ல டா", பரமசிவம் அவளை சமாதானம் செய்துக் கொண்டிருந்தார்.

"நதி குட்டி. பெரியப்பாக்கு ஒன்னும் இல்ல. பாரு கால்ல தான் சின்னதா கட்டு போட்டு இருக்காங்க. வேற எங்கயும் காயம் இல்ல. நல்ல சமயத்துல அந்த தம்பி கீழ விழாம பிடிச்சிட்டாரு அதனால நல்லதா போச்சு. அந்த தம்பிக்கு தான் நன்றி சொல்லணும். எனக்குமே மனசு பதறிடிச்சு அந்த வண்டி மாமாவ இடிச்சதும்", சிதம்பரம் தன் மனம் இன்னும் பதறுவதை மறைத்துப் பேசினார்.

நதியாள் மதுரன் அருகில் வந்து , "ரொம்ப நன்றி மிஸ்டர் மதுரன். சரியான நேரத்துல என் பெரியப்பாவ பெரிய ஆபத்துல இருந்து காப்பாத்திட்டீங்க. தேங்க்ஸ் எ லாட்", என அவன் கைப்பிடித்து நன்றி கூறினாள்.

நதியாளின் ஸ்பரிசத்தில் மதுரன் தனக்குள் நிகழும் மாறுதல்களை வெளிக்காட்டாமல் இருக்க மிகவுமே சிரமப்பட்டான். அவளின் மேல் பலமான ஈர்ப்பு இருப்பது உண்மை தான். ஆனால் அவளின் இந்த ஸ்பரிசம் அவன் மனதை ஆழமாக அசைத்துப் பார்த்தது. அவள் மனமாற நன்றி உரைக்கவே கையைப் பிடித்தாள், ஆனாலும் அதில் ஏதோ ஒன்று இவனைத் தாக்கியது.

இத்தனை ஆண்டுகளில் பல பெண்களை கடந்து வந்தவன். இந்த பெண்ணிடம் தடுமாறுவது ஏன் என்பதை தான் அவளைப் பார்த்த கணம் முதல் யோசித்துக்கொண்டிருக்கிறான். அவன் கடந்த வந்த பெண்கள் அளவுக்கு இவள் அத்தனை அழகியும் இல்லை தான். ஆனாலும் ஏதோ ஒன்று இவளிடம் ஈர்க்கிறது. அதை மதுரன் தன் மனதில் யோசிக்க ஆரம்பித்திருந்தான்.

"இது மனிதாபிமானம் தான் மிஸ் நதியாள். எல்லாருக்கும் இருக்கற ஒன்னு தான். அதுக்கப்பறம் விசாரிக்கறப்ப சரணோட அப்பான்னு தெரிஞ்சது", மதுரன் முயன்று தன்னைச் சாதாரணமாகக் காட்டிக்கொண்டான்.

"தேங்க்யூ மிஸ்டர் மதுரன். உங்களுக்கு ரொம்பவே கடமை பட்டு இருக்கேன்", சரண் உணர்வு பூர்வமாக கூறினான்.

"அட விடுங்கப்பா. இத்தனை தேங்க்ஸ் சொல்றதுக்கு பதிலா ஒரு டீ ஆர் காப்பி வாங்கி குடுத்தா பரவால்ல. குளிருக்கு இதமா இருக்கும்", மதுரன்.

"வீட்டுக்கு வாங்க தம்பி உங்களுக்கு விருந்தே வச்சிடறோம்", சிதம்பரம்.

"கண்டிப்பா ஒரு நாள் வரேன் அங்கிள். உங்க ஊரு நல்லா இருக்கும்னு மைரா சொல்லி இருக்கா. அதுக்காகவே ஒரு தடவை வரணும்னு தான் நினைச்சிட்டு இருந்தேன்", மதுரன்.

"நல்லது .... ", சிதம்பரம்.

"ஆமா... என் பொண்டாட்டி உங்களுக்கு ஒரு வாரமே விருந்து வைப்பா இது தெரிஞ்சா. யாள் குட்டி பெரியம்மா கிட்ட சொல்லாத. ஊர்ல யாருக்கும் தெரிய வேணாம். தெரிஞ்சா தேவையில்லாம பதறுவாங்க எல்லாரும். சரண் நீயும் உன் அம்மாகிட்ட சொல்லாத", பரம-சிவம்.

"சரிப்பா....", சரண்.

"சார்.... டிஸ்சார்ஜ் பண்ணியாச்சி. அங்கிளுக்கு மெடிசனும் வாங்கிட்டோம். கிளம்பலாமா?", எனக் கேட்டு சஞ்சயுடன் அகரனும் வந்தான்.

"அப்பா... கிளம்பலாமா?", சரண் பரமசிவத்தின் அருகில் சென்றான்.

"கிளம்பலாம் பா....... நாளைக்கு ஊருக்கு கிளம்பணும்", பரமசிவம் கூறியபடி கீழே இறங்-கினார்.

"நாளைக்குலாம் நான் அனுப்ப மாட்டேன். இன்னும் நாலு நாள் கழிச்சி டாக்டர பாத்துட்டு தான் போகணும்", நதியாள்.

"இன்னும் நாலு நாள் முடியாது டா. ஊர்ல பெரியம்மா தனியா கஷ்டப்படுவா டா", பரம-சிவம்.

"அதுல்லாம் முடியாது. டேய் சரணா... நான் பெரியப்பாவ பாத்துக்கணும். சோ ஆபீஸ் வரமாட்டேன் அவர் ஊருக்கு கிளம்பறவரை", நதியாள்.

"மேடம் அப்பறம் பிராஜெக்ட் யார் பண்ணுவா?", சரண்.

"நீயே பண்ணு டா. அண்ணன் தானே இத கூட பண்ணமாட்டியா?", நதியாள்.

"ஆமாமா.... அண்ணன்-ஆ இருந்துட்டு இதக்கூட பண்ணலன்னா எப்படி சரண்? மிஸ் நதியாள். நீங்க சொல்றது சரிதான். பட் இரண்டு நாள்ல எனக்கு நீங்க டிசைன்ஸ் எல்லாம் மாடிபை பண்ணி தர்றதா சொன்னீங்களே. அத எப்ப பண்ணுவீங்க?", மதுரன்.

"அது அகன் செஞ்சி குடுப்பான்", நதியாள் அகரனைப் பார்த்தாள்.

"சாரி நதிமா. அது நீ தான் கமிட் பண்ணிகிட்ட...... சோ நீ தான் பண்ணனும்", அகரன் தன் கைவிரித்துக் கூறினான்.

"டேய்.... என்னங்கடா? சரி நானே வீட்ல இருந்து செஞ்சி தரேன்.... மிஸ்டர் மதுரன் உங்களுக்கு இரண்டு நாள்ல கான்செப்ட் ரெடி பண்ணிட்டு சொல்றேன். நீங்க நாளைக்கு ஸ்டெல்லாவையும் திலீப்பையும் மீட் பண்ண முடியுமா?", நதியாள்.

"தனி தனியா நான் பாக்கமுடியாது. ஒரே நாள்ல முடிச்சா தான் நான் மத்த வேலைய பாக்க முடியும் மிஸ்.நதியாள்", மதுரன் அவள் இல்லாமல் மற்றவர்களை மட்டும் சந்திக்க இயலாது என்ற எண்ணத்தில்.

"யாள்... அவர் எங்கள மாறி உனக்கு தகுந்தாமாதிரிலாம் டைம் குடுக்கமாட்டாரு. அவருக்கு நிறைய கம்பெனிஸ் இருக்கு. அவர் குடுக்கற டைம்ல தான் நாம பாக்கணும்.... வர்க் முடிச்சு காட்டணும். டோன்ட் ஆஸ்க் அகெய்ன் லைக் திஸ்", சரண் அவளை அதட்டினான்.

"சரி. சாரி மிஸ்டர் மதுரன். நான் எல்லாத்தையும் ரெடி பண்ணிட்டு உங்க அப்பாயிண்மெண்ட் வாங்கிக்கறேன். தேங்க்ஸ் பார் எவரிதிங்", எனக் கூறி பரமசிவத்தின் அருகில் சென்று அமர்ந்து விட்டாள்.

அகரனும் மதுரனும் நதியாளின் கோபத்தை இரசித்தபடி அவளைப் பார்த்துக்கொண்டு இருந்தனர். சமீபமாக அகரனின் மேல் நதியாள் கொண்டுள்ள கோபம் காதலினால் தான் என்பதை அறிந்தவன், அவளை மேலும் சீண்டி விளையாடி அவளின் காதலை வெளிபடுத்த வைக்க திட்டம் போட்டுள்ளான் அவன். மதுரன் அவளை பார்த்த நொடி முதல் அவளின் அசைவுகள், நடவடிக்கை... ஏன் கண் சிமிட்டுவதைக் கூட விடாமல் தனக்குள் பதிவு செய்து கொண்டிருக்கிறான். ஹோட்டலில் உன் எல்லையில் நில் என்று கூறிய நதியின் முகத்தில் இருந்தது எச்சரிக்கை செய்யும் பாவனை.

இப்பொழுது அவளின் குடும்ப நபர்களின் முன்னே அவளின் உரிமையான உரையாடல்கள், அதட்டல், பாசம், அக்கரை, உரிமையான கோபம் என அனைத்தும் அவனை வெகுவாக கவர்ந்துக் கொண்டு இருந்தது. அவளின் முகத்தில் தோன்றும் அத்தனை மாறுதல்களும்

அத்தனை இரசனைமிக்கதாக இருந்ததோ என்னவோ அவளை இருவரும் கண்களால் படம் பிடித்தபடி இருந்தனர்.

அகரனின் பார்வையை கண்ட சஞ்சய் அவனருகில் நின்ற மதுரனின் பார்வையும் நதியாளின் மேல் அளவுக்கு அதிகமாகப் பதிவதை உணர்ந்து சரணிடம் சைகை செய்தான்.

சரணும் கண்களை மூடி திறந்து அவனுக்கு தெரியும் என்று உணர்த்தினான்.

"வாங்க மதுரன். காபி சாப்பிட்டு வரலாம்", அகரன் அழைக்க சரண், சஞ்சய் என அனைவரும் சென்றனர்.

"மாமா உங்களுக்கு காப்பி வாங்கி அனுப்பவா?", சரண்.

"வேணாம் சரண். கொஞ்ச நேரத்துக்கு முன்ன தான் குடிச்சேன். நீங்க போயிட்டு வாங்க. நானும் நதியும் மாமாவ கூட்டிட்டு மெல்ல முன்ன வந்துடறோம். நீங்க கார் எடுத்துட்டு வந்துடுங்க", சிதம்பரம்.

"சரி மாமா. நான் போன் பண்ணப்பறம் கிளம்புங்க போதும்", சரண்.

வெளியே நடந்தபடி ,"சஞ்சய்.... என்னாச்சி? மிஷினரி பாக்க போறதா தானே சொன்னீங்க?", அகரன்.

"அதுல்லாம் மதியமே புக் பண்ணிட்டோம் சார். அங்கிளுக்கு தெரிஞ்சவங்க அங்க இருக்காங்கன்னு பாக்கலாம்னு போனோம். அங்க தான் இப்படி நடந்துடிச்சி", சஞ்சய்.

"யாரு இருக்காங்க? எனக்கு தெரிஞ்சி இங்க அப்பா மாமா இரண்டு பேருக்கும் தெரிஞ்சவங்க அந்த ஏரியால யாரும் இல்லையே", சரண் யோசனையுடன் கூறினான்.

"தெரியல சார். நாங்க அட்ரஸ் வச்சி தேடிட்டு இருந்தப்ப தான் ஆக்சிடெண்ட் ஆகிரிச்சி", சஞ்சய்.

"அங்கிள் கிட்ட கேட்டா பிராப்ளம் சால்வ். இவர் உங்க கம்பெனில வர்க் பண்றாரா அகரன்?", மதுரன் சஞ்சயைக் காட்டிக் கேட்டான்.

"இல்ல. இவன் நதியாள் பிரண்ட். பிராஜெக்ட்காக வந்து இருக்கான். மொத்தம் ஆறு பேர் வந்து இருக்காங்க", சரண்.

"ஹோ.... பிராஜெக்ட் பண்ண வந்தவங்க கிட்ட உங்க மெயின் பிராஜெக்ட் டிசைன்ஸ்

பண்ண சொல்லி இருக்கீங்க.... அவங்க மேல அவ்வளவு நம்பிக்கையா? அவ்வளவு டேலெண்ட் ஸ்டூடெண்ட்ஸ் ஆ எல்லாரும்?", மதுரன்.

"வாய்ப்பு கெடச்சா தானே மதுரன் திறமைய நிரூபிக்க முடியும். அவங்கள ட்ரை தான் பண்ண சொன்னோம். நல்லா இருந்தது அதான் உங்களுக்கும் காட்டினோம். நல்ல பசங்க. தவிர நதியாள் கேட்டு இல்லன்னு நானும் சரணும் சொல்ல முடியாதே", எனக் கூறி அகரன் சிரித்தான்.

"ஆமா. அவங்க கிட்ட மறுக்கறது கஷ்டம் தான். ஆனா அவங்களும் நல்லா டிசைன் பண்ணி இருக்காங்க. மைரா சொல்றப்ப உங்க கம்பெனி பத்தி கேள்விபட்டு இருந்தேன். அதனால தான் ட்ரை பண்ணலாம்னு சரின்னு சொன்னேன். இப்ப ஸ்டார் ஹோட்டல் கட்டணும்னு நான் சொன்னதால, என் அப்பா மைரா கம்பெனிகூட ஜாயின் பண்ணி சொந்த காசுல பண்ணிக்கோன்னு சொல்லிட்டாங்க. அதான் என் தனி பணத்துல அவங்க கூட பார்ட்னரா ஜாயின் ஆகி இருக்கேன்", மதுரன்.

"ஓஓ... தட்ஸ் ரியலி க்ரேட் மிஸ்டர்.மதுரன். கன்க்ராட்ஸ்", என சரணும் அகரனும் கைக்குலுக்கினர்.

"நோ பார்மாலிட்டிஸ் காய்ஸ்.. கால் மீ பை நேம். தட்ஸ் எனஃப். லெட்ஸ் பீ பிரண்ட்ஸ்......?", மதுரன் நட்பிற்காக கைக் கொடுத்தான்.

"இல்ல... அது ...", சரண் தயங்க, அகரன் ," ஓக்கே... பிரண்ட்ஸ் மது", என கைக்குலுக்கினான்.

பின் அகரனை பார்த்துவிட்டு சரணும் கைக்குலுக்க மூவரும் பல விசயங்களைப் பற்றி பேசியபடி கார் பார்க்கிங் வந்தனர். சஞ்சயை மற்றவர்களை அழைத்து வரும்படி கூறி அனுப்பிவிட்டு இவர்கள் கார் எடுத்தனர்.

"சரி. நாங்க கிளம்பறோம். ஒரு நாள் வீட்டுக்கு வா மதுரா", அகரன்.

"சரிடா... நீங்களும் வீட்டுக்கு வரணும். என் அப்பாக்கு உங்கள இன்ட்ரோ குடுக்கணும். உங்க வீடு எங்க இருக்கு?", மதுரன்.

"நாங்க இரண்டு பேரும் இருக்கறது ******** அபார்மெண்ட்ல. இப்ப நதியாள் இருக்கற வீட்ல தான் ஸ்டே பண்ணி இருக்கோம். தாத்தா அப்பா எல்லாம் வந்ததால ஒரே இடத்துல இருக்கணும்னு யாள் அடம். பெரியவங்களும் வாங்கடான்னு சொல்லிட்டு போய்ட்டாங்க", சரண்.

"ஓஓ.... அவங்க எங்க இருக்காங்க?", மதுரன்.

"******** ஏரியால பிரண்ட்ஸோட இருக்கா", அகரன்.

"சரி. ஒரு நாள் நானும் வரேன்", மதுரன்.

"சரி. பாய். அவங்க வந்துட்டாங்க", சரண்.

அனைவரும் வீட்டிற்குச் சென்றனர். அங்கே உள்ளே போகும் போதே உள்ளிருந்து சத்தம் காதைப் பிளந்தது.

யாரோ இருவர் சண்டையிட்டுக் கொண்டு இருந்தனர். ஸ்டெல்லாவின் குரல் தான் இவர்கள் காரை விட்டு இறங்கும் சமயம் கேட்டது.

"கெட் அவுட் ....", என ஸ்டெல்லா யாரிடமோ கத்திக்கொண்டு இருந்தாள்.

32

வீட்டில் கால் வைக்கும் சமயம் ஸ்டெல்லா யாரையோ கெட்அவுட் என கத்தியது தான் அனைவரின் செவிகளிலும் விழுந்தது.

யாரிடம் அவள் இப்படிக் கத்திக்கொண்டு இருக்கிறாள் என்கிற யோசனையுடன் முதலில் சரண் தான் உள்ளே சென்றான்.

அவனைத் தொடர்ந்து அகரனும், சிதம்பரமும் உள்ளே வந்தனர். நதியாளும் சஞ்சயும் பரமசிவத்தைக் கைத்தாங்கலாகப் பிடித்தபடி மெல்ல உள்ளே வந்தனர்.

அங்கே சரிதா வினயின் பின்னே நின்றபடி ஸ்டெல்லாவை முறைத்துக்கொண்டு இருந்தாள்.

சக்ரதேவும், மீராவும் சங்கடமாக நெளிந்தபடி நின்றிருக்க, திலீப் ஸ்டெல்லாவை அமைதிப்படுத்திக்கொண்டு இருந்தான்.

"ஸ்டெல்.... கொஞ்சம் அமைதியா இரு. என்ன நடந்ததுன்னு கேக்காம இப்படி கத்திகிட்டு இருந்தா எதுவும் தெளிவாகாது", திலீப்.

"அது எனக்கும் தெரியும் திலீப். ஆனா அவ பேசுற பேச்ச என்னால பொறுத்துக்க முடியாது. அவள மீரா கால்ல விழுந்து மன்னிப்பு கேக்கச்சொல்லு", ஸ்டெல்லா கோபத்தில் கொதித்துக்கொண்டு இருந்தாள்.

"என்ன? அவள மாதிரி மானங்கெட்டவ கால்ல நான் விழணுமா? நெவர். ....", என்று கூறி வாய் மூடும் முன் அவளின் கன்னம் நெருப்பாய் எரிவதைச் சற்று நேரம் கழித்தே உணர்ந்தாள் சரிதா.

"எங்க வந்து யாரபத்தி தப்பா பேசற? நாக்க அறுத்துறுவேன். நீ யார்டி என் மீராவ பத்தி பேச? ஸ்டெல்லா இங்க என்ன நடக்குது?", நதியாள் சரிதாவை அறைந்தபின் ஸ்டெல்லாவை நோக்கி கேட்டாள்.

"இந்த வெட்கம் கெட்டவ நம்ம மீராவ தப்பா பேசறா. அவ.... அவ.... தேவ் சார்-கூட....... சே... என்னால அந்த வார்த்தைய சொல்லக்கூட முடியல. அவ பேசற பேச்சுக்கு இவன் வந்து வக்காளத்து வாங்கறான். கேட்டா அவளுக்கு அண்ணணாம்.... சே.... என்ன ஜென்மங்களோ தெரியல.... இங்க நடந்த அத்தனைக்கும் காரணமே இவன் தான்", என வினயைச் சுட்டிக்காட்டினாள் ஸ்டெல்லா.

"ஏய்..... யார அவன் இவன்ங்கிற... மரியாதையா பேசினா உனக்கு நல்லது. இல்ல பின்-னாடி அனுபவிப்ப", என வினய் கண்களில் வஞ்சம் பொங்கப் பேசினான்.

"வினய்..... என்ன நடந்தது இங்க?", அகரன் கோபமாக அதே சமயம் அழுத்தமாகக் குரல் எழுப்பினான்.

"........"

"பதில் சொல்லு வினய்.....", சரணும் கேட்க , அப்பொழுதும் அமைதியாகவே நின்றான் அவன்.

"தேவ் என்ன நடந்தது?", சிதம்பரம் கேட்டார்.

"அது வந்து மாமா..... நான் கீழ ரூம் லாக் ஆகி இருக்குன்னு மேல குளிக்க போனேன் கொஞ்சம் அவசரமா வெளியே போகணும்னு. அது மீரா ரூம் போல........ நான் இருக்-கறது தெரியாம உள்ள வந்துட்டாங்க. நான் மேல போனப்ப இவங்க யாரும் ஆபீஸ்ல இருந்து வரல. நான் குளிச்சிட்டு வரத பாத்துட்டு, அவங்க உடனே வெளியே போயிட்-டாங்க. அவங்க வெளியே வந்தப்ப வினய் பாத்து இருக்கான். நான் வெளியே வரப்ப சரிதா பாத்திருக்கா. இரண்டு பேரும் ஒரே ரூம்ல இருந்து வரத பாத்துட்டு சரிதா மீராவ பத்தி தப்பா பேசவும், ஸ்டெல்லா திட்டிட்டு இருந்தாங்க. வினய் நடுவுல வர நான் பேச அவங்க பேசன்னு சரிதா அதிகம் வார்த்தைய விட்டுட்டா... சத்தியாம தப்பா எதுவும் நடக்கல மாமா", தேவ் தர்மசங்கடமான நிலையில் கூறி முடித்தான்.

"தம்பி இது எதார்த்தமான விஷயம். இதுக்கு எதுக்கு இத்தனை பிரச்சினை?", சிதம்பரம் கண்டிக்கும் குரலில் கேட்டார்.

"அது எப்படிங்க அப்படி விட முடியும். என் மாமா கூட ஒரே ரூம்ல அவளுக்கு என்ன வேலை? அவர வலச்சு போடணும்னு தான் அவ இப்படி பண்ணி இருக்கா..... கேள்வி-பட்டேன்... அவளுக்கு அப்பா இல்லையாமே.... அதான் வாட்டசாட்டமா என் மாமாவ பாத்ததும் சொத்தோட செட்டில் ஆகிடலாம்னு இப்படி பண்ணி இருக்கா... இத சொன்னா இவ ஓவரா அவள கண்ணகி ரேஞ்சுக்கு பேசறா", சரிதா வாய்கூசாமல் வார்த்தைகளை தெறிக்கவிட்டாள்.

நதியாள் அவளை அடிக்க போக, வினய் அவளின் கைகளை தடுக்க, அகரன் அவனை இழுத்து தள்ளி நிறுத்திவிட்டு நதியாளை தன் கைவளைவில் கொண்டு வந்தான்.

"விடு அகன்... அவள இன்னிக்கு தோல உறிச்சி தொங்கவிடாம விட்றதில்ல. என்ன பேச்சு பேசறா..... ", நதியாள் அவனின் கைகளில் இருந்துத் திமிறியபடிக் கூறினாள்.

"இங்க பாரு பொண்ணே... மீரா எங்க வீட்டு பொண்ணு. அவ ஒன்னும் சாதாரணமான குடும்பத்துல இருந்து வரல. அவளே கோடிக்கணக்கான சொத்துக்கு சொந்தக்காரி. இப்படி-யெல்லாம் பேசினா நாங்க சும்மா இருக்கமாட்டோம். நீ தங்கி இருக்கறது அவங்க இருக்கற வீட்ல. அந்த புள்ள ரூமுக்குள்ள அனுமதி இல்லாம போனது தேவ் பையளோட தப்பு. அதுக்கு அந்த புள்ளைய தப்பா பேசினா என்ன அர்த்தம்? தேவ் உன் அத்தை மகள மீரா-கிட்ட மன்னிப்பு கேக்க சொல்லு", சுந்தரம் தாத்தா கோபமாகக் கூறினார்..

"சரிதா மன்னிப்பு கேளு", தேவ் கண்கள் சிவக்க கூறினான்.

"என்னால முடியாது மாமா. அவ வேணும்னே தான் பண்ணா....", சரிதா பிடிவாதம் பிடித்-தாள்.

"வினய்.... உன் தங்கச்சிய மன்னிப்பு கேக்கச்சொல்லு. இல்ல இங்க நடக்கறதே வேற...", தேவ் இழுத்துவைத்த பொறுமையுடன் கூறினான்.

"......................"

இருவரும் அமைதியாக நிற்க தேவிற்கு கோபம் எல்லை கடந்தது.

"தேவ்..... என் மீராவ பத்தி தப்பா பேசற யாருக்கும் இங்க இடம் கிடையாது. அவங்கள மீராகிட்ட மன்னிப்பு கேட்டதும் போகச்சொல்லுங்க", நதியாள்.

"முடியாதுல்ல....... இனிமே நீங்க இரண்டு பேரும் என் கண்ணு முன்னால வந்துடாதீங்க. வினய் உன் தங்கச்சிய கூட்டிட்டு போயிடு", தேவ் அடக்கப்பட்டக் கோவத்தில் கூறினான்.

"அத்தான்..... எவளோ ஒருத்திக்காக என் தங்கச்சிய நீங்க உதாசீனப்படுத்தறது நல்லா இல்ல", வினய்.

"கிளம்புங்கன்னு சொன்னேன் வினய்", தேவ் முகத்தை வேறுபுறம் திருப்பிக்கொண்டு கூறி-னான்.

"அத்தான்......", வினய்.

"போடா வெளியே......", தேவ் கத்தவும் சரிதா தன் பையை எடுத்து வரச் சென்றாள். "இந்தா காசு... இனிமே என் முகத்துல முழிக்காதீங்க இரண்டு பேரும். என் வீட்ல நீங்க யாரும் இனி இருக்க கூடாது. நான் அங்க வரப்ப உங்க மூட்ட மடிச்ச கட்டிட்டு கிளம்பி இருக்கணும். இல்ல...", தேவ் மிரட்லாக வார்த்தைகளை முன்வைத்தான்.

"நான் மன்னிப்பு கேட்டுக்கறேன் யாள். மீரா என்னை மன்னிச்சிடு. நான் வெளியே தங்கிக்கறேன். என்னால தான் எல்லாருக்கும் இவ்வளவு மனவருத்தம். நான் கிளம்பறேன் தாத்தா... மாமா.... அகர் சரண் அப்பறம் பாக்கலாம்", என தன் பைகளை எடுக்க அறைக்குச் சென்றான் தேவ்.

"இருப்பா..... அவ பண்ணதுக்கு நீ ஏன் வெளியே போகணும். ஊருக்கு போறப்ப நீ போனா போதும். அதுவரை இங்க தான் இருக்கணும். என்ன நதிகுட்டி சரிதானே?", சுந்தரம் தாத்தா.

நதியாள் தாத்தாவைப் பார்த்தபடி ," ஆமா தேவ். நீங்க இங்க இருங்க. ஆனா அவங்க இரண்டு பேரும் இனி எங்க கண்ல படக்கூடாது. எல்லாரும் போய் பிரஸ் ஆகி வாங்க. பெரியப்பா நீங்க கீழ ரூம்ல இருந்துக்கோங்க. அகன் சரண் தேவ் மேல அவங்க தங்கி இருந்த ரூம்ல தங்கிக்கோங்க.. மீரா ஸ்டெல்லா வாங்க திங்க்ஸ் கீழ கொண்டு வரலாம். திலீப் டின்னர் வெளிய வாங்கிக்கலாமா? இன்னிக்கு சமையல் பண்றவங்க லீவ் தானே?", நதியாள்.

"ஆமா யாள். நானும் ஜெய்யும் வாங்கிட்டு வந்துடறோம். இப்ப நான் டீ போடறேன். பிரஸ் ஆகி வாங்க", திலீப்.

பரமசிவத்தை அகரன் துணைக்கொண்டு கீழ் அறையில் படுக்கவைத்து விட்டு, சரணையும் அழைத்துக்கொண்டு மேலே சென்றாள்.

"அகரா.... புள்ள கோவமா இருக்கு போல. எல்லாரையும் கூட்டிட்டு வெளியே போயிட்டு சாப்பிட்டு வந்துடுங்க. வரப்ப எங்களுக்கு வாங்கிட்டு வாங்க..... இங்கயே இருந்தா தேவ்வும் சங்கடம் படும், மீராக்கும் சங்கடமா இருக்கும்", சிதம்பரமும் பரமசிவமும் கூறினர்.

"கூப்டா வருவாங்களா? கொஞ்சம் சந்தேகம் தான் ப்பா.... கூப்பிட்டு பாக்கறேன்.... ", அகரன்.

"நானும் வரேன். உன் அப்பா பரமசிவத்துக்கு துணையா இருக்கட்டும். எல்லாரும் போலாம். வெளியே போயிட்டு வந்தா மனசு சரியாகும் எல்லாருக்கும்", சுந்தரம் தாத்தா உள்ளே வந்தபடிக் கூறினார்.

"சரி தாத்தா... உங்க பேத்திகிட்ட நீங்க தான் பேசணும். கூட்டிட்டு போக நான் ரெடி", அகரன் கூறிவிட்டு தனக்கு ஒதுக்கபட்ட அறைக்குச் சென்றான்.

"என்ன மாமா இந்த பொண்ணு இப்படி பேசிரிச்சி? சே..... மரகதம்மா பேத்தியா இப்படி?", பரமசிவம் வருத்தத்துடன் கூறினார்.

"அவ பேத்தியா இருக்கறதால தான் இப்படி. ஆனா அவ பேச்சுல இவ்வளவு கீழ்தரமான வார்த்தை இருக்காது. இந்த புள்ளைக்கு தாராளமா வருது. அவ அப்பன் இரத்தம் தான் ஓடுது. அந்த பையன் பார்வையும் சரியில்ல, பேச்சும் சரியில்ல", சுந்தரம் தாத்தா யோசனை-யுடன் கூறினார்.

"என்னச்சிப்பா? ஏன் இப்ப்டி சொல்றீங்க?", சிதம்பரம்.

"அவன் நம்ம நதிய பாத்த பார்வையும் தொட வந்த இடமும் தப்பா இருக்கு. சரியா அகரன் அவன தள்ளிவிட்டுட்டு தன் பக்கம் நிறுத்திகிட்டான். இல்லைன்னா இந்நேரம் ஒரு கொலை தான் நடந்து இருக்கும் இங்க..... ", சுந்தரம்.

"இத மரகதம்மாகிட்ட சொல்லலாமா?", பரமசிவம்.

"சொன்னா எந்த அளவுக்கு நம்ம பேச்ச நம்புவான்னு தெரியாது சிவம். ஆனா நம்ம புள்ளைங்களுக்கு சீக்கிரம் நிச்சயம் பண்ணிடணும். அவங்களுக்கு ஆபத்து இருக்குன்னு சொன்னதுல இருந்து எதாவது தப்பா நடந்துட்டே இருக்கு. பாரு சிவத்துக்கும் அடி பட்-டுரிச்சி. ஊருக்கு போனதும் கருப்பசாமிகிட்ட வாக்கு கேக்கணும். ஜோசியர நல்ல நாள் பாக்கச்சொல்லணும் சிதம்பரம்", சுந்தரம் தாத்தா கவலையுடன் கூறினார்.

"புள்ளைங்க விருப்பம் தெரியாம எப்படிப்பா?", சிதம்பரம் தயக்கத்துடன் கூறினார்.

"இரண்டு பேரும் உருசுக்குசுறா விரும்பறாங்க டா. ஆனா வெளியே சொல்லிக்கல. நான் வந்ததுல இருந்து கவனிச்சிட்டு தான் இருக்கேன். சரணும் சொன்னான் இரண்டு பேருக்கு காதல்னு", சுந்தரம்.

"அப்படியா? இப்பவே கூப்டுவச்சு கேட்டுக்கலாம்பா ..... நாளைக்கு வார்த்தை மாறக்கூடா-துல யாரும்", சிதம்பரம்.

"வேணாம். இப்ப கேட்டா சரிவராது. சிவம் நீ கண்ணணுக்கு போன் போட்டு நிச்சயம் உடனே பண்ணணும்னு சொல்லி நதியாள்கிட்ட பேசச்சொல்லு. அவ சரின்னு சொல்லுவா. நான் அகரன் கிட்ட பேசிக்கறேன். நிச்சயம் முடிஞ்ச கையோட ஜோசியர் சொன்ன பரிகா-

ரமும் பண்ணிடனும்", சுந்தரம் தாத்தா.

"சரிங்க மாமா. நான் நைட் பேசிடறேன் கண்ணன் கிட்ட. நீங்க ஏற்பாட ஆரம்பிங்க", பரமசிவம்.

"சரி. நான் கோவில்ல நாளைக்கு அபிஷேகம் பண்ண சொல்றேன் மீனாட்சிகிட்ட அவ பாத்துக்குவா. ஊருக்கு எப்ப போலாம்?", சுந்தரம்.

"நான் நாளைக்கு போலாம்னு சொன்னேன். யாள் விடமாட்டேன்னு சொல்றா.... மறுபடியும் டாக்டர்கிட்ட காட்டிட்டு தான் போகணும்னு சொல்றா", பரமசிவம்.

"அதுவும் பரவால்ல தான். நீ அடிபட்டு போனா அங்க எல்லாருக்கும் பதறும். அந்த மிஷின மில்லுல பூட்றதுக்கு முன்ன கருப்பசாமிக்கு ஒரு பலி பூசை போட்டுறு சிவம். இப்பவே இரத்த காவு வாங்கிரிச்சி", சுந்தரம் தாத்தா.

"சரிங்க மாமா. இப்ப செல்லம்மாகிட்ட சொன்னா பதறுவா. நான் ஊருக்கு போனதும் பண்ணிடறேன்", பரமசிவம்.

பின் ஒருவாறாக அனைவரையும் பேசி சரிகட்டி சுந்தரம் தாத்தாவும், அகரனும் வெளியே அழைத்துச் சென்றனர்.

மூன்று கார்களில் ஏறி அனைவரும் பயணப்பட்டனர். தேவ் காரில் சஞ்சயும் சரணும், திலீப் காரில் ஸ்டெல்லாவும் மீராவும், அகரனின் காரில் சுந்தரம் தாத்தாவும் நதியாளும் ஏறி இருந்தனர்.

"8 சீட்டரா இருந்தா எல்லாரும் ஒரே கார்ல போலாம்ல.... இப்ப தனி தனியா போறது நல்லாவே இல்ல", நதியாள்.

"நீ இந்த பிராஜெக்ட் சக்சஸ்புல்லா டிசைன் பண்ணு நானே உனக்கு வாங்கித்தரேன்", அகரன்.

"எங்க போனாலும் நீ அங்கயே நில்லு. பாருங்க தாத்தா அகன..... கொஞ்ச நேரம் கூட வேலைய பத்தி பேசாம இருக்க மாட்டேங்கறான்", எனச் சிறுகுழந்தைப் போல சிணுங்கினாள் நதி.

"இரண்டு நாள்ல டிசைன்ஸ் மாடிபை பண்ணி தந்துடனும் நதிமா. நீ குடுத்த பர்ஸ்ட் வேர்ட் இது பிஸ்னஸ்ல.... சோ மஸ்ட் புல்பில் இட்", அகரன்.

"சரி சரி... நல்ல ரெஸ்டாரெண்ட்-ஆ போ அகன். பசிக்குது சீக்கிரம்", நதியாள்.

"அவ்வளவு பசியா கண்ணு? ஏன் சாயந்திரம் சாப்பிடல?", சுந்தரம்.

"சாப்டேன் ஆனா இப்ப பசிக்குது தாத்தா..... ", நதியாள்.

"வந்தாச்சி. இறங்கு", அகரன்.

"ஐஐஐ..... பீச் ரெஸ்டாரெண்ட்.... சூப்பர் அகன்.... தேங்க்யூ", என அவனின் கன்னத்தை கிள்ளிவிட்டு கீழே இறங்கி கடலை நோக்கி ஓடினாள்.

"ஹேய் யாள் இரு நாங்களும் வரோம்....", என ஸ்டெல்லா மீராவை இழுத்துக்கொண்டு ஓடினாள்.

காரில் இருந்து இறங்கியவள் நேராக அலைகளிடத்தில் தன் காலை நனைத்தபடி நின்றாள். மனதின் கோபத்தை அலைகள் கொண்டு ஆற்ற நினைக்கிறாளோ?

"ஹேய்... சாப்பிடலியா?", ஸ்டெல்லா.

"நான் ஏற்கனவே சாப்டேன் ஸ்டெல். நீங்க சாப்பிட்டு வாங்க நான் இங்கயே இருக்கேன்", நதியாள் கடலைப் பார்த்தபடிக் கூறினாள்.

"சரி....", என ஸ்டெல்லா திரும்ப, "மீரா.... மனசுல புழுங்காத.... வெளியே தள்ளிடு....", நதியாள் கடலைப் பார்த்தபடிக் கூறினாள்.

மீரா அவளைக் கட்டிக்கொண்டுக் கண்ணீர் வடித்தாள். அத்தனைப் பிரச்சினை நடந்தும் வீட்டில் இருந்தவரை மீரா கண் கலங்கவே இல்லை. அனைத்து உணர்ச்சிகளையும் தனக்குள் அடக்கியபடி நடமாடிக்கொண்டு இருந்தாள். இதற்கு மேலும் அவள் மன அழுத்தம் கூடக் கூடாது என்பதால் நதியாள் பேச்சை ஆரம்பித்தாள், கண்ணீராக மீராவின் மனபாரம் குறையத் தொடங்கியது.

கண்ணீர்..... பெண்களின் பலவீனம் அல்ல... அது பலம்.... மனதின் பாரங்களை கண்வழி நீராக வெளியேற்றிவிட்டு மனதைச் சுத்தமாக வைத்துக்கொள்ள சிறந்த வழி. எத்தனை பாரம் இருந்தாலும் கண்ணீர் குறைக்கும். அதுவும் தனக்காக சிந்திக்கும் உள்ளத்திடம் முழுதாக ஒரே மூச்சில் இறக்கி வைத்துவிடும்....

இப்போது மீராவின் பாரம் நதியாளின் தோள்களில் நீராகக் கரைந்துக் கொண்டு இருந்தது. இதைக் கண்ட ஸ்டெல்லா தனக்கும் இப்படியொரு இணைபிரியா தோழி இல்லை என ஒரு

நிமிடம் ஏங்கினாலும், இவர்கள் இருவரும் எப்போதும் தன்னை தனித்து விடமாட்டார்கள் என்பதை அறிந்ததால் அவர்களைக் கட்டிக்கொண்டு சமாதானம் கூறினாள்.

இதை தூரமாக அகரனும், தேவ்வும், சரணும் பார்த்துக்கொண்டு இருந்தனர்.

"என்னால தான் இதுல்லாம்", தேவ் வருத்தமாக கூறினான்.

"உன்னால தான் இவங்க நட்ப இன்னிக்கு நாம பார்க்க முடிஞ்சது தேவ். மூனு பேரும் எப்பவும் இப்படியே இருக்கணும்", சரண்.

"அதுக்கு மூனு பேரையும் பிரண்ட்ஸ் ஆ இருக்கிற மூனு பேர் தான் கட்டிக்கணும்", அகரன்.

"அய்யோ அந்த ஸ்டெல்லாவ என்கிட்ட கோர்த்துவிடாத டா.... அந்த சரிதாவ என்னா வாங்கு வாங்கினானு தேவ் சொன்னதே கேட்டே எனக்கு ஒதறல் எடுத்துரிச்சி. உனக்கு புண்ணியமா போகும் அமைதியான பொண்ணா எனக்கு காட்டுங்க... என் தங்கச்சி கிட்ட அடி வாங்கவே எனக்கு நேரம் சரியா இருக்கு. இதுல பொண்டாட்டியும் அப்படி வாய்ச்சா நான் தாங்கமாட்டேன் டா", என சரண் ஏற்ற இறக்கங்களுடன் கூற இருவரும் வாய்விட்டுச் சிரித்தனர்.

"பட் அகர் சொன்னது நல்ல ஐடியா சரண்...", தேவ்.

"டேய் ஒரு பஞ்சாயத்து இப்ப தான் முடிஞ்சது ... நீ அடுத்தத உடனே ஆரம்பிக்காத வா சாப்பிடலாம்....", என சரண் இருவரையும் உள்ளே அழைத்துச் சென்றான்.

பின் மீராவை ஸ்டெல்லாவுடன் அனுப்பிவிட்டு நதியாள் கடலைப் பார்த்தபடி மணலில் அமர்ந்துவிட்டாள்.

அகரன் அவளுக்காக ஐஸ்கிரீம் வாங்கி வந்து அவளருகில் அமர்ந்துக் கொடுத்தான். அவனை ஒரு பார்வை பார்த்துவிட்டு ஐஸ்கிரீம் வாங்கிக்கொண்டு மீண்டும் கடலை பார்க்க ஆரம்பித்துவிட்டாள் நதி.

"அங்க என்ன தெரியுது நதிமா?", அகரன்.

"தெரியல அகன். ஆனா இந்த பூமில நாம புரிஞ்சிக்க முடியாத விஷயம் கடல் தான். அது காந்தம் மாதிரி. ஒரு தடவை பிடிச்சிட்டா நம்மள ஈர்த்துட்டே இருக்கும்", நதியாள் ஏதோ உலகத்தில் சஞ்சரித்தபடிப் பேசினாள்.

"ஆமா... எல்லா நதியும் இதுல தானே வந்து கலக்குது", அகரன்.

"ஆமா ...", நதியாள்.

"அப்ப.......", அகரன்.

நதியாளின் போன் அடிக்க அவளின் தந்தை அழைத்திருந்தார். அவரிடமும் தாயிடமும் பேசியவள் அகரனை ஒருமுறை பார்த்துவிட்டு போனை வைத்தாள்.

"அப்ப? என்ன அகன்?", நதியாள்.

"அப்ப நதியாள்?", அகரன்.

"இந்த நதியாள் கிட்ட தான் எல்லாம் சேரும். அகன் போல", எனக் கூறிவிட்டு ஓடினாள் தாத்தாவை நோக்கி.

அகரன் புரியாத பாவனையுடன் தன் காரை நோக்கி நடந்தான்.

வீடு திரும்பும் போது நதியாள் தன் தோழிகளுடன் சேர்ந்து கொள்ள, அகரனும் தாத்தாவும் மட்டும் வந்தனர்.

பின் இரண்டு நாட்களில் பரமசிவம், சிதம்பரம், சுந்தரம் தாத்தா அனைவரும் ஊருக்கு கிளம்பினர்.

மதுரன் கேட்டபடி ஸ்டெல்லா, திலீப், நதியாள் மூவரும் டிசைன்களில் மாடிபை செய்து, அவனுக்கு திருப்தியுறும் வகையில் முடித்துக் கொடுத்தனர்.

ஒரு வாரம் கழித்து நதியாள் ஊருக்குச் செல்ல வேண்டும் எனக் கேட்க, அகரனுக்கு முன் சரண் அவளுக்கு அனுமதிக் கொடுத்து ஊருக்குப் பத்திரமாக அனுப்பி வைத்தான்.

அகரன் அவனிடம் கேட்காமல் நதியாளை அனுப்பியதற்கு சரணை வறுத்துக்கொண்டு இருந்தான்.

அடுத்த ஒரு வாரத்தில் சரணுக்கு அவசர அழைப்பு வர அகரனை அழைத்துக் கொண்டு ஊருக்குக் கிளம்பினான். ஸ்வப்னாவிடம் பொறுப்புகளை ஒப்படைத்துவிட்டு அன்று நடு இரவில் வீடு சென்று சேர்ந்தனர்.

33

நடு இரவில் ஊருக்கு வந்த அகரனும் சரணும் நேராக அகரனின் இல்லத்திற்கு வந்தனர்.

திலகவதி கதவைத் திறந்துவிட்டு அவர்களுக்கு சாப்பிட தோசையும் பாலும் கொடுத்தார். பின் இருவரையும் சீக்கிரம் காலையில் எழுந்துக் கொள்ளச்சொல்லிவிட்டு சென்று உறங்கி விட்டார்.

"டேய்.... என்னடா நடக்குது இங்க? எதுக்கு இப்ப என்னை அவசரமா ஊருக்கு கூட்டிட்டு வந்த? அம்மாவும் ஒன்னும் சொல்லாம போறாங்க", அகரன் சரணைக் கேட்டான்.

"பெருசா ஒன்னுமில்ல மச்சான். எல்லாம் காலைல பேசிக்கலாம். வா தூங்க போகலாம். இவ்வளவு தூரம் வண்டி ஓட்டிட்டு வந்தது எனக்கு டயர்டா இருக்கு", என சரண் கூறி அகரனின் அறைக்குச் சென்று உடை மாற்றிப் படுத்துவிட்டான்.

"ஏதோ சரியில்லை. சரி காலைல தெரியத்தானே போகுது அப்ப பேசிக்கலாம்", என அகரனும் தன்னைத் தானே சமாதானப்படுத்திக் கொண்டு உறங்கிவிட்டான்.

காலையில் இருந்து வீடே பரப்பரப்பாக இருந்தது. ஆனால் நம் அகரன் மட்டும் போர்வையை இழுத்துப் போர்த்தியபடி உறங்கிக்கொண்டு இருந்தான்.

வீட்டில் கீழே அலங்கார தோரணங்கள் எல்லாம் கட்டிக்கொண்டு இருந்தனர். முதல் நாள் பாதியில் விட்ட தோரணங்களை முழுதாக போட்டுவிட்டு கோவிலுக்கு கிளம்ப அனைத்தையும் எடுத்து வைத்துக்கொண்டு இருந்தார் மீனாட்சி பாட்டி.

சுந்தரம் தாத்தா ஒருபக்கம் அனைவரையும் விரட்டி விரட்டி வேலை வாங்கிக்கொண்டு இருந்தார்.

"ஏலேய் முத்து..... தோப்புல இருந்து தென்னம்பூவ கொண்டு வாடா. அம்மனுக்கு குடுக்கணும். அப்பறம் நல்ல செவ்வெளனியா பாத்து வெட்டி கோவிலுக்கு குடுத்து விடு அபிஷேகத்துக்கு. ஏன்டா முருகேசா..... அங்க என்னடா இன்னும் மண்ண கொத்திகிட்டு

இருக்க? வெரசா வந்து அங்க பொண்ணு வீட்ல குடுக்கறத எல்லாம் கோவில்ல கொண்டு வச்சிட்டு காவலுக்கு அங்கயே இருக்கணும் நாங்க வரவரைக்கும். எவனாவது கூட்டாளி கூப்பிடறான்னு போயிடாத டா. உன் பொண்டாட்டி புள்ளைங்கள காலை சாப்பாட்டுக்கு இங்க வரசொன்னியா?", சுந்தரம் தாத்தா வரிசையாக ஒவ்வொருவரிடமும் பேசிக்கொண்டே வேலைகளைக் கொடுத்தார்.

"ஏனுங்க...... இன்னும் இந்த சிதம்பரத்த காணோம். வயலுக்கு போயிட்டு வரேன்னு போனான். திலகா ஒத்த ஆளா எல்லாத்தையும் எடுத்து வச்சிட்டு இருக்கு. அவன் வந்தா தான் புடவை நகை எல்லாம் எடுத்து குடுக்க முடியும். நீங்க நம்ம பரம்பரை நகைய எடுத்து குடுங்க", என மீனாட்சி பாட்டி அவரை இழுத்துச் சென்றார்.

"இந்த சரண் பையன் எங்க?", சுந்தரம் தாத்தா.

"அவன் காலைலயே வீட்டுக்கு போயிட்டான். கோவிலுக்கு வந்துடறானாம்", மீனாட்சி.

"அப்பறம் மாப்பிள்ளைய யார் தயார் படுத்துவா?", சுந்தரம் தாத்தா.

"அதான் நான் இருக்கேனே தாத்தா.....", எனக் கூறியபடி தேவ் வந்து நின்றான்.

"வாய்யா.... வா.... எங்க வீட்டுல எல்லாரும் வந்துட்டாங்களா?", சுந்தரம் தாத்தா.

"அவங்க கோவிலுக்கு வந்துடுவாங்க தாத்தா. நான் அகரனை போய் கிளப்பறேன். இன்னும் அவனுக்கு சொல்லலியா?", தேவ்.

"இல்ல ராசா. அவனுக்கு இன்ப அதிர்ச்சி குடுக்கணும்னு நதிகுட்டி சொல்லிட்டா, அதான் யாரும் இன்னும் சொல்லல. நீயும் கோவில்ல விஷேச பூஜைன்னு சொல்லி கிளப்பிட்டு வா", சுந்தரம்.

"சரி தாத்தா. நீங்க சொல்ற படியே சொல்றேன்", எனப் படியேறப் போகிறவனைத் தடுத்த திலகவதி, " தம்பி .... இந்தாங்க இதுல பட்டு வேஷ்டி சட்டை இருக்கு இத போட்டுக்க சொல்லுங்க", என ஒரு கவரைக் கொடுத்தார்.

"சரிங்க அத்தை. எனக்கு ஒரு காபி மட்டும் குடுத்துவிடுங்க", தேவ் கவரை வாங்கியபடிக் கூறினான்.

"டிபனே ரெடி தம்பி அவன ரெடி பண்ணி கூட்டிட்டு வாங்க கீழ", திலகவதி.

"யூ ஆர் சோ ஸ்வீட் அத்தை. உங்களுக்கு பொண்ணு இல்லாம போச்சேன்னு எனக்கு

ரொம்ப வருத்தமா இருக்கு", தேவ் பெருமூச்சு விட்டபடிக் கூறினான்.

"ஏன் தம்பி?", திலகவதி.

"உங்கள மாதிரி அழகா ஸ்வீட்டா ஒரு பொண்ணு இருந்திருந்தா, நானே அவள கல்யாணம் பண்ணி இருப்பேன். எவ்வளவு அழகா இருக்கீங்க நீங்க", என தேவ் அவரின் கன்னத்தை கிள்ளியபடிக் கூறினான்.

"போங்க தம்பி கிண்டல் பண்ணிகிட்டு. வெரசா அவன கூட்டிட்டு வாங்க நேரமாச்சி", எனத் திலகவதி வெட்கப்பட்டுக்கொண்டே உள்ளே சென்றார்.

"யாருப்பா அது என் பொண்டாட்டிய கொஞ்சறது?", என்று கேட்டபடி சிதம்பரம் உள்ளே வந்தார்.

"நான் தான் மாமா", தேவ் சிரித்தபடிக் கூறினான்.

"எவ்வளவு தைரியம் இருந்தா இப்படி பண்ணுவ?", சிதம்பரம் மீசையை முறுக்கிக்கொண்டே முகத்தைக் கோபமாக வைத்தபடி அவன் அருகில் வந்தார்.

"என் அத்தை நான் கொஞ்சறேன். அப்படியே ஒரு பொண்ணையும் நீங்க பெத்து இருந்தா அவளையும் கொஞ்சி இருப்பேன். எங்க? அதுக்கு தான் வழி இல்லாம போச்சே", என தேவ் முகத்தை சோகமாக வைத்துக்கொண்டே கண்ணைத் துடைத்தான்.

"எங்க நான் சொன்னேன்... என் பொண்டாட்டி தான் கேக்கல. பாரு மாப்பிள்ளை தயாரா இருக்காப்புல பொண்ணு இல்ல கட்டி குடுக்க... ", என அவரும் அலுத்துக்கொண்டே கூறினார்.

"போதும் போதும் வெசனம். வந்து சீக்கிரம் ரெடி ஆகுங்க. நேரமாச்சி. பொண்ணுக்கு எடுத்த புடவை நகையெல்லாம் எடுத்து குடுங்க", என திலகவதி வந்து அவரை அழைத்துச் சென்றார்.

"கடைசியா நமக்கு பொண்ணு இல்லை... ஏன் தாத்தா உங்களுக்கு இவர் ஒரே பையன் தானா? வேற யாருக்காவது உங்க குடும்பத்துல பொண்ணு இருக்கா?", தேவ்.

"முதல்ல பொண்ணு குடுக்கறேன்னு சொல்ற இடத்துக்கு போய் ஆகறத பாக்கலாம். உனக்கு நல்ல பொண்ணா நான் பாக்கறேன். நீ அகரன எழுப்பு", என மீனாட்சி பாட்டி அவனை அனுப்பினார்.

"மொத்தத்துல நமக்கு பொண்ணு இல்லன்னு சொல்லிட்டு போறாங்க", தேவ் புலம்பியபடி மேலே வந்தவன் அகரனை எழுப்பினான்.

"டேய் அகர்... எந்திரிடா. சீக்கிரம் ரெடி ஆகு கோவிலுக்கு போகணும்", என அவனின் போர்வையை இழுத்தான் தேவ்.

"இன்னும் கொஞ்ச நேரம் தூங்கலாம் பேபி. வா வந்து படு", என தேவ்வின் கரம்பற்றி அருகில் அவனைக் கட்டிப்பிடித்து படுத்துக்கொண்டான் அகரன்.

"டேய் டேய்...... விடுடா.... நான் நல்ல பையன் டா. அய்யோ.... இப்படி கட்டிபிடிக்கறானே.... எழும்பு உடஞ்சிடும் போலவே.... விடுடா எரும மாடே...... அகரா.... டேய் அகர்ர்ர்ர்ர்ர்ர்ர்ர்ர்ர்ர்ர்", என தேவ் கத்த கத்த போர்வையில் அவனையும் போர்த்தியபடித் தூங்கினான் அகரன்.

"படு பேபி. நைட்லாம் தூங்கவே இல்ல. கனவுல வந்து நீ டிஸ்டர்ப் பண்ணிட்டே இருக்க... இப்பவாது தூங்கவிடு கண்மணி", அகரன் தூக்கத்தில் உளறினான்.

"அச்சோ....... ஆண்டவா.... இவன .... டேய் எந்திரி டா. நேரமாச்சி. மிச்ச ரொமான்ஸ் அப்பறம் நீ கண்டினியூ பண்ணிக்க. முதல்ல என்னை விடுடா", என தேவ் அவனை அடிக்க ஆரம்பித்தான்.

"அப்படியே ரைட் சைட் முதுகுல மஸாஜ் பண்ணு பேபி", என அகரன் கவிழ்ந்துப் படுத்தான்.

"நீ என்ன ஸ்பா மஸாஜா வந்திருக்க. இவ்வளவு அடிக்கறேன். உறைக்குதா பாரு.... எப்படியோ விட்டானே நம்மல. ஏறி மிதிச்சா தான் இவன எழுப்ப முடியும் போல", என தேவ் அகரனை உதைத்து கட்டிலில் இருந்து கீழே தள்ளிவிட்டான்.

"அம்மாஆஆஆஆஆ.....", எனக் கத்தியபடி அகரன் கண்விழித்தான்.

"என்ன ராசா இந்த மஸாஜ் ஓகேவா?", என தேவ் கிண்டலாகக் கேட்டான்.

"ஏன்டா தள்ளிவிட்ட? கம்முனு தானே படுத்துட்டு இருந்தேன்.. எரும எரும", என தேவ்வை மொத்தினான்.

"ஏது நீ கம்முனு படுத்துட்டு இருந்த? ஏன்டா உன்ன எழுப்பலாம்னு வந்தா என்னையும் இழுத்து பக்கத்துல படுக்க வச்சிப்பியா? நான் என்ன அவ்வளவு அழகாவா இருக்கேன்? இருந்தாலும் நான் நல்ல பையன் உன் எண்ணத்துக்கு சம்மதிக்கமாட்டேன்", தேவ்.

"என்னடா உளர்ற?", அகரன் எழுந்து கட்டிலில் அமர்ந்தபடிக் கேட்டான்.

"இவ்வளவு நேரம் நீ பண்ண அலப்பறைய சொன்னா...... என்னை நீ உளர்றன்னு சொல்-லியா.... உன்கூட சரண் எப்படிடா இத்தனை வருஷம் குப்பை கொட்டினான்?", தேவ்.

"நீயும் வந்து கொட்டு. அத அல்லறதுக்கு யாரையாவது கூப்டுக்கலாம். என்ன மாப்பிள்ளை கணக்கா ரெடி ஆகி வந்து இருக்க.... என்ன நடக்குது இங்க?", அகரன்.

"கோவில்ல ஸ்பெஷல் பூஜையாம். அதான் நானும் பேமிலியோட வந்திருக்கேன். சீக்கிரம் குளிச்சிட்டு இந்த கவர்ல இருக்கறத போட்டுட்டு வந்து சேரு. நான் டிபன் சாப்பிட போறேன். உனக்கு முப்பது நிமிஷம் தான் டைம். முடிஞ்சா நீயும் என்ன மாதிரி மாப்பிள்ளை கணக்கா ரெடி ஆகி வா. கோவில்ல எதாவது பொண்ண புடிப்போம். எத்தனை காலத்துக்கு நாமலும் மொரட்டு சிங்கிள்னு பொய்ய சொல்லிட்டு வெளியே சிரிச்சிட்டு உள்ளாற அழுக-றது....", தேவ்.

"க்கும்ம்.... அதான் இருக்காளே உனக்கு ஒரு அத்தை மக... அவள கட்டிக்க வேண்டி-யது தானே?", அகரன்.

"நீ வேணா அவள கட்டிக்க..... நான் நதியாள கட்டிக்கலாம்னு இருக்கேன். நீயும் லவ்வ சொல்ற மாதிரி தெரியல அவளும் சொல்ற மாதிரி தெரியல. சோ இன்னிக்கு ப்ரோபோஸ் பண்ணலாம்னு இருக்கேன். அதப்பத்தி நீ என்ன நினைக்கற?", தேவ்.

"இங்க வாயேன்...... இங்க வந்து அத மறுபடியும் சொல்லு தலைய திருப்பிடறேன்", அகரன் தேவ் அருகில் வர, தேவ் ரூமைவிட்டு வெளியே ஓடினான்.

"இன்னிக்கு நீ சொல்லலன்னா நான் சொல்லிடுவேன். ஜாக்கிரதை... அப்பறம் அந்த பொண்ணு எனக்கு தான் நீ நடுவுல வரக்கூடாது", எனக் கத்தியபடிக் கீழே வந்தான்.

அகரன் அவனை கொன்றுவிடுவேன் என கைக்காட்டி விட்டுக் குளிக்கச் சென்றான்.

மாப்பிள்ளை குளிக்க போயாச்சு நம்ம பொண்ணு வீட்டுக்கு ஒரு நட போயிட்டு வந்துடலாம் வாங்க சகோஸ்....

அடடா.... வீடு பாக்கறதுக்கு அவ்வளவு அம்சமா அலங்காரம் தோரணம்னு கட்டி சும்மா கலகலன்னு இருக்கு......

வாசல்ல நின்னு கண்ணனும் பரமசிவமும் யார்கிட்டயோ கத்திகிட்டு இருக்காங்க. அது

யாருன்னு பாத்தா நம்ம சரண் தான்.

"டேய்... ஒழுங்கா மாவிலை தோரணம் போடு டா. எங்க எங்கயோ போயி படிச்ச ஒரு மாவிலை தோரணம் வாசப்படில கட்டத்தெரியல உனக்கு.... என்னத்தான் படிச்சியோ போ.... பாரு இந்த பக்கம் சொருகுன இலையெல்லாம் விழுகுது... சரியா கட்டு டா", என பரமசிவம் சரணை வசைப்பாடிக்கொண்டு இருந்தார்.

"அண்ணா அவன் பண்ணிப்பான் நீங்க கோவிலுக்கு கிளம்புங்க. அங்க ஆக வேண்டிய ஏற்பாட பாருங்க முதல்ல..... மாமா வீட்ல இருந்து ஆள் அனுப்பிட்டாங்க", கண்ணன் பரமசிவத்தை அங்கிருந்துக் கிளப்பினார்.

"என்ன சார்.... மாவிலை தோரணம் கூட கட்டத்தெரியலன்னு உங்கப்பா திட்டிட்டு போறாரு", எனக் கேட்டபடி ஸ்டெல்லா வந்தாள்.

"எந்த காலேஜ்ல உனக்கு மாவிலை தோரணம் கட்ட சொல்லித்தராங்க? போம்மா. போய் கோட்டிங் போட்ற வேலைய பாரு", சரண் அவர்களை வெரட்டிவிட்டான். பின், "யப்பா... சித்தப்பா.... நல்ல வேலை பண்ணிங்க. அவர் கத்தறதுலயே இலைய ஒழுங்கா சொருக முடியல.... ", என அவரிடம் கூறிவிட்டு இலைகளை அழகாக தோரணமாகக் கட்டினான் சரண்.

"ஹாஹா.... சரி நீ உன் சின்னம்மாவ போய் பாரு. யாள்குட்டி ரெடி ஆகிட்டாளான்னு கேட்டு சீக்கிரம் ரெடி ஆகச்சொல்லு", கண்ணன்.

"அவ ரூம்ல அவளோட பிரண்ட்ஸ் எல்லாரும் அவளுக்கு அலங்காரம் பண்றேன்னு உள்ள போனாங்க. இன்னும் கதவை தொறக்கல.... சின்னம்மா புடவையும் நகையும் எடுத்து குடுக்க போய் இருக்காங்க சித்தப்பா.... கோவிலுக்கு நம்ம சார்பா பூஜைக்கு வேண்டிய ஜாமான்லாம் எடுத்து வச்சி இருக்காங்க. வந்து நீங்க பாத்துட்டா அப்பா போறப்ப ஒரு ஆள எடுத்துட்டு போகச்சொல்லிறலாம்", சரண்.

"சரி வாப்பா. பாத்துடலாம். நானும் கோவிலுக்கு கிளம்பறேன். நீ இவங்கள கூட்டிட்டு நல்ல நேரத்துல கோவில் வந்துடு சரண்", கண்ணன்.

"நீங்க போறப்ப மத்த எல்லா சிண்டு சில்வண்டு எல்லாத்தையும் கூட்டிட்டு போயிடுங்க நான் யாள்குட்டிய கூட்டிட்டு வந்துடறேன்", சரண்..

"அவள மட்டும் தனியாலாம் கூட்டிட்டு வரக்கூடாது சரணு. நான் யாள்குட்டி கூட இருக்-கேன். ராதா .... புள்ளைக்கு போட நகை குடுத்துட்டியா? அவங்க சிநேகிதிங்க கிட்ட

குடு அலங்காரம் பண்ணட்டும்", செல்லம்மா கூறியபடி அருகில் வந்தார்.

"குடுத்துட்டேன் கா. நான் போனப்ப புடவை கட்டிட்டு இருந்தாங்களாம் உள்ளார விடல என்னைய. நீங்க இருந்து கூட்டிட்டு வாங்க. அழைப்புக்கு நாங்க முன்ன போறோம். நிச்சயத்துக்கு தேவையான எல்லாத்தையும் எடுத்து வச்சிட்டேன். அதையும் கையோட எடுத்துக்கவா நீங்க கொண்டு வரீங்களாக்கா?", ராதா.

"நீயே கொண்டு போ ராதா. அப்பறம் மாப்பிள்ளைக்கு துணி நகையெல்லாம் எடுத்து வச்சிட்டியா?", செல்லம்மா.

"அடடா... அத தனியா எடுத்து வச்சேன். இருங்க ஒரே பையில போட்டுட்டு வந்துடறேன். ஏங்க நாம கிளம்பலாம் தானே? பைய எடுத்துட்டு வரவா?", ராதா.

"ம்ம்... நான் கோவிலுக்கு அனுப்பற ஜாமான பாத்துட்டு வரேன். மறக்காம எல்லாத்தையும் எடுத்து வை போலாம்", எனக் கூறிவிட்டு சரணுடன் கோவில் பூஜை சாமான்களைப் பார்த்துவிட்டு திருப்தியாக தலையசைக்க, சரண் ஆட்களை அழைத்து அதை எடுத்து கோவிலுக்குக் கொடுத்தனுப்பினான்.

பரமசிவம் முன்னே செல்ல, கண்ணனும் ராதாவும் அவருக்குப் பின் சென்றனர்.

கோவிலில் இவர்கள் செல்வதற்கு முன் சிதம்பரமும், திலகவதியும் வாசலில் நின்று இருந்தனர்.

"வாங்க மச்சான்.... வா ராதா.... ", எனச் சிதம்பரம் அவர்களை வரவேற்றார்.

"அதுக்குள்ள வந்துட்டீங்க.... பெரிய மாமா அத்தை வந்துட்டாங்களா?", கண்ணன்.

"இல்ல அகரன கூட்டிட்டு வரதா சொல்லிட்டாங்க. அதான் நாங்க முன்ன வந்தோம்", சிதம்பரம்.

"சரி சரி. இருங்க இந்த பைய வச்சிட்டு வந்துடறோம்", எனக் கூறி இருவரும் உள்ளே சென்று ஒரு அறையில் பையை வைத்து பூட்டிவிட்டு வாசலில் வரவேற்பிற்கு வந்து நின்றனர் கண்ணனும் ராதாவும்.

"புள்ள ரெடி ஆகிட்டாளா அண்ணி?", திலகவதி.

"இல்லண்ணி .... ரெடி ஆகிட்டு இருக்கா. நேரமாச்சின்னு செல்லம்மா அக்காகிட்ட கூட்டிட்டு வர சொல்லிட்டு வந்துட்டோம்", ராதா.

"நாங்களும் கிளம்பறப்ப தான் அகரன எழுப்பிவிட்டு தேவ் தம்பிகிட்ட துணிய குடுத்துவிட்டுட்டு வந்துட்டோம். நடு இராத்திரி ஆகிரிச்சி அவன் வாராப்பவே...", திலகவதி.

"சரண் சொன்னான் அண்ணி. பாவம் இரண்டு நாள் முன்ன வரசொல்லாம்னா இவ விடல. கேட்டா இன்ப அதிர்ச்சி அது இதுன்னு நீங்களும் கூட்டு சேந்துட்டீங்க. இப்ப தம்பிக்கு தான் அலச்சல்....", என ராதா சந்தோஷமாக சலித்துக்கொண்டார்.

"ஹாஹா.... புள்ள ஆசைபடறா அண்ணி. இதுல என்ன தப்பு? இதுல்லாம் சின்ன சின்ன சந்தோஷம்...... பின்னால நினைச்சி பாக்க நல்லா இருக்கும்ல", என திலகவதி கூறினார்.

இப்படியாக பெண்கள் இருவரும் பேசிக்கெண்டே வந்தவர்களை வரவேற்றனர்.

"அகர்.... ரெடியா? வா சாப்பிடு நேரமாச்சி", என தேவ் அகரனின் அறைக் கதவை தட்டிக்கொண்டு இருந்தான்.

"வரேன் டா..... ஒரு மனுசன நிம்மதியா குளிச்சி ரெடி ஆக விடறீங்களா? இப்ப என்ன எனக்கு கல்யாணமா நடக்க போகுது இப்படி அவசரம் படுத்தறீங்க?", அகரன் கோபமாக பேசிக்கொண்டே கதவைத் திறந்தான்.

கதவருகில் நின்றனவனைக் கண்டு தேவ் மனதில் மெச்சிக் கொண்டான்.

ஆறடி உயரம், அகன்ற தோள்கள், அலைபாயும் கேசம், அளவான அடர்த்தியான மீசை, நேர் நாசி, கவர்ந்திழுக்கும் கண்கள், வசீகரமான சிரிப்பு என ஆண்மையின் இலக்கணத்திற்கு எடுத்துக்காட்டாக தன் எதிரில் நின்றவனைப் பார்த்துவிட்டு இவனும் கள்ளத்தனமானச் சிரிப்பை உதிர்த்தான்.

"நிஜமாவே கல்யாண மாப்பிள்ளை மாதிரி தான் இருக்க அகர். இரு பாட்டிகிட்ட திருஷ்டி சுத்திபோடச்சொல்றேன்", என அவனை படிகளில் இழுத்துக்கொண்டு கீழே வந்தான் தேவ்.

முன்வாசலில் நின்றிருந்தவர்களை, "பாட்டி ....தாத்தா.... இங்க பாருங்க", என அழைத்தான் தேவ்.

"அடியாத்தி.... என் கண்ணே பட்டுறும் போலவே.. எம்புட்டு ஜோரா இருக்க.... இரு மொளகா எடுத்துட்டு வரேன்", என மீனாட்சி பாட்டி உள்ளே சென்றார்.

"ம்ம்.... என் பேரனா.... கொக்கா.... சும்மா ஜம்முன்னு மாப்பிள்ளை மாதிரி இருக்க ராசா.... ", என சுந்தரம் தாத்தா அவனைக் கட்டித் தழுவிக் கொண்டார்.

"நகருங்க... புள்ளை சட்டைய கசக்காதீங்க...", என தாத்தாவை தள்ளி நிற்க சொல்லிவிட்டு திருஷ்டி கழித்தார் மீனாட்சி பாட்டி. பின் "பவளம்... இந்தா இத விறகடுப்புல போடு", என அங்கிருத்த வேலையாளிடம் கொடுத்தார்.

"சாப்பிடலாமா? எனக்கு பசிக்குது.....", அகரன்.

"வா ராசா... எல்லாம் ரெடி. சாப்புட்டு கோவில் போலாம்", என அவனை அமரவைத்து உணவு பரிமாறினார் மீனாட்சி பாட்டி.

அவன் சாப்பிட்டுக்கொண்டிருக்கும் போதே மாந்தோப்பு தாத்தா உள்ளே வந்தார்.

"எலே சுந்தரம் மச்சான்... இன்னும் கிளம்பலியா? நல்ல நேரத்துல கோவில் போகணும்ல?", கத்திக்கொண்டே வந்தார் மாந்தோப்பு தாத்தா.

"சாப்பிட்டதும் கிளம்பறது தான் மச்சான். வாங்க சாப்பிடலாம்.....", சுந்தரம்.

"நான் சாப்புட்டு தான் வந்தேன். தேவ் தம்பி உங்க வீட்ல எல்லாரும் கோவிலுக்கு வந்துடுவாங்களா?", மாந்தோப்பு தாத்தா.

"ஆமா தாத்தா. பாட்டி எங்க?", தேவ்.

"கோவிலுக்கு வந்துடுவா. அகரா.... நெத்தி வெறுமனே இருக்கு. விபூதியோ, சந்தனமோ வைக்கலாம் ல...... ", மாந்தோப்பு தாத்தா.

"புள்ளைக்கு ஆசிர்வாதம் பண்ணி நீங்களே வச்சி விடுங்கண்ணே", என மீனாட்சி விபூதிக் கொண்டு வந்துக் கொடுத்தார்.

பின் அனைவரும் தயாராகிக் கோவிலுக்கு கிளம்பினர்.

அகரன் கோவிலை பார்த்தபடியே வந்தான். வழக்கத்திற்கு மாறாக அலங்காரம் அதிகமாக இருப்பதாகத் தோன்றியது. அனைவரும் பட்டு உடுத்தி வந்திருந்தனர். அகரன் அனைத்தையும் சந்தேகமாக பார்த்தபடியே வந்தான்.

ஒருபக்கம் அனைவரும் சந்தோஷமாக இருக்க, இன்னோர் பக்கம் சரிதாவும் வினயும் வஞ்சத்துடன் எதற்கோ காத்திருந்தனர்.

அகரன் உள்ளே சென்று ஸ்வாமியை தரிசிக்க சென்றிருந்தான்.

"சரண் எங்கடா காணோம்?", அகரன்.

"வருவான் டா. வா நாம சாமி கும்பிடலாம்", என தேவ் அவனை இழுத்துச் சென்றான்.

அவன் உள்ளே சென்ற சிறிது நேரத்தில் நதியாள் சர்வ அலங்காரத்தில் கோவிலில் வந்திறங்கினாள். தங்கம் வைரம் நவரத்திரம் கொண்டு அவளுக்கு அலங்காரம் செய்யப்பட்டு இருக்க, முகத்தில் மந்தகாச சிரிப்பொன்றை உதிர்த்தபடி தலை நிமிர்ந்து நின்று இயற்கையான அழகிற்கு முன் இத்தனை ஆபரணங்கள் என்னை அழகியாக்காது என்பதைப் போன்று, சிருங்கார நடையுடன் அங்கிருந்த அனைவரையும் புன்முறுவல் சிந்தி வரவேற்று தோழியர்களுடன் உள்ளே வந்தாள். வாசலுக்கு வந்த பெரியவர்கள் அவளைக் கண்டு அகமும் புறமும் பூரித்து அவளை உள்ளே அழைத்துச் சென்று ஒரு அறையில் உட்கார வைத்தனர்.

பின் அகரனை சபைக்கு வரக் கூற தேவ்வும் சரணும் இருபக்கத்தில் அவனை கைப்பிடித்து அழைத்து வந்தனர். நடக்கும் ஏற்பாட்டில் ஓரளவு நடக்கவிருப்பதை கணித்தவன் ஒருபக்கம் சந்தோஷமும் மற்றொரு பக்கம் குழப்பமுமாக வந்தான்.

பின் நதியாளும் சபைக்கு வர அவளைக் கண்ட அகரன் சுற்றம் மொத்தமும் மறந்து அவளையே கண் இமைக்காது பார்த்திருந்தான்.

இளம்பச்சை நிற பட்டு உடுத்தி, கொடி போல ஜரிகை சீலையெங்கும் ஓட, சிறிய பூக்கள் ஆங்காங்கே பதித்திருக்க அத்தனை பாங்காய் அவளுடலில் பொருந்தி இருந்தது. அடர்த்தியான கூந்தலில் முன்உச்சி வகிடெடுத்து, நீண்டு தொங்கிய பின்னல், நெற்றிச் சுட்டி, வைர ஜிமிக்கியுடன் மாட்டல் பின்னால் பின்னலில் சேர்ந்திருக்க, ஜடைபில்லையில் முடி நுழைத்து முன்வகிட்டில் இருந்து சிறிய பகுதி முடியை பிரித்து, சிறு பின்னலிட்டு பின்னால் சேர்த்திருந்தனர்.

அது அவளின் முக அமைப்பிற்கு அவளுக்கு இயற்கை க்ரீடம் அமைத்தாற் போல இருக்க, முகத்தில் புருவ மத்தியில் இட்டிருக்கும் குங்குமப்பொட்டும், மயக்கும் கண்களில் அஞ்சனம் தீட்டியிருக்க, சிவந்த இதழ்களில் புன்னகை பூசி, பெண்ணவள் பெண்மையின் மொத்தமும் கம்பீரத்தின் சாயலில் நளினமும் சேர சபைக்கு வணக்கம் கூறி அவளுக்கென போடப்பட்டிருந்த சேரில் அமர்ந்தாள்.

வழக்கமான சம்பிரதாயங்கள் முடித்து இருவருக்கும் சம்பந்தி வீட்டார் உடை கொடுத்து மாற்றி வரக் கூறினர்.

அவன் வெண்பட்டு வேஷ்டி சட்டையணிந்து வர, அவள் மாம்பழ நிற பட்டில் ஆளை

அசரடிக்கும் தங்கச்சிலையென வந்து நின்றாள். மீண்டும் அவளின் வதனத்தில் தன்னை தொலைத்த அகரன் அருகில் இருந்தவர்கள் உசுப்பலில் தன்னிலைப் பெற்றான். பின் இரு-வருக்கும் மாற்றிக் கொள்ள மோதிரம் கொடுக்கப்பட்டது.

அகரன் தன்னையே பார்த்தபடி நின்றிருக்கும் தன்னவளைப் பார்த்தபடி அவளின் விரலில் மோதிரம் போட, நதியாள் அவனைப் பார்த்து மர்மமாக சிரித்தபடி மோதிரம் போட்டுவிட்டு அவனின் தலையை தன்பக்கம் இழுத்து அவனின் காதில்," இனிய பிறந்தநாள் வாழ்த்-துக்கள் என் மனம் கவர்ந்த மன்னவனுக்கு என் அகம் புரிந்த அகனுக்கு", எனக் கூறி அவனின் வாயில் இனிப்பைத் திணித்தாள்.

அன்று அவனின் பிறந்தநாள் என்பதே அப்பொழுது தான் நியாபகம் வந்தது. அவள் வாழ்த்து கூறியதும் சுற்றியிருந்த அனைவரும் அவனுக்கு பிறந்தநாள் வாழ்த்துக்கள் சொல்லி கத்த அவனுக்கு கண்களில் நீர் துளிர்த்துவிட்டது.

ஒரே நொடியில் தன் உலகை அற்புதமாக மாற்றிய தன் தேவதையை இடம் பொருள் பார்க்-காமல் இழுத்துக் கட்டிக் கொண்டான்.

"மச்சான்... இன்னிக்கு நிச்சயம் தான்டா..... கல்யாணம் ஒரு வருஷம் கழிச்சி தான். கொஞ்சம் என் தங்கச்சிய விட்டா பரவால்ல. பல்லு போன அத்தனை கிழமும் நீ கட்டிபி-டிச்சத பே-ன்னு பாத்துட்டு இருக்கு. அதுல எதாவது அப்படியே டிக்கட் வாங்கிடப் போகுது. கொஞ்சம் மூச்சு விட கேப் விடு டா", என சரண் அவனை இழுக்க, அவன் வந்தால் தானே...

அத்தனை இறுக்கமாக அவளை தனக்குள் புதைத்துக்கொண்டு இருந்தான் அகரன். அந்த நொடி அவனின் உணர்வுகள் யாதென அவனே புரிந்துக் கொள்ள முடியாதபடி இருந்தது.

நதியாள் சிரமப்பட்டு அவனை விலக்கி நிறுத்தினாள்.

"போதும் இது கோவில். அப்பறம் பேசிக்கலாம்", என அவனுக்கு மட்டும் கேட்கும்படிக் கூறினாள் நதி.

பின் அனைத்து பெரியவர்களின் காலிலும் விழுந்து ஆசிர்வாதம் வாங்கினர்.

"கண்ணுங்களா... அப்படியே சாமிய தரிசனம் பண்ணிட்டு வாங்க. புள்ளைங்களா இரண்டு பேரையும் எல்லா சந்நதிக்கும் கூட்டிட்டு போயிட்டு வாங்க", என சரோஜா பாட்டி இருவ-ருக்கும் நெட்டி முறித்து அனுப்பினார்.

வினயும், சரிதாவும் வன்மம் பொங்க தங்களுக்கான சமயத்திற்காகக் காத்திருந்தனர்.

அகரனும் நதியாளும் கண் மூடி கடவுளிடம் வேண்டிக்கொண்டு இருக்க வினய் கையில் தாலியுடன் நதியாள் இருந்த இடம் நோக்கி நடந்தான். அவனுக்கு பின்னே இன்னொருவனும் நதியாளை நோக்கி வந்துக்கொண்டு இருந்தான். சரிதா குழப்பத்துடன் அவனைப் பார்த்திருந்தாள்.

அனைவரும் கண்மூடி பிரார்த்தனை செய்து கொண்டிருக்க வினய் அருகில் வந்ததை யாரும் கவனிக்கவில்லை, அவனுக்கு பின்னே இன்னொருவன் வந்ததை அவனும் கவனிக்கவில்லை.

சரணும் தேவ்வும் கண் திறக்கும் சமயம் வினய் அவர்களுக்கு மிக அருகில் தாலியுடன் வந்து நின்று நதியாளை நோக்கினான்.

கண்மூடி திறக்கும் முன்னே நதியாளின் கழுத்தில் தாலி ஏறி இருந்தது. அவளெதிரில் வினய், அருகில் அகரன், மற்றொரு பக்கம் மதுரன் மூவரும் நின்றிருந்தனர்.

நிமிடத்திற்கும் குறைவான நேரத்தில் நடந்ததை அங்கிருந்த யாராலும் ஜீரணித்துக்கொள்ள முடியவில்லை.

நதியாளின் முகத்தில் அப்பட்டமான அதிர்ச்சியும் குழப்பமும் குடிக் கொண்டிருந்தது.

யார் அவளின் கழுத்தில் தாலி கட்டியது என்பது தான் அங்கிருந்தவர்களின் மனதில் ஓடிக்கொண்டிருந்தது•••••••..

அடுத்த பாகத்தில் தொடரும் ..

(அகரநதி பாகம் - 2)

www.ingramcontent.com/pod-product-compliance
Lightning Source LLC
LaVergne TN
LVHW060322051026
849517LV00004B/1194
9798885217071